पूर्वप्रशंसा

भारतातील संपूर्ण राजकीय अर्थव्यवस्थेचे प्रबळ समीक्षण. हे पुस्तक एक दुर्मीळ योगदान आहे.

अरविंद शिवरामकृष्णन
द *हिंदू*

अतिशय सुंदररित्या निर्मित पुस्तक! गोंसाल्विस यांचा संवादाचा दृष्टिकोन निःसंशय जगाच्या इतिहासातील सामर्थ्यशाली संवादाधारित घटनेच्या सर्जनशील वाचनाचा अनुभव देणारा आहे. छायाचित्रांची जाणीवपूर्वक केलेली निवड, प्रकरणांमध्ये जागोजागी समाविष्ट केलेल्या आकृत्या आणि तक्ते, कथनात्मक शैलीतला नेमकेपणा आणि चैतन्य यांमुळे संवादातील पैलूंचे हे पुस्तक विविध पद्धतीने आकलन घडवते.

इवो कोहिलो
दिव्यदान—शिक्षण आणि तत्त्वज्ञानावरील नियतकालिक

गोंसाल्विस यांचा हा अभ्यास उत्कृष्ट आणि अपवादात्मक आहे! आणि आपण असेही म्हणू शकतो की हा तीव्र भावनात्मकदेखील आहे.

एम.व्ही. कामथ
फ्री प्रेस जर्नल

दृष्टिकोनातील अस्सलता, दिलेल्या दाखल्यांची समृद्धता आणि गांधींचे विचार आणि कृती यांचे महत्त्व आणि सखोलता याबाबतीतील स्पष्टता यांमुळे हे पुस्तक लक्षणीय झाले आहे.

योगेश वाजपेयी
द न्यू इंडियन एक्सप्रेस

खादी

गांधींच्या क्रांतीचे महाप्रतीक

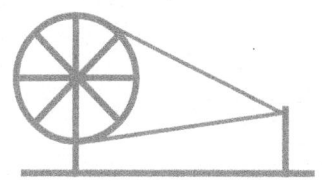

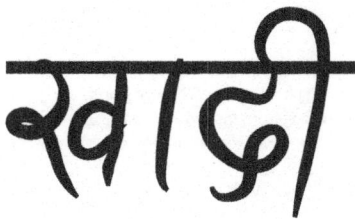

खादी

गांधींच्या क्रांतीचे महाप्रतीक

पीटर गोंसाल्विस

SAGE | bhasha

Los Angeles | London | New Delhi
Singapore | Washington DC | Melbourne

Originally Published in 2012 in English by
SAGE Publications India Pvt Ltd as *Khadi: Gandhi's Mega Symbol of Subversion*

This edition published in 2019 by

SAGE Publications India Pvt Ltd
B1/I-1 Mohan Cooperative Industrial Area
Mathura Road, New Delhi 110 044, India
www.sagepub.in

SAGE Publications Inc
2455 Teller Road
Thousand Oaks, California 91320, USA

SAGE Publications Ltd
1 Oliver's Yard, 55 City Road
London EC1Y 1SP, United Kingdom

SAGE Publications Asia-Pacific Pte Ltd
18 Cross Street #10-10/11/12
China Square Central
Singapore 048423

Published by SAGE Publications India Pvt Ltd, Translation Project Coordinated by TranslationPanacea, Pune.

ISBN: 978-93-532-8209-7 (PB)

Translator: Anyokti Wadekar
SAGE Team: Mahesh Sachane, Sharvari Mhapankar

माझे आईवडील
बर्नार्ड आणि एडना गोंसाल्विस
यांना समर्पित

Thank you for choosing a SAGE product!
If you have any comment, observation or feedback,
I would like to personally hear from you.

Please write to me at **contactceo@sagepub.in**

Vivek Mehra, Managing Director and CEO, SAGE India.

Bulk Sales

SAGE India offers special discounts
for purchase of books in bulk.
We also make available special imprints
and excerpts from our books on demand.

For orders and enquiries, write to us at

Marketing Department
SAGE Publications India Pvt Ltd
B1/I-1, Mohan Cooperative Industrial Area
Mathura Road, Post Bag 7
New Delhi 110044, India

E-mail us at **marketing@sagepub.in;**
sagebhasha@sagepub.in

Subscribe to our mailing list
Write to **marketing@sagepub.in**

This book is also available as an e-book.

अनुक्रमणिका

भाग इ: सामाजिक आणि धार्मिक क्रांती—दहशतवाद

भाग फ: खादीच्या माध्यमातून गांधींच्या क्रांतीची तत्त्वमीमांसा

तक्ते आणि आकृत्यांची यादी

तक्ते

आकृत्या

छायाचित्रे आणि प्रतिमांची सूची

प्रस्तावना

क्रांतीकडे पाहण्याचा गांधीवादी दृष्टिकोन हा अन्य दृष्टिकोनांपेक्षा वेगळा होता हे ओळखले पाहिजे, वरवर नगण्य वाटणाऱ्या कृती आणि प्रतीकात्मक अभिव्यक्तीतून तो जुलमी सत्तेच्या अनेक पैलूंना एकाच वेळी स्पर्श करण्याचा प्रयत्न करत होता, बरेच वेळा या कृती आणि अभिव्यक्ती यांचा इच्छित परिणाम त्यांच्या स्वरूपापेक्षा अधिक असे. हिंसात्मक क्रांतीमध्ये चातुर्याने विरोध करण्यास वाव नसतो; परंतु अहिंसक क्रांतीमध्ये मात्र शक्य तितकी आपली कल्पकता आणि सर्जनशीलता योजून स्वतःला व्यक्त करण्याच्या संधींचे भांडारच खुले असते. गांधींनी घाईघाईत धोरणे आखली नव्हती, तर ती अतिशय विचारपूर्वक आखली होती. उपयोजिलेले प्रत्येक प्रतीक आणि कृती ही अहिंसेच्या गाभ्याशी सहमत असावी तसेच माणसामाणसातील दुवा ओळखून त्यास पुष्टी देणाऱ्या योजनेसही पोषक असावी, याबाबत ते आग्रही होते.

भारतात त्याकाळी वस्त्र हे व्यक्तीची विशिष्ट जात, धर्म, आणि समुदायातील ओळख दर्शवणारे साधन होते. तसेच ते त्या व्यक्तीच्या व्यक्तिमत्त्वाचा आणि संस्कृतीचा एक हिस्सा होते. एका विशिष्ट प्रकारचे कपडे घालण्याची सांगड नेहमी विशिष्ट प्रकारच्या प्रसंगाशी घातली जाते. कपड्यांकडे बघण्याचा गांधींचा स्वतःचा दृष्टिकोन ३३ वर्षांच्या कालावधीत म्हणजे ते १८८८ मध्ये इंग्लंडला गेले तेव्हापासून ते १९२१ मध्ये त्यांनी लंगोट नेसावयास सुरुवात करेपर्यंत खूपच उत्क्रांत झाला. सुरुवातीस त्यांनी त्याकाळच्या सामाजिक चालीरीतींशी आणि शिष्टाचारांशी जुळवून घेण्यात अत्यंत काटेकोरपणा दाखवला. इंग्लंडमध्ये आणि दक्षिण आफ्रिकेत असताना त्यांनी त्यांच्या दिसण्याविषयी आणि कपड्यांविषयी एकच ध्यास घेतला होता. इंग्लंडला असताना ते अन्य भारतीय विद्यार्थ्यांपेक्षा अधिक पाश्चिमात्य होते आणि नवीन येणाऱ्या प्रत्येक विद्यार्थ्यास ते इंग्लिश पोशाखाच्या खर्चात तडजोड न करता अन्यत्र बचत कशी करावी याविषयी सल्ला देत. दक्षिण आफ्रिकेत असताना त्यांच्या हे ध्यानात आले की तेथील आत्यंतिक विषम आणि वंशभेद मानणाऱ्या समाजात त्यांचे शिक्षण आणि वस्त्र त्यांना समाजात मान्यता मिळवून देण्यात थिटे पडत आहेत. नंतर ते वस्त्र परिवर्तनाच्या इतक्या टोकाला पोहोचले की ते त्यांचे संपूर्ण प्रसाधन आणि पोशाख करून दोन मिनिटांत तयार होत. गोंसाल्विस यांच्या मते 'वस्त्र हा त्यांच्या सत्याच्या आंतरिक शोधाचा एक अत्यावश्यक हिस्सा होता'. त्यांना कालांतराने लक्षात आले की ब्रिटिश साम्राज्याच्या अन्यायाला विरोध करण्याचे साधन म्हणून तसेच स्वावलंबनाचा आग्रह म्हणजेच वेगळ्या अर्थाने स्वाभिमान पुन्हा रुजवण्यासाठी पोशाखाचा वापर करता येईल. चरखा म्हणजे काय ते माहीत नसतानासुद्धा त्यांनी आपल्या *हिंद स्वराज* मध्ये चरख्याविषयी लिहायला सुरुवात

केली. अशा प्रकारे खादी किंवा खद्दर राष्ट्रीय वस्त्र म्हणून अस्तित्वात आले. दक्षिण आफ्रिकेत असतानाच त्यांना लोकांशी संपर्क साधणे महत्त्वाचे तर आहेच; परंतु त्यासाठी निव्वळ शब्द आणि कृती पुरेसे नाहीत, तर एका विशिष्ट पद्धतीचे वस्त्र वेगळ्या पद्धतीने लेवून आणि त्याची निर्मिती करण्याच्या विशिष्ट प्रक्रियेचा प्रचार करून सूतकताईसाठी सर्वांना आमंत्रित केल्यास ते साध्य होईल, हे कळून चुकले होते. हीच त्यांची खादी क्रांती होती, स्वराज्य मिळवण्याचे स्वदेशीचे धोरण होते.

अनेक विद्वानांनी वेगवेगळ्या दृष्टिकोनातून खादीच्या महिम्याचा शोध घेतला आहे. मूर्त स्वरूपात खोलवर रुजलेली खादीची सांस्कृतिक प्रतीकात्मता एमा टारलोसाठी लक्षणीय ठरली आहे. एक प्रतिकाराची यंत्रणा आणि राष्ट्रवादी चळवळीचे प्रतीक म्हणून खादीच्या उत्क्रांतीचे लिसा त्रिवेदी यांनी तसेच अलीकडे राहुल रामगुंडम यांनी ऐतिहासिक दृष्टिकोनातून परीक्षण केले आहे. पीटर गोंसाल्विस यांनी या क्षेत्रात चढाई केली आहे, संदेश पोहोचवण्याच्या दृष्टिकोनातून प्रथम त्यांनी *वस्त्राद्वारे स्वातंत्र्यप्राप्ती* (सेज, २०१०) हे पुस्तक लिहिले आणि त्यानंतर हे पुस्तक लिहिले. आधीच्या पुस्तकातून प्रकाशित झालेल्या पोशाखाविषयीच्या गांधीवादी संदेशावर सैद्धान्तिक दावे करण्यासाठी हे पुस्तक इतिहासाचा पाया रचत आहे. तसेच अनेक विद्याशाखांच्या माध्यमातून गांधींच्या वस्त्रविषयक क्रांतिकारी निवडीवर प्रकाश टाकून हा पाया नवी भूमी व्यापत आहे.

पोशाख हे अमौखिक संप्रेषणाचे एक प्रभावी माध्यम ठरू शकते. जाणतेपणी किंवा अजाणता सामाजिक रिवाज पाळण्यासाठी किंवा त्यांना आव्हान देण्यासाठी आपण पोशाख घालत असतो. पोशाखाचा क्रांतीचे एक साधन म्हणून वापर करणे ही एक ऐतिहासिक घटना असून जगभरात तिची कैकदा पुनरावृत्ती झाली आहे. अमेरिकेत १९५० आणि १९६०च्या सुरुवातीस देशाचे प्रतिनिधित्व करत असलेल्या मूल्यांविरुद्ध तिथल्या हिप्पींनी वेगळ्या प्रकारचा पोशाख करून विद्रोह केला. त्यांची गबाळ्या पोशाखाची निवड ही प्रस्थापित व्यवस्थेच्या विरोधात होती. हंगेरीसारख्या आधीच्या समाजवादी असलेल्या काही देशांमध्ये जनतेसाठी राजवटीने घालून दिलेले पोशाखाचे नियम झुगारून तेथील जनतेने वेळोवेळी जोरदारपणे स्वातंत्र्याची मागणी केली.

विद्रोहाचे साधन म्हणून गांधींचा खादीचा वापर ही एक नियंत्रित प्रक्रिया होती त्यात कुणाला धक्का पोहोचवणे किंवा बेकायदेशीर वागण्याचा स्वैराचार करणे हा उद्देश नव्हता; परंतु लोकांना विचार करायला लावणे आणि जबाबदार बनवणे हा होता. या प्रक्रियेत खादी वापरणारे तसेच खादीकडे क्रांतिकारक म्हणून बघणारे असणार होते. गांधींचे क्रांतीचे हे प्रतीक शिस्त पाळणाऱ्या कार्यकर्त्यांसाठी असून कायदेभंगाची सवय लागलेल्यांसाठी नव्हते.

गोंसाल्विस यांच्या संशोधनाने पोशाखाच्या प्रतीकात्मक, क्रांतिकारक आणि मुक्त करणाऱ्या पैलूंवर लक्ष केंद्रित करून गांधीवादी संदेशास केंद्रवर्ती बनवले. 'सबव्हर्जन' या शब्दासह येणाऱ्या त्याच्या नेहमीच्या अर्थापेक्षा गांधींचा स्वातंत्र्याचा लढा कसा हिंसामुक्त आहे, हे दर्शवण्यासाठी ते या शब्दाच्या व्युत्पत्तीचे महत्त्व सांगताना स्पष्ट करतात की:

> वस्त्र म्हणजे शरीर संरक्षणाचे, त्यास सजवण्याचे तसेच ते ल्यालेल्या व्यक्तीची ओळख निर्माण करण्याचे एक साधन, या रूढार्थापलीकडे जाऊन (गांधींनी) खादीस एक नवा अर्थ दिला. खादीला त्यांनी इतके प्रतीकात्मक सामर्थ्य बहाल केले की त्यामुळे पर्यावरणवादी-राजकीय स्वातंत्र्य, मानसिक-सांस्कृतिक प्रतिष्ठा, आणि सामाजिक–धार्मिक एकोप्याचा प्रचार झाला. अशा प्रकारे पोशाख हा सर्वांत सर्जनशील आणि धाडसी संदेश ठरला. त्याने सर्व प्रतीकांचे प्रतीक म्हणून वस्त्राचा अर्थ विस्तृत केला आणि वसाहतींच्या अनेक शतकांच्या ताब्यास एकदाच निःसंशय आव्हान दिले.

औत्सुक्याची बाब म्हणजे सामाजिक राजकीय जबाबदारी पेलण्यासाठी गांधींनी राष्ट्रास वस्त्र देण्याचा प्रयत्न केला; पण स्वतः मात्र त्याच कारणासाठी हळूहळू वस्त्रत्याग केला. समाजातील सगळ्यात लहान घटकापर्यंत पोहोचणे हीच त्यांची इच्छा होती. जरुरीपेक्षा त्यांना जी वस्त्रे अधिक वाटत होती ती त्यांनी त्यागण्याचे ठरविले व त्यातून वस्त्रांच्या बाबतीत ते सर्वांत अधिक गरीब असलेल्यांशी एकरूप झाले.

गांधींच्या काळी भारतात खादीधारी व्यक्ती पोलिसांच्या मारहाणीचे सहज लक्ष्य होत असे. खादी ही दोन अर्थांने विध्वंसक होती—एकीकडे ब्रिटिशांच्या साम्राज्यवादास आव्हान देणे आणि आधुनिक संस्कृती नाकारणे तर दुसरीकडे खादी ज्या मूल्यांचे प्रतिनिधित्व करत होती त्यावर आधारित पर्यायी राज्यव्यवस्था आणि अर्थव्यवस्थेची बांधणी करत होती. ती एकाच वेळी सत्याग्रहाच्या आणि विधायक कार्याच्या तत्त्वाचे प्रतिनिधित्व करत होती. ब्रिटिशांचा खादीविषयी तिरस्कार आणि हिंद स्वराजवर बंदी हे दोन्ही एकाच माळेचे मणी होते; कारण या दोन्हींनी फक्त ब्रिटिश वसाहतवादासच आव्हान दिले नाही तर तो ज्या ऐहिक संस्कृतीवर आधारलेला होता त्यासही ललकारले; म्हणून खादी ही फक्त देशभक्तीचेच प्रतिनिधित्व न करता त्यापेक्षा अनेक जटिल मूल्यांची प्रतिनिधी ठरते.

गांधीजींच्या कल्पनेतील भारताचे खादी हे प्रतीक होते; ज्या भारतात रोजची रोजीरोटी कमावण्याकरता शारीरिक श्रम करणे हाच मार्ग होता. भारतीय गिरणीत तयार झालेल्या वस्त्रांचे संरक्षण करणे हे गांधींच्या राष्ट्रवादाचे उद्दिष्ट नव्हते, तर आधुनिक संस्कृतीहून वेगळ्या स्वावलंबी आयुष्याचे निदर्शक असलेल्या हातमाग उद्योगास पाठिंबा देणे हे त्यांचे उद्दिष्ट होते. खादी ही त्यांच्या कौशल्यकेंद्री समाजाचे उदाहरण होती. सर्वांमध्ये एकीची भावना वाढीस लावणारी म्हणून खादीची निर्मिती करण्यात गांधी यशस्वी ठरले; परंतु सामाजिक स्तरांचे

प्रतीक म्हणून खादीच्या गुणवत्तेतील तफावत घालवण्यात ते तितकेसे यशस्वी ठरले नाहीत. तथापि, खादी राष्ट्रीय कल्पनेचा एक हिस्सा झाली आणि समाजाचा आवाज उठवणारा प्रतिकाराचा एक प्रकल्प बनली. खादीचा वापर महिलांनीही केला यातून त्या आवाजाची सर्वसमावेशकताही दिसून येते. गरीब महिलांनी तसेच स्वराज्यास पाठिंबा म्हणून सर्वसंगपरित्याग केलेल्या महिलांनीदेखील खादीची पांढरी वस्त्रे धारण केल्याने त्यांना राजकीय मान्यता मिळाली आणि त्या राष्ट्राची नैतिक शक्ती बनल्या. या नैतिक अधिष्ठानामुळे त्यांना राष्ट्रीय चळवळीत पुरुषी प्रवृत्तीची भीती न बाळगता पूर्णपणे झोकून देण्याची सुरक्षितता लाभली.

गांधींना आवडले असते अशा अर्थाने किंवा तितक्याच प्राणपणाने नाही; परंतु आजही भारतात अनेक जण खादी परिधान करतात. राजकारणी लोकांनी परिधान केलेली पांढरी खादी अपरिग्रह आणि सत्य या तत्त्वांनी निर्दिष्ट आयुष्याचे प्रतीक होण्याऐवजी आज सत्ता आणि संधिसाधूपणा यांचे प्रतीक बनली आहे; परंतु तरीही आज अनेक कार्यकर्ते आणि साहित्यिक असे आहेत की ज्यांना त्यांच्या सामाजिक बांधीलकीचे प्रतीक म्हणून जाडीभरडी आणि रंगीत खादी परिधान करणे आवडते; ज्यायोगे ते पांढरी खादी धारण करणाऱ्या राजकारण्यांपेक्षा वेगळे उठून दिसतात. एके काळी सर्व समाजाला एकाच पातळीवर आणणाऱ्या ह्या विशिष्ट पोशाखाने ब्रिटिश साम्राज्याची हकालपट्टी केली तोच पोशाख आता स्थान, ओळख आणि मतपेढ्या मिळवण्याच्या युद्धात विजयी होण्याचा एक सुखासीन मार्ग बनला आहे.

गांधीवादाच्या अभ्यासात तसेच राजकीय संप्रेषणात रस असणाऱ्या विद्यार्थी आणि संशोधक यांच्यासाठी गोंसाल्विस यांचे हे पुस्तक योग्य आहे. एका साध्या कापडाच्या संदेश पोहोचवण्याच्या क्षमतेने राष्ट्रीय चळवळीस आकार देऊन वसाहतवादाने उचलून धरलेली मूल्ये उखडून टाकत असतानाच वसाहतवाद संपवला. त्यास उजाळा देण्याच्या ह्या प्रयत्नाचे सर्व शिक्षकवृंद आणि संप्रेषणतज्ज्ञ मनापासून स्वागत करतील अशी मला खात्री आहे.

जॉन एस. मूलाकट्टू
संपादक, गांधी मार्ग, गांधी पीस फाउंडेशनचे त्रैमासिक, नवी दिल्ली,
प्राध्यापक, आयआयटी मद्रास, चेन्नई येथील
मानवविज्ञान आणि सामाजिक शास्त्र विभाग

ऋणनिर्देश

गांधी स्मारक संग्रहालय, मणिभवन, द एशियाटिक सोसायटी, बॉम्बे, गांधी पीस फाउंडेशन, सर्वोदय मंडळ, निर्मला निकेतन आणि दिव्यदान या संस्थांच्या संचालकांनी मला त्यांच्या ग्रंथालयांचा मुक्तपणे वापर करू दिला, त्याबद्दल या सर्वांचे खूप आभार.

कुणाल सागर, दिनोदिया फोटो लायब्ररी प्रायव्हेट लिमिटेड, नेहरू मेमोरिअल म्युझिअम अँड लायब्ररी, गांधी स्मारक संग्रहालय आणि गांधी म्युझिअम (मदुराई) यांच्या सौजन्यपूर्वक परवानगीने छायाचित्रे वापरण्यात आली आहेत.

विषयप्रवेश

१९१५ साल होते. भारतीय वकील-पत्रकार-कार्यकर्ते मोहनदास करमचंद गांधी दक्षिण आफ्रिकेतून मायदेशी परतल्यानंतर त्यांचे एखाद्या महानायकाला साजेसे स्वागत झाले. ४६ वर्षांच्या गांधींना भारताच्या विस्तीर्ण द्वीपकल्पाचा आणि येथील जनतेच्या गुंतागुंतीचा तेव्हा कोणताच अनुभव नव्हता. त्यांनी अहमदाबाद शहराच्या वेशीवर मुक्काम केला आणि शेतकऱ्यांचे आणि मजुरांचे प्रश्न सोडवण्यासाठी कंबर कसली. सामान्य लोक कसे राहतात, हे जाणून घेण्याकरिता आणि वैयक्तिक संपर्क आणि सामाजिक कार्याद्वारे त्यांच्याबद्दल समानुभूतीची जाणीव निर्माण होण्यासाठी त्यांनी भारताच्या कान्याकोपऱ्यात प्रवास केला.

समानुभूती व्यक्त करण्याचे हे आव्हान मात्र मुळीच सोपे नव्हते. ३०० दशलक्ष लोकांपर्यंत ते आपली आस्था कशी पोहोचवणार होते[१], जे लोक ७ लाखाहून अधिक गावांमध्ये वसले होते,[२] वेगवेगळे वंश, संस्कृती, पंथ, वर्ग, जाती आणि जमातींचे होते. जवळजवळ १०० हून अधिक भाषांचा वापर करणारे होते[३] ज्या भाषा अवघ्या लोकसंख्येच्या केवळ ५ टक्क्यांहून कमी लोकांना लिहिता-वाचता येत होत्या.[४]

दक्षिण आफ्रिकेत असताना, त्यांनी पेहरावाच्या माध्यमातून वेठबिगार निर्धन मजुरांबद्दल आपली समानुभूती पोशाखाच्या माध्यमातून व्यक्त केली होती; आपला इंग्रजी सूट बाजूला सारून एक साधे श्वेत वस्त्र परिधान करून. 'संस्कृतीचे संग्रहालय'[५] मानल्या जाणाऱ्या भारतात पेहरावांचे वैविध्य पाहता गोरगरिबांशी एकरूप होण्यासाठी अमुक एका प्रांताच्या पेहरावाच्या पलीकडे विचार करून संपूर्ण भारताचे प्रतिनिधित्व करेल असा पेहराव धारण करण्याचे महत्त्व त्यांनी ओळखले. त्यांनी पोशाख म्हणून पांढऱ्या रंगाच्या लंगोटाची निवड केली.

स्वतःच्याही नकळत ते शेकडो शब्दांचे मोल ज्यात एकटवले होते अशा त्यांच्या ओळखीची प्रतिमाच जणू ते तयार करीत होते—त्यांच्या काळातल्या ३०० दशलक्ष भारतीयांसाठी, जगभरातील लोकांसाठी, आणि येणाऱ्या पिढ्यांसाठी. गांधींच्या पोशाखाच्या वैशिष्ट्यामुळे त्यांना आजही देश, संस्कृती, धर्म आणि विचारधारांच्या भेदांच्या पलीकडले, शांतता आणि अहिंसेचे सर्वांत लोकप्रिय आणि आदरणीय व्यक्तिमत्त्व मानले जाते.[६] लंगोट धारण केलेल्या त्यांच्या प्रतिमेला एवढी व्यापक स्वीकृती मिळूनही, बहुधा मोजक्याच लोकांना या पेहराव्याचा खोलवरचा प्रतीकात्मक आणि क्रांतिकारक अर्थ उमगला असावा.

सामान्यतः, प्रत्येक पेहराव्याची तऱ्हा—मग ती हेतुपुरस्सर असो वा अहेतुक, कालानुरूप असो वा जुन्या धाटणीची, अभिरुचिसंपन्न असो वा सामान्य—एका अर्थाने परिधान करणाऱ्या व्यक्तीची प्रतीकात्मक ओळख ठरते; पण परिधानाची प्रत्येक तऱ्हा ही काही क्रांतीचे प्रतीक

ठरत नाही. पेहराव्याच्या वापरातून निषेध किंवा क्रांतिकारी भावना व्यक्त करण्याची काही उदाहरणं इतिहासात सापडतातः वर्धमान महावीर (अंदाजे इ.स. पूर्व ५९९–५२७), सिद्धार्थ गौतम बुद्ध (अंदाजे इ.स. पूर्व ५६३–४८३), नार्सियाचे बेनेडिक्ट (अंदाजे इ.स. ४८०–५४३) यांनी खोलवरच्या सत्याचा किंवा पूर्णब्रह्मचा शोध घेताना आपल्या मालकीच्या सर्व वस्तूंचा त्याग केला. भौतिकवादी समकालीन व्यक्तींच्या जीवनशैलीपासून सर्वस्वी वेगळा असा मूलगामी स्वरूपाचा; पण अतिशय साधा पेहराव त्यांनी निवडला. असिसीच्या फ्रान्सिस यांनी मध्ययुगीन काळातल्या उच्चभ्रूवर्गाच्या धर्माला तडा देणारी धार्मिक ऋजुता आणि चिंतनाचे प्रतीक म्हणून (११८२–१२२६) त्यांच्या धनाढ्य पित्यासमोर आपल्या राजसी वस्त्रांचा त्याग करून भिकाऱ्याच्या चिंध्या पत्करल्या. फ्रेंच क्रांतीच्या (१७८९–९९) जनकांना सांस-क्यूलोट–ज्यांना विजारी परवडत नाही असे निर्धन लोकप्रतिनिधी–हे टोपणनाव दिले गेले. बोनेट रोग (लोकरीची लाल टोपी), पॅन्टलोन (पायघोळ विजारी), कारमागनोल (आखूड जॅकेट्स) असा त्यांचा गणवेश होता. १९६०च्या दशकातल्या हिप्पी प्रतिसंस्कृतीने मुख्य प्रवाहातील अमेरिकन मूल्ये आणि व्हिएतनाम युद्धाचा निषेध करण्यासाठी पेहरावाची एक विशिष्ट तऱ्हा स्थापित केली. १९६६च्या सुरुवातीस सामूहिक भांडवलशाही विरोधी विश्वासास आणि सांस्कृतिक क्रांतीच्या स्वीकृतीस मूर्त रूप देण्यासाठी चिनी लोकांना, माओ झेडाँग (१८९३–१९७६) यांच्या कल्पनेतून साकारलेले, निळे किंवा राखाडी रंगाचे साधे वस्त्र परिधान करावे लागले. मोबुटू सेसे सेको (१९३०–९७) यांचा काँगो गणराज्यातील झायरीकरणाच्या कार्यक्रमाद्वारे अबाकोस्ट नावाच्या एका विशिष्ट प्रकाराच्या पुरुषांच्या पोशाखाचा प्रसार केला गेला. अबाकोस्ट हे अ बास लाकॉश्च्यूम या फ्रेंच शब्दाचे संक्षिप्त रूप आहे ज्याचा शब्दशः अर्थ आहे 'पाश्चिमात्य पेहरावाचा निषेध करा'.

या क्रांतींच्या जमेच्या बाजू आणि ऐतिहासिक प्रभाव असतीलही, पण भारतीय स्वातंत्र्यसंग्रामाच्या या लाटेतील अंतर्निहित असलेल्या उत्कृष्ट आणि अभिनव अशा पेहराव्याच्या निवडीच्या महत्त्वाला आजतागायत तोड नाही. माझा निर्देश गांधींच्या स्वदेशी चळवळीकडे आहे; ज्यायोगे त्यांनी आपल्या देशातील स्त्री-पुरुषांना चरख्यावर कातलेल्या सुतापासून बनवलेली खादी परिधान करण्याचे आवाहन केले. खादीविषयीची त्यांची भावना अतिशय उत्कट स्वरूपाची होती; कारण त्यांना त्या वस्त्रामध्ये स्वराज्याकडे जाणारा मार्ग दिसत होता.[७] आपल्या आयुष्याच्या शेवटच्या ३० वर्षांच्या काळात ते खादीचा उत्तरोत्तर प्रसार करीत राहिले, स्वतः सूत कातून, जिथे जातील तिथे खादीचा उल्लेख करून, स्वतः खादी परिधान करून आणि स्वातंत्र्यसंग्रामात भाग घेणाऱ्या लोकांसाठी खादी हे प्रतीकात्मक मूर्तरूप ठरावे, यावर त्यांनी जोर दिला. आपल्या व्यापक स्वरूपाच्या समतावादी ग्रामीण विकास प्रकल्पातही, ज्याला ते विधायक कार्यक्रम म्हणत, त्यांनी खादीचाच पुरस्कार केला.

त्यांचे शेकडो अनुयायी त्यांच्या हाकेला धावून आले, जरी त्यातील काही लोक राजकीय स्वातंत्र्याच्या संदर्भातल्या खादीच्या क्षमतेविषयी बहुधा गांधींइतके उत्साही नव्हते.

इतिहासकार रामगुंडम यांच्या मते 'खादी ज्याचे अविभाज्य अंग होते अशा विधायक कार्यक्रमाच्या महत्त्वाला दुराग्रही भावनेने राष्ट्रवादी चळवळीच्या बहुतांश इतिहास लेखनातून वगळण्यात आले आहे'.[८] गांधींवरच्या काही महत्त्वाच्या अभ्यासांच्या संदर्भात खादी चळवळीच्या विद्वत्तापूर्ण विश्लेषणाच्या अभावावरही त्यांनी बोट ठेवले आहे.[९]

मात्र, १९८० च्या दशकापासून आजपर्यंत ऐतिहासिक विद्वत्तेच्या कार्यक्षेत्राने या विषयामध्ये रस घेतला आहे आणि त्यावर वेगवेगळ्या दृष्टिकोनांतून सखोल चिंतन केले आहे.[१०] वस्त्राद्वारे स्वातंत्र्यप्राप्ती–गांधीप्रणीत स्वदेशी क्रांतीमधील आवाहनाची मीमांसा[११] हे माझे स्वतःचे योगदान नित्याच्या ऐतिहासिक चौकटीबाहेरच्या तीन पाश्चिमात्य संज्ञापन सिद्धान्तांच्या चष्म्यातून केलेले गांधींच्या खादीच्या निवडीचे समालोचन आहे. हे विश्लेषण ऐतिहासिक संशोधन आणि अत्यावश्यक माहितीच्या तौलनिक अभ्यासाशिवाय शक्य झाले नसते. माझे हे पुस्तक त्याच अभ्यासाची निष्पत्ती आहे. हा अभ्यास संप्रेषणात्मक विश्लेषणाला बळकटी देणारा कालक्रमिक आणि पद्धतीशास्त्रीय पाया प्राप्त करून देतो; म्हणूनच मी इतिहासाकडून शिकणारा, संप्रेषण-क्षेत्रातील एक संशोधक समजावे, इतिहासकार नव्हे.

अधिक नेमकेपणाने सांगायचे झाल्यास गांधींच्या पेहरावाच्या निवडीचा ऐतिहासिक दृष्टिकोनातून केलेल्या अभ्यासामुळे मी त्यांनी पेहराव्यातून साधलेल्या संवादाच्या ताजेपणाचे चिकित्सक परीक्षण करण्यासाठी गांधींपूर्वीच्या काळाच्या अभ्यासाकडे वळलो. खोलवर संशोधन केल्यानंतर दोन महत्त्वाच्या निरीक्षणांनी मला थक्क केले: एक, जिथे ऐक्याचा अभाव होता, षंढता आणि निर्बलता होती त्या प्रांतात भव्यदिव्य स्वरूपाची क्रांती घडवण्याकरिता लोकांना आणि समुदायांना प्रोत्साहित करण्यासाठी आणि एकत्र आणण्यासाठी प्रतीक निवडताना गांधींनी दाखवलेला बिनधास्तपणा आणि दोन, जिद्दीने पेटून, आपल्या मूळ स्वभावाच्या विरोधात जाऊन, भूमीवरील सर्वांत शक्तिशाली साम्राज्याच्या विरोधात–एकाच वेळी अनेक शक्तींच्या विरोधात लढा पुकारण्याचे त्यांचे धारिष्ट्य–सनातनी स्वरूपाच्या धार्मिक प्रथांच्या अतिक्रमणाविरुद्ध, पाश्चिमात्य प्रगती आणि जीवनशैलीच्या आदर्शाच्या अनुकरणाविरुद्ध, सार्वजनिक टीकेच्या त्सुनामीच्या विरोधात. माझ्या वाचनात आलेल्या ऐतिहासिक मजकुरामुळे, प्रामुख्याने *कलेक्टेड वर्क्स ऑफ महात्मा गांधी* या संग्रहामुळे, माझ्या संशोधनाचे महत्त्व केवळ माझ्या संज्ञापन-विश्लेषणाची विश्वासार्हता वाढवण्यासाठी प्राथमिक माहिती पुरवण्यापुरते मर्यादित नाही, याची मला प्रकर्षाने जाणीव झाली. तो चर्चा आणि वाद-विवादास वाव देणारा एक स्वतंत्र स्रोत आहे हे मला कळून आले–आणि हीच जाणीव माझ्या दुसऱ्या पुस्तकाच्या प्रकाशनामागची प्रेरणा आहे.

पोशाखातून संवाद साधण्याच्या गांधींच्या धाडसी रणनीतीमागचा उद्देश अन्यायकारक अशा हुकूमशाही सत्तेला उलथून पाडून पूर्ण स्वराज्याचा पाठपुरावा करण्याचा होता, हे माझे केंद्रीय गृहीतप्रमेय मला सिद्ध करायचे आहे. ते एकदा म्हणाले होते 'माझ्या हातात खादी सोपवा आणि मी तुमच्या हातात स्वराज्य ठेवेन'.[१२] हे धाडसी विधान खरं करून दाखवण्यात योगदान दिलेल्या वैयक्तिक, भौगोलिक-राजकीय, मनोचिकित्सात्मक आणि तात्त्विक स्वरूपांच्या मूलभूत घटकांचा मी या पुस्तकात बारकाईने तपास केला आहे.

परिभाषा

या पूर्ण पुस्तकात—वेगळ्या प्रकारे नमूद केल्याखेरीज—भारत या नावाचा उल्लेख स्वातंत्र्य-पूर्व भारताच्या संदर्भात केला गेला आहे, ज्यात आजच्या पाकिस्तान आणि बांगला देशचा समावेश आहे; आणि काही शहरांची पूर्वाश्रमीचीच नावे वापरली आहेत, उदाहरणार्थ, बॉम्बे, पूना आणि मद्रास, जे आजचे अनुक्रमे मुंबई, पुणे आणि चेन्नई आहेत.

शीर्षकातील 'खादी' या शब्दाच्या अर्थाचे आकलन त्याच्या पोशाखासंबंधीच्या घटकांच्या पार्श्वभूमीच्या संदर्भात केले पाहिजे. त्याचा अर्थ स्वदेशी चळवळीदरम्यान गांधींनी प्रचलित केलेले, घरीच तयार करण्यात आलेले किंवा विणलेले कापड असा होतो. त्याच्या वापरातदेखील त्याचा अर्थ दडला आहे: एक वस्त्र, पोशाख किंवा पेहराव म्हणून. त्याच्या अव्यक्त अर्थात कापड तयार होण्याच्या आधीच्या टप्प्यांचा समावेश होतो. जसे की कापसाची लागवड, वेचणी, कापसाच्या बियांचे अलगीकरण, पिंजण, जोडणी, कताई आणि वीण. खरं तर पेहराव्याविषयीच्या घटकांची ही व्यापक वर्णपंक्ती साम्राज्यवादी दडपशाहीची केंद्रबिंदू बनली आणि गांधींच्या पूर्णस्वराज्याच्या ध्यासाला कार्यान्वित करणारी व्यासपीठ ठरली. शरीराचे संरक्षण, शृंगार किंवा ओळख पटवण्यासाठी वापरण्यात येणारे साधन या कापड आणि वस्त्राच्या सामान्य अर्थाच्या पलीकडे जाणारा व्यापक अर्थ गांधींनी खादीला बहाल केला. त्यांनी खादीला अशा चिन्हमीमांसेची ऊर्जा प्रदान केली ज्यामुळे आर्थिक-राजकीय स्वातंत्र्य, मनोसांस्कृतिक प्रतिष्ठा आणि सामाजिक-धार्मिक सुसंवाद एकत्रितपणे साधले गेले. वस्त्रातून घडणाऱ्या संप्रेषणाचे हे सर्वांत सर्जनशील आणि धाडसी उदाहरण होते. त्यायोगे कपड्याच्या सामान्य अर्थाच्या विस्तारातून प्रतीकांहून श्रेष्ठ असे प्रतीक निर्माण झाले; ज्याने अनेक शतकांपासून चालत आलेल्या वसाहतींच्या कब्ज्याला निर्णायक स्वरूपाचे आव्हान दिले.

'प्रतीक' या शब्दाच्या वापराचे आकलन करून घेण्यासाठी 'चिन्ह' या शब्दाहून ते कसे भिन्न आहे हे समजून घेणे आवश्यक आहे. ज्याला अहेतुक अर्थ आहे असे सर्व काही म्हणजेच चिन्ह, मग तो शब्द असो, चित्र असो, वस्तू असो व घटना. इंग्रजीत, 't' 'r' 'e' 'e' या वर्णांच्या संयोगाने बनलेला ट्री (Tree) हा शब्द अंगणात किंवा रस्त्याच्या बाजूला लावण्यात

आलेला एक खराखुरा वृक्ष दर्शवतो किंवा त्याच्याकडे निर्देश करतो. हिंदीत याच वृक्षाला 'पेड', इटालियन भाषेत 'एल्बेरो', किंवा जर्मन भाषेत 'बॉम' या चिन्हांद्वारे संबोधण्यात येते. याउलट, 'प्रतीक' हे कधीच अहेतुक नसते. ते असे चिन्ह आहे ज्याला समुदायाकडून किंवा संस्कृतीकडून अधिक गहन अर्थ प्राप्त होतो. दरवर्षी डिसेंबर महिन्यात कलाबूत, हारतुरे, रोषणाई आणि भेटवस्तूंनी सजवलेल्या वृक्षाला येशू ख्रिस्ताच्या जन्माच्या आनंदाचे प्रतीक असा व्यापक अर्थ प्राप्त होतो, जो ख्रिस्ती लोकांच्या मनात देवाने भेट म्हणून पाठवलेल्या 'इमॅन्युअल' नावाच्या त्यांच्या पुत्राची प्रतिमा (गॉड विथ अस) जागी करतो.[१३] त्याचप्रमाणे, आपल्या शरीरांचे संरक्षण करणाऱ्या किंवा शृंगार करणाऱ्या 'कापड' या खऱ्याखुऱ्या वस्तूला दर्शवण्यासाठी वेगवेगळ्या भाषांमध्ये आणि संस्कृतींमध्ये वेगवेगळी चिन्हे वापरण्यात येत असतील; पण गांधींच्या स्वदेशी चळवळीच्या संदर्भात, कापड ह्या शब्दाला एका प्रतीकाचा दर्जा प्राप्त होतो. या शब्दांत भिनलेला अर्थ त्याला घडवणाऱ्या स्वैर वर्णांच्या संयोगातून (उदाहरणार्थ इंग्रजीतील चिन्ह 'c', 'l', 'o', 't', 'h' मिळून cloth हा शब्द तयार होतो) तयार झालेल्या अर्थाच्या तुलनेत खूपच व्यापक ठरतो. तो सांस्कृतिकदृष्ट्या तसंच ऐतिहासिकदृष्ट्या विशिष्ट स्वरूपाचा आहे. त्याचे नामकरणदेखील झाले आहे: खादी. त्याचा अर्थ सहजरित्या कापडाच्या इतर अर्थांशी मेळ खाताना दिसत नाही, उदाहरणार्थ, माओ किंवा झायरच्या पेहरावांच्या क्रांतीत वापरण्यात आलेले कापड. काळाच्या ओघात, प्रतीकांच्या या भाववाचक विशिष्टतेतून अनेक प्रकारचे संभवनीय अर्थ निर्माण होतात, मूळ संस्कृतीच्या कक्षेतले आणि कक्षेबाहेरचेदेखील.

म्हणूनच, अर्थाचा सिद्धान्त गरजेचा आहे आणि थेट त्याच्या मुळापर्यंत जावे लागेल: प्रतीक निर्माण करणाऱ्याचा हेतू कोणता होता आणि ते कोणते बहुआयामी संदर्भ होते ज्यातून त्या प्रतीकाची उत्पत्ती झाली. त्यामुळेच गांधींच्या खादी या संज्ञेमागचा प्रतीकात्मक अर्थाचा ऐतिहासिक अभ्यास अनिवार्य आहे—सूतकताईच्या गृहउद्योगापासून ते स्वदेशी चळवळीतील कापड आणि पेहराव्याच्या महत्त्वापर्यंत वस्त्रविकासाच्या सर्व टप्प्यांचा अभ्यास गरजेचा आहे. यासाठीच मी या विषयाकडे एका बहुआयामी दृष्टिकोनातून पाहतो.

माझ्या संशोधनादरम्यान मला लक्षात आले की गांधींचे पोशाखाचे प्रतीक ही काही उत्सवाला साजेशी सुखावह बाब नव्हती. अगदी सुरुवातीपासून त्यांची सांस्कृतिक कलाकृती ही एका खऱ्याखुऱ्या वादाचा मुद्दा ठरली आणि अनेक बाबतीत विद्रोहाचे (Subversion) एक अतिशय प्रभावी प्रतीक ठरली.

इथे असा प्रश्न पडू शकतो की पोशाखासारख्या सर्वसाधारण वस्तूला 'विद्रोही' असे विशेषण चिकटवणे, ही अतिशयोक्ती ठरत नाही का? आणि त्यामुळे त्याच्या निर्मात्याचा म्हणजेच अहिंसेच्या देवदूताचा, म्हणजेच महात्मा गांधींचा अनादर होतो का? या संदर्भात 'क्रांती' सारख्या शब्दाचा वापर अधिक योग्य ठरेल का? हे प्रश्न माझ्या अभ्यासाच्या मूळ

गृहीतप्रमेयांना हात घालतात. मला हे दाखवून द्यायचे आहे की गांधींची क्रांती ही सर्वसाधारण क्रांती नव्हती. वसाहतीकरणाचे शिकार ठरलेल्या कमीत कमी लोकांबरोबर त्यांनी अतिशय शिस्तबद्ध, सुनियोजित रणनीती आखून अहिंसात्मक स्वरूपाची अशी उलथापालथ घडवली ज्यामुळे भारतावर बहुआयामी परिमाणांचा प्रभाव पडला आणि मानवतेसाठी बहुराष्ट्रीय पडसाद उमटले. खादी (आणि निगडित सर्व पोशाखविषयक घटक) हे त्याचे केंद्र होते, मध्यवर्ती प्रतीक होते, क्रांतीचे शस्त्र होते, ज्याच्याभोवती गांधींची मुक्तीची रणनीती साकार होणार होती.

त्यामुळेच 'विद्रोह*' या संज्ञेचा वापर करताना माझ्या ठायी त्याचा हिंसा आणि संशयास्पद कृतींशी निगडित असलेला अर्थ वर्ज्य आहे. मला त्याच्या व्युत्पत्तीविषयक अर्थाशी कारण आहे: तो म्हणजे 'उलथापालथ करणे'[१४]. या अर्थाप्रमाणे, *अधिकारशून्य स्थितीतून अस्तित्वात येणाऱ्या स्रोताद्वारे हुकमतीच्या अधिकाराला अस्थिर करणे म्हणजे विद्रोह.* 'क्रांती' किंवा 'राजद्रोह' सारख्या समानार्थी शब्दांमध्ये हा सबाल्टर्न सूक्ष्म भेद आढळत नाही.[१५]

माझ्या मते, भारताच्या स्वातंत्र्य चळवळीतील गांधींच्या हस्तक्षेपाची पद्धत दोन कारणांसाठी या व्युत्पत्तीविषयक परिभाषेत चपखल बसते. एक, गांधींनी निवडलेले कार्यक्षेत्र हे तळागळातले होते. त्यांच्याकडे न सरकारी पद होते न राजकीय शक्ती. इंडियन नॅशनल काँग्रेसचे अध्यक्षपद हेच काय ते त्यांनी भूषविलेले सर्वांत मोठे पद होते, अशा बंधनरहित सामाजिक पक्षाचे नेतेपद ज्याची स्थापना एका सत्प्रवृत्त इंग्रजाने केली होती. १९२१ साली भारताच्या बहुसंख्य लोकांसाठी अज्ञात असलेल्या गांधींनी नेतृत्वाची धुरा सांभाळत काँग्रेसला भारतीय उपखंडातील पहिलीवहिली जनसंस्था बनवली. त्यांचे ध्येय होते स्वराज्य, ज्याची परिभाषा ते निक्षून या शब्दांत करीत, 'वित्त, कायदा, पोलीस खाते आणि लष्करी यंत्रणेवर [जनतेची] सत्ता'[१६]. पोशाखातून स्पष्ट होणाऱ्या आणि मूर्त रूप घेणाऱ्या त्यांच्या उलथापालथ घडवणाऱ्या उत्तेजनाशिवाय कुठलीच क्रांती घडली नसती–निदान अशी क्रांती शक्य नव्हती जिने जगातल्या सर्वांत मोठ्या साम्राज्याला गुडघे टेकायला भाग पाडले (छायाचित्र ३५: २५०).

दुसरी गोष्ट म्हणजे, 'विद्रोह' ही संज्ञा गांधींनी निवडलेल्या मार्गाच्या संदर्भात वापरता येईल; कारण त्यांचा मार्ग हेतुपुरस्सर आणि पूर्वनियोजित होता. कापड आणि पेहराव हे युद्धाच्या रणनीतीचे अकस्मित कलम नव्हते; ते साम्राज्याविरुद्ध युद्ध पुकारण्यासाठी वापरात येणारे प्रभावी शस्त्र होते.[१७] उद्दिष्टाच्या पूर्तीसाठीची ती साधने होती, हे उद्दिष्ट म्हणजे स्वदेशी

---

* **अनुवादकाची टीप:** लेखकाने जेथे Subversion (सबवर्जन) असा शब्द वापरला आहे, तिथे 'विद्रोह' किंवा 'क्रांती' हे शब्द वापरले आहेत. कारण व्युत्पत्तीशास्त्रानुसार subversion या शब्दाचा शब्दशः अनुवाद होऊ शकत नाही. हे पुस्तक वाचताना वाचकांनी या पर्यायी शब्दांची नोंद घ्यावी.

पद्धतीचा अवलंब करून पूर्ण स्वराज्य मिळवणे. अहिंसा ती नैतिक 'युक्ती'[१८] ठरली जिच्यामुळे शत्रू पक्षाची मान शरमेने खाली जाईल असे लक्ष आणि सहानुभूती साऱ्या जगाकडून प्राप्त झाले. साम्राज्याने नसून गांधींनी पूर्वस्थापित केलेल्या एका उच्च नैतिक भूपृष्ठावर बोलणी करण्यास साम्राज्याला भाग पडणारा हा एक कनवाळू पण धूर्त मार्ग होता.

अपेक्षेप्रमाणे, गांधींना त्यांच्या या उलथापालथ घडवणाऱ्या कृत्यांची फार मोठी किंमत मोजावी लागली. दक्षिण आफ्रिकेत काय किंवा भारतात काय, त्यांच्या वक्तव्यांमुळे आणि कृतींमुळे त्यांनी सरकारचा रोष ओढवला. त्यांना दक्षिण आफ्रिकेत ६ वेळा तर भारतात ९ वेळा अटक करण्यात आली;[१९] पण त्यांच्या अटकेमुळे त्यांची लोकप्रियता वाढतच गेली आणि साम्राजवाद्यांच्या गर्वाचे हरण करण्याविषयीची त्यांच्या अनुयायांची वचनबद्धता अधिक तीव्र झाली.

शिवाय, स्वतःच्या संस्कृतीशी आणि लोकांशी त्यांच्या पोशाखाच्या रूपातल्या प्रतिबद्धतेचे विद्रोही गुणधर्म तितकेच घातक ठरले. दहशतवादी राष्ट्रांनी उचलून धरलेल्या जहालमतवादी जागतिक दृष्टीला गांधींनी खुले आव्हान दिले. त्यांनी या ताकदींना आपल्या क्षितिजाच्या कक्षा रुंदावण्यासाठी तसेच सहानुभूतियुक्त, समतावादी आणि अहिंसात्मक मार्ग अवलंबण्यासाठी विनवले, शत्रुपक्षाशी हातमिळवणी करून आपल्या स्वनिर्मित द्वेषाशी दोन हात करायला भाग पाडले. गांधींनी त्यांना पटवून दिले की उपखंडातून वसाहती उभारणाऱ्या अन्यायकारक शक्तींना हटवण्याआधी त्यांना स्वगृही नांदत असलेला अन्याय दूर करणे प्राप्त आहे. अशी परखड मते देवाचा धाक दाखवून हजारो-लाखो लोकांवर हुकमत गाजवणाऱ्या धर्मगुरूंसमोर मांडण्यापेक्षा अधिक धाडसी उलथापालथ ती कोणती असेल? परिणामस्वरूप, त्यांची हत्या करण्याचे पाच अयशस्वी प्रयत्न झाले, आणि सहावा हल्ला जीवघेणा ठरला.[२०]

पद्धती

गांधींनी पोशाखाच्या माध्यमातून साकारलेल्या विद्रोहाचा संपूर्ण विस्तार समाविष्ट करण्यासाठी मला या विषयासंबंधीच्या बहुआयामी चौकटीत ऐतिहासिक माहितीचे परीक्षण करण्याची गरज भासली. समाजाशी घडणारा गांधींचा गुंतागुंतीचा बहुस्तरीय संवाद पाहता हा दृष्टिकोन अनिवार्य ठरतो. म्हणूनच सातत्याने या चौकटीचा वापर करून ऐतिहासिक वास्तव स्पष्ट करण्याचे आव्हान माझ्यापुढे होते, ज्यातून गांधींच्या पोशाखाच्या निवडीचे प्रतीकात्मक आणि विद्रोही गुणधर्म सप्रमाण दर्शवता येतील आणि असे करताना या तिन्हींमधल्या परस्परसंबंधांमधील गुंतागुंत समजून घेता येईल.

या परिस्थितीत पुढे जाण्याचा एक मार्ग म्हणजे एका त्रिमितीय द्वंद्वात्मक लोलकातून या परस्परसंबंधांचा अभ्यास करणे होय. मी या तिघांना भू-राजकीय, मनोसांस्कृतिक आणि

सामाजिक-आर्थिक दृष्टिकोन असे नाव दिले आहे. (आकृती १.१ पहा) या वर्गीकरणाचा उद्देश विषयाला निरनिराळ्या कप्प्यांमध्ये विभाजित करण्याचा नव्हे, तर वेगवेगळ्या संदर्भांच्या चौकटीतून परीक्षण करण्याचा आहे. म्हणूनच, ऐतिहासिक तथ्यांचा विकास क्रमवारीने एकएक करून मांडण्यापेक्षा मी चक्रीय पद्धतीची निवड केली आहे जेणेकरून एका विशिष्ट माहितीकडे तीन वेगवेगळ्या शाखांच्या दृष्टिकोनातून नव्याने तपासता यावे. अभ्यासाच्या विषयाचे पुनःपरीक्षण करणारी ही चक्रीय पद्धत त्रासदायक वाटावी इतकी पुनरुक्तीयुक्त भासू शकते, हे खरे, मात्र या आवर्तामुळेच नवीन ज्ञानाच्या प्रकाशात एकूण अर्थाला भरीव आणि अधिप्रमाणित स्वरूप प्राप्त होते.

आकृती १.१: संशोधनाची चौकट

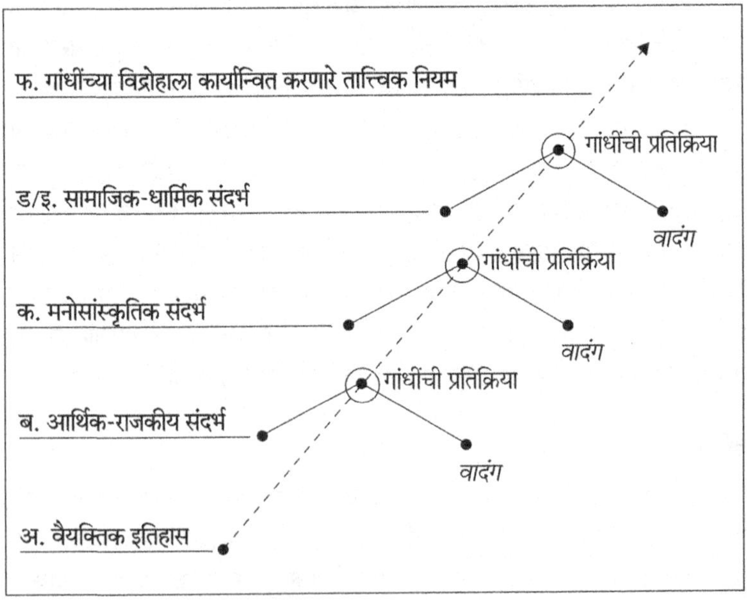

स्रोत: लेखक.

लक्षणीय गोष्ट अशी की गांधी स्वतः जीवनाकडे एक एकात्मिक पूर्णत्व म्हणून पाहायचे: 'माझ्या मते मानवी मन किंवा मानवी समाज हा काही सामाजिक, राजकीय किंवा धार्मिक अशा काटेकोर कप्प्यांमध्ये विभागलेला नाही, सर्व घटकांच्या एकमेकांबरोबर क्रिया-प्रतिक्रिया होताना दिसतात'.[२१] भारतीय संदर्भातल्या प्रश्नांचे निराकरण करताना ते हा आंतरशास्त्रीय

दृष्टिकोन बाळगण्याबाबत अतिशय सजग असत म्हणूनच त्यांच्या शब्दांमुळे आणि कृत्यांमुळे बहुशास्त्रीय पडसाद उमटत. याखेरीज इतर कुठल्याही मार्गांनी वेगवेगळ्या मुद्द्यांची गुंतागुंत सोडवता येत नाही, असा त्यांचा दृढ विश्वास होता. या पद्धतीचे स्पष्टीकरण देण्यासाठी त्यांनी स्वतःचे असे शब्दचित्र तयार केले होते ज्याला ते 'स्वराज्याचा चौरस' म्हणत:

> माझ्या स्वराज्याच्या कल्पनेविषयी कोणतीही गफलत होता कामा नये... एका बिंदूवर राजकीय स्वातंत्र्य आहे तर दुसऱ्या बिंदूवर आर्थिक स्वातंत्र्य. त्याशिवाय दोन बिंदू आहेत, एक नैतिक तर दुसरा सामाजिक, त्यांच्याशी संबंधित बिंदू धर्म आहे. धर्म या संज्ञेचा सर्वोच्च अर्थ दर्शवणारा... याला आपण स्वराज्याचे चौरस म्हणूया, ज्याचा कोणताही कोन कसोटीस खरा न उतरल्यास या चौरसाचा आकार बिघडेल.[२२]

माझ्या मते, एक जगविख्यात राजकारणी, सुधारक आणि महात्मा या नात्याने स्वतःला भारतीय उपखंडाच्या गुंतागुंतीच्या आंतरशास्त्रीय द्वंद्वात्मक चक्रीवादळात स्वतःला गुरफटवून घेण्याचे गांधींचे कौशल्य तसेच 'स्वराज्याच्या चौरसाचा' नाजूक समतोल राखण्याची त्यांची क्षमता, हे त्यांचे सर्वांत मोठे यश होय. त्यांची ही प्रतिबद्धता त्यांच्या आयुष्याची जवळ जवळ ३० वर्षे अविरत कायम होती–आणि महत्त्वाचे म्हणजे या जबाबदारीचे ओझे समर्थपणे वाहून त्यांना आपला मानसिक समतोल, मानवतावादी आशावाद आणि आंतरिक शांततादेखील शाबूत ठेवता आली.

या पद्धतीच्या एका शेवटच्या पैलूचे स्पष्टीकरण गरजेचे आहे. हा पैलू इतिहासातील गांधींच्या पोशाखातून साधलेल्या हस्तक्षेपांना उलथापालथ घडवणारे हस्तक्षेप म्हणून मान्य करण्याविषयीचा आहे. मी वाचकांना आत्मविश्वासाने सांगू इच्छितो की गांधींच्या पेहरावाच्या निवडीच्या संदर्भात 'विद्रोही' या विशेषणाची जोड ही काही माझ्या मनातील कल्पना नव्हे किंवा सनसनाटी आविष्कार नव्हे. ते एक असे विधान आहे जे खुद्द इतिहासाच्या मदतीनेच सिद्ध करता येईल. मी गांधींच्या पोशाखातून घडलेल्या क्रांतीचे तीन वेगवेगळ्या कालखंडांमधून निरीक्षण करू इच्छितो: गांधींनी बदल घडवण्याचा प्रयत्न सुरू करण्याच्या अगोदर, त्या दरम्यान आणि त्याच्या पश्चात. या नवगामी साधनांचा वापर करताना मी खालील द्वंद्वात्मक दृष्टिकोन विचारार्थ पुढे मांडतो: एका समस्याप्रधान संदर्भामुळे गांधींकडून कल्पक अशी प्रतिक्रिया उमटते जिच्यामुळे सामाजिक स्तरावरचा वितंडवाद पेटतो. इतिहासाच्या या द्वंद्वात्मक अभ्यासातून सामाजिक बदल घडवण्यासाठी गांधींच्या पोशाखाच्या रूपातल्या संप्रेषणाच्या उलथापालथीच्या आघाताचे सर्वसमावेशक मूल्यांकन करण्याचा माझा प्रयत्न आहे.

भाग अ स्वतःच्या अहंकाराचा नाश करणाऱ्यासाठी आणि कालानुरूप, प्रभावी आणि लोकप्रिय होण्याच्या उर्मींचा नायनाट करण्यासाठी गांधींच्या वैयक्तिक संघर्षाची कहाणी

सांगतो. ब ते इ या भागांत बहुतांश ऐतिहासिक विश्लेषणाचा अंतर्भाव होतो ज्यांत गांधींच्या पोशाखाच्या माध्यमातून घडलेल्या क्रांतीचा आर्थिक-राजकीय, मनोसांस्कृतिक आणि सामाजिक-धार्मिक दृष्टिकोनांतून अभ्यास केला आहे. अंतिम भाग फ मध्ये क्रांतीचे महाप्रतीक म्हणून खादीच्या वापरातून लोकांशी आणि परिस्थितीशी असणाऱ्या गांधींच्या स्वयंप्रेरित प्रतिबद्धतेच्या मुळाशी असणाऱ्या तात्त्विक शक्तीचे परीक्षण केले आहे.

समारोप करताना मी गांधींच्या अत्यंत महत्त्वाच्या अंतर्दृष्टीकडे पुन्हा वळतो, अशी अंतर्दृष्टी जिच्यामुळे एक अद्वितीय खादी-क्रांती निर्माण झाली. इथे समाविष्ट केलेली निवडक छायाचित्रे आणि स्पष्टीकरणात्मक चित्र संहितेला पूरक ठरतात. परिशिष्ट, कालक्रम आणि भारतीय संज्ञांचा शब्दकोश या पुस्तकातील तर्कांचे आकलन सुलभ करण्यात साहाय्यक ठरतील.

माझ्या संशोधनात मला माझ्या नातेवाइकांचे आणि मित्रांचे कायम प्रोत्साहन लाभले, ज्यात रोम येथील सॅलेशिअन विद्यापीठातील माझे सहकारी सामील आहेत. मी त्यांना धन्यवाद देतो. आपला वेळ आणि मोलाचे सल्ले दिल्याबद्दल प्राध्यापक तडेऊश लेविकी, फ्रांको लिवर, फिलोमेना डिसूझा, बर्नार्ड ग्रोगन आणि इवो कोएलो यांचा मी आभारी आहे.[२३]

माझा दृढ विश्वास आहे की माझे 'वाचक'—जे उज्ज्वल भविष्यासाठी झटणारे आज होऊ घातलेल्या बदलांचे अभिकर्ते आहेत—इतिहासाला आव्हान देत जगाचा कायापालट करणाऱ्या एका अशक्त माणसाच्या सशक्त पराक्रमाच्या—म्हणजेच त्याच्या प्रतीकात्मक स्वरूपाच्या पोशाखाविषयीच्या संप्रेषणाच्या—या तपशीलवार अभ्यासातून प्रेरणा घेतील.

टिपा

१. १९०१ साली भारताची लोकसंख्या ३००,०००,००० होती. पहा धर्म कुमार, द *केम्ब्रिज इकॉनॉमिक हिस्टरी ऑफ इंडिया*, १७५७–१९७० (नवी दिल्ली: ओरिएंट लाँगमॅन, १९८२), ८६.

२. 'भारत हा त्यातील ७,००,००० गावांमध्ये वसतो—धूसर, सूक्ष्म आणि दुर्लक्षित समुदाय'—रॉबर्ट शेरॉर्ड, 'डॉ. गांधी, भारतासाठी महात्माविहित निसर्गोपचार', *लाइफ नियतकालिक*, १५ जुलै १९४६ खंड २१ क्र.३,१८.

३. १९९१ ची जनगणना ११४ भाषा, २१६ मातृभाषा, १८ अनुसूचित भाषा आणि ९६ वर्गीकृत न केलेल्या भाषांचा उल्लेख करते. पहा. बी. मल्लिकार्जुन, १९९१ च्या जनगणनेतल्या भारतीय भाषा. http://www.languageinindia.com/nov2001/1991Languages.html या संकेतस्थळावर उपलब्ध (२७ डिसेंबर २०११ रोजी तपासले).

४. 'बर्मासकट ब्रिटिश राजवटीतील भारताचे साक्षरतेचे प्रमाण १९१५ साली ६.९ टक्के होते, बर्माविना तोच आकडा १९३१ साली गाठण्यात आला.' रामचंद्र व्ही.परुळेकर, *लिटरसी इन इंडिया* (बॉम्बे: मॅकमिलन, १९३९), १६.

५. निराद सी. चौधरी, *कल्चर इन द व्हॅनिटी बॅग: क्लोथिंग अँड अडॉर्नमेंटइन पासिंग अँड अबाईडिंग इंडिया* (बॉम्बे: जैको, १९७६), ४९.

६. 'मानवतेची सद्सद्विवेकबुद्धी' म्हणून गांधींच्या भूमिकेला अधिकृतपणे जागतिक मान्यता १९८१ साली ५३ नोबेल पुरस्कार विजेत्यांची सही असलेल्या 'मॅनिफेस्टो ऑफ नोबेल प्राईज् रेसिपीअंट्स'च्या रूपात मिळाली. पहा ग्लेन डी. पेग, 'गांधीज् काँट्रिब्यूशन टू ग्लोबल नॉन-व्हॉयलन्ट अवेकनिंग'. *गांधीज् एक्सपिरिमेंट्स विथ ट्रूथ,* संपादन रिचर्ड एल. जॉन्सन (न्यूयॉर्क: लेगझिंगटन बुक्स, २००५), ३६५. गांधी हे अहिंसेचे जागतिक प्रतीक होते हे विजय राणा यांच्या, *महात्मा गांधी: इमेजेस अँड आयडियाज् फॉर नॉन-व्हॉयलन्स* (लंडन एन.आर.आय.एफ.एम., २००७) या पुस्तकात सविस्तरपणे प्रमाणाने दर्शवले आहे. परमाणूविरोधी भारतीय पोस्टर (छायाचित्र २८: २४९) सुद्धा पहा. उपरोधाचा वापर करून त्यात अहिंसेप्रति भारताच्या मूळ प्रतिबद्धतेवर जोर देण्यात आला आहे. या चित्राचा मूळ स्रोत अज्ञात आहे. लेखकाने काढलेले हे छायाचित्र एका गल्लीतील पोस्टरचे आहे.

७. डिसेंबर १९४१ च्या ऑल इंडिया स्पिनर्स असोसिएशन (ए. आय. एस. ए.) च्या बैठकीत वस्त्राविषयी बोलताना, गांधींनी जाहीर केलं: 'आपल्या गुलामीचे मूळ कारणच आपल्या स्वातंत्र्याचे द्वार उघडेल'. द *कलेक्टेड वर्क्स ऑफ महात्मा गांधी* (यापुढे *सीडब्लूएमजी*) (नवी दिल्ली प्रकाशन विभाग, भारत सरकार, १९९४), खंड ७५, १७६. या पुस्तकाच्या समारोपात लिहिल्याप्रमाणे मी हा गांधीवादी दृष्टिकोन खूप महत्त्वाचा मानतो.

८. राहुल रामगुंडम, *गांधीज् खादी: अ हिस्टरी ऑफ कंटेंशन अँड कंसिलियेशन* (नवी दिल्ली: ओरिएंट लॉन्ग मॅन, २००८), ४.

९. उदाहरणार्थ, रामगुंडम लिहितात की स्वातंत्र्याच्या ५०व्या वर्धापन दिनानिमित्त प्रकाशित केलेल्या बी. आर. नंदा यांच्या द *मेकिंग ऑफ अ नेशन: इंडियाज् रोड टू इंडिपेंडन्स,* नवी दिल्ली: हार्पर कॉलिन्स, १९९८, या पुस्तकात गांधींच्या खादीविषयक विधायक कार्याला आणि प्रसाराला वाहिलेला एकसुद्धा अध्याय नाही. गांधींच्या वारशाबद्दल लिहिताना राजमोहन गांधींनी द *गुड बोटमॅन: अ पोट्रेट ऑफ गांधी* (नवी दिल्ली: पेंग्विन, १९९५) या आपल्या पुस्तकात गांधींच्या विधायक कार्यक्रमाकडे कानाडोळा केला आहे. पहा रामगुंडम, *गांधीज् खादी,* ४.

१०. गांधींच्या खादी क्रांतीचे काही पूर्वीचे अभ्यास पहा ज्यात 'सिम्बॉलिक ॲक्शन इन इंडिया: गांधीज् नॉन-व्हर्बल पर्स्युएशन', *क्वार्टरली जर्नल ऑफ स्पीच,* खंड ६१, क्र. ३, ऑक्टोबर १९७५: २९०–३०६; बासुदेव चॅटर्जी (१९८०); बर्नार्ड कोहन, 'क्लॉथ, क्लोथज् अँड कॉलनिॲलिजम: इंडिया इन द नाईन्टीन्थ सेंचुरी', ॲनइट विनर अँड जेन शिंडर (संपादन), *क्लॉथ अँड ह्यूमन एक्सपीरियन्स* (वॉशिन्गटन, डी सी: स्मिथसोनिअन इन्स्टिट्यूशन प्रेस, १९८९), ३०३–५३; ख्रिस्तोफर बेली, 'द ओरिजिन्स ऑफ स्वदेशी (होम इंडस्ट्री): क्लॉथ अँड इंडियन सोसायटी, १७००–१९३०', द *सोशल लाईफ ऑफ थिंग्स,* संपादन अर्जुन अप्पादुराई (केम्ब्रिज: केम्ब्रिज युनिव्हर्सिटी प्रेस, १९८६), २८५–३२१; अँड सुजन बीन, 'गांधी अँड खादी, फॅब्रिक ऑफ इंडिपेन्डेन्स', ॲनइट विनर अँड जेन शिंडर (संपादन), *क्लॉथ अँड ह्यूमन एक्सपीरियन्स* (वॉशिन्गटन, डी सी: स्मिथसोनिअन इन्स्टिट्यूशन प्रेस, १९८९), ३५५–७६ चा समावेश आहे. इमा तारलो, *क्लोथिंग मॅटर्स: ड्रेस अँड आयडेंटिटी इन इंडिया* (शिकागो: युनिव्हर्सिटी ऑफ शिकागो प्रेस, १९९६) मधला सांस्कृतिक मानवशास्त्रीय दृष्टिकोन; लिसा त्रिवेदी, *क्लोथिंग गांधीज् नेशन: होमस्पन अँड मॉडर्न इंडिया* (ब्लूमिंग्टन: इंडियाना युनिव्हर्सिटी प्रेस,२००७) मधला संस्कृती आणि संज्ञापन शोध; रामगुंडम, *गांधीज् खादी* मधील राजकीय अर्थशास्त्रीय दृष्टिकोनदेखील पहा.

११. पीटर गोंसाल्विस, *वस्त्राद्वारे स्वातंत्र्यप्राप्ती: गांधीप्रणीत स्वदेशी क्रांतीमधील आवाहनाची मीमांसा* (नवी दिल्ली: सेज, २०१०).

१२. *सीडब्लूएमजी*, खंड २३, ८६. ११ मार्च १९२२ रोजी गांधींना अटकेमुळे स्वराज्याच्या संघर्षातील एक सर्वोच्च क्षण गाठला गेला. इथे उद्धृत विधान गांधींनी साबरमती तुरुंगाच्या आपल्या कोठडीतून अटकेच्याच दिवशी इंदूलाल याज्ञिक यांना लिहिलेल्या पत्रात सापडते.

१३. मॅथ्यूनुसार येशु ख्रिस्ताची शिकवण, १: २३.

१४. 'subvert' या शब्दाचे मूळरूप १४व्या शतकाच्या उत्तरार्धातील आहे, मध्ययुगीन फ्रेंच 'subvertir' आणि लॅटिन 'subvertere', sub म्हणजे खाली + 'vertere' म्हणजे 'उलटवणे' म्हणजेच 'खालून वर उलटवणे'. पहा डग्लस हार्पर, ऑनलाईन एटिमॉलॉजी डिक्शनरी, २००१–१०. http://www.etymonline.com/index.php?term=subvert (२ सप्टेंबर २०१० रोजी तपासले).

१५. क्रांती म्हणजे 'स्थापित सरकारचा किंवा राजकीय व्यवस्थेचा संपूर्ण पाडाव करणे, किंवा सर्वसाधारण अर्थाप्रमाणे सामान्य स्थितीत आमूलाग्र बदल घडवणे.' राजद्रोह म्हणजे 'कृती किंवा वक्तव्यातून लोकांना राज्यातील हुकमतीविरुद्ध किंवा अधिपतीविरुद्ध बंद पुकारण्यास उकसवणे'. दोन्ही अर्थ *द न्यू ऑक्सफर्ड डिक्शनरी ऑफ इंग्लिश* (ऑक्सफर्ड: क्लरेंडन प्रेस, १९९८) तून घेतले आहेत.

१६. *सीडब्लूएमजी* खंड २२, ३२०.

१७. वस्त्राच्या रूपातले 'शस्त्र' एका स्वातंत्र्य-पूर्व राष्ट्रवादी गीताच्या पंक्तींतून अभिव्यक्त झाले आहेत: 'ये चरखा तोप है, बारूद इसके बन गये गोले, इसी से लँकशायर मँचेस्टर को उडायेंगे.' (हे हातमागाचे चक्र म्हणजे आपली तोफ आहे, हिची दारू म्हणजे आगीचे गोळे, त्यांनीच लँकशायर मँचेस्टरला बेचिराख करू.)—संजीव सैथ, 'कंस्ट्रक्टेड हिस्टरीज्: अ क्वेस्चन ऑफ व्हॉईलन्स', *आउटलुक नियतकालिक*, १८ ऑगस्ट १९९७, १५०.

१८. रॉबर्ट इ क्लिटगार्ड, 'गांधीज् नॉन-व्हॉईलन्स एॅज अ टॅक्टिक', *जर्नल ऑफ पीस रिसर्च*, खंड ८, क्र. २, १९७१, १४३–५३.

१९. परिशिष्ट ४ पहा, 'गांधीज् अरेस्ट्स अँड इम्प्रिझनमेंट्स (१९०८–४८)'.

२०. गांधी-हत्येचा कट कसा रचला गेला याची लेखी माहिती त्यांचे पणतू तुषार गांधी यांनी *लेट्स किल गांधी: अ क्रॉनिकल ऑफ हिज लास्ट डेज, द कॉन्स्पिरसी, मर्डर, इन्व्हेस्टिगेशन अँड ट्रायल* (नवी दिल्ली: रूपा, २००७) या पुस्तकात दिली आहे.

२१. आर.के. प्रभू आणि यू.आर. राव (संकलन आणि संपादन), *द माईंड ऑफ महात्मा गांधी* (अहमदाबाद: नवजीवन, १९६७), १०१.

२२. गांधी, हरिजन, ३ जानेवारी १९३७, ३७४; आशा कौशिक, *पॉलिटिक्स, सिम्बॉल्स अँड पॉलिटिकल थिअरी: रीथिंकिंग गांधी*, नवी दिल्ली, रावत, २००१, ६३ वरून. एम.के. गांधी, *सोशिॲलिजम ऑफ माय कन्सेप्शन*, संपादन आनंद टी. हिंगोरानी, (बॉम्बे: भारतीय विद्याभवन, १९९६), ११५ देखील पहा.

२३. तडेऊश लेविकी, पीएच.डी.(डरहॅम युनिव्हर्सिटी), हे फॅकल्टी ऑफ कम्युनिकेशन्स, सॅलेशिअन युनिव्हर्सिटी, रोमचे पूर्वाश्रमीचे शाखाप्रमुख आहेत; फ्रांको लिवर, पीईडी, हे त्याच फॅकल्टीचे आताचे शाखाप्रमुख आहेत; बर्नार्ड एफ. ग्रोगन, एसटीएल, बी.ए. (लंडन युनिव्हर्सिटी) हे व्यावसायिक शिक्षणतज्ज्ञ आणि अनुवादक आहेत; फिलोमेना डिसूझा, पीएच.डी. (ग्रेगोरियन युनिव्हर्सिटी), या दिव्यदान: सॅलेशिअन इन्स्टिट्यूट ऑफ फिलॉसॉफी, नाशिकच्या पूर्वाश्रमीच्या प्राचार्या आहेत.

भाग अ

आत्मक्रांती

१ 'इंग्लिश जंटलमन' बनण्याची उत्कट इच्छा (१८६९–९१)

त्यांचा वेश लंगोट आणि पंचा असा होता तेव्हाही त्यांचा पोशाखाच्या बाबतीतला चोखंदळपणा आयुष्यभर टिकून राहिला.

—जे. बी. कृपलानी[१]

मोहनदास करमचंद गांधी यांचे बहुधा सगळ्यात जुने छायाचित्र ते सात वर्षांचे असतानाचे आहे. त्यात त्यांनी गडद रंगाचा कोट, धोतर, गळ्यात चमकणारा कंठा आणि मखमलीची काठेवाडी टोपी असा ऐटबाज पोशाख परिधान केला आहे (छायाचित्र १: २३६). काठेवाड संस्थानच्या[२] राजदरबारातील उच्चपदस्थ अधिकाऱ्याचा मुलगा म्हणून त्यांना जे आर्थिक आणि राजकीय लाभ मिळत असत, त्यांची हे छायाचित्र साक्ष देते.

शाळेत ते त्यांच्या वर्गमित्रांपेक्षा फार काही वेगळे नव्हते. ते प्रकाशझोतात येणे टाळत असत आणि कोणी चिडवेल, या भीतीने मित्रांमध्ये फारसे मिसळत नसत. ते स्वतःच्या प्रतिष्ठेस मोठ्या ईर्ष्येने जपत असत आणि कोणी जराशीही नावं ठेवली तर त्यांच्या डोळ्यांत पाणी येत असे.[३]

विवाहानंतर आणि त्यांचे वडील निवर्तल्यानंतर त्यांनी लंडनला जाण्याचे ठरवले. त्यांच्या काकांनी त्यांना रीतसर आशीर्वाद देऊन हिंदू धर्माचे पालन करण्याविषयी व त्याकाळी शिक्षणासाठी इंग्लंडला जाणाऱ्या अन्य मुलांप्रमाणे युरोपिअन संस्कृतीकडे आकृष्ट न होण्यासंबंधी कडक शब्दांत सावधगिरीचा इशाराही दिला (छायाचित्र २: २३६).[४]

एका जाणकार मित्राच्या सल्ल्याने त्यांनी काही कपडे घेतले, त्यांपैकी काही त्यांना आवडले नाहीत: नेकटाय त्यांना अजिबात आवडला नाही तर आखूड कोट शालीनतेला मारक वाटला. परंतु 'संस्कृतीच्या पंढरीला'[५] जाण्याच्या ध्यासापुढे या सर्व आवडीनिवडी अगदी क्षुल्लक होत्या. जाण्याच्या आदल्या दिवशी त्यांनी शेंडीसुद्धा[६] काढून टाकली, नाहीतर कुणी सांगावं 'इंग्रजांच्या नजरेत ते रानटी'[७] ठरले नसते का?

संस्कृतीच्या पंढरीत

गांधींचा अत्यंत लाजाळू स्वभाव, टिंगलटवाळीची भीती आणि कपड्यांच्या बाबतीतील जरा जास्तच संवेदनशील असणे या गोष्टींमुळे त्यांना सुरुवातीला इंग्रजी रीतिरिवाजांशी जुळवून घेण्यास अवघड गेले. बोटीच्या प्रवासातही ते इंग्लिश सहप्रवाशांशी बोलण्यास व त्यांच्यात मिसळण्यास फारसे उत्सुक नसत. त्यांच्या एकमेव भारतीय सहप्रवाशाने त्यांना मोकळेपणाने सर्वांमध्ये मिसळण्याचा आग्रह केला, पण व्यर्थ! साउथहॅम्पटनला उतरल्यावर तर गांधीजींना आपल्या कपड्यांची खूप लाज वाटू लागली. त्यांना घेण्यास आलेल्या त्यांचे भारतीय यजमान त्यांच्या फ्लॅनलच्या[८] कपड्यांना हसले.

नवे हवामान आणि नव्या संस्कृतीशी जुळवून घेण्यास त्यांना काही काळ लागला. आईला दिलेल्या वचनानुसार त्यांनी शाकाहारी राहण्याचा कसोशीने प्रयत्न केला परंतु त्यामुळे त्यांच्या मित्रांना मात्र फारच अवघडल्यासारखे व्हायचे. या सामाजिक त्रुटीची भरपाई म्हणून की काय त्यांनी एखाद्या इंग्लिश जंटलमनसारखी वेशभूषा करण्याचा पुरेपूर प्रयत्न केला. (छायाचित्र ३: २३६) त्यांना आठवते की:

> मी घालत असलेले बॉम्बे पद्धतीचे कपडे इंग्लिश समाजात वावरायला अयोग्य आहेत, असे मला वाटू लागले आणि मी आर्मी आणि नेव्हीच्या दुकानातून नवीन कपडे घेतले. त्याकाळी अतिशय महाग असलेली १९ शिलींगची चिमनी पॉट हॅटसुद्धा मी घेतली. एवढ्याने समाधान न झाल्याने म्हणून की काय मी लंडनमधील फॅशनेबल जीवनाचा केंद्रबिंदू असलेल्या बाँड स्ट्रीटवरून बाहेर जाण्याचा कोट घेण्यासाठीसुद्धा दहा पौंड उधळले आणि माझ्या अतिशय सज्जन व उमद्या स्वभावाच्या भावाला घड्याळाची सोन्याची दुहेरी साखळी पाठवायला लावली. तयार टाय वापरणे योग्य मानले जात नसे म्हणून मी स्वतःच टाय बांधण्याची कलासुद्धा शिकून घेतली. भारतात असताना दाढी करायच्या दिवशी न्हावी घरी आल्यावर आरसा बघण्याची मुभा मिळणे, ही एक चैन समजली जात असे. इथे मात्र मी टाय बांधताना आणि फॅशनप्रमाणे केसांचा व्यवस्थित भांग पाडताना भव्य आरशासमोर रोज दहा मिनिटे वेळ वाया घालवत असे. माझे केस मुलायम नसल्याने त्यांना विंचरून एका जागी बसवणे हे एक दररोजचे दिव्यच होते. हॅट काढताना आणि घालताना विस्कटलेले केस बसवण्यासाठी माझा हात आपसूकच डोक्याकडे जात असे, इतकेच नव्हे तर

> सुसंस्कृत समाजात उठबस करताना याचसाठी सतत हाताची हालचालही केली जात असे. पाहिजे तो परिणाम साधला जात नाही म्हणून की काय मी इंग्लिश जंटलमन[९] बनण्यासाठी आवश्यक असलेल्या इतर गोष्टींकडे माझे लक्ष वळवले.

त्यांनी वक्तृत्व, नृत्य आणि व्हायोलिन वादन यांचेही धडे गिरवले. हे वेड जेमतेम तीन महिने टिकले. याउलट ते कबूल करतात, कपड्यांच्या बाबतीतला काटेकोरपणा मात्र कैक वर्षे टिकला.[१०]

पोशाखासंबंधीचे आधीचे विचार

इंग्लंडला येऊ इच्छिणाऱ्या भारतीय मुलांना मदत व्हावी या हेतूने गांधींनी 'गाईड टू लंडन'[११] नावाची अप्रकाशित हस्तपुस्तिका लिहिली त्यात त्यांनी एक भाग फक्त नीटनेटका पोशाख घालण्याचे महत्त्व सांगण्यासाठी राखून ठेवला आहे. त्यात त्यांनी भारतातून आणायच्या 'आवश्यक वस्तूंची' यादी दिली आहे. दिसायला हे जरी क्षुल्लक वाटले तरी त्यातून त्यांचे इंग्लिश पोशाखाच्या शिष्टाचारासंबंधीचे सूक्ष्म निरीक्षण दिसून येते. वाचकांना त्यांनी दिलेला सल्ला थोडक्यात असा होता. पोशाखाकडे लक्ष देणे महत्त्वाचे आहे. त्यामुळे इतरांबरोबर असताना आत्मसन्मानाची जाणीव निर्माण होते. तसेच त्या संस्कृतीतील जीवनशैलीशी एकरूप होण्याची तुमची क्षमता आहे की नाही ते स्पष्ट होते, मात्र अतिशयोक्ती आणि उधळपट्टी न करता या क्षमतेचा आदर केला पाहिजे. चालू फॅशनप्रमाणे राहताना तारतम्य राखले पाहिजे. फॅशनप्रमाणे राहायचे नाही असे ठरवल्यास त्या संस्कृतीतून बाहेर फेकले जाण्याचा धोका संभवतो. पोशाखाच्या बाबतीत टापटीप सगळ्यात महत्त्वाची आहे.[१२]

गंमत म्हणजे गांधींना 'फॅशन देवतेस'[१३] प्रसन्न करण्याची काळजी आहे परंतु आपले खिसा पाकीट सांभाळूनच हे त्या लिखाणातून उघड होते. काही झालं तरी ते पुस्तक 'स्वस्तात पण तरीही सन्मानाने राहू इच्छिणाऱ्यांसाठी'[१४] होते. ते भारतीय विद्यार्थ्यांना पांढऱ्या रंगाचे शर्ट्स वापरण्यापासून परावृत्त करतात कारण ते लवकर मळतात आणि पर्यायाने धोब्याचे बिल वाढते. त्यासाठी त्यांनी हजारो लोक वापरत असा एक सोयीस्कर पर्याय दिला आहे[१५]. फ्लॅनेलचे बिनकॉलरचे शर्ट वापरून त्याला कॉलर आणि कफ जोडायचे ही ती युक्ती. त्यामुळे लोकांना वाटेल की तुम्ही पांढरे शर्टस् घातले आहेत.[१६]

नारायण हेमचंद्र नावाचा गुजराती माणूस इंग्लिश भाषा अवगत नसतानासुद्धा इंग्लंडमध्ये आला. त्याच्यावर केलेल्या टिप्पणीवरून गांधींना इंग्लिश पोशाखाविषयी किती आत्मीयता होती ते दिसून येते:

> त्याचा पोशाख विचित्र होता. एक अजागळ पँट, पारशी पद्धतीचा एक चुरगळलेला, मळलेला, तपकिरी कोट, त्यावर टाय नाही, कॉलर नाही आणि एक गोंडे असलेली लोकरी

> टोपी. त्याने लांब दाढी ठेवली होती... अशा विचित्र दिसणाऱ्या आणि विचित्र पोशाख केलेल्या माणसाकडे फॅशनेबल समाजाने दुर्लक्ष केले नाही तर नवलच![१७]

काही दिवसांनंतर गांधी हेमचंद्रबरोबर कार्डिनल मॅनिंग यांना भेटायला गेले आणि हेमचंद्रला त्याच वेशात पाहून त्यांना आश्चर्यच वाटले. गांधींनी त्याला योग्य पोशाख घालण्यासंबंधी सावध केले. हेमचंद्रने उत्तर दिले की 'तुम्ही सर्व सुसंस्कृत लोक भित्रट आहात. मोठे लोक इतरांच्या बाह्यरूपाकडे बघत नाहीत. त्यांचे अंतरंग कसे आहे ते पाहतात.'[१८] आणखी एके दिवशी गांधींनी त्यांना धोतर आणि शर्ट या वेशात पाहिले. ते पाहून त्यांची घरमालकीण घाबरली. गांधींना स्वतःलाही धक्का बसला. बरेच वर्षांनंतर गांधींना कळले की अमेरिकेत गेले असताना धोतर आणि शर्ट[१९] असे असभ्य कपडे घातल्याबद्दल हेमचंद्रांवर खटला भरला आहे.

इथे हे लक्षात घेण्यासारखे आहे की जवळजवळ चाळीस वर्षांनंतर खुद्द गांधी अर्धा पंचा नेसून आणि शर्ट न घालता इंग्लंडला जाऊन कपड्यांची बंधने झुगारणार होते!

इंग्लिश जंटलमन

१८९० च्या सुमारास गांधी जवळजवळ त्यांच्या स्वप्नातील इंग्लिश जंटलमन बनले होते. त्यामुळे त्यांची स्वप्रतिमा उंचावली होती आणि त्यांना त्यांच्या इंग्रज मित्रांकडून पाहिजे तो आदर मिळत होता असे दिसते. भारतीय स्वातंत्र्य चळवळीतील एक उदारमतवादी भावी नेते, सच्चिदानंद सिन्हांना त्या वर्षी फेब्रुवारीमध्ये एकदा गांधी पिकॅडली सर्कस येथे दिसले. त्यांनी गांधींच्या पोशाखाचे खालीलप्रमाणे वर्णन केले आहे:

> त्यांनी रेशमी झगमगती उंच हॅट घातली होती, कडक कांजी केलेली ग्लॅडस्टोनियन कॉलर लावली होती, इंद्रधनुष्याचे जवळजवळ सर्व रंग असलेला भडक टाय लावला होता, त्याखाली पट्यापट्ट्यांचा तलम सिल्कचा शर्ट घातला होता. वरून मॉर्निंग कोट आणि डबल ब्रेस्टेड जॅकेट घातले होते आणि त्यावर जुळणारी पट्ट्यांची पँट घातली होती आणि पेटंट लेदर चे बूटच नव्हे तर त्यावर स्पॅटही होता. त्यांनी चामड्याचे हातमोजे घातले होते, त्यांच्याकडे चांदीची मूठ असलेली काठी होती परंतु त्यांनी चष्मा घातला नव्हता. ते त्या काळातील नट, मेशर, ब्लड अशी बोलीभाषा वापरत असत–तो एक विद्याभ्यासापेक्षा फॅशनच्या बाष्कळ गोष्टींमध्ये रस असलेला विद्यार्थी होता.[२०]

१८९१ मध्ये भारतात परत आल्यावर गांधींच्या मोठ्या भावाने, लक्ष्मीदासने बराच पैसा खर्च करून इंग्लिश साहेब बनून आलेल्या आपल्या भावाला आरामात राहता यावे यासाठी घरी इंग्लिश वातावरण तयार केले. त्यामुळे लक्ष्मीदासच्या गृहस्थीचा खर्च बराच वाढला.

गांधी घर चालवण्यासाठी स्वतः खूप कमी हातभार लावत होते तरीसुद्धा त्यांनी ओटमील, पॉरिज आणि कोको आणून या खर्चात भरच घातली[२१]. त्यांच्या आठवणीप्रमाणे बूट्स आणि जोडे आधीपासूनच होते. त्यात युरोपिअन पोशाखाची भर घालून मी विलायतीकरण पूर्ण केले.[२२]

गांधी त्यांच्या जवळच्या लोकांवर एक विशिष्ट राहणीमानाचा दर्जा लादत होते. ते त्यांच्यावर लादत असलेली परकीय संस्कृती त्यांच्या भल्यासाठीच होती, अशी त्यांची पक्की खात्री होती. सर्वसामान्य काठेवाडी परिसरात इंग्लंडहून आलेला एक बॅरिस्टर ही बाब गांधींच्या मते सर्व कुटुंबासाठी अभिमानाची होती.

टिपा

१. J. B. Kripalani, *Gandhi, His Life and Thought* (New Delhi: Publications Division, Government of India, १९७०), ६. लेखक गांधींच्या विश्वासू शिष्यांपैकी एक होते.

२. गांधीच्या पूर्वजांच्या तीन पिढ्या ब्रिटिश साम्राज्याचा भाग नसणाऱ्या राज्यांचे दिवाण होते. १८७६ मध्ये, त्यांचे वडील राजकोटच्या राजस्थानिक दरबाराचे दिवाण आणि सदस्य बनले. सरदार आणि त्यांची माणसे यांच्यातील वाद सोडवण्यासाठी हे खूप महत्त्वाचे ठिकाण होते.

३. M. K. Gandhi, *An Autobiography or The Story of My Experiments with Truth* (Ahmedabad: Navajivan, २००५ [१९२७]), ५–६ (henceforth *Autobiography*).

४. तथैव., पृ. क्र. ३५. या छायाचित्रात, इंग्लंडला जाण्यापूर्वी दोन वर्षे काठेवाडी वेशात असलेले गांधी दिसत आहेत.

५. कशा प्रकारे आपल्या जातीतील कोणीही तेव्हापर्यंत इंग्लंडला गेले नसल्याने कशा प्रकारे गांधीचे इंग्लंडला जाणे हा त्यांच्या जातीतील सदस्यांना त्यांच्या प्रतिष्ठेचा अपमान वाटायचा, हे गांधींना आठवते. त्यांनी त्यांना बहिष्कृत केल्याचे जाहीर केले होते आणि त्यांना जो कोणी मदत करेल त्यांना दंड लागू करण्यात आला होता. या सावधगिरीच्या इशाऱ्यांनंतरही ते ४ सप्टेंबर १९८८ रोजी इंग्लंडसाठी रवाना झाले. त्यासाठी त्यांचा निश्चय आणि भावाची मदतच कारणीभूत ठरली.

६. The shikais a small knotted tuft of hair worn by Hindu men at the back of their heads. It is a symbol of their observance of Hindu religious practices हिंदू लोक डोक्यावर केसांची जी गाठ मारतात त्याला शिखा म्हणतात. तो हिंदू धार्मिक रीतीरिवाजांचा एक भाग आहे.

७. *ऑटोबायोग्राफी,* ३६१.

८. तथैव. पृ. क्र., ४०.

९. तथैव. पृ. क्र., ४७.

१०. तथैव. पृ. क्र., ४८ (emphasis added).

११. *सीडब्ल्यूएमजी खंड*. १, ६६. या नोंदीची मूळ तारीख उपलब्ध नाही. हे कदाचित १८९३ आणि
     १८९४ च्या दरम्यान लिहिले गेले असावे.

१२. वेशभूषेवरील त्यांच्या तपशीलवार सल्ल्यासाठी, तथैव. पृ. क्र., ७३–७७.

१३. तथैव. पृ. क्र., ७४.

१४. तथैव. पृ. क्र., ७५. तसेच पहा तथैव पृ. क्र., ७४: सर्वोत्तम गोष्टी एकदम स्वस्तात खरेदी केलेल्या
     असाव्यात आणि खरेदी केलेल्या गोष्टी शोभून दिसणाऱ्या असाव्यात, याची काळजी घेतली गेली
     पाहिजे.

१५. तथैव. पृ. क्र., ७६.

१६. तथैव.

१७. *ऑटोबायोग्राफी*, ६७.

१८. तथैव. पृ. क्र., ७०.

१९. तथैव.

२०. B. R. Nanda, In Search of Gandhi: Essays and Reflections (New Delhi:
     Oxford University Press, २००२), ५२.

२१. *ऑटोबायोग्राफी*, ८५.

२२. तथैव.

२ वस्त्रमहिमा: एक शोध (१८९२–१९१३)

'संस्कृतीच्या' झगमगाटाचा त्याग केल्यास आपल्याला किती मुक्त आणि स्वच्छंदी वाटते, हे मला आज कळून चुकले आहे.

—मो. क. गांधी[१]

नीटनेटका पोशाख केलेले, 'स्वतःचे महत्त्व जाणणारे[२], चोवीस वर्षांचे गांधी एक वकील म्हणून दक्षिण आफ्रिकेतील दर्बान येथे पोचले. भारतीयांनी इंग्रजांसारखा मान्यताप्राप्त पोशाख करून गेल्यास तेथील समाजात योग्य तो मान मिळेलच या त्यांच्या विश्वासास फार मोठा तडा गेला. लोक त्यांच्याकडे भुवया उंचावून पाहत. त्यांच्या पोशाखामुळे ते अन्य भारतीयांपेक्षा वेगळे उठून दिसत. ते फ्रॉक कोट आणि बंगाली पगडी[३] सारखा दिसणारा फेटा बांधत. अब्दुल्ला शेठ या त्यांच्या अशिलालाही त्यांची राहणी 'युरोपिअनांसारखीच महागडी'[४] वाटली.

पोशाख आणि दक्षिण आफ्रिकेतील भारतीय अस्मिता

युरोपिअन पोशाख केलेला एक भारतीय हे दृश्य दर्बानमध्ये फारच विचित्र दिसत आहे, हे गांधींच्या लवकरच लक्षात आले. त्यांना हेही जाणवले की सभ्य भारतीय पोशाखातील भारतीयासमुद्धा तिथे मान्यता मिळणे अवघड होते. ते पहिल्यांदाच कोर्टात गेले तेव्हा मॅजिस्ट्रेट त्यांच्याकडे टक लावून पाहत होते आणि नंतर त्यांनी गांधींना त्यांचा फेटा काढायला सांगितला. गांधींनी त्यास नकार दिला आणि ते कोर्टाच्या बाहेर निघून गेले (छायाचित्र ४: २३६). २६ मे १८९३[५] च्या *नाताळ मर्क्युरी* मध्ये या प्रसंगाची बातमी झाली. गांधींनी त्याच दिवशी त्या वृत्तपत्राच्या संपादकाला स्पष्टीकरण दिले की भारतीय रिवाजानुसार मस्तक झाकणे हा आदर दाखवण्याचा प्रकार आहे. ह्या किरकोळ बाबीतून भारतीयत्वाची जाणीव देऊन मॅजिस्ट्रेटचा अपमान करण्याचा त्यांचा उद्देश नव्हता.

दक्षिण आफ्रिकेतील भारतीय अस्मितेचा प्रश्न तसा गुंतागुंतीचा होता. तेथील कंत्राटी भारतीय किंवा कंत्राटी कामगार हे तामिळी, तेलगु आणि उत्तर भारतातून आलेले होते. दक्षिण आफ्रिकेतील गोऱ्या वंशाचे लोक त्यांना व सरसकट सर्व भारतीयांना अपमानास्पद रीतीने 'कुली'[६] म्हणजे हमाल म्हणून संबोधत असत. परंतु दक्षिण आफ्रिकेत स्वतंत्रपणे आलेल्या भारतीयांना (कंत्राटावर न आलेल्या भारतीयांना) असे संबोधलेले अजिबात आवडत नसे.

असे स्वतंत्रपणे आलेले (कंत्राटावर न आलेले) बहुसंख्य होते व ते भारतीय व्यापारी आणि व्यावसायिक[७] होते. त्यातील मुस्लिमांना अरब म्हणवून घेणे आवडत होते तर पारशी लोकांना आपल्याला पर्शिअन म्हणून ओळखावे असे वाटत होते. काही झाले तरी या दोन्ही गटांना कंत्राटी भारतीयांसारखीच आपली अस्मिता असावी असे मात्र वाटत नव्हते.

बहुतेक भारतीयांना कोर्टात गेल्यावर डोक्यावरचा फेटा काढावा लागत होता अपवाद फक्त मुसलमानांचा कारण डोक्यावरील फेटा हा त्यांच्या पोशाखाचाच एक भाग होता. व्यवसायामुळे गांधींना बरेच वेळा कोर्टात जावे लागे म्हणून त्यांनी डोक्यावरील फेटा बांधणे कायमचेच सोडून द्यावे व त्याऐवजी इंग्रजांची हॅट घालावी असे ठरवले. परंतु त्यांचे यजमान अब्दुल्ला शेठ यांनी गांधींना लगेच सावध केलं आणि सांगितलं की असं जर काही त्यांनी केलं तर त्यांना वेटर[८] समजतील. म्हणून गांधींनी फेटा घालण्याचे ठरवले–दक्षिण आफ्रिका सोडेपर्यंत फेटा घालणे त्यांनी जवळजवळ कायम ठेवले.[९]

भारतीय मुसाफिराच्या यातना

पोशाखाचे महत्त्व सांगणारे आणखी काही धडे गांधींना मिळायचे बाकी होते. गांधी बॅरिस्टरला शोभेल अशा एका विशिष्ट थाटात राहत असत. ते नेहमी प्रथम वर्गाने प्रवास करत, युरोपिअन पद्धतीचा पोशाख करत, आणि इंग्लंडमध्ये त्यांना जी दाक्षिण्याची वागणूक मिळत होती तशीच इथेही मिळावी अशी त्यांची अपेक्षा होती. परंतु दक्षिण आफ्रिकेतील जीवनात अन्यवर्णीय लोकांबाबत उघडउघड पूर्वग्रहदूषित वातावरण होते. १८९३ मध्ये गांधींना ह्या वर्णद्वेषाचा फारच कटू अनुभव सहन करावा लागला. हिवाळ्यात एका रात्री आगगाडीने प्रवास करताना त्यांना मार्टिझबर्ग स्टेशनवर डब्यातून अक्षरशः बाहेर फेकून दिले. ते गोऱ्या शिपायाला हे पटवून देऊ शकले नाहीत की ते एक भारतीय असून त्यांच्या मर्जीनुसार कसाही प्रवास करण्यास पात्र आहेत.[१०] तेव्हा ना प्रथम वर्गाचे तिकीट कामी आले ना त्यांचा युरोपिअन पोशाख! प्रिटोरियापर्यंतच्या उर्वरित प्रवासात त्यांना आणखीच त्रास सहन करावा लागला तसतसे हे वास्तव अधिकाधिक स्पष्ट होत गेले. त्यांच्याकडे अन्य गोऱ्या लोकांबरोबर प्रवास करता येईल असे तिकीट असूनही त्यांना डब्याच्या पायऱ्यांवर एका गलिच्छ गोणपाटावर बसून प्रवास करावा लागला. जेव्हा त्यांनी याविरुद्ध आवाज उठवायचा प्रयत्न केला तेव्हा त्यांना फक्त मारहाणच झाली नाही तर अपमानास्पद शब्दांची लाखोलीही वाहिली गेली. जोहान्सबर्गला पोहोचल्यावर त्यांना हॉटेलात प्रवेश करण्यास मनाई केली गेली. ते शेठ अब्दुल गनींकडे राहिले. गनींनी त्यांना प्रिटोरियापर्यंत अन्य भारतीयांप्रमाणे तिसऱ्या वर्गातून प्रवास करण्याचा सल्ला दिला कारण ट्रान्सवालमधील परिस्थिती नाताळपेक्षा भयंकर होती. तिथे तर भारतीयांना प्रथम आणि द्वितीय वर्गाचे तिकीटच दिले जात नव्हते.[११] गांधींनी रेल्वे

नियमांची पुस्तिका मागवून घेतली आणि ते वाचल्यावर प्रिटोरियापर्यंतचा सदतीस मैलांचा प्रवास प्रथम वर्गातून किंवा टॅक्सीतून करण्याचा हट्टच धरला.

> त्यासाठी जास्त वेळ आणि जास्त पैसे लागतील, असे शेठ अब्दुल गनींनी माझ्या लक्षात आणून दिले पण प्रथम वर्गाने प्रवास करण्याच्या माझ्या प्रस्तावाला मान्यता दिली आणि आम्ही त्याप्रमाणे स्टेशन मास्तरला एक चिठ्ठी पाठवली. मी त्यात लिहिले की मी एक बॅरिस्टर असून नेहमी प्रथम वर्गानेच प्रवास करतो. मी त्यात हेही लिहिले की मला प्रिटोरियाला लवकरात लवकर पोहोचायचे आहे त्यामुळे वेळेअभावी मी त्यांचे उत्तराचे पत्र प्रत्यक्ष स्टेशनवर येऊनच घेईन; तसेच मला प्रथम वर्गाचे तिकीट मिळेल अशी अपेक्षा आहे. पत्राचे उत्तर प्रत्यक्ष घेण्यामागे अर्थातच एक उद्देश होता. मी विचार केला की स्टेशन मास्तरच्या मनात त्याची अशी 'कुली' बॅरिस्टरची एक प्रतिमा असेल त्यामुळे तो लेखी उत्तर नकारात्मकच देईल. म्हणून त्याच्यासमोर जाताना अस्सल ब्रिटिश माणसाच्या पोशाखात जायचे आणि त्याच्याशी बोलून त्याचे मन वळवून त्याला प्रथम वर्गाचे तिकीट द्यायला लावायचे असे मी ठरवले. म्हणून मी फ्रॉक कोट घालून टाय लावून स्टेशनवर गेलो आणि त्याच्यापुढे पैसे ठेवून प्रथम वर्गाचे तिकीट[१२] मागितले.

त्या प्रवासातदेखील जर गांधींच्या सहप्रवाशाने अनुमती दिली नसती तर मार्टिझबर्ग स्टेशनवरील अनुभव पुन्हा नशिबी आला असता पण सुदैवाने गांधींनी प्रथम वर्गाच्या त्याच डब्यातून प्रवास करायला त्यांची हरकत नाही असं त्या सहप्रवाशाने गार्डला ठामपणे सांगितलं. परंतु जाण्याआधी गांधींवर आगपाखड करण्यासाठी त्या ब्रिटिश सहप्रवाशाला तो गार्ड म्हणाला, "तुम्हालाच जर एका कुलीबरोबर प्रवास करायचा असेल तर माझं काय जातंय?"[१३]

प्रिटोरियात गेल्यावर गांधींनी तातडीने तिथे स्थायिक झालेल्या भारतीयांना एकत्र आणले. ते ज्या कठीण परिस्थितीमध्ये राहत होते त्या परिस्थितीचा त्यांनी अभ्यास केल्यावर ते या निष्कर्षाप्रत पोचले की दक्षिण आफ्रिकेत कोणताही स्वाभिमानी भारतीय माणूस[१४] राहू शकणार नाही. गांधींना नेमक्या याच 'स्वाभिमानी' व्यापाऱ्यांविषयी आणि व्यावसायिकांविषयी आस्था वाटत होती. त्यांच्याच हिताच्या रक्षणासाठी तर त्यांनी आपली मायभूमी सोडली होती. त्यांनी रेल्वेच्या अधिकाऱ्यांकडे अर्ज करून त्यात काही भारतीयांना 'आफ्रिकन आणि अन्य वर्णाच्या लोकांसाठी राखीव असलेल्या पत्र्याच्या डब्यातून शेळ्या-मेंढ्यांप्रमाणे दाटीवाटीने, त्यांच्या पोशाखाचा, वर्तनाचा आणि दर्जाचा विचार न करता बसवू नये'[१५] अशी विनंती केली.

'योग्य तऱ्हेचा पोशाख केलेल्या भारतीयांनाच फक्त प्रथम आणि द्वितीय श्रेणीचे तिकीट दिले जाईल'[१६]असे त्यांना मिळालेल्या उत्तरात जाहीर केले होते. त्यातील मेख गांधींच्या तत्काळ ध्यानात आली: आता योग्य तऱ्हेचा पोशाख कोणी केला आहे, हे ठरवणे स्टेशन

मास्तरच्या अखत्यारीत आल्यामुळे फारच अवघड झाले.[१७] योग्य पोशाख केलेले भारतीय आणि ज्यांनी कधीच फॅशनेबल कपडे[१८] घातलेले नाहीत असे भारतीय यांच्यात फरक करण्याची सरकारची तयारी का नव्हती याचे गांधींना नवल वाटले. सर्व भारतीयांना उपेक्षित म्हणून वागवण्याच्या सरकारच्या पद्धतीचा त्यांना अत्यंत संताप आला. याचे एकमेव कारण दिसत होते ते म्हणजे, सर्व गोऱ्या वंशांचा सगळ्या भारतीयांविषयीचा पूर्वग्रह कायद्याच्या शब्दातून व्यक्त झाला होता तो असा: 'आशियातील ह्या घाणीला मनसोक्त शिव्याशाप द्यावेत.'[१९]

गरिबी एक पर्याय

गांधींचे एक मध्यमवर्गीय म्हणून भारतीय श्रीमंतांना झुकते माप होते, १८८४ मध्ये एके दिवशी जेव्हा बालसुंदरम नावाचा कंत्राटी कामगार त्यांच्या समोर आला तेव्हा त्यांना अचानक एका आव्हानाला सामोरे जावे लागले.

> माझी वकिली सुरू होऊन जेमतेम तीन ते चार महिने झाले होते ----एक दिवस फाटक्यातुटक्या कपड्यातला, डोक्यावरील टोपी हातात घेतलेला, पुढचे दोन दात पडलेला आणि तोंडातून रक्त येत असलेला एक तमिळ माणूस रडतरडत आणि थरथर कापत माझ्यासमोर उभा राहिला. त्याला त्याच्या मालकाने अमानुष मारहाण केली होती.[२०]

भारतीय कंत्राटी कामगारांची अनावस्था प्रत्यक्ष पाहण्याची गांधींची ती पहिलीच वेळ होती. भारतीय अस्मितेविषयी त्यांचा जो समज होता त्यात बदल होऊ लागला. ते स्वतःला, फक्त अभिजनांचेच नाही तर ते सर्व भारतीय नोकरांचे पुढारी (कैवारी) समजू लागले. त्यांनी आपल्या समाजातील लोकांच्या सेवेसाठी[२१] इंडियन ओपिनियन नावाचे स्वतःचे वृत्तपत्र सुरू केले. कंत्राटी कामगारांच्या परिस्थितीचा तपशीलवार अभ्यास करून त्यांना अन्यायकारक करापासून वाचवण्याची मोहीम हाती घेतली. त्यामुळे दक्षिण आफ्रिकेत एक अभूतपूर्व घटना उदयास आली: ती घटना म्हणजे स्वतःच्या हक्कांसाठी लढणारे कंत्राटी आणि स्वतंत्र भारतीय एकजुटीने एका व्यासपीठावर[२२] आले.

या कालावधीत १९१२ पर्यंत गांधींच्या पोशाखात फार मोठा बदल झाल्याचे आमच्या ऐकिवात नाही. १८९४ ते १९१२ या कालावधीतील छायाचित्रात इंग्लिश कपड्यातील, डोक्याला फेटा[२३] बांधलेले गांधीच दिसतात. अंतर्यामी मात्र परिवर्तनाची चुळबुळ सुरू झाली होती. गांधींना त्यांचे कार्य निव्वळ वकिलीपुरते मर्यादित ठेवण्यात समाधान वाटत नव्हते त्यांना निःस्वार्थ समाजकार्य करण्याची ऊर्मी जाणवत होती. मात्र एकीकडे त्यांच्या व्यवसायाच्या प्रतिष्ठेबाबत कुठलीही तडजोड करणे तसेच युरोपिअन पोशाखाच्या बदल्यात साधा पोशाख स्वीकारणे त्यांना अवघड वाटत होते. जेव्हा गांधींनी त्यांचे कुटुंब दक्षिण

आफ्रिकेत आणले तेव्हा त्यांची होणारी ही दुविधा त्यांनीच फार प्रभावीपणे व्यक्त केली आहे. (छायाचित्र १०: २३८):

> हे लिहीत असताना मला असं वाटत होतं की पोशाख आणि शिष्टाचार सुसंस्कृत दिसण्यासाठी शक्य तितक्या युरोपिअन पद्धती पाळाव्यात कारण मला असं वाटलं की त्यामुळेच फक्त आपण इतरांवर छाप टाकू शकू आणि त्याशिवाय समाजसेवा करणे शक्य नव्हते.
>
> म्हणून मी माझ्या पत्नी आणि मुलांच्या पोशाखाची पद्धत ठरवून दिली. काठेवाडातील वाणी (काठियावाडी बनिया) म्हणून ते ओळखले जावे, हे मला कसे पटणार होते? त्या काळात सर्व भारतीयांत पारशी समाज सर्वांत जास्त सुसंस्कृत मानला जात होता म्हणून जेव्हा पूर्ण युरोपिअन पोशाख करणं शक्य नाही असं वाटू लागलं तेव्हा आम्ही पारशी पद्धत स्वीकारली. त्याप्रमाणे माझी पत्नी पारशी पद्धतीची साडी नेसू लागली आणि मुले पारशी कोट आणि पँट घालू लागली. त्याबरोबर बूट आणि मोजे तर आलेच. त्यांना त्याची सवय होण्यास बराच काळ जावा लागला. बुटात पावले अवघडू लागली आणि मोज्यांना घामामुळे दुर्गंधी येऊ लागली. चवडे नेहमी हुळहुळे होत. या सर्व तक्रारींवर माझी उत्तरे तयारच होती. पण मला असं भासत होतं की माझ्या उत्तरांपेक्षा त्यांच्यावर माझ्या अधिकाराच्या बळजबरीचाच जास्त परिणाम होता. त्या पोशाखाला दुसरा पर्यायच नव्हता म्हणून त्यांनी तो स्वीकारला. त्याच मानसिकतेने परंतु कां-कू करत का होईना त्यांनी काटे आणि सुऱ्या स्वीकारल्या.[२४]

हळूहळू, दक्षिण आफ्रिकेतील सुखवस्तु, सुसज्ज घरात कुटुंबाचे बस्तान बसवताना आर्थिक बोजाचे चटकेही जाणवू लागले. यापुढे आता सुखवस्तुपणाने राहता येणार नाही हे त्यांच्या ध्यानात आले. त्यांनी खर्चाला कात्री लावण्यास सुरुवात केली. ते स्वतःचे कपडे स्वतःच धुऊ लागले, स्वतःची दाढी आणि हजामत स्वतःच करू लागले–'स्वावलंबना'चा अनुभवलेला तो पहिला धडा होता, त्याचीच परिणती पुढे स्वदेशीची संकल्पना विकसित होण्यात झाली. साधी राहणी अंगीकारताना त्यांनी अनावश्यक गोष्टींना फाटा दिला, तो अनुभव मुक्त करणारा[२५] होता. स्वतःच्या शर्टाच्या कॉलर्स धुण्याचे जिकिरीचे काम करताना त्यांनी केलेली टिप्पणी लक्षात घेण्यासारखी आहे: 'कॉलर बऱ्यापैकी कडक असल्याने जास्त झालेल्या कांजीचे तुकडे गळून पडत असत. कोर्टात अशी कॉलर लावून गेल्यावर बरोबरीच्या सहकारी बॅरिस्टर्सना टिंगल करण्यास आयतेच फावत असे परंतु त्याकाळातसुद्धा माझ्यावर त्याचा ढिम्म परिणाम होत नव्हता.'[२६]

टिंगल सहन करण्याच्या त्यांच्या ह्या पवित्र्यातून एके काळचा लाजाळू, शाळकरी मुलगा, जो चिडवले जाण्याच्या भीतीने मित्रांच्या वाऱ्यालाही उभा राहत नसे तोच आता किती

परिपक्व झाला होता हे दिसून येते. सामाजिक मान्यतेपेक्षा व्यक्तीची सचोटी वरचढ असते हे त्यांच्या लक्षात येऊ लागले होते. या दृष्टिकोनामुळे त्यांची जी धारणा झाली तिने वस्त्रांच्या बाबतीत विविध प्रकारचे धाडसी प्रयोग करण्यासाठी मार्ग तयार केला.

स्वतःपासून परिवर्तनाची सुरुवात

परंतु त्या प्रयोगांचे परीक्षण करण्याचा प्रयत्न करण्याआधी, गांधीच्या चरित्रास आकार देणाऱ्या आणि पुढे येणाऱ्या आव्हानांसाठी त्यांना सज्ज करणाऱ्या, आयुष्याला कलाटणी देणाऱ्या अनुभवांकडे थोडक्यात पाहणे गरजेचे आहे.[२७]

काही कंत्राटी कामगारांच्या संपर्कात आल्याने त्यांना कायमस्वरूपी मानवतावादी कार्यात गुंतवून घेण्यास उत्तेजन मिळाले. त्यामुळे ते सेंट एडन मिशन हॉस्पिटलच्या प्रमुखांना, एल. पी. बूथना भेटले. स्वतःच्या ऑफिसच्या कामातून वेळ काढून ते तिथे रोज तास दोन तास परिचारक म्हणून काम करत. तिथे त्यांची मानवी यातनांशी ओळख झाली आणि त्यांनी परिपूर्ण शांती अनुभवली.[२८]

मिशन हॉस्पिटलने त्यांना १८९९ च्या बोअर युद्धात जखमी झालेल्या सैनिकांची शुश्रूषा करण्याचे अवघड काम शिकवले. त्यांनी शक्य तितका मित्र परिवार गोळा केला आणि 'आपल्या या कार्यासाठी ॲम्ब्युलन्स पथक म्हणून मोठ्या मुष्किलीने मान्यता मिळवली.'[२९] त्यांच्या स्वयंसेवकांच्या गटात ३०० मुक्त भारतीय आणि ८०० कंत्राटी कामगार होते.[३०]

जॉन रस्किनच्या *'अनटू द लास्ट'*[३१] या पुस्तकाने प्रेरित होऊन गांधींनी १९०४ मध्ये फिनिक्स वसाहत स्थापन केली. ती दर्बानच्या उत्तरेस काही मैलांवर होती आणि ते एक सामुदायिक जीवन, साधी राहणी, नैतिक वर्तन, सेवाभावी शिक्षण, शेती, हस्तकला, आहारशास्त्र याबाबतचे प्रयोग करण्याचे केंद्र होते. तेथील सदस्य म्हणजे गांधींचे भारतीय आणि इंग्लिश मित्र जे त्यांच्या एकमताने नेता आणि मार्गदर्शक असलेल्या मित्रास[३२] अनुसरण्यास सदैव तयार होते.

१९१० च्या जूनमध्ये त्यांना त्यांच्या हर्मन कॅलनबाख[३३] नावाच्या चाहत्या मित्राकडून, ११०० एकर जमीन भेट म्हणून मिळाली. त्याला *टॉलस्टॉय फार्म*[३४] असे म्हणत. इथे कॅलनबाख आणि गांधी त्यांच्या कुटुंबासह राहत आणि कारावासातील सत्याग्रहींच्या कुटुंबीयांबरोबर काम करत. त्यांची राहणी अत्यंत शिस्तबद्ध आणि कमालीची साधी होती. त्यांनी त्यांचा खर्च जेमतेम गरजा भागतील एवढा कमी केला, युरोपिअन पोशाखाचा त्याग करून तुरुंगातील गणवेषाप्रमाणे[३५] 'शर्ट पँट असा कामगारांचा पोशाख' चढवला. शेजारील टॅपेस्ट्री मठवासीयांकडून ते चपला बूट बनवायला शिकले. स्वावलंबनातून आत्मनिर्भरता हे ते सूत्र होते जे सामाईक जीवन जगण्याच्या अन्य बाबींनाही लागू होते.[३६]

१९०६ मध्ये तथाकथित झुलू बंडाचा उद्रेक झाला. ब्रिटिश साम्राज्याशी असलेली निष्ठा आणि झुलूंच्या हेतूविषयी असलेली सहानुभूती यांमुळे गांधींना पुन्हा एकदा भारतीय ॲम्ब्युलन्स पथक सुरू करण्याची प्रेरणा मिळाली. या अनुभवाने गांधींना झुलूंची पिळवटून टाकणारी वेदना दिसली, निर्दयीपणे चाबकाने फोडून काढलेल्या झुलूंच्या उघड्या जखमांवर उपचार करण्यास कोणत्याही गोऱ्या परिचारिका तयार होत नसत. माणसाच्या माणसाप्रतिच्या या क्रौर्याचे हे भयावह दृश्य पाहून गांधींच्या मनाला प्रचंड यातना झाल्या. गांधींच्या जीवनातील सर्वांत हळव्या क्षणांचे कृष्णा कृपलानींनी असे वर्णन केले आहे:

> मानवी दुःखाच्या या दाहक क्लेशकारक अनुभवाच्या धगीमध्ये जे काही संथपणे आकारास येत होते ते दुविधेचे कवच फोडून बाहेर पडले आणि त्यातून एक दृढ निश्चय साकारला... जर जीवनाचा उद्देश इतर मानवांची सेवा हा असेल, आध्यात्मिक मोक्ष मिळवणे हेच जर सर्व प्रयत्नांचे ध्येय असेल तर त्यांनी या देहाविषयीच्या वासनेचा निरंतर त्याग केला पाहिजे आणि ज्याला हिंदू शास्त्रानुसार ब्रह्मचर्य[३७] म्हणतात अशा कडक कौमार्यावस्थेचे पालन केले पाहिजे.

गांधींनी ही शपथ 'पूर्ण चर्चेअंती आणि परिपक्वपणे विचारविनिमय' करून पत्नीच्या सल्ल्याने घेतली, त्यांच्या मते तिची काही हरकत नव्हती.[३८] त्यांनी वर्णन केल्याप्रमाणे काही वर्षांच्या सवयीनंतर ही शपथ प्रत्यक्ष जीवनात आचरणे ही 'नित्य वाढत्या आनंदाची बाब'[३९] होती, स्वतःला ओळखण्यासाठी ही स्थिती अपरिहार्य होती: 'मला हे स्पष्टपणे जाणवले की ज्याला प्राणपणाने मानवतेची सेवा करण्याची महत्त्वाकांक्षा आहे तो याशिवाय ती करूच शकणार नाही.'[४०]

स्वराज्यासाठी सत्याग्रह

गांधींना हे समजू शकत होते की आत्मशुद्धीकरण आणि साधेपणा या पर्यायांची निवड त्यांना जीवनाच्या विशेष मार्गाकडे नेत आहे, आणि त्यांनी सत्याच्या शोधातील समविचारी माणसांना त्यांच्या वाटचालीत आमंत्रित केले. त्यांच्या बांधीलकीस आधारभूत असलेल्या तत्त्वास ते सत्याग्रह म्हणत म्हणजे, 'आत्म्याची शक्ती', किंवा 'सत्याची शक्ती' जी निष्क्रिय प्रतिकारापेक्षा वेगळी आहे.

> सूचनेत एवढे सामर्थ्य आहे की शेवटी माणसाचा स्वतःच्या असण्याबद्दल जो विश्वास असतो तसाच तो बनतो... आपण जर सत्याग्रही आहोत आणि आपला आपल्या सामर्थ्यावर विश्वास असेल तर त्याचे दोन परिणाम दिसतील. स्वतःची अशी खंबीरपणाची कल्पना जोपासूनच आपण दिवसेंदिवस अधिकाधिक खंबीर होत जातो. खंबीरपणा वाढल्याने आपला सत्याग्रहसुद्धा अधिक प्रभावी झाल्यास आपण तो सोडून देण्याची संधी कधीच

> शोधत बसणार नाही. शिवाय निष्क्रिय प्रतिकारात प्रेमाला वाव नाही तर दुसऱ्या बाजूस सत्याग्रहात द्वेषाला जागा नाही इतकेच नव्हे तर सत्याग्रहाच्या मूळ तत्त्वाचे ते उल्लंघन आहे... सत्याग्रहात स्वतः यातना सोसून प्रतिस्पर्ध्याचा विजय गृहीत धरला जातो.[४१]

गांधींमध्ये सत्याग्रह आणि ब्रह्मचर्य स्वीकारल्यामुळे आतून एक सखोल परिवर्तन घडून आले. त्यातूनच नवीन प्रकारच्या पोशाखातून एक प्रतीक निर्माण करण्याची गांधींना प्रेरणा मिळाली. ते त्याला 'सुतकातील कपडे' म्हणत. तो पोशाख म्हणजे पांढरा कुडता आणि धोतर.[४२] हे परिवर्तन जरी अंतिम नसले तरी त्यांनी त्यात फोटो काढण्याइतके त्याला महत्त्वपूर्ण मानले (छायाचित्र ६: २३७). १९०६ मध्ये नाताळमधील कोळशाच्या खाणीत कंत्राटी काम करणाऱ्या पाच हजार कामगारांच्या भव्य मोर्चामुळे गांधींनी सुरू केलेल्या सत्याग्रहाने कळस गाठला. त्यात सविनय कायदेभंग झाल्यामुळे न्यायालयीन कोठडी आणि तुरुंगवासाच्या शिक्षा झाल्या. गांधींना ह्या अहिंसक कृतीच्या प्रतीकात्मक सामर्थ्याचा शोध लागल्यामुळे त्यांनी त्यांच्या सत्याग्रहींना प्रोत्साहन दिले. तुरुंगात जाणे म्हणजे 'आत्मशक्तीच्या स्रोतामधून' उदयास आलेल्या जीवनाचा अविभाज्य भाग होता.

१९०९ मध्ये जेव्हा गांधी इंग्लंडहून दक्षिण आफ्रिकेत परतले तेव्हा त्यांनी *हिंद स्वराज*[४३] लिहिले. हा एक 'संक्षिप्त राजकीय जाहीरनामा'[४४] आहे, गांधींच्या शुद्ध, कट्टरपंथीय आणि कच्च्या स्वरूपातील विचारांचा तो सारांश आहे,[४५] ब्रिटिशांच्या दमनाचा हिंसकतेने बदला घेऊ पाहणाऱ्या अराजकवादी तरुण भारतीयांसमोर निर्देशित केलेल्या स्वतःच्या मूलभूत कल्पनांचे ते निश्चित रूप आहे. त्यात ते पाश्चिमात्य संस्कृती आध्यात्मिक गरजांपेक्षा शारीरिक गरजांवर पोसली आहे अशी खरमरीत टीका करतात. युरोपिअन पोशाख भारतीयांना सुसंस्कृत करू शकला असता, या दृष्टिकोनावर ते टीका करतात. तसेच कपड्यांच्या बाबतीतले भारतीयांचे मँचेस्टरवरील अवलंबित्व आणि भारतातला गिरण्या आणि यंत्रे यांचा वापर यावरही ते टीका करतात.

वस्त्राची प्रतीकात्मकता

ह्या आधीच्या भागात वर्णन केलेल्या अनुभवांचा गांधींच्या वैयक्तिक जीवनावर जो परिणाम झाला तो त्यांच्या पोशाखाच्या निवडीतून परावर्तित होण्यास सुरुवात झाली. त्या निवडीतून युरोपिअन संस्कृतीची फारच थोडी अभिव्यक्ती होत होती मात्र दुःख सहन करणाऱ्या मानवतेशी एकरूप झालेले सत्याग्रह हे प्रतीक उठून दिसत होते. २१ डिसेंबर १९१३ रोजी, गांधी दर्बान येथे मोठ्या जनसमुदायासमोर कंत्राटी भारतीयाच्या वेशात उभे राहिले, सात हजार लोकांसमोर वेगळा पोशाख घालण्याचा उद्देश स्पष्ट करण्याची ती पहिलीच वेळ होती. त्यांच्या वार्ताहराने केलेली नोंदः

त्यांनी गेली वीस वर्षे स्वीकारलेला पोशाख बदलून दुसरा पोशाख अंगीकारलेला आहे हे त्यांच्या (भारतीयांच्या) लक्षात आले असेल. त्यांच्या देशबांधवांवर गोळीबार झाल्याचे ऐकल्यावर त्यांनी हा बदल करायचे ठरवले होते. झालेला गोळीबार न्याय्य होता की नाही हे महत्त्वाचे नसून लोकांना गोळ्या लागल्या हे सत्य होते आणि त्या गोळ्या त्यांचेही (गांधींचे) हृदय छेदून गेल्या... त्यांना वाटले की त्यांनी निदान काही काळ तरी शोक व्यक्त केला पाहिजे... त्यासाठी ते स्वतः शोक दर्शक युरोपिअन पोशाख घालायला तयार नव्हते आणि त्यांच्या युरोपिअन मित्रांच्या भावनांची कदर म्हणून त्यांनी काही बदल करून कंत्राटी भारतीयांचा वेश अंगीकारला होता. त्यांनी त्यांच्या देशबांधवांना काही शोकदर्शी चिन्हे धारण करण्यास सांगितले होते... तसेच काही नियम पाळायलाही सांगितले होते.[४६]

गांधींच्या अनेक सार्वजनिक भाषणांपैकी बहुधा ते पहिले भाषण असावे ज्यात त्यांनी एक प्रतीक म्हणून, योग्य कार्यासाठी केलेल्या एकजुटीचे चिन्ह म्हणून पोशाखात बदल करावा अशी विनंती केली. त्यात त्यांनी स्पष्ट केले की हिंदू तत्त्वज्ञानातील तत्त्वे ही सत्याग्रहीच्या सुधारणावादी आयुष्यात मूलभूत असतात त्यातून तो चुका सुधारून प्रायश्चित्त घेतो. त्यांनी सांगितले की निव्वळ कपड्यात बदल करून चालणार नाही. ज्यांना वस्त्र ह्या माध्यमातून आपले दुःख व्यक्त करायचे आहे त्यांचे अंतरंगही बाह्य स्वरूपास साजेसे असावे, त्यांनी यातना सहन कराव्यात, स्वार्थ त्याग करावा, शारीरिक सुखासीनता सोडून द्यावी आणि अखेरीस जेव्हा आणि जसा मृत्यू येईल तसे त्याला कवटाळायला तयार असावे.[४७]

गांधींनी पोशाखाच्या प्रतीकात्मकतेचा शोध घेण्यात खूपच प्रगती केली होती. सार्वजनिक ठिकाणी त्यांच्या नैतिक आणि राजकीय श्रद्धा व्यक्त करण्यासाठी त्यांना पोशाखाचे महत्त्व वाटू लागले होते. ह्याच साक्षात्काराचा ते भारतात आणि सर्व जगासमोर पुरेपूर वापर करणार होते.

टिपा

१. *ऑटोबायोग्राफी,* १७२.

२. M. K. Gandhi, *Satyagraha in South Africa* (Ahmedabad: Navajivan, 1928). Online version by Yann Forget, 2003, 33. Available online at http://www.forget-me.net/en/Gandhi/satyagraha.pdf (१२ एप्रिल २००७ रोजी तपासले).

३. *ऑटोबायोग्राफी,* ९८.

४. तथैव.

५. तथैव.पृ. क्र., ९९. *नाताळ मर्क्युरी* मधील वृत्ताप्रमाणे, 'काल दुपारी एका भारतीयाने कोर्टात प्रवेश केला आणि मध्यभागी असलेल्या आसनावर बसला. त्याचा पोशाख सभ्य होता आणि तो प्रिटोरियाला जाणारा एक इंग्लिश बॅरिस्टर होता असे सगळ्यांना वाटले, तिथे त्याला एका भारतीय

केसवर काम करण्यासाठी जायचे होते. त्याने त्याचे डोक्यावरचे आच्छादन किंवा पडडी न काढताच कोर्टात प्रवेश केला, आणि मॅजिस्ट्रेटने त्याच्याकडे नाराजीने पाहिले,'

६. 'कुली' म्हणजे हलकी कामे करणारा नोकर.

७. 'प्रोटेक्टर ऑफ इमिग्रंट्सच्या १८९५ मधील अहवालानुसार वसाहतीतील ४६,३४३ भारतीयांपैकी फक्त ३०,३०३ भारतीय स्वतंत्र होते. त्यात ५००० व्यापारी भारतीय होते. अशा प्रकारे ४५,००० युरोपियनांशी स्पर्धा करण्यासाठी फक्त ३५००० भारतीय आहेत. हे १६,००० कंत्राटी कामगार बंधनात असताना कधीही मतदान करू शकणार नाहीत, हे दिसतंच आहे. पण बहुसंख्य ३०,३०३ हे त्या कंत्राटी कामगारांपेक्षा फक्त एक पायरी वर आहेत.' पहा. *सीडब्ल्यूएमजी* खंड. १, ३२५.

८. *ऑटोबायोग्राफी*, पृ. क्र., १००.

९. तथैव. पृ. क्र., १०१.

१०. तथैव. पृ. क्र., १०३.

११. तथैव. पृ. क्र., १०७.

१२. तथैव. पृ. क्र., १०८ या भागात, गांधींचा इंग्लिश कपड्यांचा आंतरराष्ट्रीय आणि दिमाखदार वापर त्यांच्या स्वतःच्या फायद्यासाठीच त्यांच्या वेशभूषेच्या राजकीय महत्त्वाच्या आकलनातील बदलासाठी कारणीभूत ठरला.

१३. तथैव. पृ. क्र., १०९.

१४. तथैव. पृ. क्र., १२१ (emphasis added).

१५. *सीडब्ल्यूएमजी* खंड. २, ३०.

१६. तथैव. पृ. क्र., ११८.

१७. तथैव.

१८. तथैव. पृ. क्र., १२.

१९. तथैव.

२०. तथैव. पृ. क्र., ३०.

२१. 'इंडियन ओपिनिअनमधील सेवेच्या पहिल्या महिन्यातच पत्रकारितेचे लक्ष्य सेवा असले पाहिजे हे मला उमगले.' *ऑटोबायोग्राफी*, २६३.

२२. या चळवळीच्या तपशीलवार माहितीसाठी. पहा, तथैव. पृ. क्र., १४३–४६.

२३. तथैव. पृ. क्र., ९८.

२४. तथैव. पृ. क्र., १७१–७२.

२५. या प्रकरणाच्या सुरुवातीला लिहिलेले विधान त्यांनी अत्यंत साधेपणाने लिहिले आहे: ' 'संस्कृतीच्या' झगमगाटाचा त्याग केल्यास आपल्याला किती मुक्त आणि स्वच्छंदी वाटते, हे मला आज कळून चुकले आहे.' तथैव. पृ. क्र., १७२.

२६. तथैव. पृ. क्र., १९६ (emphasis added).

२७. या अनुभवांचा कालावधी १८९७–१९१० हा आहे.

२८. *ऑटोबायोग्राफी*, पृ. क्र. १८६.

२९. तथैव., पृ. क्र. १९८. गांधींच्या शब्दांत, 'खूप अडचणींनतर, कारण सामान्य इंग्लिश माणसाला असे की भारतीय माणूस भित्रा कोणत्याही प्रकारचा धोका पत्करण्यास किंवा स्वार्थापलीकडे पाहण्यास असमर्थ असतो.'

३०. Peter Rühe (comp.), *Gandhi: A Photo Biography* (London: Phaidon Press, 2001), 29.

३१. अनटू धिस लास्ट ही रस्किन यांची सामाजिक अर्थव्यवस्थेवरील आणि साध्या राहणीमानावरील मालिका आहे. ही पुस्तक म्हणून पहिल्यांदा १८६२ मध्ये प्रकाशित झाली.

३२. *ऑटोबायोग्राफी*, पृ. क्र., २७५–७७.

३३. हर्मन कालेनबाख हे एक प्रतिभावंत ज्यू वास्तुविशारद होते. त्यांच्या जन्म आणि शिक्षण जर्मनी येथे झाले होते.

३४. टॉलस्टॉय फार्म हा गांधींचा साध्या राहणीमानाविषयीचा फिनिक्स सेटलमेंटनंतरचा दुसरा प्रयोग होता. ते त्याला सहकारी राष्ट्रकुल म्हणत [जिथे] सत्याग्रहींच्या कुटुंबीयांना एकमेकांबरोबर नवीन आणि साधे आणि सुसंवादी जीवन जगण्याचे प्रशिक्षण दिले जात असे. *Gandhi, Satyagraha in South Africa*, 145.

३५. तथैव. पृ. क्र., १५१–५२.

३६. *ऑटोबायोग्राफी*,, ३०७.

३७. Krishna Kripalani, *Gandhi: A Life* (New Delhi: National Book Trust, 1982), 66.

३८. *ऑटोबायोग्राफी*, १९१.

३९. तथैव. पृ. क्र., १९२.

४०. तथैव. पृ. क्र., २९०.

४१. गांधी, *सत्याग्रह इन साऊथ अफ्रिका*, ७४–७५.

४२. भारतात पुरुष सर्वसामान्यपणे कुर्ता आणि धोती घालतात. कुर्ता म्हणजे लांब बाह्यांचा कमरेखालीपर्यंत येणारा, सैलसर शर्ट. धोती म्हणजे कमरेभोवती गुंडाळण्याचे वस्त्र. ते गुडघ्यापर्यंत (ज्याला हाफ धोती म्हटले जाते) किंवा गुडघ्याच्या खालपर्यंत असते. धोतीमध्ये पाय हालचाल करण्यासाठी मोकळे असतात.

४३. M. K. Gandhi, *Hind Swaraj and Other Writings*, ed. Anthony J. Parel (New Delhi: Foundation Books, 2004). Henceforth Hind Swaraj.

४४. Cf. B. R. Nanda, *Mahatma Gandhi: A Biography* (New Delhi: Oxford University Press, 2002), 124.

४५. Kripalani, *Gandhi: A Life*, 83.

४६. *सीडब्ल्यूएमजी* खंड. १२, २७४–७६. दिवसातून एकदाच जेवण करणे ही त्यांची आंतरिक शोक व्यक्त करण्याची पद्धत होती हे गांधींनी स्पष्ट केले.

४७. 'हीच विचार करण्याची आणि निर्णय घेण्याची आणि मरण आले तरी स्वतःच्या निर्णयाला चिकटून राहण्याची वेळ आहे.' तथैव. पृ. क्र., २७६.

३ महात्म्याचे 'प्रकटीकरण' (१९१४–१९४८)

राजाच्या प्रतिनिधीसोबत समसमान पातळीवर वाटाघाटी करता याव्यात, म्हणून एक राजद्रोही 'मिडल टेम्पल' वकील असलेल्या श्रीयुत गांधींना आता पूर्वेत एक सर्वज्ञात असा फकीर बनून फिरताना, राष्ट्रपती भवनाच्या पायऱ्या अर्धनग्नावस्थेत चढताना आणि त्याच वेळी सविनय कायदेभंगाचे एक बेदरकार असे अभियान आयोजित करताना आणि ते चालवताना पाहणे, हे भयावह आणि किळसवाणे आहे.

—विन्स्टन चर्चिल[१]

१९ डिसेंबर १९१४ या दिवशी गांधी आपल्या पत्नी कस्तुरबा यांच्यासह एस एस अरेबिया मधून जलमार्गे भारताकडे निघाले. चार दिवसांनी त्यांनी अचानक भारतीय वेश परिधान केलेला पाहून त्यांच्या सहप्रवाशांना काहीसा धक्काच बसला. जहाजातून बॉम्बेला उतरल्यावर गांधींचा अनपेक्षित असा पोशाख पाहून त्यांच्या स्वागतासाठी आलेल्या उच्चभ्रू चाहत्यांची आणि हितचिंतकांची गर्दी बिचकली. गांधींनी 'सर्वतः भारतीय कापडगिरण्यांमध्ये बनलेल्या कापडापासून शिवलेले शर्ट, धोतर, लांब घेरदार कोट आणि पांढरा स्कार्फ असा काठियावाडी वेश परिधान केला होता.'[२]

त्यानंतर लगेचच मुंबईत जहांगीर पेटीट यांच्या घरी त्यांच्या सन्मानार्थ स्वागतसमारंभ ठेवण्यात आला. गांधींच्या मते, 'ज्याला लहानसा सत्याग्रह म्हणता येईल तो त्यांनी जगाला बहाल केल्याप्रीत्यर्थ हा सोहळा होता.'[३] 'डोळे दिपवून टाकणाऱ्या थाटामाटाच्या त्या भव्यदिव्य जागेत' गांधींना लाजल्या-बुजल्यासारखे वाटू लागले.'[४] पटीट यांच्या पाश्चात्त्य प्रभाव असलेल्या पाहुण्यांच्या गराड्यात साधा भारतीय पोशाख केलेल्या गांधींना आठवते: 'माझ्या आयुष्यातील सर्वोत्तम म्हणता येतील अशी वर्षे मी कंत्राटी शिकाऊ अशा मजुरांच्या सान्निध्यात घालवलेली असल्याने तिथे मला स्वतःलाच मी खूप खेडवळ वाटू लागलो... श्रीयुत पटीट यांच्या भवनाची ती भव्यदिव्यता आणि बडेजाव यामुळे मला अगदीच अस्वस्थ वाटू लागले.'[५]

भारताचा शोध

लोकसेवेमध्ये उडी घेण्याआधी इंडियन नॅशनल काँग्रेसचे (छायाचित्र २९: २५०): ज्येष्ठ नेते गोपाळ कृष्ण गोखले (१८६६–१९१५) यांचा सल्ला मानून त्यांनी भारताच्या गुंतागुंतीच्या

वस्तुस्थितीचा खोलवर अनुभव घेण्याच्या उद्देशाने भारताच्या कानाकोपऱ्यात प्रवास केला. गोरगरिबांची दीन अवस्था अनुभवता यावी आणि त्यांच्या नजरेतून आयुष्य कसे दिसते ते पाहता यावे म्हणून मिळालेल्या सल्ल्याच्या एक पाऊल पुढे टाकून त्यांनी तृतीय वर्गातून प्रवास करण्याचे ठरवले.[६] 'जोपर्यंत सुशिक्षित आणि धनवान स्वेच्छेने गरिबांची अवस्था स्वीकारत नाहीत, तृतीय वर्गातून प्रवास करत नाहीत, हालअपेष्टा, अपमान आणि अन्याय सहन करण्याचे नाकारून उलट या गोष्टी संपाव्यात म्हणून लढा देत नाहीत, तोपर्यंत कुठलीही सुधारणा होणे शक्य नाही' असे गांधी मानत.[७]

या अनुभवाने गांधी खूप खोलवर अस्वस्थ झाले. ब्रिटिश राजवटीची राजकीय गुलामगिरी ही एकच अशी वाईट गोष्ट नव्हती जिचा समूळ नायनाट व्हायला हवा होता. अस्पृश्यता, गरिबी, जातीयवाद, आरोग्यविषयक व्यवस्थांचा अभाव, स्वार्थीपणा आणि धार्मिक दांभिकता यांसारख्या आणखी अनेक बंधनांतून भारताची मुक्तता होणे गरजेचे होते.[८]

१९१५ च्या मे महिन्यात त्यांनी अहमदाबाद शहराच्या सीमेवरील कोचरब या ठिकाणी सत्याग्रह आश्रमाची स्थापना केली. गुजराती भाषा परिचयाची असल्याने त्यांनी अहमदाबाद हे शहर निवडले. त्या शहराचे धनाढ्य नागरिक आपल्याला आपल्या कार्यात मदत करतील अशी आशाही गांधींना होती. पण या सगळ्याहूनही जास्त, त्यांनी अहमदाबाद हे शहर निवडले कारण ते हातमागाचे आणि विणकामाचे प्राचीन केंद्र होते–'चरख्या'द्वारे भारताच्या पुरातन काळापासून चालत आलेला गृहउद्योग पुनरुज्जीवित करणे, हे त्यांनी आपल्या उराशी बाळगलेले स्वप्न प्रत्यक्षात आणण्यासाठी ती सर्वांत अनुकूल अशी जागा होती: 'दक्षिण आफ्रिकेत असताना मला असे कळून आले की भारताला जर अहिंसेच्या मार्गाने टिकून राहायचे असेल आणि प्रगती करायची असेल तर तसे फक्त चरख्याच्या माध्यमातूनच करता येईल–फक्त चरखा हेच अहिंसेचे प्रतीक बनू शकते.'[९]

सुरुवातीला आश्रमात जवळपास पस्तीस निवासी होते. त्यांत वेगवेगळ्या वयाचे स्त्री आणि पुरुष दोघेही होते. २० मे १९१५ च्या काही दिवस आधी गांधींनी पुढील शपथा घेण्याचे सुचवले: सत्य, अहिंसा, ब्रह्मचर्य, अस्वाद, अस्तेय, अपरिग्रह. या अनुषंगाने येणाऱ्या विधींमध्ये त्यांनी स्वदेशी (स्वयंपूर्णता), अभय (निर्भीडपणा), स्पर्शभावना (अस्पृश्यतेच्या विरोधातील शपथ), वर्णाश्रम (जातीय भेदभाव न बाळगणे) आणि विणकाम यांचाही अंतर्भाव केला.[१०] हे सर्व जण एका सामाईक स्वयंपाकघरात भोजन करत असत आणि एका कुटुंबासारखे राहण्याचा प्रयत्न करत.[११]

१६ फेब्रुवारी १९१६ रोजी बनारस हिंदू युनिव्हर्सिटीच्या उद्घाटन सोहळ्यात गांधींना भाषण देण्यासाठी आमंत्रित करण्यात आले होते. त्यांचे त्यावेळचे भाषण म्हणजे संपत्तीच्या दिखाऊ प्रदर्शनाचा केलेला जळजळीत निषेध होता:

> पण त्या मंडपात व्हाईसरॉयच्या हस्ते झालेल्या स्थापना समारोहात आम्हाला काय पाहायला मिळाले? पॅरिसवरून आलेल्या महान जवाहिऱ्याला दिमाखदार नेत्रसुख मिळावे म्हणून, आभूषणांचे केलेले प्रदर्शन—एक अगदी भपकेबाज असा कार्यक्रम. मी लाखो गरिबांची या थाटामाटात सजलेल्या अमीरांशी तुलना करून पाहतो: आणि मला या अमीर उमरावांना म्हणावेसे वाटते 'तुम्ही या आभूषणांचा त्याग केल्याशिवाय आणि तुमच्या देशबांधवांसाठी या आभूषणांचे केवळ विश्वस्त मात्र बनल्याशिवाय भारताला मुक्ती मिळणार नाही.'[१२]

त्याच वर्षी कोचरबमध्ये प्लेगची साथ आल्याने साबरमती नदीच्या काठावर एका निर्जन ठिकाणी सत्याग्रह आश्रम हलवावा लागला. ही जागा सेंट्रल जेलजवळ होती आणि गांधींना हे फायद्याचेच वाटले कारण 'तुरुंगात जाणारे सत्याग्रही म्हणजे एक सामान्य गोष्टच मानली जायची.'[१३]

चंपारण्य, अहमदाबाद आणि खेडा अभियाने

दरम्यान, बिहारच्या चंपारण्य भागातील शेतकऱ्यांच्या लढ्यामध्ये गांधींना त्यांचे कायदेविषयक ज्ञान उपयोगात आणण्याची विनंती करण्यात आली.[१४] साबरमती आश्रमातील खादी परिधान करण्याची परंपरा त्यांनी येथेही सुरू ठेवली. आयर्विन नावाचा एक पत्रकार, ज्याला सुशिक्षित उच्चभ्रू भारतीयांना पाश्चात्त्य जीवनशैलीद्वारे सर्वसामान्य अशिक्षित लोकांवरचा वरचढपणा गर्वाने मिरवताना पाहण्याची सवय झाली होती, तो गांधींच्या या पद्धतीच्या पेहरावाला 'नीळ लागवडी'च्या शोषित शेतकऱ्यांवर छाप पाडण्यासाठी रचलेला एक डावपेच समजत असे.[१५] त्याने 'पायोनिअर' मध्ये एक लेख लिहून गांधी ढोंगी आहेत, असा आरोप केला.

आपले कार्यक्रमांचे वेळापत्रक धकाधकीचे असूनही आणि ह्या लेखाचे स्वरूप क्षुल्लक असूनही त्याला उत्तर देणे आवश्यक आहे असे गांधींना वाटले. ३० जून १९१७ रोजी त्यांनी त्याच वृत्तपत्राला लिहिलेल्या पत्रात, त्यांना पोशाखाच्या महत्त्वाबाबत जे काही शिकायला मिळाले, त्याचा सारांश प्रभावीपणे मांडला आहे.

> विणकाम आणि शेती हे व्यवसाय म्हणून निवडल्यावर आणि 'स्वदेशी'ची शपथ घेतल्यावर माझे कपडे हे आता पूर्णपणे हाताने विणलेले आणि हाताने शिवलेले असतात आणि ते मी किंवा माझ्या सोबतीच्या कामगारांनी बनवलेले असतात. श्रीयुत आयर्विन यांचे पत्र असे सूचित करते की, चंपारण्यात ज्या पोशाखात मी रयतेसमोर जातो तो मी तात्पुरता आणि आवर्जून अंगीकारला आहे; जेणेकरून तिथल्या रयतेवर माझा काही एक प्रभाव पडावा. वस्तुस्थिती अशी आहे की मी आपला राष्ट्रीय पोशाख घालतो कारण तो एका भारतीय व्यक्तीसाठी सर्वांत नैसर्गिक आणि सर्वांत साजेसा असा पोशाख आहे. मला असे वाटते

की युरोपीय पद्धतीच्या पोशाखाचे अनुकरण करणे हे आपल्या अधःपतनाचे, मानहानीचे आणि आपल्या कमजोरीचे लक्षण आहे. आणि जो पोशाख भारतीय वातावरणाला अत्यंत साजेसा आहे आणि ज्याच्या साधेपणाला, कलात्मकतेला आणि स्वस्त किमतीला जगात तोड नाही आणि जो पोशाख आरोग्यविषयक अटी पूर्ण करतो, तो टाकून आपण आपल्या राष्ट्राप्रति एक पापकर्मच करत आहोत, असेही मला वाटते. लटका अभिमान आणि तेवढ्याच लटक्या प्रतिष्ठेच्या कल्पना या गोष्टींनी इंग्रज भारलेले नसते, तर त्यांनी भारतीय पेहरावाचा केव्हाच अंगीकार केला असता... इथे या गोष्टीचा उल्लेख करायला हवा की मी चंपारण्यात उघड्या डोक्याने फिरत नसे. मी धार्मिक कारणांसाठी चपला घालणे नक्कीच टाळत असलो तरी शक्य होईल तेव्हा चपलांचा वापर टाळणे हे जास्त नैसर्गिक आणि आरोग्यपूर्ण आहे, असेही मला वाटते.[१६]

चंपारण्यानंतर गांधी साबरमतीच्या काठावरील 'अहमदाबाद कापडगिरणी कामगारां'च्या संपात सहभागी झाले. हा संप एकवीस दिवस लांबला. असंतुष्ट कामगारांमधला जोम कायम ठेवण्याचा मार्ग गांधींनी शोधला होता. आश्रमाच्या इतर सदस्यांसोबत मिळून त्यांनी, विणकामासाठीच्या एका झोपडीवजा जागेचा पाया रचण्याच्या कामात या कामगारांना गुंतवून ठेवले. विणकाम शिकवण्यासाठी एका तज्ज्ञाला बोलावण्यात आले. 'स्वतःच्या हातांनी निर्माण केलेल्या कापडापासून आमचे सर्व कपडे तयार करू शकणे, हे आम्ही आमच्यापुढे ठेवलेले लक्ष्य होते.'[१७] बरेचसे आश्रमवासी हळूहळू ही कला शिकले. विणकरांना कराव्या लागणारा अडचणींचा सामना, त्यांच्या उत्पादनाच्या मर्यादा, त्यांना पार करावे लागणारे अडथळे, फसवणुकीला बळी पडणारी त्यांची मनोवृत्ती आणि सतत वाढत जाणारा त्यांचा कर्जबाजारीपणा हे सर्व आश्रमातील सहवाशांनी पहिल्यांदाच अनुभवले.

उत्कृष्ट दर्जाचे सर्व कापड इंग्लंडमध्ये बनलेल्या धाग्यापासून विणले जाते, हे पुढे कळल्यावर तर गांधी सर्दच झाले. स्वदेशी धागा वापरण्यासाठी आश्रमाचे सहवासी उत्सुक झाले होते. भारतीय बनावटीच्या धाग्याची सूतकताई करणे, हे भारतातल्या गावांतील अनेक महिलांचे जे काम होते, ते आता लुप्त झाले होते. मोठ्या मुश्किलीने त्यांना गंगाबेन मझुमदार नावाची एक विधवा महिला भेटली जिने मदत करायची तयारी दाखवली.[१८] गावकऱ्यांच्या ज्या एका समूहाने आपले चरखे माळ्यावर ठेवून दिले होते त्यांना पुन्हा सूतकताई सुरू करण्यास गंगाबेन यांनी प्रोत्साहित केले. जेव्हा या गावकऱ्यांनी सूतकताई पुन्हा चालू केली, तेव्हा त्यातून खूप मोठ्या प्रमाणावर निर्माण होणाऱ्या धाग्याची हाताळणी करणे आश्रमातल्या सहवाशांना जड जाऊ लागले. काळाच्या ओघात चरखा आणि खादीचे उत्पादन हा आश्रमातील जीवनाचा एक भाग बनून गेला. त्यानंतर पुढे गांधी फक्त खादीचीच वस्त्रे परिधान करू लागले.[१९]

मार्च १९१८ मध्ये झालेल्या खेडामधील शेतकऱ्यांच्या लढ्याकडे गांधी ओढले गेले. अशा प्रकारचा हा त्यांचा तिसरा लढा होता. याआधीच्या चंपारण्य आणि अहमदाबादच्या दोन अभियानांदरम्यान त्यांनी शेतकऱ्यांची आणि मजुरांची दयनीय अवस्था पाहिली होती. दक्षिण आफ्रिकेत असताना अत्यंत हुशारीने बनवलेल्या त्यांच्या सत्याग्रहाच्या तंत्राचा लवचीकपणा त्यांना या अभियानांच्या निमित्ताने जोखता आला. पुढे लवकरच गांधी संपूर्ण भारतव्याप्त अशी जी सत्याग्रहाची मोहीम हाती घेणार होते त्यासाठी त्यांचा मनोनिग्रह मजबूत करण्याचे काम या दोन अभियानांनी केले. पण तरीही त्यांनी त्यांच्या कल्पनांची कठोर परीक्षा घेण्याआधीच काही अनपेक्षित अडथळे होतेच.

यानंतर एका महिन्याने ते 'युद्ध परिषदे'त उपस्थित राहण्यासाठी दिल्लीला रवाना झाले.[२०] युरोपात चालू असलेल्या युद्धात ब्रिटिशांशी हातमिळवणी करण्यासाठी गांधींनी भारतीय उमेदवार नेमावेत, यासाठी व्हाईसरॉय लॉर्ड चेम्सफर्ड आतुर होते. गांधींनी या गोष्टीला मंजुरी दिली आणि ते लगेच कामाला लागले. त्यांनी खेडामधून उमेदवार नेमणे चालू केले. पण जेव्हा त्यांनी पाहिले की खेडाच्या संघर्षात ज्या लोकांनी सक्रिय भाग घेतला होता तेच लोक त्यांच्या आवाहनाकडे कानाडोळा करत होते, तेव्हा त्यांच्या आशावादाला जबर धक्का बसला. ते उमेदवारांच्या शोधात घरोघर फिरत असताना उष्माघात होऊ नये म्हणून सोला टोपी[२१] घालण्याची निकड त्यांना वाटू लागली. ती टोपी पाहून भारतीय गांगरले, हे पाहून गांधींना आश्चर्य वाटले. एका ब्रिटिश आविष्काराचा वापर करून ते आपल्या स्वदेशीच्या भूमिकेशी तडजोड करतायत, असे या भारतीयांना वाटत होते. एका पत्रात तर त्यांना 'देशद्रोही' असेही म्हटले गेले.[२२] एका निरुपद्रवी टोपीच्या प्रतिही अनपेक्षित प्रतिक्रिया पाहून, एकतेचे अखिल भारतीय प्रतीक म्हणून डोक्यावरील आच्छादनाचे महत्त्व आणि त्याचा फायदा गांधींच्या लक्षात आला. मग गांधींनी जी पुढे 'गांधी टोपी' म्हणून ओळखली जाऊ लागली, ती टोपी तयार केली (छायाचित्र ८: २३७). गांधींच्या नेतृत्वाला दृश्य स्वरूपात दिलेली जोरदार मान्यता म्हणून भारतीय पुरुषांमध्ये या टोपीला खूप वेगाने महत्त्व प्राप्त झाले.

राजकीय बंडाचा प्रक्षोभ

१९१८ च्या उत्तरार्धात एकामागून एक अभियानांमुळे आणि रेल्वेच्या तृतीय वर्गाच्या डब्यातून प्रवास केल्याने गांधींची तब्येत खालावली. आमांशाच्या असह्य व्याधीने त्यांना मरणाच्या दारात आणून ठेवले होते. दुर्दैवाने, ब्रिटिशांच्या युद्धप्रयत्नांना पाठिंबा देण्यातला त्यांचा उत्साह अथक असून आणि त्यामुळे त्यांना आजारपण आलेले असूनसुद्धा सरकारचे भारतीयांशी असलेले संबंध सौम्य नाही होऊ शकले. १९१९ च्या वसंत ऋतूत रौलेट समितीचा अहवाल सादर झाला. सरकारने राजद्रोही ठरवलेले गुन्हे करणारांचे सर्व नागरी

स्वातंत्र्य हिरावून घेतले जावे, अशी मागणी त्यात केली गेली होती. हा अहवाल वाचल्यानंतर गांधी पुन्हा उभे राहिले. या अहवालाचे कायद्यात रूपांतर होऊ द्यायचे नाही, या तीव्र इच्छेने ते प्रेरित झाले होते. त्यांनी सत्याग्रहाच्या प्रतिज्ञेची संहिता तयार केली, सत्याग्रह समितीची स्थापना केली आणि एका देशव्यापी 'बंदा'सह पहिले अखिल भारतीय सत्याग्रह अभियान चालू केले.[२३] भारतीय उपखंडातील लाखो लोकांनी शिस्तबद्ध आणि अहिंसेच्या मार्गाने केलेल्या या विद्रोहाचे वर्णन गांधींनी 'एक अत्यंत अद्‌भुत दृश्य' या शब्दांत केले.[२४]

वाढत्या विद्रोहाला प्रतिसाद म्हणून सरकारने दिल्ली, लाहोर आणि अमृतसरमध्ये 'दडपशाहीचे राज्य' अमलात आणायला सुरुवात केली.[२५] या अंतर्गत राजद्रोही लिखाणावर बंदी घालण्यात आली आणि सर्व वृत्तपत्रांची नोंदणी केली जावी असा आदेश देण्यात आला. त्याला आव्हान म्हणून बॉम्बेच्या सत्याग्रह सभेने सूचना जाहीर केल्या आणि *हिंद स्वराज* सारखे आणि इतर बंदी घातलेले लिखाण प्रकाशित केले. दिल्लीला जात असताना गांधींना अटक करण्यात आली आणि त्यांना पुन्हा बॉम्बेत आणून मग सोडून देण्यात आले. गांधींच्या अटकेची बातमी वणव्यासारखी पसरली आणि त्यामुळे तुरळक हिंसाचार घडून आला. गांधी अस्वस्थ झाले. त्यांनी सत्याग्रह स्थगित केला आणि तीन दिवसांचे उपोषण करायचे ठरवले. १३ एप्रिलला जेव्हा गांधींनी त्यांच्या उपोषणाची घोषणा केली तेव्हा जालियनवाला बाग, अमृतसर येथे ब्रिगेडियर-जनरल रेजीनाल्ड डायरने निःशस्त्र जमावावर गोळीबार केला. या घटनेच्या गांधींनी केलेल्या जाहीर तपासात अंदाजे १२०० माणसे मृत्युमुखी पडल्याचे आणि ३६०० माणसे जखमी झाल्याचे कळले.[२६]

गांधींचा ब्रिटिश साम्राज्यावरचा विश्वास हळूहळू मोठ्या भ्रमनिरासात बदलू लागला होता आणि एवढेच नव्हे तर या साम्राज्याचे भयानक मनसुबे त्यांना ओळखता येऊ लागले होते. ही ती 'संस्कृती' नव्हती जिला गांधी विश्वासाने, निष्ठेने पाठिंबा देत आले होते. 'चुकीच्या पद्धतीने कारभार करणाऱ्या राज्यकर्त्याला साहाय्य्य नाकारणे' या सनातन काळापासून मान्यताप्राप्त अशा जनतेच्या अधिकाराचा गांधींनी ठामपणे उच्चार केला.[२७] ही परिस्थिती बदललीच पाहिजे असा आता त्यांचा ठाम निर्धार झाला होता.

३१ ऑगस्ट १९२० रोजी गांधींनी खादीची शपथ घेतली: 'मी असे जाहीर करतो की आजपासून पुढे आयुष्यभर मी हाताने सूतकताई केलेल्या धाग्यापासून हाताने बनवलेले खादीचेच कापड फक्त माझ्या कपड्यांसाठी खरेदी करीन, टोपी किंवा शिरस्त्राण आणि मोजे याला अपवाद राहतील.'[२८] पुढील वर्षी गांधींनी स्वदेशीचा पुरस्कार आणि ब्रिटिश वस्तूंचा बहिष्कार सुरू केला आणि त्यामुळे भारतीय उपखंडात एक प्रकारची ऊर्जा सळसळू लागली. साम्राज्यकर्त्यांच्या नियमांचे पालन करून जे कुकर्म केले त्याकरता स्व-शुद्धीकरणाची क्रिया म्हणून त्यांनी विदेशी कापडाच्या होळ्या आयोजित केल्या: 'इंग्रजांनी भारत घेतलेला नाहीये:

तो आपण त्यांना दिला आहे. ते भारतात त्यांच्या ताकदीच्या जोरावर नाहीयेत, तर आपण त्यांना इथे राहू देतो म्हणून आहेत.'[२९] त्याच वर्षी १७ नोव्हेंबरला भारतभेटीसाठी येऊ घातलेल्या प्रिन्स ऑफ वेल्सच्या सन्मानार्थ जे समारंभ आयोजित केले होते त्यांचा बहिष्कार कशा पद्धतीने करावा, हे गांधींनी सुचवले. जेव्हा ह्या राजकुमाराचे आगमन झाले तेव्हा त्याचे स्वागत अखंड 'बंद' आणि विदेशी कापडाच्या होळ्यांनी करण्यात आले. तो जिथे जिथे गेला, तिथले मार्ग आणि रस्ते निर्मनुष्य होते. काँग्रेसच्या सर्व महत्त्वाच्या नेत्यांना अटक करून सरकारने याचे उट्टे काढले.

विदेशी कापडाऐवजी खादीच्या वापराचा गांधींचा आग्रह प्रभावी ठरू लागला. त्यांच्या मते खादीचा वापर हे 'भारतीय मानववंशाच्या ऐक्याचे, आर्थिक स्वातंत्र्याचे आणि समतेचे प्रतीक' होते.[३०] सार्वजनिक मेळाव्यासाठी जमलेली माणसे जणू पांढऱ्या रंगाच्या खादीच्या सागरात न्हाऊन निघालेली आणि प्रभावशाली दिसत. या मेळाव्यांमध्ये सहभागी होणाऱ्या लाखो लोकांवर या दृश्याचा फारच रोमांचक असा मानसिक परिणाम होत असे. एकेकाळी पाश्चात्त्य पेहराव पसंत करणारे काँग्रेसचे सभासदसुद्धा आता अभिमानाने खादीचे कपडे आणि गांधी टोपी घालू लागले होते. ज्यांनी हे आचारात आणले नाही, त्यांना आपण सामाजिकदृष्ट्या वाळीत टाकले गेलोय की काय असे वाटू लागले. असे वाटणारी माणसे ही प्रामुख्याने सुशिक्षित उच्चभ्रू आणि युरोपीकरणाच्या प्रक्रियेस हरकत नसणारी होती.[३१]

लंगोट

असे असूनही काही माणसे खादी परिधानही करू शकत नव्हती किंवा विदेशी कापडाची होळीदेखील करू शकत नव्हती कारण त्यांना गरिबीमुळे या दोन्हींपैकी काहीही परवडण्यासारखे नव्हते. लोकसंख्येच्या या एका मोठ्या वर्गाच्या आत्यंतिक दारिद्र्याने गांधींना पेचात टाकले. एकीकडे ते पूर्ण स्वराज्यासाठी खादीचे महत्त्व कळकळीने सांगत असत आणि पूर्ण स्वराज्याच्या अर्थामध्येच गरिबांचा उद्धारसुद्धा सामावलेला होता. आणि दुसरीकडे, स्वराज्य मिळवण्याचे साधन म्हणून खादी-क्रांती गरिबीने पछाडलेल्यांना सामील करून घेण्याच्या दृष्टीने फारच महाग होती. तरीही, स्वातंत्र्याच्या लढ्यातून या गरिबांना वगळता येणार नाही असे गांधींना वाटले. त्यांनी ह्या लढ्यात सहभागी व्हायलाच हवे होते मग त्यांच्यावर लंगोट घालण्याची वेळ का न येवो![३२] पण हे विचार व्यक्त करणे गांधींना अवघड वाटत होते, कारण आपण स्वतः ज्या उपदेशाचे पालन करत नाही तो त्यांना इतरांवर लादायचा नव्हता. अशा कोंडीत सापडल्याने अस्वस्थ होऊन आणि मद्रासच्या भेटीत तिथले आत्यंतिक दारिद्र्य पाहून व्यथित झाल्याने २२ सप्टेंबर १९२१ रोजी मदुरेतल्या एका सभेत गांधींनी आपल्या पेहरावासंबंधीचा सर्वांत धाडसी निर्णय घेतला. 'निदान ३१ ऑक्टोबरपर्यंत टोपी आणि बंडी

या वस्त्रांचा त्याग करायचा आणि शरीराच्या रक्षणासाठी जेव्हा गरज पडेल तेव्हा फक्त लंगोट आणि पंचावर समाधान मानायचे' असे त्यांनी ठरवले. (पहा छायाचित्र ९: २३८).[३३]

गांधींचा निर्णय हा त्यांच्या अस्सलतेच्या प्रति असलेल्या आसक्तीने, आपण जो उपदेश करतो तो स्वतःदेखील आचरणात आणण्याच्या इच्छेने, दुखवट्याची एक बाह्य निशाणी इतरांनीही अंगीकारावी म्हणून त्यांना मार्ग दाखवण्याच्या इच्छेने प्रेरित होता. कारण वर्षाची अखेर जवळ येत असूनही भारताला अजूनही स्वराज्य मिळाले नव्हते. आपल्या सहकाऱ्यांनी आपले आंधळेपणाने अनुकरण करावे, अशी आपली अपेक्षा नाही हेसुद्धा गांधींनी स्पष्ट केले.

काही दिवसांनी त्यांनी 'माझी लंगोट' या नावाचा लेख लिहिला.[३४] त्यात त्यांनी अंगावर कमीत कमी कपडे घालण्याच्या आपल्या निर्णयामागची कारणे तपशीलवार समजावून सांगितली. आपल्या पोशाखातला बदल हा 'सखोल, सारासार विचाराचा' परिणाम आणि 'भवितव्य घडवणाऱ्या घटनेची' खूण असल्याचे त्यांनी मान्य केले आणि असे करण्यापासून ते स्वतःला रोखू शकले नाहीत, असेही त्यांनी सांगितले.[३५] आधी दोन वेळा त्यांनी हा निर्णय घेण्यापासून स्वतःला अडवू पाहिले होते;[३६] भारताच्या एका राष्ट्रीय चळवळीच्या नेत्याने केलेल्या अशा जाहीर कृत्याचे, त्यांचे समकालीन कशा प्रकारे स्वागत करतील आणि त्याचा काय अर्थ लावतील, याची त्यांना रास्त अशी धास्ती वाटत होती, हेही त्यांनी कबूल केले.

जसजसे आपण तो मजकूर वाचत जातो, तसतशी आपल्याला गांधींच्या मनातल्या व्यथेची झलक पाहायला मिळते–३० करोड जनतेच्या अग्रणी असलेला, स्वतःशी आणि अत्यंत दैन्यावस्थेत असलेल्या त्याच्या लोकांशी जास्तीत जास्त प्रामाणिक राहण्यासाठी आतुर असलेला राजकीय नेता.

> मद्रासमधील जनता माझ्याकडे गोंधळून पाहते. जर भारताने मला माथेफिरू म्हटले तर मग त्याचे काय?... मी स्वतः जर लंगोट घालून फिरलो नाही तर मग इतरांना मी तसे करण्याचा उपदेश कसा काय करू शकतो? लाखो लोकांना उघडे राहावे लागते, त्याबाबत मी काय करावे? ...भारतातल्या लाखो शेतकऱ्यांचा पोशाख खरे तर केवळ लंगोट हाच आहे, बाकी काही नाही... वाचकांनी माझ्या मनाला होत असलेल्या ह्या यातनांच्या परिमाणाने मला जोखावे असे मला वाटते. माझ्या सहकाऱ्यांनी किंवा माझ्या वाचकांनी लंगोटाचा अंगीकार करावा, अशी माझी इच्छा नाही. पण विदेशी कापडाच्या बहिष्काराचा अर्थ त्यांना पूर्णपणे उमगावा, विदेशी कापडाच्या बहिष्कारासाठी आणि खादीच्या उत्पादनासाठी त्यांनी सर्वतोपरी प्रयत्न करावेत असे मला नक्कीच वाटते. स्वदेशी म्हणजेच सर्व काही आहे हे त्यांना कळून येईल असेही मला नक्की वाटते.[३७]

नुसते शब्दांतूनच नाही तर आपल्या सार्वजनिक दर्शनाच्या शारीर पैलूद्वारेही 'स्वतःला शून्याइतके नगण्य बनवणे',[३८] भयंकर यातनादायक होते. स्वेच्छेने स्वीकारलेल्या दारिद्र्याच्या

त्यांच्या या अभिव्यक्तीबद्दल एका परिषदेदरम्यान जेव्हा त्यांना त्यांचे मत विचारण्यात आले तेव्हा त्यांनी हे उत्तर दिले: 'सगळ्याची मालकी सोडून देणे हे सुरुवातीला, तुमच्या शरीरावरून कपडे उतरवण्यासारखे नव्हे तर तुमच्या हाडांवरून मांस काढून घेण्यासारखे असते.'[३९]

सप्टेंबर-डिसेंबर १९३१ मध्ये लंडनमधील दुसऱ्या गोलमेज परिषदेला[४०], शरदऋतूमुळे हवामानात बदल आणि हिवाळ्याची सुरुवात असूनदेखील गांधी खुल्या पट्ट्यांच्या चपला घालून हजर राहिले.[४१] त्यांनी लंगोट परिधान करण्याचा आग्रह धरला कारण ते त्यांच्या 'हाती घेतलेल्या कार्याचे प्रतीक' होते.[४२] ती लंगोट या दोन अर्थांनी प्रतीक होते: भारतातील ज्या गरिबांचे ते प्रतिनिधित्व करत होते त्यांच्याशी असलेली प्रामाणिक एकजूट उघड करणे आणि साम्राज्यवादाने त्यांच्या देशाला कसे गरीब बनवले होते हे दाखवणे. 'लाखो भारतीयांची त्यांचे लज्जारक्षण करणाऱ्या त्या लहानशा कापडाच्या चिरोटीशिवाय जगात इतर कशावरही मालकी नसते. मी 'पुन्हा एकदा लंगोटीकडे' अशा कुठल्याही चळवळीचे नेतृत्व करत नाहीये. ब्रिटिश जेव्हापासून भारतावर राज्य करताहेत तेव्हापासूनच आम्ही ह्या विपन्नावस्थेत आहोत.'[४३]

आपला पोशाख हा आपल्या मूल्यांशी सुसंगत असावा ही आकांक्षा बाळगत असल्याने बकिंगहॅमच्या राजमहालात त्यांनी किंग जॉर्ज पाचवे यांच्यासाठीदेखील आपल्या पोशाखाशी तडजोड करण्याचे नाकारले: 'मी त्यांच्यासमोर इतर कुठल्याही पोशाखात सगळ्यात जास्त असभ्य वाटेन कारण तेव्हा मी अप्रामाणिक असेन' (छायाचित्र २७: २४८).[४४]

पादत्राणांबद्दल बोलायचे झाले तर भारतात असताना गांधी बहुधा सँडल्स वापरत असत. भारतातील कार्यक्षेत्रांतून प्रवास करताना काही ठरावीक वेळा ते अनवाणी चालले.[४५] त्यांच्या हत्येच्या जेमतेम दोन वर्षे आधी नौखाली येथे हिंदू आणि मुस्लिमांच्यात झालेल्या जातीय दंगलींमध्ये जो नरसंहार झाला, त्याचे प्रायश्चित्त करण्याचे त्यांनी ठरवले. असे धोकादायक कार्य हाती घेण्यापासून त्यांना परावृत्त करण्याचा प्रयत्न झाल्यावर ते म्हणाले: 'तिथे गेल्यावर मी काय करू शकेन हे मला माहीत नाही. मला फक्त एवढेच माहीत आहे की तिथे गेल्याशिवाय माझ्या मनाला शांती लाभणार नाही.'[४६] नौखालीमध्ये चिखलाने भरलेले रस्ते आणि दगडधोंडे, डहाळ्या आणि काही वेळा काट्याकुट्यांनी सुद्धा भरलेल्या न मळलेल्या वाटा ओलांडत गांधी गावोगावी चालू लागले. ते 'सुराज्या'साठीची यात्रा म्हणून खरोखरीचे आणि प्रतीकात्मकरीत्यासुद्धा, अनवाणी चालले.[४७]

३० जानेवारी १९४८ रोजी संध्याकाळच्या प्रार्थनासभेला निघालेले असताना वाटेतच गांधींची हत्या करण्यात आली. अगदी जवळून त्यांच्यावर तीन गोळ्या झाडण्यात आल्या. दुसरी गोळी झाडल्यावर, 'त्यांच्या पांढऱ्या कपड्यांवर रक्ताचे डाग पसरू लागले'.[४८] त्यांचे डळमळलेले शरीर जसे खाली जमिनीवर कोसळले तसे त्यांच्या तोंडून शब्द निघाले: 'हे राम.'[४९]

समारोप

मोहनदास गांधींच्या 'वस्त्रसचोटी'च्या आत्मसापेक्ष अशा शोधाला जगाच्या राजकीय इतिहासात तोड नाही. त्यांच्यासाठी कपडे म्हणजे फक्त सांस्कृतिक किंवा राजकीय क्रांतीचे माध्यम नव्हते. कपडे हा त्यांच्या सत्याच्या अंतरात्म्यातल्या शोधाचा एक पायाभूत भाग होता.

इंग्लंडमध्ये असताना प्रचलित फॅशनशी जुळवून घेणे हा समाजात मान्यता मिळवण्याचा सर्वांत जलद मार्ग आहे, अशी त्यांची समजूत होती. साम्राज्यकर्त्यांची संस्कृती उपयोगात आणणे, हे एका भारतीयाच्या स्वाभिमानासाठी गरजेचे आहे असे ते मानत असत. पण हे खरे नाही असे जेव्हा दक्षिण आफ्रिकेत असताना त्यांच्या लक्षात आले, तेव्हा ते अचंबित झाले. सगळ्याच भारतीयांची अवहेलना केली जात असे. ब्रिटिश साम्राज्याचे नागरिक हा त्यांचा सामाजिक दर्जा असूनही ते फक्त इंग्रजी पोशाखाचे अनुकरण करू शकत होते, पण त्यामुळे त्यांना इंग्रजांसारखी वागणूक मिळेल अशी अपेक्षा ते ठेवू शकत नव्हते. एका 'स्वाभिमानी भारतीया'करिता, या लांछनापासून स्वतःची सुटका करून घेण्याचा एक मार्ग म्हणजे गबाळा पेहराव करणाऱ्या 'कुलीं'शी (कंत्राटी कामगारांशी) संबंध तोडणे, असे त्यांना वाटे.

पण वाईट वागणूक मिळालेल्या एका कुलीशी जेव्हा त्यांची जवळून भेटगाठ झाली तेव्हा ते हादरून गेले. प्रतिष्ठा आणि पेहराव यांवर आधारलेल्या आपल्या आयुष्याचा उथळपणा गांधींच्या एकाएकी लक्षात आला. ते साधेपणा, निःस्वार्थ सेवा, स्वावलंबित्व आणि सामूहिक जीवनमान या गोष्टींची कदर करू लागले. युद्ध आणि त्याच्या परिणामांशी संपर्कात आल्यावर त्यांची अशी खात्रीच पटली की मानवी द्वेष आणि दैन्य यांवर फक्त सत्य आणि अहिंसेच्या जोरावरच मात करता येऊ शकते. या दोन्ही गोष्टी साध्य करण्यासाठी स्वयंशिस्तीच्या माध्यमातून पारमार्थिक सामर्थ्य मिळवण्याचे ध्येय ठेवणे गरजेचे होते—मग त्यासाठी ब्रह्मचर्याचा स्वीकार करून वैषयिक वासनेचा त्याग करावा लागण्यापर्यंत सुद्धा याची व्याप्ती जाऊ शकते. आयुष्य बदलून टाकणाऱ्या या वचनबद्धतेचे प्रतीक म्हणून एका संयत अशा पेहरावाची आवश्यकता होती.

भारतात आल्यावर ते असे मानू लागले की भारतीय पोशाखाचे हवामानविषयक, व्यावहारिक आणि सौंदर्यात्मक फायदे असल्याने भारतीयांनी भारतीय पोशाख पूर्णपणे उपयोगात आणला पाहिजे. समाजमान्यतेच्या वेडापायी अंगीकारलेले पाश्चात्त्य कपड्यांचे साचेबंद अनुकरण भारतीयांना धुडकावावे लागणार होते. अहिंसेच्या माध्यमातून, अगदी स्पष्टपणे स्वराज्यावर लक्ष केंद्रित करत, घरगुती सूतकताईतून निर्मिलेल्या खादीच्या उत्पादनाद्वारे स्वावलंबी बनणे, ही कपड्यांच्या बाबतीतली निवड सर्व भारतीयांसाठी सर्वांत योग्य होती असे गांधींचे मत होते. भारताने विदेशी राजवटीच्या गुलामगिरीत सहभाग

घेतल्याच्या पापाच्या प्रायश्चित्ताचे प्रतीक म्हणून विदेशी कापड आगीच्या हवाली केले जायला हवे होते.

अंतिमतः, आत्यंतिक दारिद्र्यामुळे अंगभर कपडेदेखील न घालू शकणाऱ्या गरिबांना स्वातंत्र्याच्या लढ्यात सहभागी होण्याची विनवणी करण्याचा, अंगभर कपडे घातलेल्या नेत्याला काही एक नैतिक अधिकार नाही, असे गांधींचे मत होते. त्यांची विनवणी विश्वासार्ह वाटावी म्हणून त्यांना आधी स्वतःला नागवावे लागणार होते. हे काम करण्यासाठी कमालीच्या विनयशीलतेची आणि 'थट्टेच्या प्रतिनिर्विकार' राहणाऱ्या मनोधैर्याची गरज होती.[५०] कुठल्याही परिस्थितीत सत्याचा पाठपुरावा, पोशाखाच्या बाबतीत सचोटी बाळगण्याची इच्छा, आपल्या पोशाखाच्या माध्यमातून आपली वैयक्तिक नैतिकता पूर्ण जगाला स्पष्ट करून दाखवण्याचा निर्धार, या सर्व गोष्टींचा पुरस्कार करणारे ते कृत्य होते.

या मर्मदृष्टीने गांधींचे एका ऐटबाज इंग्रजाळलेल्या पुरुषातून भारताच्या महात्म्यात रूपांतर केले. त्यांच्या अनुयायांनी त्यांच्या क्रांतिकारी पोशाखनिवडीचे अनुकरण करावे अशी त्यांची अपेक्षा नव्हती, पण खादीच्या पोशाखाद्वारे सर्व भारतीयांनी त्यांची स्वराज्याशी असलेली बांधीलकी व्यक्त करावी, अशी इच्छा मात्र होती.[५१] हा असाधारण पेहरावाच्या निवडीचा अधिकार तसा काही नवीन नव्हता. योगी, साधू, फकीर, जे ब्रह्मावस्थेच्या शोधात कधीकधी सर्वमान्य प्रमाणांच्याही पलीकडे जाऊन विवस्त्र होतात त्यांची दीर्घकाळपासून चालत आलेली आणि उदात्त अशी परंपरा गांधी फक्त पाळत होते.

म्हणून चर्चिलना–जे पृथ्वीवरच्या सर्वांत महान साम्राज्याचे (पहा १९२१ मधल्या ब्रिटिश साम्राज्याचा नकाशा, छायाचित्र ३५: २५०)[५२]–रक्षण व प्रसार करण्याचा निर्धार केलेल्या सरकारचा प्रमुख होते, त्यांना त्यांच्या स्वतःच्या विधानाचा–जे ह्या प्रकरणाच्या सुरुवातीला उद्धृत केले आहे–त्याचा पूर्ण अर्थ कळला असावा हे संभवत नाही. उपहासाने का होईना पण ते अनवधानाने गांधींना तेच संबोधत होते जे बनण्यासाठी गांधी झटत होते: एक 'अर्धनग्न फकीर' ज्याला एक परिपूर्ण सचोटीचा माणूस बनायचे होते.[५३]

टिपा

१. आर. आर. जेम्स, आवृ., *विन्स्टन एस चर्चिल: हिज कंप्लीट स्पीचेस, १८९७–१९६३*, खंड ५ (न्यूयॉर्क: चेल्सी हाउस, १९७४), ४९८५.

२. 'बॉम्बेत उतरल्यावर माझ्याकडे शर्ट, धोतर, लांब घेरदार कोट आणि पांढरा स्कार्फ असा पूर्णतः भारतीय गिरण्यांच्या कापडापासून बनलेला काठियावाडी पोशाख होता. पण मुंबईहून मला तृतीय वर्गातून प्रवास करायचा असल्याने मला स्कार्फ आणि लांब घेरदार कोटाचे ओझे वाटू लागले, म्हणून मी ते काढून ठेवले आणि आठ-दहा आण्याची एक काश्मिरी टोपी विकत घेतली. असा पेहराव केलेल्याची गणती अगदी विनासायास गरिबात व्हायची.' *ऑटोबायोग्राफी*, ३४६.

३. तथैव. पृ. क्र., ३४३.

४. तथैव.

५. तथैव. पृ. क्र., ३४४.

६. तथैव. पृ. क्र., ३४८.

७. तथैव.

८. उदाहरणार्थ, पहा, हरिद्वारच्या कुंभमेळ्याला दिलेल्या भेटीचे गांधींचे वर्णन आणि तिथे पाहिलेल्या अतिरेकाबद्दल प्रायश्चित्त करण्याचा त्यांनी घेतलेला निर्णय. *ऑटोबायोग्राफी*, ३५९.

९. *सीडब्लूएमजी*, खंड ७८, ६३.

१०. पहा 'ड्राफ्ट कॉन्स्टिट्युशन फॉर दि आश्रम' *सीडब्लूएमजी*, खंड १३, ९१–९५. त्यात 'शपथा' आणि आचारसंहिता दिलेली आहे. 'तो फक्त मित्रपरिवारामध्ये देवघेव करण्यासाठी आणि त्यांचे मत जाणून घेण्यासाठी छापलेला एक मसुदा होता [आणि] पत्रकारांना निवेदन देणे हा त्यामागचा उद्देश नव्हता.'

११. *ऑटोबायोग्राफी*, ३६४.

१२. *सीडब्लूएमजी*, खंड १३, २१३.

१३. *ऑटोबायोग्राफी*, ३९४.

१४. या अभियानाच्या संपूर्ण तपशिलासाठी पहा, राजेंद्रप्रसाद, *सत्याग्रह इन चंपारण* (अहमदाबाद: नवजीवन १९४९ [१९२८]).

१५. २६ मे १९१७ रोजी एस्थर फेरींगला लिहिलेल्या पत्रात चंपारण्याच्या रयतेच्या अवस्थेचे वर्णन गांधींनी 'गुलामांपेक्षा वेगळी नाही' या शब्दांत केले आहे. पहा, 'क्रोनॉलजी', *सीडब्लूएमजी*, खंड १३, ६१९.

१६. *सीडब्लूएमजी*, खंड १३, ४५०–५१ (या विषयावर अधिक भर दिला आहे).

१७. तथैव. पृ. क्र., ४५०.

१८. तथैव. पृ. क्र., ४५१.

१९. तथैव. पृ. क्र., ४५३.

२०. पहिल्या महायुद्धात भारतीय सैनिकांची भरती करण्यासाठी २७ एप्रिल १९१८ रोजी व्हाइसरॉयद्वारे युद्ध परिषद घेण्यात आली. या परिषदेची उद्दिष्टे पुढीलप्रमाणे होती–'राजकीय प्रचाराला विराम देणे; युद्धातल्या उपायांना विशेषतः मनुष्यबळाशी संबंधित उपायांना सर्व वर्गांनी सक्रिय पाठिंबा देणे, भारताच्या संसाधनांचा विकास, विजय मिळवण्यासाठी करावा लागणारा त्याग हसतमुखाने करत राहाणे.' *टाईम्स*, शुक्रवार, एप्रिल २६ १९१८, ५.

२१. सोला टोपी, जिला 'पिथ हेल्मेट' असेही म्हटले जात असे, ती सोला या झाडाच्या मगजापासून बनवली जात असे. ती भारताच्या उष्ण हवामानाशी जुळवून घेण्यासाठी ब्रिटिशांनी बनवलेली एक कल्पक वस्तू होती.

२२. मिली ग्रॅम पोलक, *मिस्टर गांधी: द मॅन* (बॉंबे: वोरा अँड कंपनी, १९५०), १४२–४३.

२३. सर्वसाधारण बंद (हडताळ). *ऑटोबायोग्राफी*, ४२३.

२४. तथैव.

२५. तथैव. पृ. क्र., ४२४.

२६. कृपलानी, *गांधी: अ लाईफ*, ११०.

२७. *सीडब्लूएमजी*, खंड २०, ५०२.
२८. तथैव., खंड १८, २१५.
२९. *हिंद स्वराज*, ३९.
३०. एम के गांधी, द *कंस्ट्रक्टिव्ह प्रोग्रॅम, इट्स मीनिंग अँड प्लेस* (अहमदाबाद: नवजीवन, २००५ [१९४१]), ९.
३१. *सीडब्लूएमजी*, खंड २८, १३३.
३२. तथैव., खंड २१, १८०.
३३. तथैव. चादर हे शरीराचा वरचा भाग झाकण्यासाठीचे कापड असते.
३४. तथैव., २२५–२७ हा लेख पहिल्यांदा २ ऑक्टोबर १९२१ रोजी नवजीवनमध्ये गुजरातीत प्रकाशित झाला होता. त्याचे भाषांतर इंडिपेंडंटमधून घेऊन हिंदू मध्ये १५ ऑक्टोबर १९२१ ला छापण्यात आले.
३५. तथैव.
३६. पहिल्या वेळी खुलना येथील दुष्काळग्रस्त लोकांच्या वतीने तर दुसऱ्या वेळी त्यांचे मित्र मौलाना मोहम्मद अली यांच्या अटकेचा निषेध करताना.
३७. *सीडब्लूएमजी*, खंड २१, ३५० (अधिक भर दिला गेला आहे). आपले व्यक्तिगत सचिव महादेव देसाई यांना २३ सप्टेंबर १९२१ रोजी लिहिलेल्या पत्रात गांधी म्हणतात: 'मी माझ्या पोशाखात केलेला मोठा बदल तुमच्या लक्षात आलाच असेल—मी आणखी यातना सहन करू शकत नव्हतो.'
३८. तथैव., खंड ४८, ४०६.
३९. मॉड रॉयडेन, 'ॲन इंग्लिशवुमन्स फेथ', सर्वपल्ली राधाकृष्णन यांच्या *महात्मा गांधी—एसेज अँड रिफ्लेक्शन्स* मध्ये (बॉम्बे, जायको, २००४), २५८.
४०. स्वराज्यासाठीच्या वाढत्या मागणीचा भारतीयांचा प्रश्न सोडवण्यासाठी नोव्हेंबर १९३० पासून डिसेंबर १९३२ पर्यंत ब्रिटिशांकडून तीन गोलमेज परिषदा घेण्यात आल्या.
४१. ऑगस्ट ते डिसेंबर १९३१ मध्ये गांधींनी युरोपला भेट दिली.
४२. पूर्ण विधान पुढीलप्रमाणे आहे: 'माझा पोशाख, ज्याचे वर्णन वृत्तपत्रांमध्ये लंगोट असे केले जाते, त्या पोशाखावर टीका होते, त्याची खिल्ली उडवली जाते. मी हा पोशाख का घालतो असे मला विचारले जाते. काही लोकांना मी हा पोशाख घातलेला पाहून चीड येते... पण मी इथे एक महान आणि विशेष असे कार्य हाती घेतले आहे... आणि माझा लंगोट हा माझ्या तत्त्वांचा, भारतीय लोकांचा पोशाख आहे. माझ्यावर शुद्ध असा विश्वास ठेवला गेलाय... म्हणून मी हाती घेतलेल्या कार्याचे प्रतीक मी अंगावर नेसलेच पाहिजे.' *सीडब्लूएमजी*, खंड ४८, ७९–८०.
४३. *टाईम* २९ जून १९३१, 'लॉईन क्लॉथ लॉजिक' http://www.time.com/time/magazine/article/0,9171,741901,00.html येथे ऑनलाईन उपलब्ध, (१२ फेब्रुवारी २००८ रोजी तपासले).
४४. १९३१ च्या उन्हाळ्यात बोरसाड येथे एका अमेरिकन पत्रकारासोबत मुलाखत. http://www.gandhiserve.org/information/listen_to_gandhi/lec_8_usjournalist_france/augven_interview_US_journalist.html येथे ऑनलाईन उपलब्ध. (२० डिसेंबर २००८ रोजी तपासले).
४५. *सीडब्लूएमजी*, खंड १३, ३५२.

४६. तथैव.

४७. कृपलानी, *गांधी: अ लाईफ*, १६८.

४८. ३० जानेवारी १९४८ च्या घटना, के. पी. गोस्वामी, *महात्मा गांधी: ए क्रोनॉलजी* (नवी दिल्ली,
     प्रकाशन विभाग, भारत सरकार, १९७१), २३९.

४९. तथैव. 'हे राम' किंवा इतर ठिकाणी उल्लेख असल्याप्रमाणे 'हे रामा'. वैष्णव असल्याने, विष्णूचा
     सातवा अवतार असलेल्या रामाचे गांधी जन्मापासून भक्त होते.

५०. *ऑटोबायोग्राफी*, १९६.

५१. सत्याग्रहाला आवश्यक अशा गुणधर्मांची गणना करताना गांधींचे या गोष्टीकडचे विशेष लक्ष दिसून
     येते. या यादीमधला (देवावर श्रद्धा, सत्य-अहिंसेवर विश्वास आणि सच्छीलता यांनतर) चौथा निकष
     खादीच्या पोषाखाची सवय लावून घेणे हा होता. *सीडब्लूएमजी*, खंड ६९, विशेष पाने ६९–७०.
     दांडीयात्रेत सर्व सहभाग्यांनी फक्त खादीचाच वेश परिधान करावा असा आग्रह त्यांनी धरला. तथैव.,
     खंड ४३, १७८, १८२–८३.

५२. १९०१ मध्ये इंग्लंडचा जगाच्या एक चतुर्थांश पृष्ठभागावर आणि बहुतांश सागरी भागावरदेखील
     ताबा होता (पहा छायाचित्र ३५: २५०). जगात पूर्वेपासून पश्चिमेकडे इंग्लंडच्या वसाहतींचा विस्तार
     एवढा होता की बऱ्याचदा असे म्हटले जायचे: 'ब्रिटिश साम्राज्यावर सूर्य कधीही मावळत नाही.'
     (५–६ वर्षांच्या) K3 विद्यार्थ्यांसाठी ऑनलाईन उपलब्ध असलेल्या इतिहासाच्या 'द एम्पायर ऑन
     विच द सन नेव्हर सेट्स...' *लर्न हिस्टरी* या धड्यात या विधानाचे स्पष्टीकरण पहा. http://
     learnhistory.org.uk/course/view.php?id=13 येथे ऑनलाईन उपलब्ध. (२३ डिसेंबर
     २००८ रोजी तपासले).

५३. या खंडाच्या पान १०९ वर उद्धृत केलेले, चर्चिलला गांधींनी दिलेले उत्तर पहा.

भाग ब

आर्थिक आणि राजकीय क्रांती

४ भारताची लूटमार

माझ्याबरोबर ओरिसामधल्या पुरी येथे या—जे एक पवित्र आणि हवापालटाचे ठिकाण आहे. तिथे उन्हाळ्यात तुम्हाला सैनिक आणि राज्यपालांची घरे दिसतील. पुरीपासून दहा मैलाच्या अंतरातच तुम्हाला नागवी आणि हाडकुळी माणसे दिसतील. माझ्या या स्वतःच्या हातांनी चिंध्यांमध्ये घट्ट बांधून ठेवलेल्या त्यांच्याकडच्या कळकट्ट पोळ्या मी जमा केल्या आहेत आणि कोल्हापुरात असताना माझे हात जितके लुळे पडले होते त्यापेक्षा त्यांचे हात कितीतरी जास्त लुळे पडले होते. बोला की त्यांच्याशी आधुनिकतावादी सुधारणेबद्दल. त्यांच्यासमोर निष्फळच देवाचे नाव घेऊन त्यांना अपमानित करा... ओरिसाच्या माझ्या गरीब भगिनींकडे साड्या नाहीत; त्यांच्या अंगावर लक्तरे आहेत. तरीही त्यांची सभ्यतेची जाण मेलेली नाही; पण आपली मात्र मेलीय, हे मी तुम्हाला खात्रीपूर्वक सांगतो. आपल्या अंगावर कपडे असूनही आपण नग्न आहोत आणि ते नग्न असूनदेखील नग्न नाहीयेत.

—मो. क. गांधी[१]

ग्रीक आणि रोमन काळापासून भारताला खूप मान दिला जात असे. व्यापारी, साहसप्रिय माणसे आणि नाविक या समृद्ध आणि विलक्षण देशाकडे लांबचा प्रवास करून आधी भूमार्गे आणि मग जलमार्गे येण्याच्या शक्यतेकडे आकर्षित झाले होते.[२]

इसवी सन पूर्व ४५० च्या आसपास लिहिलेल्या हिरोडोटसच्या लिखाणात आढळून आलेला भारतीय सुताचा अप्रत्यक्ष उल्लेख हा पाश्चात्त्य लिखाणात आढळून आलेला अशा प्रकारचा सर्वांत पहिला उल्लेख आहे. या लिखाणात हिरोडोटसने भारताची भरभरून स्तुती केली आहे, जिथे उदंड प्रमाणात सोने आहे आणि 'जिथे मेंढीच्या लोकरीहून सुंदर आणि उत्तम दर्जाची लोकर जंगली झाडांवर उगवते', ज्यापासून भारतीय त्यांचे कपडे बनवतात.[३] हजारो वर्षे जगाच्या

इतर भागांत भारतीय सुती कापडाला खूप मागणी होती. इसवी सनाच्या पहिल्या शतकात प्लीनी नावाच्या रोमन इतिहासकाराने अशी तक्रार केली आहे की भारतातून प्रचंड प्रमाणात सुती कापड आयात करत असल्याने रोमकडच्या सोन्याचा पार निचरा होत आहे.[४] मध्ययुगात मसाले, कापड आणि चैनीच्या वस्तूंसाठी युरोप हा आशिया खंडावर अवलंबून होता. १७७३ मध्ये बंगालच्या ब्रिटिश गव्हर्नर जनरलच्या सल्लागार समितीच्या एका सदस्याला, 'भारत हा जगातला सर्वांत संपन्न देश आहे' असे घोषित करण्याची सूचनाही देण्यात आली होती.[५]

भारताने मिळवलेल्या या यशाचे रहस्य, त्याचा अर्थशास्त्रीय पाया असलेल्या ग्रामीण समाजांमध्ये होता, हे होते. १८३० साली सर चार्ल्स मेटकाफ या इंग्रज अधिकाऱ्याने एका गावाचे खालीलप्रमाणे वर्णन केले आहे:

> ग्रामीण जमाती म्हणजे त्यांना हवे असलेले सर्व काही स्वतः मिळवू शकणारी लहानलहान प्रजासत्ताक राज्ये असतात; आणि ती परदेशी संबंधांवर जवळजवळ अजिबातच अवलंबून नसतात. जिथे काहीही टिकत नाही, तिथे या जमाती टिकून राहताना दिसतात. प्रत्येक जमातीने आपल्यातच आपले स्वतःचे असे एक लहानसे राज्य तयार करून ही जी एकता साधली आहे ती त्यांच्या सौख्याला, आणि त्यांच्या वाट्याला जे स्वातंत्र्य आणि आत्मनिर्भरता आली आहे त्याला, पोषक अशी आहे.[६]

जागतिक बाजारपेठेतील बदल आणि नव्याने उदयाला आलेली भांडवलशाही यामुळे ग्रामीण व्यवस्थेचे स्वावलंबन नष्ट होणे अपरिहार्यच होते. पण ब्रिटिशांचे आगमन झाल्यावर भारतावर जो परिणाम झाला तो बदल म्हणजे काही सामान्य घडामोड नव्हती. भारताला अशा या नवीनच घटनेला यापूर्वी कधीही सामोरे जावे लागले नव्हते. भारतावर यापूर्वीही विजय मिळवण्यात आला होता पण त्या आक्रमकांनी इथेच या देशातच वसाहत केली होती, या देशाच्या संस्कृतीत ते मिसळून गेले होते, इथल्या व्यक्तींशी ते विवाहाने जोडले गेले होते आणि इथल्या मातीशी एकरूप बनून गेले होते:

> भारताने आपले स्वातंत्र्य कधीही गमावले नव्हते, या देशाला कधीही गुलाम बनवण्यात आले नव्हते. म्हणजे असे की या देशाबाहेर केंद्र असलेल्या राजकीय आणि आर्थिक व्यवस्थेत या देशाला कधीही ओढले गेले नव्हते. हा देश अशा सत्ताधारी वर्गाच्या आधिपत्याखाली कधीच नव्हता, ज्याचे मूळ आणि स्वरूप, या देशासाठी परके होते आणि कायमचे परकेच राहिले.[७]

ब्रिटिश साम्राज्यवादामुळे देशात घडून आलेला बदल अभूतपूर्व होता. युगानुयुगे चालत आलेल्या प्राचीन भारतीय समाजव्यवस्थेचा आर्थिक आणि संरचनात्मक पाया ह्या साम्राज्यवादाने हळूहळू उद्ध्वस्त केला.

ईस्ट इंडिया कंपनी

भारताच्या पूर्व किनारपट्टीवरील बंगाल या प्रांताने या साम्राज्याचे विशेषकरून लक्ष वेधले होते. धान्योत्पादन, नागरी व्यवस्थापन आणि वस्त्रनिर्मितीमध्ये हा प्रांत जगात अग्रेसर राहिला होता. असे म्हटले जात असे की उत्तम प्रतीच्या ढाक्याच्या मलमलीच्या कापडाचा उच्च दर्जा तीस फूट लांब आणि तीन फूट रुंद पागोट्याचे कापड घडी करून काडेपेटीमध्ये बसवून तपासून पाहिला जाऊ शकत असे.[८] युरोपिअन प्रतिस्पर्ध्यांसोबतच्या शत्रुत्वाच्या चढाओढीत, भारतीय भूप्रदेशात आपला जम बसवून भारतीय व्यापाऱ्यांसोबत व्यापार करण्याची आणि या प्रदेशात आपले स्थान बळकट करण्याची इच्छा बाळगणाऱ्या ब्रिटिश नाविकांचे लक्ष या प्रांताने वेधून घेतले होते.[९] ३१ डिसेंबर १५९९ रोजी राणी एलिझाबेथ (पहिली)च्या राजकीय अध्यादेशानुसार ब्रिटिश ईस्ट इंडिया कंपनीची स्थापना करण्यात आली होती. ईस्ट इंडिज मधल्या सगळ्या व्यापारावर एकवीस वर्षे मक्तेदारी असलेली ती एक संयुक्त-भागधारक[१०] कंपनी होती. १६१५ मध्ये जेम्स पहिले आणि सम्राट जहांगीर (ज्याने अफगाणिस्तानसोबत मिळून बहुतांशी हिंदुस्थाना[११] वर राज्य केले) यांच्यात एक व्यापारी करार करण्यात आला. या कराराने ईस्ट इंडिया कंपनीला भारतीय उपखंडात राहण्याचे आणि 'कारखाने' उभे करण्याचे विशेष अधिकार दिले. सम्राट जहांगीरने या करारात ही निर्णायक ओळदेखील जोडली होती: 'माझ्या सर्व राज्यपालांना आणि पुढाऱ्यांना मी असा आदेश दिला आहे की इंग्रजांना त्यांच्या इच्छेनुसार खरेदी, विक्री आणि परिवहन करण्याची स्वाधीनता द्यावी.' त्या बदल्यात आणि मैत्रीचे लक्षण म्हणून आपल्या राजमहालाला साजेश्या दुर्मीळ आणि मौल्यवान वस्तू जेम्स पहिले यांच्या व्यापाऱ्यांनी जहाजे भरभरून आणाव्यात असे आदेश देण्याचे आवाहन जहांगीरने केले.'[१२]

अशा सढळ हस्ते बहाल केलेल्या कृपाछत्राखाली ह्या कंपनीचा भारतीय उपखंडात इतक्या वेगाने प्रसार झाला की १६४७ पर्यंत सुरत, मद्रास, बॉम्बे, कलकत्ता अशा वेगवेगळ्या ठिकाणी या कंपनीचे तेवीस कारखाने होते. या कंपनीचे मुख्य उद्योग कापूस, रेशीम, नीळ, सोरामीठ आणि चहा यांची निर्यात हे होते. १६७० च्या आसपास किंग चार्ल्स[१३] दुसरे यांनी 'भूप्रदेशांचे स्वायत्त संपादन, टाकसाळीमध्ये चलन निर्माण करणे, तटबंदी असलेल्या जागांना आणि सैनिकांच्या तुकड्यांना हुकूम देणे आणि युती प्रस्थापित करणे, युद्ध आणि तह करणे, ताबा मिळवलेल्या प्रदेशांवर दिवाणी आणि फौजदारी न्यायालयाची हुकमत अमलात आणणे' असे आणखी अधिकार कंपनीला बहाल केले.[१४] १६८० मध्ये कंपनीने युरोपीय प्रतिस्पर्ध्यांच्या आणि विरोधी देशी शासकांच्या विरोधात आपले हित जपण्यासाठी आपले स्वतःचे लष्कर उभे केले. या लष्कराचे सैन्य स्थानिक भारतीय लोकांतून निवडण्यात आले होते. १६८९ पर्यंत ब्रिटिश ईस्ट इंडिया कंपनीचे व्यापारविषयक खरेदी विक्री करणाऱ्या एका उपक्रमातून, भारतीय भूप्रदेशावरच्या एका 'राष्ट्रात' रूपांतर झाले होते जे बंगाल, मद्रास

आणि बॉम्बेच्या विस्तीर्ण इलाख्यावर स्वतंत्रपणे राज्य करू लागले होते आणि प्रशासन चालवू लागले होते आणि ज्याचे लष्करी सामर्थ्य जबरदस्त होते.

कंपनीच्या या व्यापारविषयक आक्रमक सक्रियतेमुळे भारतातच नव्हे तर इंग्लंडमध्येही फार मोठे बदल घडून आले. मलमल आणि चिटाच्या कापडाच्या सौंदर्य आणि स्वस्ताईमुळे ते भारतातून मोठ्या प्रमाणात निर्यात करण्यात आले. ते स्त्रिया व लहान मुलांच्या पोषाखाकरता आणि पडदे आणि फर्निचर यांसाठी अत्यंत फॅशनेबल गणले जाऊ लागले.[१५] भारतीय कापडाच्या या सढळ आयातीमुळे इंग्लंडचे फार पूर्वीपासून चालत आलेले लोकरीचे उत्पादन बरबाद होत होते. त्यामुळे पुढे १६७८ मध्ये भारतीय मालाच्या आयातीच्या विरुद्ध लोकक्षोभ झाला.[१६] भारतातून आयात होणाऱ्या स्वस्त रेशमाचा निषेध करण्यासाठी लंडनमधील रेशीम विणणाऱ्या विणकरांनीदेखील लेडनहॉल स्ट्रीटवरील ईस्ट इंडिया भवनावर हल्ला चढवत दंगा केला. १७०० सालात भारतातून येणाऱ्या सर्व प्रकारच्या रंगवलेल्या आणि मुद्रित कापडावर प्रतिबंध घालणारे कायदे ब्रिटिश लोकसभेद्वारे करण्यात आले आणि परिधान करणाऱ्याला आणि विक्रेत्याला २०० पौंडांचा दंड आकारत भारतीय रेशमाची आयात घरगुती वापरापुरतीच मर्यादित करण्यात आली. या बंदीच्या विरोधात, दंडाचा धोका पत्करूनही उच्चवर्गीय स्त्रियांनी भारतीय सुती कापडाचे कपडे घालणे चालूच ठेवले.[१७] १७३६ मध्ये मँचेस्टर कायद्याद्वारे इंग्लंडमध्ये सर्व प्रकारच्या भारतीय कापड-मालाला मज्जाव करण्यात आला. सुती कापडाचे मुद्रण, उत्पादन आणि विक्री यावर आता लँकशायर या विभागाची मक्तेदारी होती.[१८]

भारतात १७१७ मध्ये फरुखसियार या सम्राटाने ईस्ट इंडिया कंपनीला बंगालमधील सीमाशुल्काच्या भरपाईमधून मुक्त केले आणि कंपनीच्या भारतातील अस्तित्वाला बळकटी दिली:

रोमन काळापासून, कमीत कमी दोन हजार वर्षांपर्यंत युरोप हा व्यापाराच्या बाबतीत नेहमीच आशिया खंडाकडे याचना करत असे आणि मसाले, कापड आणि चैनीच्या वस्तूंच्या बदल्यात सोने आणि चांदी पाठवत असे. आणि राणी एलिझाबेथ पहिल्या यांनी १६०० सालात स्थापना केल्यापासून पुढे पहिली १५० वर्षे कंपनीला या प्रथेची पुनरावृत्ती करावी लागली होती कारण इंग्लंड निर्यात करू शकेल आणि जे पूर्वेकडील देशांना हवे असेल असे काही अगदी नव्हतेच. १८ व्या शतकाच्या मध्यात ही परिस्थिती नाट्यमयरीत्या बदलली कारण मुघल साम्राज्याच्या ऱ्हासाचा फायदा घेत, कंपनीच्या अधिकाऱ्यांनी किनारपट्टीवरच्या कमजोर अशा व्यापारी जागांच्या पलीकडला, किनाऱ्याच्या मागील बाजूचा प्रदेश ताब्यात घेणे सुरू केले. भूप्रदेशावर ताबा मिळवल्याने, व्यापाराच्या अटी आपल्या बाजूने वळवून घेणे आणि आपण राज्य करत असलेल्या प्रदेशाकडून कर ओरबाडून घेणे हे दोन्ही कंपनीला शक्य झाले. १७५७ मध्ये प्लासी येथे बंगालच्या नवाबावर क्लाईव्हने

> विलक्षणरीत्या विजय मिळवल्यावर काही वर्षांतच कंपनीला सोन्या-चांदीची पूर्वेला होणारी निर्यात थांबवण्यात यश मिळाले होते, या घटनेला काव्यात्मक पद्धतीने 'प्रतिसाद न मिळालेला व्यापार' असे म्हटले गेले आहे–म्हणजेच पूर्वेच्या स्वतःच्याच संसाधनांचा वापर युरोपात होणाऱ्या निर्यातीचा खर्च उचलण्यासाठी करणे. संपत्तीच्या या प्रचंड शोषणाचे अगणित परिणाम होते आणि या परिणामांनी 'हिंदुस्थानाला यापूर्वी कधीही भोगावी न लागलेली, निरनिराळ्या प्रकारची आणि अमर्याद अशी अत्यंत तीव्र दुर्दशा निर्माण केली'–हे शब्द आहेत कार्ल मार्क्स नावाच्या, १८५३ मध्ये न्यूयॉर्क ट्रिब्यूनसाठी लिहिणाऱ्या स्तंभलेखकाचे.[१९]

कंपनीच्या युक्तिबाज अशा 'प्रतिसाद न मिळालेल्या व्यापारा' द्वारे भारताचा ही जी लूटमार आणि नासाडी झाली त्याने कंपनीची, आपल्या सत्तेचे सामर्थ्य वाढवण्याची इच्छा इतकी प्रबळ झाली की तिच्या प्रभावाचे पाश आता सरकारी वर्तुळाकडेदेखील वळू लागले. कंपनीच्या बऱ्याच अधिकाऱ्यांना संसदेत जागा मिळू लागल्या किंवा मग त्यांच्या कुटुंबातल्या सदस्यांसाठी जागा निर्माण होऊ लागल्या. या परिस्थितीने हॉरस वॉलपोल सारख्या स्पष्टवक्त्या खासदारास म्हणण्यास भाग पाडले, 'इंग्लंड म्हणजे आता काय आहे? भारतातून आलेल्या संपत्तीने भरलेली विहीर, जी भरण्याचे काम नवाबांनी केले.'[२०]

१७८० पर्यंत कंपनी इंग्लंड मध्येही अजिंक्य झाल्याचे दिसून येत होते. संसदेच्या जागांपैकी १० टक्के जागा कंपनीच्या अधिकाऱ्यांच्या ताब्यात होत्या. १७८० मध्ये 'इंडिया ॲक्ट'ला मान्यता मिळाल्यावर कंपनीच्या भारतीय कारभाराचे कार्यकारी व्यवस्थापन ब्रिटिश संसदेला उत्तरदायी असणाऱ्या 'बोर्ड ऑफ कंट्रोल' कडे हस्तांतरित करण्यात आले.[२१] याचा अर्थ असा होता की या घटनेपासून पुढे सत्तर वर्षांसाठी कंपनीची भारतातली लूट कशी आणि कोणात विभागली जाईल हे ठरवण्याचा अधिकार ब्रिटिश सरकारला असणार होता. याचा परिणाम म्हणजे भारताची पद्धतशीरपणे होणारी लूटमार होता.

१८२६ मध्ये प्रकाशित झालेले हॉरस विल्सन यांचे *हिस्टरी ऑफ ब्रिटिश इंडिया* या गोष्टीला दुजोरा देते की मँचेस्टरच्या गिरण्यांची भरभराट झाली कारण त्या 'भारतीय उत्पादकांचा बळी देऊन निर्माण केल्या गेल्या होत्या.'[२२] १८४० मध्ये माँटगॉमरी मार्टिनने ब्रिटिश संसदीय समितीसमोर अशी साक्ष दिली की 'इंग्लंडला मुक्त व्यापार करता यावा म्हणून लोकक्षोभ होणे आणि त्याच वेळी भारताला मात्र मुक्त व्यापार करू देण्याची परवानगी न देणे या कृत्याद्वारे' भारतावर जुलूम झाला होता. भारताकडून ग्रेट ब्रिटनला होणाऱ्या कापड निर्यातीची स्थिती त्याने तपशीलवार आकडेवारी देऊन स्पष्ट केली: १८१५ ते १८३२ च्या दरम्यान भारतातून येणाऱ्या वस्तूंवर १० टक्क्यांपासून १००० टक्केपर्यंत प्रतिबंधक जकात कर लावण्यात आला होता.[२३]

स्पिरीदिओने रोमा या चित्रकाराच्या द *ईस्ट ऑफरिंग हर रिचेस टू ब्रिटानिया* या नावाच्या एका प्रतीकात्मक चित्रात भारताची होणारी ही लूट अत्यंत समर्पक पद्धतीने दाखवली आहे.[२४] १७७८ मध्ये हे चित्र सन्माननीय ईस्ट इंडिया कंपनीच्या मुख्यालयात टांगण्यात आले—जे मिजासखोर व्यापारी निर्णयांचे केंद्र होते. या चित्रातल्या देखाव्यात तीन स्त्रिया दिसून येतात: उंच खडकावर तोल सावरून बसलेली राणी ब्रिटानिया, जडजवाहिऱ्यांनी भरून वाहणारा मुकुट देऊ करत असलेली एका गुडघ्यावर बसलेली भारतमाता आणि चिनीमातीचे भांडे आणि चहापत्तीचा डबा घेऊन दोन्ही गुडघे टेकून झुकलेली चिनी स्त्री. या स्त्रीच्या पाठीमागे, या चित्राच्या एका अंधुक कोपऱ्यात दोन भारतीय मजूर कापसाच्या गासड्या वाहून नेताना दिसतात—त्यातला एक मजूर दुसऱ्या मजुराला या सगळ्या देणगीचा लाभ घेणारी पूज्य राणी ब्रिटानिया इशाऱ्याने दाखवत आहे. आणि बघणाऱ्याच्या मनात काहीच संदेह राहू नये म्हणून की काय विज्ञान, व्यापार आणि दरोडेखोरीचा देव मर्क्युरी आपल्या अधिकारदर्शक दंडाने पौर्वात्य खजिन्याच्या या एकाच दिशेने चाललेल्या ओघाकडे निर्देश करत, ह्या देवाणघेवाणीकडे लक्ष ठेवून आहे.

भारतीय विणकरांची दुर्दशा आणि ब्रिटिश औद्योगिक क्रांती

भारतीय भूमीवरचा पाया आता निर्विवादपणे भक्कम झाल्यावर भारताच्या व्यापाराचा स्वतःच्या फायद्यासाठी वापर करून घेण्याची ईस्ट इंडिया कंपनीची क्षमता पूर्णत्वाला गेली होती. परिस्थितीच्या या बदलाची सर्वांत वाईट झळ भारतीय विणकरांना लागली होती.

बंगालच्या समृद्ध अशा कापड उद्योगाने ब्रिटिशांना सर्वप्रथम भुरळ घातलेली असल्याने बंगालच्या विणकरांना या साम्राज्याच्या दडपशाहीचे ओझे पूर्णपणे वहावे लागले. ब्रिटिश येण्यापूर्वी भारताचे आर्थिक रिवाज हे बरेचसे 'गाव' ह्या एककात येऊन मिळाले होते. याचा अर्थ असा की विणकरांच्या आयुष्यात पुरेशी आर्थिक सुरक्षितता[२५] होती आणि व्यापाऱ्यांनी केलेली मागणी पाहता मालाच्या किमती या त्यांना फायदेशीर अशा होत्या. व्यापाऱ्यांवर मेहेरनजर करण्याच्या उद्देशाने ब्रिटिश कंपनी सुरुवातीला जेव्हा मालाच्या किमतीत अनधिकृतपणे बदल करू पाहत होती, तेव्हा हे विणकर सामूहिकपणे एकत्र येऊन त्यांना योग्य मोबदला मिळावा अशी मागणीसुद्धा करू शकले. पण १७५७ च्या प्लासीच्या लढाईनंतर परिस्थिती खूपच बदलली.[२६] आपल्या मालाचा भाव करण्याचे कोणतेच अधिकार नसल्याने हे विणकर गुलामगिरीच्या अवस्थेत ढकलले गेले, त्यांच्याकडचे कापड फक्त कंपनीच्या गुमास्त्यास किंवा हस्तकास विकण्यास त्यांना भाग पाडले गेले (इतर सर्व खाजगी व्यापाऱ्यांवर प्रतिबंध घालण्यात आला होता) आणि या कापडाची किंमतही हा गुमास्ता किंवा हस्तकच ठरवत असे:

> कापडाच्या किमती ठासून आणखीनच कमी करण्यासाठी कंपनीने सर्व प्रकारच्या क्लृप्त्या योजल्या. असे करण्यासाठी वापरली जाणारी एक रीत जी विशेषकरून संतापजनक होती ती म्हणजे पूर्णतः चांगल्या दर्जाच्या कापडाचे वर्गीकरण हलक्या दर्जाचे म्हणून करणे (कसून तपास केल्यावरही). हे कापड मग खुल्या बाजारपेठेत विणकराला दिलेल्या किमतीपेक्षा कितीतरी जास्त किमतीत विकले जात असे आणि त्याद्वारे कंपनीच्या गुमास्त्याला किंवा ब्रिटिश अधिकाऱ्याला भरघोस नफा मिळत असे. किमती जसजशा आणखी उतरू लागल्या तसतसे विणकरांना उत्पादनाचा खर्च भागवणे अशक्य होऊ लागले, त्यामुळे कंपनीकडून मिळालेली आगाऊ रक्कम परत करण्यासाठी पुरेसे पैसे कमावण्यास ते अधिकाधिक असमर्थ होऊ लागले. दारिद्र्य आणि कर्जबाजारीपणा आणखी वाढतच गेला... १७७० च्या दशकाच्या सुरुवातीपर्यंत दडपशाहीने देवाणघेवाण करण्याचे धोरण अवलंबून कंपनी बक्कळ पैसा मिळवत होती.[२७]

कंपनीच्या हस्तकांचे म्हणणे मान्य न केल्यास विणकरांना जी अमानुष वागणूक दिली जात असे त्याचे वर्णन विल्यम बोल्टने केले आहे. विणकरांना दिल्या जाणाऱ्या शिक्षांपैकी काही शिक्षा अशा होत्या—दंड, तुरुंगवास, चाबकाने फटके देणे आणि बळजबरीने करार करून घेणे. काही विणकर भयंकर उद्विग्न अशा अवस्थेत गेले. जे विणकर कच्चे रेशीम गुंडाळण्याचे काम करत असत त्यांनी स्वतःला धक्कादायकरीत्या छिन्नविच्छिन्न करून घेतले: रेशीम गुंडाळण्याची त्यांच्यावर बळजबरी होऊ नये म्हणून त्यांनी आपले अंगठे छाटून टाकले—त्यांच्या आयुष्याची आणि श्रमप्रतिष्ठेची किंमत मोजून जी अनैतिक नफेखोरी केली जायची त्याला कायमचा मज्जाव करणे हा त्यामागचा उद्देश होता.[२८]

१७६० सालापासून पुढे एक अभूतपूर्व अशी क्रांती आकाराला येऊ लागली. लँकशायरच्या जॉन के याने 'फ्लायिंग शटल' तयार केले ज्यामुळे ब्रिटिश विणकरांना दुपटीने उत्पादन करणे शक्य झाले. १७६४ मध्ये जेम्स हारग्रीव्हज याने 'स्पिनिंग जेनी'चा शोध लावला ज्यामुळे एकाच वेळी अनेक धाग्यांची सूतकताई करणे शक्य झाले. १७६८ मध्ये जेम्स वॉटने वाफेचे इंजीन बनवले आणि १७८५ मध्ये एडमंड कार्टराईट याने यंत्रमागाचा शोध लावला. इथून पुढे वाढत्या गतीने सुती कापडाचे उत्पादन करण्यात इंग्लंड सक्षम झाले आणि त्यामुळे कापूस उद्योग हा औद्योगिक क्रांतीमधल्या ब्रिटनच्या पहिल्या काही उद्योगांपैकी एक उद्योग बनला:[२९]

> शोधांकडे जर स्वतंत्रपणे पाहिले तर ते निष्क्रिय असतात... शक्तीचा पुरेसा साठा संचयित होऊन त्याने कार्यान्वित होण्याची हे शोध वाट पाहात असतात. आणि हा शक्तीचा साठा नेहमी पैशाच्या स्वरूपातच असायला हवा असतो, साठेबाजी केलेला पैसा नव्हे तर फिरता पैसा. भारतीय संपत्तीचा लोट येण्यापूर्वी, आणि त्यामुळे जी पत वधारली, त्यामागे पुरेशी

अशी कुठलीही ताकत अस्तित्वातच नव्हती... भारताची लूट करून जेवढा नफा भोगण्यात आला तेवढा, अगदी जगाचे निर्माण झाल्यापासून कदाचित कुठल्याच गुंतवणुकीतून कधीच प्राप्त झाला नसेल, कारण जवळजवळ पन्नास वर्षे ग्रेट ब्रिटनला कुणीही प्रतिस्पर्धी नव्हता.[३०]

मग पुढे लँकशायर आणि मँचेस्टर जागतिक कापूस व्यापाराची केंद्रे बनली. मँचेस्टरला 'कॉटनॉपुलिस' हे बिरुद देण्यात आले.[३१] १९ व्या शतकाच्या अखेरीस ब्रिटनच्या अवघ्या निर्यात उद्योगापैकी एक चतुर्थांश उद्योगाचे श्रेय लँकशायरमधील गिरण्यांचे होते. १९१२ मध्ये ब्रिटिश कापूस उद्योगाचे एकत्रित उत्पादन ८०० करोड यार्ड कापड एवढे झाले होते.[३२]

पण इंग्लंडच्या या 'यशाच्या मालिके' मागे फक्त पैसा हीच एक प्रेरक शक्ती नव्हती. १७८५ सालात सुती कापडाच्या औद्योगिकीकरणामुळे होणाऱ्या वेगवान उत्पादनाला आपली वाढती गतिमानता कायम ठेवण्यासाठी दोन मूलभूत घटकांची आवश्यकता होती: कच्चा कापूस आणि ग्राहक. या दोन्ही गरजा पूर्ण करण्यासाठी एक अत्यंत फायदेशीर असा भूप्रदेश म्हणून ब्रिटिशांनी भारताकडे पाहिले. एकेकाळी तयार सुती वस्तूंचे निर्यातदार असलेल्या भारतीयांना आता मजबुरीने कापूस पिकवावा लागत होता जो पूर्णपणे इंग्लंडच्या हिताच्या असणाऱ्या कायद्यांन्वये इंग्लंडला पाठवण्यात येऊ लागला.

या सौद्याने भारतातल्या कापसाचे पीक घेणाऱ्या शेतकऱ्यांसाठी काहीच सोडले नाही. उलट जखमेवर मीठ चोळण्यासाठी म्हणून की काय लँकशायर आणि मँचेस्टरच्या गिरण्यांमध्ये मोठ्या प्रमाणात उत्पादित होणारे निकृष्ट दर्जाचे तयार कापड पुन्हा फिरून भारतातील प्रचंड जनसंख्येला, न परवडण्याजोग्या किमतीत जबरदस्तीने विकले जात असे.[३३] याचे परिणाम भारतीय विणकरांसाठी घातक होते. १८३४ मध्ये, भारताचा गव्हर्नर जनरल विल्यम बेंटिंक याने त्याच्या वरिष्ठांना लिहिले: 'व्यापार-उदिमाच्या इतिहासात या दुर्दशेशी तुलना होऊ शकेल असे दुसरे काहीही अजिबात नाही.'[३४] १८६३ मध्ये गव्हर्नर-जनरलच्या सल्लागार मंडळाचा वित्तीय सदस्य चार्ल्स ट्रवेल्यनने अशी आशा व्यक्त केली की एक दिवस जेव्हा भारतीय विणकरांचा वर्ग पूर्णतः नाहीसा होईल तेव्हा हे विणकर गरीब शेतकरी बनलेले असतील आणि त्यामुळे ते लँकशायरच्या मालाचे खरेदीदार बनतील. हा दिवस नक्कीच जवळ आला आहे असे बऱ्याच निरीक्षकांना वाटत होते.[३५] प्रत्यक्षातही, कंपनीच्या राजवटीच्या आणि भारतीय व्यापारावरील मक्तेदारीच्या शेवटाकडे भारतीय विणकरांची कुटुंबे आत्यंतिक दारिद्र्याने ग्रासली गेली होती आणि एकेकाळी भरभराटीचा असणारा त्यांचा व्यवसाय इतिहासजमा झाला होता. याबाबतीत निक रॉबिन्स हे प्रभावी वक्तव्य करतो: 'लैसेफॅच्या मूलभूत तत्त्वांनी हे सुनिश्चित केले की ब्रिटिश आयातीला सामोरे जावे लागल्यामुळे झालेल्या भारतीय विणकरांच्या विनाशाची, या सरकारचा गव्हर्नर-जनरल नोंद तर घेईल पण त्याबाबत करणार अजिबात काहीच नाही.'[३६] यामुळे सुती कापडाची आणि धाग्याची ब्रिटनकडून भारताला

होणारी निर्यात १८४९–५० सालात ४.५ करोडपासून १८८९–९० सालात २९.८७ करोडपर्यंत वाढली.[३७] या काळात, भारतात होणाऱ्या एकूण आयातीचा जवळजवळ अर्धा भाग आणि ब्रिटनच्या एकूण कापड निर्यातीचा एकचतुर्थांश भाग सुती वस्तूंचा होता होता.[३८]

हे अकल्पित प्रत्यक्षात कसे काय घडून आले? कापड उत्पादक हे ब्रिटिश अर्थव्यवस्थेचा प्रमुख भाग होते. १८८१ मध्ये ब्रिटनच्या एकूण कर्मचारी संख्येपैकी एक दशमांशापेक्षा अधिक कर्मचारी हे कापड उत्पादकांकडे नोकरी करत होते. त्यामुळे लँकशायरची अर्थव्यवस्था जिवंत ठेवता यावी या दृष्टीने भारतीय बाजारपेठ अत्यंत महत्त्वाची होती. तर दुसरीकडे, भारतातील लक्षावधी लोक ही एक असुरक्षित बाजारपेठ होती. ब्रिटिश कापडमालाच्या बेलगाम विक्रीला विरोध करू शकतील असे लोक म्हणजे केवळ विणकर होते. त्यामुळे ईस्ट इंडिया कंपनीच्या, खरेदी-विक्रीच्या निर्दयी धोरणाचा आघात प्रामुख्याने विणकरांना सोसावा लागला.

ब्रिटिश राज्य, महसूल आणि शस्त्रास्त्र नियंत्रण

१८५७ च्या हिंदी सैनिकांच्या बंडानंतर ब्रिटिश सरकारने ईस्ट इंडिया कंपनी बंद केली आणि कंपनीचे मुलूख आणि सत्ता थेट स्वतःच्या ताब्यात घेतली. या क्षणापासून पुढे, कंपनीच्या अधिकारांचा वापर राज्याच्या सचिवाच्या स्वाधीन करण्यात आला. हा आकस्मिक घटनाक्रम अचानक घडून येण्याची दोन मोठी कारणे होती ती म्हणजे १८५७ मध्ये भारतीय सैनिकांनी केलेले बंड आणि भारत आणि लगतच्या देशांवर विजय मिळवण्यासाठी केलेल्या युद्धांमुळे वर्षागणिक वाढत गेलेले कंपनीवरचे कर्ज–कंपनीच्या अंतिम वर्षात कंपनीवर ६.९५ करोड पाऊंड एवढे कर्ज होते.[३९]

आता ब्रिटिश सरकारचे थेट आधिपत्य आल्यावर, एका संयुक्त-रोखे कंपनीच्या संचालकांना नफा व्हावा म्हणून भारतातील महसूल वाढवण्याची हाव कमी होईल, अशी अपेक्षा होती. पण १८५८ च्या ज्या कायद्यान्वये भारताला थेट ब्रिटिश सत्तेच्या आधिपत्याखाली आणण्यात आले, त्याच कायद्याद्वारे भारतातले कर वाढवण्यात आले: कंपनीचे भविष्यातले लाभांश तसेच तिची ग्रेट ब्रिटनमधली कर्जे आणि जबाबदाऱ्या म्हणजे भारतातल्या महसुलावर पडलेला भार होता. १८५७ च्या बंडाचा बिमोड करण्याची जबाबदारीसुद्धा भारताच्या वाट्याला आली, या बंडाचा भार 'भारताच्या महसुलावरच लावता येण्यासारखा होता आणि तो फक्त त्यावरच लावलाही जाणार होता';[४०] त्याशिवाय, लंडनमधल्या भारतासाठी नेमलेल्या राज्यसचिवाच्या मार्गदर्शनाखाली, भारताच्या नवनवीन मुलुखांवर सतत विस्तारत जाणारा ताबा मिळवण्याचे जे काम होते, ते सुद्धा भारतीय महसुलाच्या आधारेच केले जाणार होते.[४१] त्यामुळे, १८७० मध्ये अमलात आलेल्या विकेंद्रीकरणाच्या योजनेअंतर्गत,

ब्रिटनच्या केंद्रीय शाही सरकारने, विस्तीर्ण अशा ब्रिटिश साम्राज्याच्या प्रांतीय सरकारांना, त्या-त्या ठिकाणच्या स्थानिक रहिवाशांवर, आपल्या संसाधनांना पूरक म्हणून कर लादण्याचे अधिकार दिले.

या योजनेमुळे ब्रिटिश साम्राज्याच्या प्रांतीय सरकारांना साम्राज्याच्या केंद्रीय महसुलात वाटा मिळू लागला. जमिनीवरचा महसूल हा सर्वांत महत्त्वाचा कर होता–मालकीच्या एकूण जमिनीच्या जवळजवळ एक चतुर्थांश एवढा कर बहुतांश ठिकाणी कायमचा म्हणून ठरवण्यात आला होता. निरनिराळ्या काळात, उत्पन्नावर निरनिराळ्या पद्धतीने लागू होणारे कर नव्याने लावण्यात आले. उत्पन्नाच्या स्तरानुसार व्यापारी परवाने, व्यवसाय आणि प्रमाणपत्रे यांच्यावरही कर बसवण्यात आले:

> उत्पन्नावरच्या करांपेक्षाही जकात कर, उत्पादन शुल्क आणि मिठावरील कर यांसारखे अप्रत्यक्ष कर हे कितीतरी अधिक मोठे होते. मिठावरील महसूल तीन स्रोतांपासून येत असे: मिठावरील आयात कर, स्थानिक पातळीवर उत्पादन केलेल्या मिठावरील उत्पादन शुल्क, आणि सरकारी मालकीच्या कारखान्यांमध्ये उत्पादित केलेल्या मिठाच्या विक्रीपासून मिळणारे उत्पन्न (असे असले तरी बऱ्याचदा हे कारखाने खाजगी चालकांना भाड्याने दिलेले असत).[४२]

परिणामी फक्त मिठावरील महसुलामुळेच जवळजवळ ७.२ करोड रुपयांची वार्षिक उलाढाल होत होती आणि ही उलाढाल जमीन महसुलातून मिळणाऱ्या ५०.९ करोड रुपयांच्या महसुलाच्या खालोखाल होती.[४३]

१८५७ च्या उठावाची भारतीयांना आणखी काही प्रकारेही किंमत मोजावी लागली होती. ब्रिटिश साम्राज्याने भारतीय जनतेवर मिळवलेल्या ताब्याचे सर्वांत कठोर रूप म्हणजे १८७८ चा इंडियन आर्म्स ॲक्ट. जोपर्यंत ब्रिटिश मालक एखाद्या भारतीयाला ब्रिटिश साम्राज्याचा 'निष्ठावंत' नागरिक मानत नाहीत तोपर्यंत कुठलाही भारतीय कुठल्याही प्रकारचे शस्त्र बाळगू शकणार नाही, याची निश्चिती या कायद्याद्वारे करण्यात आली. या कायद्यातून युरोपियनांना मात्र वगळण्यात आले होते. कुठल्याही प्रकारचे बंड होण्याआधीच खुडून टाकणे आणि नवीन करव्यवस्थेच्या अंमलबजावणीची प्रक्रिया सुकर करणे, हा यामागचा उद्देश होता. हे कृत्य म्हणजे 'सैनिकांच्या आणि वीरपुरुषांच्या वंशाला खर्डेघाशी करणाऱ्या एका भित्र्या मेंढरांच्या कळपात बदलण्यासारखे' होते.[४४] शाही सैन्यात भरती झालेल्या भारतीयांचीही यातून सुटका नव्हती. हा कायदा झाला त्या सुमारास, युरोपियन आणि भारतीय सैनिकांच्या उत्पन्नावर केलेले एक संशोधन हा दुष्ट दुजाभाव उघड करून दाखवते. भारतीय सैनिकांची संख्या त्यांच्या युरोपीय सहकाऱ्यांपेक्षा दुप्पट होती, तरीही त्यांचे सरासरी मासिक वेतन चौपटीने कमी होते.[४५] ब्रिटिश सरकार खरेतर भारतीयांच्याच मातीत भारतीयांनाच ताब्यात ठेवण्यासाठी भारतीयांचीच सक्तीने सैन्यात भरती करत होते; जेणेकरून शाही थाटात चालवलेल्या ह्या लुटालुटीच्या

विरोधात जर बंड व्हायची लक्षणे दिसत असतील तर त्याला आधीच अटकाव घालता येईल. सक्तीने सैन्यात भरती केलेले भारतीय ह्या लुटालुटीला सर्वांत आधी बळी पडत होते.

हे अगदी उघडच आहे की हा कायदा म्हणजे एका अशा विचारसरणीचे कायदेशीर आविष्करण होते ज्या विचारसरणीत सर्व अ-श्वेतवर्णीय जाती म्हणजे श्वेतवर्णीय माणसाच्या कृपाछत्राखाली असणारी प्रजा, असे समजले जाते.[४६] ह्या वेळेपर्यंत, ब्रिटिश साम्राज्यवादाची ब्रिटिशांमध्ये जी प्रभावी राजकीय ओळख होती, ती वसाहतींकडे केवळ साम्राज्याला होणाऱ्या नफ्याच्या धनलोभी दृष्टिकोनातून बघण्याकडून, स्थानिक रहिवाश्यांना सौम्य आणि सुसंस्कृत बनवण्याप्रतिच्या अधिक कनवाळू, पण न वाकणाऱ्या, कर्तव्याच्या जाणिवेत बदलली.[४७] रुडयार्ड किपलिंग यांच्या 'द व्हाईट मॅन्स बर्डन' या कवितेत, वसाहतकार आणि वसाहती यांच्यातील नात्याकडे पाहण्याच्या या नवीन दृष्टिकोनाची प्रशंसा केली गेली आहे. हे ज्यांना बळजबरीने वसाहतींवर ताबा मिळवणे रुचत नव्हते त्या वसाहतकारांच्या सदसद्‌विवेकबुद्धीला सुखावणारे होते–हे एक असे समर्थन होते जे गांधींचे या सगळ्यात आगमन होण्याच्या आधी, बहुतांश युरोपियन साम्राज्यामध्ये अगदी विसाव्या शतकाच्या प्रारंभापर्यंत चांगले चालले.

आर्थिक शोषण

दादाभाई नौरोजी,[४८] महादेव रानडे, बाळ गंगाधर टिळक, गोपाळ कृष्ण गोखले यांसारख्या प्रारंभीच्या राष्ट्रवाद्यांना ब्रिटिश साम्राज्याच्या आधिपत्याखाली होणाऱ्या आर्थिक शोषणाची जाण होती. सुमारे १७५० पासून ते १८५० पर्यंत, एका शतकभराच्या काळात, जी अर्थव्यवस्था पार बदलून गेली होती तिचे पुनरुज्जीवन व्हावे म्हणून भारतीय बनावटीचे कापड खरेदी करण्याच्या गरजेचा त्यांनी पुरस्कार केला. त्याकाळातल्या विदेशी व्यापाराचा नबेंदू सेन यांनी केलेला अभ्यास या बदलांचे स्पष्टीकरण देतो:

> सर्वप्रथम, युरोपियन व्यापाऱ्यांनी भारताच्या विदेशी व्यापारामध्ये वर्चस्वाचे स्थान मिळवले होते... ह्या घटनेचा वसाहतवादी साम्राज्याच्या स्थापनेशी थेट संबंध होता. दुसरे म्हणजे, आयात आणि निर्यात केल्या जाणाऱ्या विक्रेय वस्तूंच्या घटकांमध्ये मूलभूत बदल झाला होता. तंत्रज्ञानातील नावीन्यपूर्ण बदलांमुळे ब्रिटिशांच्या सुती कापड उद्योगाचा उत्पादन खर्च कमी झाला होता, त्यामुळे भारतीय निर्यातीचा सर्वांत महत्त्वाचा घटक असणारी सुती कापडाची बाह्य बाजारपेठ ब्रिटिश सुती कापडाच्या उत्पादनांच्या तुलनेत रोडावली.[४९]

त्यामुळे, १९ व्या शतकाच्या पूर्वार्धातच भारताचे, ताग्याचा (तयार उत्पादनांचा) निर्यातदार असे असलेले स्वरूप बदलून कृषि-उत्पादनांचा किंवा कृषीविषयक उत्पादनांचा निर्यातदार असे झाले.[५०] ताग्याची निर्यात १८२९ मध्ये ११ टक्क्यांवरून १८५१ मध्ये ३.७

टक्क्यांवर कोसळली, तर त्याच काळात कच्च्या कापसाची विक्री १५ टक्क्यांवरून १९.१ टक्क्यांपर्यंत वाढली.[५१] दहा वर्षांनंतर, ग्रेट ब्रिटनमध्ये आयात केल्या जाणाऱ्या एकूण कच्च्या कापसात भारताचे योगदान ३१ टक्के होते; १८६२, जे अमेरिकेत चाललेल्या युद्धाने पूर्णपणे भरलेले वर्ष होते, त्या वर्षापर्यंत इंग्लंडच्या कच्च्या कापसाच्या एकूण आयातीत भारताच्या योगदानाने ९० टक्क्यांपर्यंत उसळी घेतली होती.[५२]

याशिवाय ब्रिटिश राज्यांतर्गत 'विकास' हा मुख्यतः व्यापार आणि कच्च्या मालाची ब्रिटनला होणारी निर्यात वाढवणे, यासाठीच होत होता. उदाहरणार्थ, भारतातील रेल्वेच्या उभारणीला ब्रिटिश व्यापारी आणि उद्योजकांकडून जोरदार पाठिंबा मिळाला होता, कारण ते भारतातला कच्चा माल मिळवून तो ब्रिटिश उत्पादकांसाठी घेऊन जाण्याकरता खूपच उत्सुक होते. भारताचे पुन्हा एकदा एका निर्यातदारातून ब्रिटिश उत्पादनांच्या आयातदारात रूपांतर घडवून आणले जात होते.

पुढे भारत ब्रिटिश उद्योगांकरता कच्च्या मालाचा पुरवठादार यापेक्षा ब्रिटिश उत्पादकांसाठी बाजारपेठ म्हणून जास्त महत्त्वाचा ठरणार होता. भारतातून होणारी आयात वाढली (अन्नधान्य आणि चहा यांचे महत्त्व तुलनेने वाढले) पण निर्यात (ब्रिटनमधून भारतात होणारी) त्याहून खूप अधिक वेगाने वाढली, त्यामुळे ब्रिटनसोबतच्या व्यापारी मालाच्या खरेदी-विक्रीत भारताचे होणारे नुकसान वाढू लागले.[५३]

ब्रिटिशांच्या राज्यात, भारतातून होणाऱ्या ह्या प्रचंड आर्थिक शोषणामुळे भारतीय उपखंड गरीब झाले आणि आर्थिक मागासलेपणा कायमचा झाला. १८९६ ते १९१३ या काळात भारतातील कापडाच्या एकूण खपाच्या जवळजवळ ६० टक्के तागा भारताला पुरवला जात होता.[५४] आकडेवारी असे दर्शवते, की भारतातून आणि चीनमधून (अफूच्या युद्धामुळे[५५]) होणारा निचरा हा २७० वर्षांच्या कालावधीत ब्रिटन आणि युरोपाने मिळवलेल्या फायद्याच्या पूर्णपणे परस्परविरोधी होता. या साम्राज्यवादी सरकारच्या व्यापक आर्थिक हितसंबंधांच्या दृष्टिकोनातून पाहिले असता, या 'व्यापारी हिताचा' परिणाम जास्त धक्कादायक असा दिसून येतो.[५६]

ब्रिटिश वसाहतवादाचा अंत जवळ आलेला असताना, स्वतंत्र भारताचे पहिले पंतप्रधान जवाहरलाल नेहरू यांनी तुरुंगातून लिहीत असताना हे लक्षवेधक असे मूल्यमापन केले:

ठळकपणे उठून दिसणारी एक लक्षणीय वस्तुस्थिती म्हणजे ही की भारताचे जे भाग प्रदीर्घ काळ ब्रिटिश राजवटीखाली होते, ते आज सर्वांत जास्त गरीब आहेत. ब्रिटिश राजवटीचा अवधी आणि क्रमाक्रमाने वाढत जाणारी गरिबी यांच्यात असणारा खूप जवळचा संबंध दाखवण्यासाठी काही एक प्रकारचा आलेख नक्कीच मांडला जाऊ शकतो...बंगाल,

बिहार, ओरिसा आणि मद्रास प्रेसिडेन्सीचा काही भाग हे भारतातील सर्वांत गरीब प्रदेश आहेत, यात काही शंकाच नाही; तर जनसमुदायाचा एकोपा आणि राहणीमान पंजाबमध्ये सर्वोच्च आहे. ब्रिटिश येण्याआधी बंगाल हा निश्चितच अत्यंत सधन आणि समृद्ध प्रांत होता. या विरोधाभासाची आणि विषमतेची बरीच कारणे असू शकतात. एकेकाळी सधन आणि भरभराटीला आलेला बंगाल...आज गरिबीने पछाडलेल्या, भुकेल्या आणि मरणासन्न लोकांचा एक दयनीय समुदाय बनून राहिला आहे, या वस्तुस्थितीतून सावरणे कठीण आहे... ब्रिटिश राजवटीच्या प्रारंभीच्या पिढीचा भ्रष्टाचार, लाचखोरी, आप्तांसाठी केलेली वशिलेबाजी, हिंसाचार आणि पैशाची हाव हे सर्व आकलनापलीकडचे आहे. हे लक्षात घेण्यासारखे आहे, की इंग्रजी भाषेचा भाग झालेला एक हिंदुस्थानी शब्द 'लूट' हा आहे.[५७]

भारतीय गिरण्यांचा विकास आणि चरख्याचा अंत

भारताच्या आर्थिक-राजकीय शोषणाचा आमचा अभ्यास समाप्त करताना, चरख्याचा अंत आणि भारतीय गिरण्यांचा उदय यांचे परीक्षण करणे उचित ठरेल. तंत्रज्ञानाच्या इतिहासकारांच्या मते हे भारतातील सर्वांत जुन्या यंत्रांपैकी एक आहे. चरखा गावांमध्ये सर्वत्र दिसून येत असे आणि तो भारतातील सर्वांत पहिला आणि सर्वांत प्रमुख उद्योग होता. हाताने दांडी फिरवायचे उपकरण ते श्रम वाचवणारी पट्ट्याची यंत्रणा आणि फ्लाय-व्हील अशा प्रकारे चरख्यामध्ये क्रमशः सुधारणा झाली. चरख्याची यांत्रिक रचना आणि त्यासोबत तो उचलून नेण्यातली सहजता आणि सोपे संचलन या कारणांमुळे त्याचा ग्रामीण लोकांमध्ये मोठ्या प्रमाणात प्रसार झाला होता.

असे असले तरी, १८५८ ते १९१४ या काळात या प्राचीन व्यवसायावर आमूलाग्र अशा बदलांचा परिणाम होणार होता. ब्रिटिश गिरण्यांचा प्रभाव, ब्रिटन आणि इतरत्र भांडवलशाहीची वाढ, रेल्वेच्या विकासामुळे कच्च्या मालाचे स्रोत आणि बाजारपेठांमध्ये वाढता शिरकाव यामुळे काही धनाढ्य शहरी भारतीयांनी आधुनिक उद्योगांची स्थापना केली आणि सुती कापडाचा उद्योग हा त्यांपैकी पहिला उद्योग होता. हे उद्योग बॉम्बे (एक बंदर असल्याने व्यापाऱ्यांचे आवडते ठिकाण) येथे स्थापित करण्यात आले आणि या उद्योगांचे मालक मोठ्या प्रमाणावर भारतीय व्यापारी होते, ज्यांच्यापैकी बऱ्याच जणांना अफूच्या ब्रिटिश जाळ्याचा आधार न घेता, स्वतंत्रपणे अफूचा व्यापार करून याआधी नफा झाला होता. विशेषकरून पारशी व्यापाऱ्यांचा कापसाच्या व्यापाराशी घनिष्ठ संबंध होता (आणि १८६०–६४ च्या अमेरिकन नागरी युद्धामुळे कापसाची जी टंचाई निर्माण झाली होती त्यात या व्यापाऱ्यांनी भरघोस नफा कमवला होता).[५८] १८५४ मध्ये सर्वप्रथम कावसजी नानाभॉय दावर यांनी सुती धाग्याचे उत्पादन करण्यासाठी गिरणी स्थापन केली. यासाठी लागणारी यंत्रसामग्री इंग्लंडमधून खरेदी करण्यात आली होती. आणखी एका व्यापाऱ्याच्या मालकीची ओरिएंटल गिरणी १८५८ मध्ये सुरू झाली आणि धाग्याचे (चकतीने) व कापडाचे

(हातमागाने) असे दोन्हींचे उत्पादन करू लागली. बॉम्बेपासून, गिरण्यांचा भारताच्या इतर भागांत प्रसार होऊ लागला, बॉम्बेमागोमाग अहमदाबाद हे गिरण्यांसाठीचे पुढचे महत्त्वाचे स्थान बनले. भारतीय गिरण्यांमधील चकत्यांची संख्या १८६१ मध्ये ३,३८,००० पासून १८७४ मध्ये ३००० पर्यंत वाढली, आणि कापसाचा खप १८६०–६१ मध्ये ११.७९ दशलक्ष किलोग्रॅम्स पासून १८७६–७७ मध्ये ४१.९ दशलक्ष किलोग्रॅम्स पर्यंत वाढला.[५९] १९३० पर्यंत, बॉम्बे आणि अहमदाबाद मधल्या कापूस गिरण्यांची संख्या अनुक्रमे ६४ आणि ५६ एवढी झाली होती.[६०] १९५० पर्यंत, भारतात ठिकठिकाणी पसरलेल्या ४०० गिरण्यांपैकी २०० गिरण्या एकट्या बॉम्बेमध्येच होत्या.[६१]

भारतीय उद्योजकतेने असा अभूतपूर्व विकास घडवून आणलेला असूनही भारतीय गिरण्यांमध्ये होणाऱ्या कापसाच्या खपाचे प्रमाण ब्रिटिश कारखान्यांमध्ये होणाऱ्या कापसाच्या खपाच्या फक्त ७ टक्क्यांच्या आसपास होते. तरीही हे प्रमाण लँकशायरच्या व्यापाऱ्यांना भारतीय हितसंबंधांच्या विरोधात युद्ध पुकारण्यास पुरेसे होते. सर्वप्रथम लँकशायरमधून भारतात होणाऱ्या ब्रिटिश कापडाच्या आयातीवरचा जकात रद्द करण्याची मागणी करण्यात आली. त्यामुळे आयात केलेल्या धाग्यावरचा आणि नग-मालावरचा कर अनुक्रमे १८६२ आणि १८६३ मध्ये अर्धा करण्यात आला. १८८२ मध्ये हा कर पूर्णपणे रद्द करण्यात आला.[६२] लँकशायरला हिताच्या ठरणाऱ्या ह्या सवलतींच्या पश्चातही भारतीय गिरणी उद्योगाची भरभराट होतच राहिली.[६३] १८८३ मध्ये कापड व्यापाराचा अभ्यासक थॉमस एलिसनने लिहिले:

> जगातल्या बाहेरच्या बाजारपेठांमध्ये लँकशायरला अमेरिकन किंवा महाद्वीपीय (युरोपियन) प्रदेशांशी अजून तीव्र स्पर्धा करावी लागली नसली तरी हेच, भारतातील वेगाने वाढणाऱ्या कापूस उद्योगाबाबत मात्र म्हणता येणार नाही... तुलनेने तशा नवीन असलेल्या भारतीय उद्योगाच्या ह्या शाखेमध्ये होणाऱ्या अगदी अलीकडच्या घडामोडी बऱ्याच आश्चर्यकारक आहेत. पंधरा वर्षांपूर्वी बॉम्बे आणि इतर गिरण्यांमधील कापसाचा खप दर वर्षी ४०० पाउंड वजनाचे ८७,००० गासड्या एवढाच होता; आठ वर्षांपूर्वी तो २,३१,००० गासड्या एवढा होता, तर गेल्या वर्षी तो ५,८५,००० गासड्या एवढा होता! इंग्लंडमधून आयात केलेल्या यंत्रसामग्रीद्वारे केल्या जाणाऱ्या सूतकताईची वेगाने होणारी वाढ, ही काहीअंशी, भारताच्या प्राचीन काळापासून चालत आलेल्या सूतकताई आणि विणकामाच्या स्वदेशी उद्योगाचा बळी देऊन झाली, यात शंकाच नाही; पण ही वाढ त्याहूनही खूप जास्त अंशाने लँकशायरचा बळी चढवून झाली आहे, ज्या लँकशायरचा भारताशी आणि पौर्वात्य देशांशी असलेला व्यापार, नवीन भारतीय गिरण्यांमध्ये निर्माण होणाऱ्या धाग्याशी असलेल्या स्पर्धेमुळे मंदावला किंवा कमी झाला आहे.[६४]

लँकशायरला हे आव्हान 'मुक्त व्यापारा'च्या इमानी, खऱ्या हेतूने स्वीकारणे काही जमले नाही. भारतीय नफ्याला पायबंद घालण्यासाठी ज्या उपायांची मागणी करण्यात आली, ते लँकशायरला तोट्याचेच ठरले. १८९३ मध्ये भारतीय टाकसाळी बंद करण्यात आल्या आणि त्यामुळे पुढील वर्षांत भारतीय रुपयांची किंमत एक पंचमांशापेक्षा जास्तीने वाढली. याचा परिणाम असा झाला की भारतीय गिरण्यांमध्ये उत्पादन झालेल्या वस्तू आणि धाग्यापेक्षा ब्रिटिश वस्तू आणि धागे आयात करणे आणि विकणे हे जास्त स्वस्त पडू लागले.[६५] पुढे भारतीय गिरण्यांमध्ये बनलेल्या कापडावर जकात बसवणे यांसारखे आणखी कठोर उपाय अवलंबण्यात आले, ज्यामुळे १९०० ते १९०४ मध्ये या कापडाचा वापर खुंटला.[६६] परंतु १९०५ मध्ये, ब्रिटिश सुती मालावर बहिष्कार टाकण्याचे व भारतीय गिरण्यांच्या मालाचा स्वीकार करण्याचे आवाहन करणाऱ्या बंगाल स्वदेशी आंदोलनामुळे उत्पादन मोठ्या प्रमाणात वाढले. तरीही १९१३–१४ मध्ये, गांधींचे भारतात आगमन होण्यापूर्वीच्या वर्षांत, भारतीय गिरण्यांतील सुती ताग्याचे उत्पादन १,१७१.१ दशलक्ष यार्ड एवढे जरी असले, तरीही ते निव्वळ आयात केल्या जाणाऱ्या कापडाच्या ३,०४२ दशलक्ष यार्ड या प्रमाणापेक्षा कमीच होते. त्याच वर्षी हातमागाच्या कापडाचे उत्पादन अंदाजे १०१८.८ दशलक्ष यार्ड एवढे झाले होते आणि त्यापैकी बरेचसे कापड गिरणीच्या स्वदेशी आणि आयात केलेल्या धाग्यापासून विणले गेले होते.[६७]

सुती कापडाच्या भारतीय गिरण्यांचे उत्पादन आणि ब्रिटिश धाग्याचा आणि कापडाचा अव्याहत लोट यांच्या एकत्रितपणे झालेल्या वृद्धीमुळे, हाताने सूतकताई करण्याचे प्राचीन तंत्र लवकरच गैरलागू झाले. ग्रामीण कारागिरांनी त्यांचे चरखे माळ्यावर टाकून दिले. काहींनी त्याचा सरपण म्हणून वापर केला. गांधी जेव्हा चरख्याच्या वापराचे पुनरुज्जीवन करू इच्छित होते, तेव्हा त्यांना साबरमती आश्रमाच्या आसपास, चरख्याचा वापर जाणणारा एक गावकरीसुद्धा मिळणे मुश्किल झाले होते. सूतकताईची कला 'जवळजवळ नष्ट झाली होती'.[६८]

टिपा

१. रोमेश दिवाण यांनी उद्धृत केल्याप्रमाणे, 'महात्मा गांधी, अमर्त्य सेन अँड पॉव्हर्टी', *गांधी मार्ग*, खंड २०, क्र.४, जानेवारी १९४४, ४२२ (एम्फसिस ॲडेड). पै हे ब्रिटिश भारतातील सगळ्यात कमी किमतीचे नाणे होते.

२. भारत आणि भूमध्य प्रदेशातील रोम आणि ग्रीस यांसारख्या देशांमधील व्यापाराचे संबंध होते, हे प्राचीन इतिहासातील उदाहरणांवरून दिसून येते. पहिल्या शतकातील लेखक भारताविषयी तपशीलवार बोलतात: पिलनी'ज *नॅचरल हिस्टरी* (इसवी सन ५०–६०), एका अज्ञात व्यापाऱ्याने *पेरिप्लस मारिस एर्थ्रिया* (इसवी सन ६०) आणि पोलेमीज *जिऑग्राफी* (इसवी सन १५०). पहा. पॉल हलसॉल, *एन्शंट हिस्ट्री सोर्सबुक, इंडिया अँड द मेडिटेरॅनिअन: बिबलिऑग्राफी*, २०००. http://www.fordham.edu/HALSALL/ancient/mediterraneanandindiabib.html (२ जानेवारी २००७ रोजी तपासले) येथे ऑनलाईन स्वरूपात उपलब्ध.

काही ऐतिहासिक प्रवाशांची उदाहरणे पुढीलप्रमाणे: अलेक्झांडर द ग्रेट, जो ख्रिस्तपूर्व ३२६ मध्ये भारतात प्रवेश करण्याआधी गंगेच्या तीरावर थांबला होता. येशू ख्रिस्ताचे शिष्य थॉमस आणि बार्थोलेम्यू, ज्यांनी इसवी सन ४६ च्या सुमारास दक्षिण आणि पश्चिम भारतास भेट दिली. मोहम्मद बिन कासीम ज्याने इ.स. ७११ मध्ये सिंध प्रांताचा वायव्य भाग काबीज केला आणि चंगीझ खान ज्याने इ. स. १२२१ मध्ये पंजाबवर आक्रमण केले. ख्रिस्तोफर कोलम्बस, एका विणकाराचा मुलगा, ज्याने पश्चिमेकडील मार्गाने भारताकडे प्रस्थान ठेवले, पण त्याऐवजी त्याला अमेरिकेचा शोध लागला.

३. पहा, हिरोडोटस, *'द हिस्ट्री ऑफ द पर्शिअन वार्स'*, बुक III, हिरोडोटस मधील १०६, द *हिस्ट्री*, जॉर्ज रॉलिन्सन, अनु. न्यूयॉर्क, डटन अँड कं., १८६२. आणखी पहा 'कॉटन: द प्रॉडक्शन अँड मॅन्यूफॅक्चर ऑफ फॉरिन कन्ट्रीज', द *युनायटेड स्टेट्स डेमॉक्रॅटिक रिव्ह्यू*, खंड. २, क्र.७, जून १८३८, २२५–२६: हिरोडोटसच्या तिसऱ्या पुस्तकात...कापसाची लागवड आणि निर्मिती यांच्याविषयी पहिली वैध माहिती मिळते. या विषयावरील तपशिलांची जरी नोंद नसली तरी कथनाच्या स्वरूपावरून भारतातील लोकांकडून मोठ्या प्रमाणावर कापडनिर्मिती होत असे, हे सिद्ध होते. आता वस्त्रनिर्मितीच्या प्रत्येक शाखेमध्ये आधुनिक कौशल्य आणि विज्ञान यांच्यामुळे ज्या सुधारणा झाल्या आहेत त्या लक्षात घेतल्या तरी, या भागात प्राचीन प्रक्रियेचा ज्या प्रकारचे बारीक कलाकुसरीचे आणि शोभिवंत रेशीम तयार केले जात असे; तशा प्रकारचे रेशीम जगाच्या पाठीवर कुठल्याही भागात तयार केले जाऊ शकत नाही. सौंदर्य, मऊपणा आणि टिकाऊपणा यांबाबतचा या ताग्याचा दर्जा युरोपमध्ये बनणाऱ्या वस्त्रापेक्षा उत्तम होता. हिंदू हा तागा कोणत्याही मागाच्या किंवा चाकाच्या साहाय्याने नाही तर फक्त हाताने विणतात. या वस्त्रावर मानवी नैपुण्याची आणि नजाकतीची छाप असते, जी युरोपियन वंशाच्या व्यक्तींना कधीच साध्य करता येणार नाही.'

४. पहा. निक रॉबिन्स, द *कॉर्पोरेशन* दॅट चेंज्ड द *वर्ल्ड* (हैद्राबाद: ओरिएंट लाँगमन, २००६), ६१.

५. हे सर फिलिप फ्रान्सिस (भारताचे गव्हर्नर जनरल वॉरेन हेस्टिंग्ज यांचा प्रभाव सीमित करण्यासाठी ब्रिटिश साम्राज्याने १७७३ साली नेमलेल्या 'काऊन्सिल ऑफ फोर' चे सदस्य) यांचे शब्द आहेत, जोसेफ पार्कस अँड हर्मन मेरिवेल, *मेमॉयर्स ऑफ सर फिलिप फ्रान्सिस*, खंड II (लंडन: लाँगमन, ग्रीन अँड कं, १८६७), १८, रॉबिन्सकडून उद्धृत, द कॉर्पोरेशन, ६१.

६. जवाहरलाल नेहरू, द *डिस्कव्हरी ऑफ इंडिया* (न्यू दिल्ली: पेंग्विन, २००४),३२९ मध्ये उद्धृत (१८७५ साली भारतात जन्मलेले इंग्लिश प्रशासक), सर चार्ल्स मेटकाफ यांचे शब्द.

७. के. ए. शेलवणकर, द *प्रॉब्लेम ऑफ इंडिया* (लंडन: पेंग्विन स्पेशल, १९४०). नेहरू, *डिस्कव्हरी ऑफ इंडिया*, ३२८ मध्ये उद्धृत.

८. बेट्सी हार्टमन अँड जेम्स बॉईस, *अ क्वायेट व्हॉयलन्स: व्ह्यू फ्रॉम अ बांग्लादेश व्हिलेज (लंडन:* झेड, १९८३), ११–१३.

९. द डच, डेन्स अँड पोर्तुगीज यांनाही केप ऑफ गुड होप आणि भारतीय समुद्र यांच्यामार्गेच यावे लागले होते.

१०. पहा. ईस्ट इंडिया कंपनीने कशा प्रकारे बहुराष्ट्रीय कंपनी आकारास आणली यावरील रॉबिन्स यांचा द *कॉर्पोरेशन* हा विद्वत्तापूर्ण अभ्यास.

११. सहाव्या शतकात अरब व्यापारी भारतास 'हिंदुस्थान' म्हणत असत. 'हिंदूचा देश किंवा स्थान' असा याचा शब्दशः अर्थ होतो.

१२. पॉल हलसाल, इंडियन हिस्ट्री सोर्सबुक: इंग्लंड, इंडिया, अँड द ईस्ट इंडिज, १६१७ सी.ई., 'सम्राट जहांगीराचे इंग्लंडच्या राजास लिहिलेले पत्र, इसवी. सन १६१७',१९९८. http://www.

fordham.edu/halsall/india/1617englandindies.html (२ जानेवारी २००७ रोजी तपासले). पूर्ण मजकुरासाठी पहा या पुस्तकाच्या शेवटी परिशिष्ट I, 'सम्राट जहांगीराचे किंग जेम्स पहिला यांस लिहिलेले पत्र (१६१७),'

१३. १६६२ साली चार्ल्स याने कॅथरीन ऑफ ब्रगान्झा या पोर्तुगीज राजकन्येशी विवाह केला, जिने हुंडा म्हणून बॉम्बेचा प्रदेश आणला होता.

१४. *न्यू वर्ल्ड एनसायक्लोपिडिया,* ब्रिटिश ईस्ट इंडिया कंपनी, २१ ऑक्टोबर २००८. http://www.newworldencyclopedia.org/entry/British_East_India_Company येथे ऑनलाईन स्वरूपात उपलब्ध (७ जून २०१० रोजी तपासले).

१५. अचानक आम्हाला आमच्याकडच्या स्त्रियांच्या अंगावर, मग त्या श्रीमंत असोत वा गरीब, छापील अथवा रंगवलेले कालिको दिसू लागले, जितके जास्त रंगीबेरंगी आणि भपकेबाज तितके जास्त चांगले... या वस्त्राने हळूहळू आमच्या घरात, कपाटांमध्ये आणि शयनगृहांमध्येही शिरकाव केला. पडदे, गाद्यागिरद्या, खुर्च्या आणि बिछानेही कालिकोचे किंवा भारतीय सुताचेच होते. थोडक्यात, आधी स्त्रियांच्या वस्त्रांशी संबंधित किंवा घरातील सामानसुमानाशी संबंधित जे काही रेशमाचे किंवा लोकरीचे असायचे ते भारतीय व्यापाराकडून पुरविले जात होते.' पी.जे. थॉमस, *मर्कँटिलिजम अँड द ईस्ट इंडिया ट्रेड,* लंडन, फ्रँक कास, १९६३ [१९२६], २६ आणि ३०.

१६. कविता सूचक, *रुरल इंडस्ट्रिअलायझेशन वुईथ स्पेशल रेफरन्स टू 'खादी'* (मुंबई: योगेश सूचक, १९९९), ४७.

१७. के. मुकुंद, 'इंडियन टेक्सटाईल इंडस्ट्री इन सेव्हटीन्थ अँड एटींथ सेंच्युरी', *इकॉनॉमिक अँड पॉलिटिकल वीकली,* सप्टेंबर १९, १९९२, २०५८, सूचक यांनी उद्धत केल्याप्रमाणे, *रुरल इंडस्ट्रिअलायझेशन,* ४७. हेसुद्धा पहा रेचल हार्झिन्स्की, अ टेल ऑफ टू क्लॉथ्स: द ट्रान्झिशन फ्रॉम वूल टू कॉटन अंडरगारमेंट्स इन इंग्लंड ड्यूरिंग द व्हिक्टोरिअन एज', इस्टर्न लिनॉईस युनिव्हर्सिटी, २००६. www.eiu.edu/~historia/archives/2006/Harzinski.pdf येथे ऑनलाईन स्वरूपात उपलब्ध (६ जून २०१० रोजी तपासले).

१८. हार्झिन्स्की यांच्या 'अ टेल ऑफ टू क्लॉथ्स' नुसार या काळातील इंग्लिश कांदबऱ्यांमध्ये वस्त्रांच्या चोरीचेही वर्णन आहे. उदाहरणादाखल पहा, डॅनिअल डीफोज *मॉल फ्लँडर्स अँड द वीकली रिव्ह्यू,* ३१ जानेवारी १७०८.

१९. निक रॉबिन्स, 'लूट: इन सर्च ऑफ द ईस्ट इंडिया कंपनी, द वर्ल्ड्स फर्स्ट ट्रान्सनॅशनल कॉर्पोरेशन', *एन्व्हायरनमेंट अँड अर्बनायझेशन,* खंड १४, २००२, ७९–८८. *ओपन डेमॉक्रसी,* २२ जानेवारी २००३. http://www.opendemocracy.net/theme_7-corporations/article_904.jsp येथे ऑनलाईन स्वरूपात उपलब्ध (१ जानेवारी २००७ रोजी तपासले).

२०. नाबॉब हा ऊर्दू-हिंदी शब्द नवाबचा अपभ्रंश आहे. नवाब हे मुघल साम्राज्याचे संस्थानिक होते. त्या काळात जे इंग्लिश लोक या शब्दाचा वापर करीत त्यांना त्याचा भ्रष्ट अधिकारी असा अर्थ अपेक्षित असे. याची दोन महत्त्वाची उदाहरणे आहेत, रॉबर्ट क्लाईव्ह, ज्याने प्लासीच्या गदारोळात जवळपास चार दशलक्ष पाउंड मिळवले आणि मद्रासचा गव्हर्नर थॉमस पिट, 'ज्याने त्या शतकाच्या सुरुवातीला आपला नातू आणि पणतू यांचे राजकीय भविष्य तारण्यासाठी आपल्या मिळकतीचा वापर केला. ते दोघेही पुढे जाऊन प्रधानमंत्री बनले.' पहा. रॉबिन्स, 'लूट'.

२१. मार्जोरी ब्लॉय, 'इंडिया ॲक्ट, १७८४', द वेब ऑफ इंग्लिश हिस्ट्री. http://www.historyhome.co.uk/c-eight/india/india-act.htm येथे ऑनलाईन स्वरूपात उपलब्ध (१२ सप्टेंबर २००७ रोजी तपासले).

२२. नॉम चॉम्स्की, *इयर ५०१: द कॉन्क्वेस्ट कंटिन्यूज* (केम्ब्रिज: साऊथ एंड प्रेस, १९९३), १४.

२३. फ्रेडरिक क्लेअरमाँट, *इकॉनॉमिक लिबरॅलिझम अँड अंडरडेव्हलपमेंट: स्टडीज इन द डिसइंटिग्रेशन ऑफ ॲन आयडिया* (न्यूयॉर्क: एशिया पब्लिशिंग हाउस, १९६०), ८६–८७. या आधीच्या परिच्छेदामध्ये म्हटले आहे: 'डिग्बी [*प्रॉस्परस ब्रिटिश इंडिया: अ रिव्हिलिशन फ्रॉम ऑफिशिअल रेकॉर्ड्‌स* या १९०२ साली करण्यात आलेल्या अभ्यासाचे लेखक] असा युक्तिवाद करतात की "इंग्लंडला लुटीचा ओघ सुरू होण्याआधी, आमच्या देशातील कारखान्यांची अवस्था चांगली नव्हती. यंत्रसामग्रीचा विचार करायचा झाला तर सूत काढणे आणि विणणे याबाबतीत लँकशायर पुढे होते, पण भारतीय सुताला ज्या कौशल्याने निर्मितीचा चमत्कार बनविले होते त्या कौशल्याचा इतर कोणत्याही पाश्चिमात्य राष्ट्रामध्ये अभावच होता..." ओतकामामध्ये—नवी दिल्ली येथील लोखंडी खांब ज्याची साक्ष आहेत—भारताने उल्लेखनीय कौशल्य प्राप्त केले होते... तसेच भारत नौकाबांधणीच्या क्षेत्रातही मागे नव्हता. भारताच्या नौका सप्तसमुद्रांमध्ये संचार करत होत्या आणि १८०२ पर्यंत ब्रिटिशांच्या युद्धनौकाही भारतातच तयार होत असत आणि भारतीय रचनाकारांकडून इंग्लंडने त्याचे आराखडे घेतले.' तथैव., ७३–७४.

२४. पहा निक रॉबिन्स, 'द इस्ट ऑफरिंग इट्स रिचेस टू ब्रिटानिया' *ओपन डेमॉक्रसी,* २२ जानेवारी २००३. http://www.opendemocracy.net/node/916 येथे ऑनलाईन स्वरूपात उपलब्ध (३१ डिसेंबर २०११ रोजी तपासले).

२५. प्रसन्नन पार्थसारथी, 'रिथिंकिंग वेजेस अँड कॉंपिटिटिव्हनेस इन द एटिंथ सेंच्युरी: ब्रिटन अँड साऊथ इंडिया', *पास्ट अँड प्रेझेंट,* खंड. १५८, क्र. १, १९९८, ७९–१०९.

२६. २३ जून १७५७ रोजी, लढली गेलेली प्लासीची लढाई (बंगालीमध्ये पलाशी) हा ईस्ट इंडिया कंपनीच्या माध्यमातून भारतावर प्रस्थापित झालेल्या ब्रिटिश वर्चस्वाचा आणि विजयाचा आरंभबिंदू मानला जातो. त्यानंतर बरोबर शंभर वर्षांनी १८५७ सालच्या मे मध्ये शिपायांचे बंड झाले. प्लासी येथे, रॉबर्ट क्लाईव्ह याने बंगालचा नवाब सिराज-उद-दौलाह याच्याविरुद्ध युद्ध जिंकले, त्याला कारण होते, नवाबाच्या सेनेचा सेनापती मीर जाफर याने केलेली फसवणूक. पहा. विनय लाल, 'द बॅटल ऑफ प्लासी', *मानस.* http://www.sscnet.ucla.edu/southasia/History/British/Plassey.html येथे ऑनलाईन स्वरूपात उपलब्ध (३ फेब्रुवारी २००६ रोजी तपासले).

२७. रॉबिन्स, *द कॉर्पोरेशन,* ७७.

२८. विल्यम बोल्ट, *कन्सिडरेशन्स ऑन इंडियन अफेअर्स* [१७७२], इन *द ईस्ट इंडिया कंपनी: १६००–१८५८,* खंड. ३, संपा. पॅट्रिक टक (लंडन: राऊटलेज, १९९८), १९४; रॉबिन्स, *द कॉर्पोरेशन,* ७७–७८ येथे उद्धृत करण्यात आलेले. १९२१ साली ब्रिटिश साम्राज्य चरख्याच्या वापरास गुन्हा मानत होते, हे ऐकल्यावर गांधींना ही गोष्ट आठवली: 'ही काही इतिहासातली पहिलीच वेळ नव्हे. ईस्ट इंडिया कंपनीच्या काळात सूतकताई, विणणे या गोष्टी जवळजवळ गुन्हाच ठरत होत्या. या कारागिरांचे काम इतक्या क्रूर पद्धतीने दडपण्यात आले होते की कारावास टाळण्यासाठी या कारागिरांना स्वतःचे अंगठे कापून टाकावे लागले होते. अनेक वक्ते तथ्यांची सरमिसळ करतात आणि असे म्हणतात की कंपनीच्या चाकरांनी या कारागिरांचे अंगठे कापून टाकले. माझ्या मते, ज्या

दहशतीमुळे त्यांची स्वतःची वाढ खुंटली अशा त्या दहशतीपेक्षा अंगठे कापून टाकणे त्यामानाने कमी क्रौर्याचे होते.' गांधी, 'नोट्स', *यंग इंडिया,* ३० मार्च १९२१, *सीड्ब्ल्यूएमजी,* खंड १९, ४८७. कंपनीच्या दलालांकडून पकडले जाण्याच्या भीतीने या कारागिरांनी स्वतःच स्वतःचे अंगठे कापले होते कंपनीच्या चाकरांनी ते कापले नव्हते, असे गांधींचे मत होते.

२९. सूचक, *रुरल इंडस्ट्रिअलायझेशन,* ४८.

३०. ब्रूक ॲडम्स, द *लॉ ऑफ सिव्हिलायझेशन ॲंड डिके,* १९२८, २५९–६०, नेहरू, *डिस्कव्हरी ऑफ इंडिया,* ३२३ मध्ये उद्धृत.

३१. अठराव्या शतकाच्या मध्यापर्यंत मँचेस्टर हे वस्त्रनिर्मितीचे केंद्रस्थान बनले होते आणि १९ व्या शतकात तर तो जगाचा कारखानाच बनला. इसवी सन १५४३ मध्ये २,३०० असलेली मँचेस्टरची लोकसंख्या १८५१ साली ३०३,३८२ इतकी झाली आणि कापडउद्योग शिखरावर असताना १९२१ साली ही लोकसंख्या ७३०,३०७ पर्यंत पोहोचली. पहा. कॉटन टाऊन, 'मँचेस्टर'. http://www.cottontown.org/page.cfm?LANGUAGE=eng&pageID=570 येथे ऑनलाईन स्वरूपात उपलब्ध (४ जुलै २००६ रोजी तपासले).

३२. पहा. बीबीसी, *नेशन ऑन फिल्म,* 'व्हेन कॉटन वॉज किंग—द राईज ऑफ द टेक्स्टाईल इंडस्ट्री इन इंग्लंड्स नॉर्थ वेस्ट'. http://www.bbc.co.uk/nationonfilm/topics/textiles/background_rise.shtml येथे ऑनलाईन स्वरूपात उपलब्ध (२ मार्च २००६ रोजी तपासले).

३३. चॉम्स्की, *इयर ५०१,* १४.

३४. रॉबिन्स, 'लूट'.

३५. इरफान हबीब, *इंडियन इकॉनॉमी १८५८–१९१४* (अ पीपल्स हिस्ट्री ऑफ इंडिया, नं.२८), अलिगढ हिस्टॉरिअन्स सोसायटी (न्यू दिल्ली: तुलिका, २००६), ९३.

३६. जे. के, द *ऑनरेबल कंपनी: अ हिस्ट्री ऑफ द इंग्लिश ईस्ट इंडिया कंपनी* (न्यू यॉर्क: हार्पर कॉलिन्स, १९९३). मलपृष्ठावरून: 'सुमारे दोन शतकांमध्ये ईस्ट इंडिया कंपनीचे एलिझाबेथच्या व्यापाऱ्यांच्या समूहामधून "व्यापाऱ्यांच्या विश्वातील सर्वांत मोठ्या समूहांत"—विश्वाच्या व्यापाऱ्याचे नियंत्रण करणाऱ्या आणि महत्त्वाच्या साम्राज्याचे प्रशासन करणाऱ्या व्यावसायिक संस्थेमध्ये रूपांतर झाले. ब्रिटिश खजिन्याच्या एकूण उत्पन्नाचा दहावा भाग यूकेच्या आयातीवर लागलेल्या सीमाशुल्काच्या रकमेतून प्राप्त होत असे, बहुतांश सार्वभौम राज्यांपेक्षा जास्त सशस्त्र सेना तिच्याकडे होती. तिच्याखेरीज ब्रिटिश भारत किंवा ब्रिटिश साम्राज्य शक्य झाले नसते.'

३७. एक करोड = एक कोटी. अशा प्रकारे १८४९-५० मध्ये भारतात निर्यात केल्या जाणाऱ्या सुतामध्ये ४५ कोटी पासून १८८९–९० मध्ये २९८.७ कोटी इतकी वाढ झाली.

३८. हबीब, *इंडियन इकॉनॉमी,* ३३.

३९. पहा नबेन्दु सेन, *इंडिया इन द इंटरनॅशनल इकॉनॉमी १८५८–१९१३: सम आस्पेक्ट्स ऑफ ट्रेड ॲंड फायनान्स* (कलकत्ता: ओरिएंट लॉंगमन, १९९२). ४.

४०. तथैव. पृ. क्र., ५.

४१. तथैव.

४२. तथैव. पृ. क्र., ४४.

४३. अर्थात मिठाचा महसूल सात कोटी वीस लाख रुपये इतका होता; जो पन्नास कोटी नव्वद लाख रुपये इतक्या जमीन महसुलानंतर दुसऱ्या क्रमांकाचा होता. हे आकडे १८७१ ते १९१२ या वर्षांच्या मीठ आणि जमीन महसुलाच्या मोजणीची सरासरी आहेत. पहा. सेन, *इंडिया इन द इंटरनॅशनल इकॉनॉमी,* ४५.

४४. नंदा, *द मेकिंग ऑफ नेशन,* २४. हे शब्द आहेत राजा रामपाल सिंग यांचे, जे वायव्य प्रांताचे प्रतिनिधी होते. ब्रिटिश साम्राज्याचे सर्व फायदे एका आर्म्स ॲक्टमुळे कवडीमोल ठरले, असे त्यांनी खुलेपणाने जाहीर केले.

४५. या डेटाचा स्रोत दुसरेतिसरे कोणी नसून फ्रेड जे. ॲटकिन्सन आहेत, 'एक निर्दोष आणि वैध स्रोत'. ज्यांनी १९०२ सालच्या ब्रिटिश भारताचे उत्पन्न आणि संपत्ती यांच्यावरील तपशीलवार अहवाल प्रसिद्ध केला. पहा परिशिष्ट, तक्ता II.४, १५६. आणि पहा. इरफान हबीब, *इंडियन इकॉनॉमी १८५८–१९१४* (अलिगढ हिस्टॉरिअन्स सोसायटी, तुलिका बुक्स, २००६), २८.

४६. शस्त्रास्त्रांच्या वापराविषयीच्या वसाहतकालीन ब्रिटिश विचारांचे एक उदाहरण: लोकांना शस्त्रास्त्रांनी सुसज्ज बनवल्याशिवाय कोणतेही साम्राज्य सुरक्षित बनणार नाही. शस्त्र बाळगणे ही गुलाम आणि एक स्वतंत्र व्यक्ती यांच्यातील भेदाची खूण आहे. एक अशी व्यक्ती ज्याच्याकडे काहीच नाही आणि जो स्वतः दुसऱ्या कोणाच्या तरी मालकीचा आहे, त्याचे रक्षण तो ज्याच्या मालकीचा आहे, तो ज्याची मालमत्ता आहे त्याच्याकडून व्हायला हवे आणि त्याला शस्त्रांची गरज नाही; पण, जो स्वतःलाच स्वतःचा मालक समजतो आणि ज्याच्याकडे स्वतःचे म्हणवण्याजोगे काही आहे, त्याच्याकडे स्वतःच्या आणि त्याच्याकडे जे आहे त्याच्या बचावासाठी शस्त्र असायलाच हवे. नाहीतर तो अनिश्चिततेमध्ये जगतो आणि विवेकाने जगतो.' जेम्स बर्ग, *पॉलिटिकल डिस्क्विसिशन्स: ऑर ॲन एन्क्वायरी इनटू पब्लिक एरर्स, डिफेक्ट्स, अँड अब्यूजेस* (न्यू यॉर्क: दा कॅपो प्रेस, १९७१), १७७४–७५ साली लंडन येथे पहिल्यांदा प्रकाशित झाले.

४७. जोसेफ चेंबरलिन यांनी १८९७ साली द रॉयल कॉलनिअल इन्स्टिट्यूट येथे दिलेले भाषण हे वसाहतवादाप्रतिच्या सौम्य दृष्टिकोनाचे उदाहरण आहे: "[आपल्या] मालकी हक्काच्या जाणिवेने एका वेगळ्या भावनेस जागा करून दिली आहे ती भावना म्हणजे—कर्तव्याची जाणीव जर आपल्या या प्रदेशांवरील राज्यामुळे या लोकांच्या आनंदात आणि संपन्नतेमध्ये भर पडली आणि तशी ती पडत आहे, असे मी म्हणतोच, तरच या प्रदेशांवरील आपले राज्य उचित ठरेल, असे आता आपल्याला वाटत आहे. यापूर्वी ज्या राज्यांना सुरक्षा, शांतता आणि तुलनेने संपन्नता या वरदानांची जाणीव नव्हती अशा राज्यांना आपल्या राज्याने ही वरदाने दिली आहेत... संस्कृतीचे हे कार्य करत असताना आपण जे आपले राष्ट्रीय ध्येय आहे, असा माझा विश्वास आहे ते आपण पार पाडत आहोत आणि ज्या क्षमतांनी आणि गुणांनी आपल्याला एक महान शासक वंश बनवले आहे त्या क्षमतांचा आणि गुणांचा वापर करण्यास आपल्याला वाव मिळत आहे... पहिल्या वेळेस जेव्हा हे विजय मिळवले गेले तेव्हा नक्कीच रक्तपात झाला, स्थानिक लोकसंख्येची जीवितहानी झाली, या देशांमध्ये एक प्रकारची सुव्यवस्था निर्माण व्हावी म्हणून ज्यांना पाठवण्यात आले होते, अशा काही मौल्यवान लोकांचीही जीवितहानी झाली, पण आपल्याला जे ध्येय पूर्ण करायचे आहे त्याची हीच अट आहे हे मी लक्षात ठेवायला हवे.' जॉन जे कॉलेज, 'स्पीच बाय जोसेफ चेम्बरलीन टू द रॉयल कॉलनिअल इन्स्टिट्यूट, मार्च ३१, १९८७, बाय जोसेफ व्ही.ओ. ब्रायन. http://web.jjay.cuny.edu/~jobrien/reference/ob70.html येथे ऑनलाईन स्वरूपात उपलब्ध (२२ ऑगस्ट २००७ रोजी तपासले).

४८. दादाभाई नौरोजी यांनी शोषणाचा सिद्धान्त मांडला ज्यात त्यांनी ब्रिटिश साम्राज्याद्वारे भारतातील संसाधनांचे पद्धतशीर शोषण स्पष्ट करून सांगितले. पहा. बी.एन. गांगुली, *दादाभाई नौरोजी अँड द ड्रेन थिअरी* (न्यूयॉर्क: एशिया पब्लिशिंग हाउस, १९६५).

४९. सेन, *इंडिया इन द इंटरनॅशनल इकॉनॉमी,* २८.

५०. तथैव. नेहरूंच्या शब्दांत, 'एक श्रेष्ठ पद्धतीची आधुनिक अभिजात अर्थव्यवस्था उभारण्यात आली होती, औद्योगिक स्वरूप असणाऱ्या इंग्लंडसाठी भारत एक कृषिक वसाहत बनत होता, जो कच्चा माल पुरवत होता आणि इंग्लंडच्या औद्योगिक मालासाठी बाजारपेठही पुरवत होता.' नेहरू, *डिस्कव्हरी ऑफ इंडिया,* ३१६.

५१. सेन, *इंडिया इन द इंटरनॅशनल इकॉनॉमी,* २९. 'भारतातून होणारी आयात वाढलीच पण त्या मानाने ब्रिटनबरोबरच्या व्यापारात भारताची तूट वाढवणारी निर्यातही खूपच जास्त वाढली.'

५२. फ्रेंजी ए. लोगन, 'इंडियाज लॉस ऑफ द ब्रिटिश कॉटन मार्केट आफ्टर १८६५', *जर्नल ऑफ सदर्न हिस्ट्री,* खंड ३१, क्र. १, फेब्रुवारी १९६५: ४०–५०. १८६४ सालापर्यंत, इंग्लंडच्या कच्च्या कापसाच्या पुरवठ्यामध्ये भारताच्या ६७ टक्के कापसाचा समावेश होता—म्हणजे अंदाजे इंग्लंडच्या एकूण कच्च्या कापसामध्ये ५५ टक्क्यांपेक्षा थोडा जास्तच. 'जरी भारतातील सगळे प्रदेश अमेरिकन नागरी युद्धादरम्यान भारताचे इंग्लिश बाजारपेठेवर वर्चस्व राहावे यासाठी स्वतःचे कच्च्या कापसाचे योगदान देत होते तरी भारतात पश्चिम भारतात मोठ्या प्रमाणात कापसाची लागवड होत असे आणि बॉम्बेच्या ३०० मैलांच्या परिघात होत असे. त्यामुळे हे बंदर कापूस निर्यातीचे मुख्य केंद्र बनले यात कोणतेच आश्चर्य नाही.

५३. सेन, *इंडिया इन इंटरनॅशनल इकॉनॉमी,* २८. भारतामधून अफूचीही निर्यात होत होती, ही गोष्ट सेन नमूद करतात: १८२८–२९ साली १७ टक्के असलेली अफूच्या निर्यातीची एकूण किंमत १८५०–५१ साली ३०.१ टक्क्यांवर आली.

५४. ए.आय. लेव्हकोव्हस्की, *कॅपिटॅलिजम इन इंडिया: बेसिक ट्रेंड्स इन डेव्हलपमेंट,* बॉम्बे, पीपल्स पब्लिशिंग हाउस, १९६६, ७८, अँगस मॅडिसन, *क्लास स्ट्रक्चर अँड इकॉनॉमिक ग्रोथ: इंडिया अँड पाकिस्तान सिन्स द मोघल्स* (ऑक्सन: राऊटलेज, २००६[१९७१]), ५५.

५५. १८०० सालानंतर कापड निर्यातीमधून ब्रिटनचे पैसे चुकवण्यासाठी भारत समर्थ नव्हता; कारण ब्रिटनच्या स्वतःच्या उत्पादनांनी परदेशी बाजारपेठांमधून भारतीय कापडाला बाहेर काढले होते. त्यामुळे एक त्रिकोणाकृती व्यापाराचा नमुना आखून यावरील उपाय शोधला गेला: भारतामधून चीनला अफूची निर्यात करणे आणि चीनने चांदी आणि चहा यांच्या रूपात त्याची किंमत चुकवणे. चिनी लोकांनी अफूच्या या लोंढ्याला प्रतिकार करण्याचा प्रयत्न केला; पण ब्रिटिशांनी सन १८४०–४२ आणि १८५६–६० च्या दरम्यान घडलेल्या तथाकथित ओपिअम वार्सच्या (ताई पिंग रिबेलिअन) दरम्यान शस्त्रांचा धाक दाखवून त्यांच्यावर तो अफूचा लोंढा लादला; ज्यात वीस कोटी ते शंभर कोटी लोकांचे बळी गेले. पहा फिलिप व्ही. अलिंघम, 'इंग्लंड अँड चायना: द ओपिअम वार्स १८३९–६०' इन *व्हिक्टोरिअन वेब,* लेकहेड युनिव्हर्सिटी, ओंटारिओ, २००६. at http://www.victorianweb.org/history/empire/opiumwars/opiumwars१.html येथे ऑनलाईन स्वरूपात उपलब्ध (१४ एप्रिल २०१२ रोजी तपासले).

५६. भारतातून बाहेर जाणाऱ्या या लुटीने भारतास कोणत्या प्रकारे नुकसान पोहोचविले, हे समजून घेण्यासाठी भारताच्या आर्थिक जीवनावर तीव्र परिणाम साधणाऱ्या ब्रिटिश सरकारच्या धोरणांच्या मालिकेच्या प्रकाशात या गोष्टीकडे पाहायला हवे. आम्ही परिशिष्ट II मध्ये अशी तीन क्षेत्रे उद्धृत केली आहेत, 'द इकॉनॉमिक डॅमेज (आर्थिक नुकसान)' या खंडाच्या शेवटी: दुष्काळाला मिळालेला सरकारचा प्रतिसाद, सरकारचे सार्वजनिक खर्च आणि सार्वजनिक महसुलातून सरकारला मिळणारे उत्पन्न आणि संरक्षणावर सरकारकडून केला जाणारा खर्च.

५७. नेहरू, *डिस्कव्हरी ऑफ इंडिया*, ३२१–२२.

५८. 'पारशींनी सगळ्यात पहिल्यांदा बॉम्बेमध्ये कापडगिरण्या बांधल्या. सन १८५४ आणि १८६३ च्या दरम्यान बॉम्बे येथील दहा कापडगिरण्यांपैकी नऊ गिरण्या पारशांच्या मालकीच्या होत्या. यात पेटीट कुटुंबाच्या दोन कापडगिरण्यांचा समावेश होता. सन १८७८ आणि १९१५ या कालावधीत शहरातील ४१ आणि ३० टक्के गिरण्यांची मालकी पारशांकडे होती. सन १८८१–१९१५ या कालवधी दरम्यान बॉम्बेमधील लोकसंख्येमध्ये पारशांची संख्या ७ टक्क्यांहून कधीही जास्त नव्हती, हे तथ्य लक्षात घेता बॉम्बेमध्ये पारशांची प्रतिमा गिरणीमालक म्हणून मोठ्या प्रमाणात होती. तरीही, गुजराथी, भाटिया (दोन्ही मुख्यत्वे हिंदू), मुस्लीम आणि जैन यांचे महत्त्व या काळात मोठ्या प्रमाणात वाढले.' गिस्बर्ट ऊंक, 'इंडस्ट्रिअलायझेशन इन इंडिया, १८५०–१९४७'. http://repub.eur.nl/res/pub/1820/Industrialization%20in%20India%20voor%20Dare.pdf येथे ऑनलाईन स्वरूपात उपलब्ध. (२ जानेवारी २०११ रोजी तपासले), १०.

५९. हबीब, *इंडियन इकॉनॉमी*, १००.

६०. बॉम्बेच्या चौसष्ट कापडगिरण्या एकूण ₹ २,४८३,००० या भांडवलावर आणि अहमदाबादच्या गिरण्या ₹ १,०८०,००० इतक्या भांडवलावर चालत होत्या. पहा, ऊंक, 'इंडस्ट्रिअलायझेशन इन इंडिया, १८५०–१९४७.'

६१. सिंगापूर इंडियन चेम्बर ऑफ कॉमर्स अँड इंडस्ट्री, 'इंडियन टेक्स्टाईल इंडस्ट्री रिपोर्ट, १९५०'. http://sicci.com/newsletters/archive_annual/1950_annual%20report.htm येथे ऑनलाईन स्वरूपात उपलब्ध (१३ जून २००७ रोजी तपासले).

६२. हबीब, *इंडियन इकॉनॉमी*, १००.

६३. सुदैवाने, भारतीय गिरणीउद्योगासाठी, रुपयाची अधिकाधिक होत जाणारी घसरण एकाअर्थी उपकारकच ठरत होती. त्यामुळे आयातीमध्ये अडथळे निर्माण होत होते आणि निर्यातीला उत्तेजन मिळत होते. जमशेदजी टाटा, भारताचे मोठे भांडवलदार, यांनी नागपूर येथे १८७७ साली इम्प्रेस मिलची स्थापना केली; परिणामी, उघडउघड विकास आणि विस्तार होत होता. १८९३ साली भारताचे एकूण सूत उत्पादन सोळा कोटी नव्वद लाख किलोग्राम इतके होते, ज्यातील सात कोटी सत्तर लाख किलोग्राम हे निर्यातीसाठी होते तर नऊ कोटी वीस लाख किलोग्राम हे स्वदेशी हातमाग विणकरांना आणि विणकाम करणाऱ्या गिरण्यांना विकले गेले. त्याच वर्षी भारतातून चीनला केल्या जाणाऱ्या निर्यातीने इंग्लंडमधून चीनला केल्या जाणाऱ्या निर्यातीस पंचवीस लाख पन्नास हजार किलोग्रामने मागे टाकले. पहा. हबीब, *इंडियन इकॉनॉमी*, १०१.

६४. थॉमस एलिसन, द कॉटन ट्रेड ऑफ ग्रेट ब्रिटन (लंडन: इ. विल्सन, १८८६), हबीब यांनी उद्धृत केलेले, *इंडियन इकॉनॉमी*, १३२.

६५. हबीब, *इंडियन इकॉनॉमी*, १०१.

६६. तथैव., १०२.

६७. तथैव.

६८. *ऑटोबायोग्राफी*, ४५१.

५ गांधींची आर्थिक-राजकीय क्रांती

मी माझी असहकाराविषयीची किंवा सविनय कायदेभंगाविषयीची मते बदललेली नाहीत... एक अहिंसक सैनिक म्हणून माझे स्थान काय आहे आणि मी काय केले पाहिजे हे मला चांगले माहीत आहे... एवढी वर्षे ज्या यंत्रणेखाली आपण विव्हळत राहिलो–अशी यंत्रणा जिचे वर्णन भ्रष्ट आणि सैतानी या शब्दांत करायला मी अजिबात कचरत नाही, त्या यंत्रणेच्या विरोधात वापरलेले एकही विशेषण मी मागे घेणार नाही. या यंत्रणेमध्ये जर सुधारणा होणे शक्य नसेल, तर ही यंत्रणा अगदी थोडेसुद्धा न डळमळता आणि क्षणाचाही विलंब न लावता संपवली पाहिजे. मी जर आज या करारात सामील झालो असेन तर त्याचे कारण या यंत्रणेचा आणखी नाश करणे हे आहे. जर त्यायोगे हा जुलूम मी संपवू शकेन असे मला वाटले तर मी आज पूर्ण देशाला युद्धात सामील होण्याचे आवाहन करीन. मी म्हणतो की मी हे करू शकतो. जर मला असे दिसले की मी ते करू शकत नाही तर मी तत्काळ आणि त्वरेने माझे पाऊल मागे घेईन.

—मो. क. गांधी[१]

गांधींना त्यांच्या कुशाग्र बुद्धीचा उपयोग फक्त भारताच्या विनाशाची यंत्रणेसंबंधीची कारणे ओळखण्यातच झाला असे नाही तर त्याचा उपयोग त्यांना ब्रिटिश साम्राज्यावर जळजळीत आरोप करण्यासाठीदेखील झाला: एक अशी यंत्रणा जी 'भ्रष्ट आणि सैतानी' होती.[२] प्रख्यात गांधीवादी अर्थशास्त्रज्ञ जे. सी. कुमारप्पा यांनी या आरोपाचे, ही साम्राज्यवादी रचना कशी ऐतखाऊ आणि लुटारू अर्थव्यवस्थेवर आधारलेली होती हे दाखवून समर्थन केले आहे.[३] ही अर्थव्यवस्था 'ऐतखाऊ' होती कारण ती स्वतःचा जो फायदा करून घेत होती, त्यामागे कोणाचेही निर्देशन नव्हते आणि तो फायदा ती भारतीय उपखंडाचा बळी देऊन करून घेत होती. स्वतःच्या हक्कांचे रक्षण करण्यासाठी या अर्थव्यवस्थेने हिंसात्मक पद्धती अवलंबल्या आणि त्याच वेळी बळी जाणाऱ्या सर्व लोकांचे हक्क नाकारले. ही अर्थव्यवस्था लुटारूसुद्धा होती कारण बळी पडलेल्या माणसांना 'किती' आणि 'कोणत्या किमतीत' हे न विचारता आणि त्यांना थांगपत्ता लागू न देता ती ओरबाडून घेत होती. भौगोलिकदृष्ट्या, सैनिकांची हालचाल करण्याच्या दृष्टीने आणि सैनिकी मनुष्यबळाच्या दृष्टीने भारतावर ताबा ठेवणे हा सत्तेच्या जागतिक संरचनेत एक महत्त्वाचा घटक होता.'[४] जर ब्रिटनने भारताच्या आर्थिक विकासाला पाठिंबा दिला तर तो ह्यासाठी दिला होता की जेणेकरून ब्रिटनच्या स्वतःच्या बाजारपेठा वाढाव्यात. आणि ब्रिटनने जर असा पाठिंबा दिला नाही, तर त्याचे कारण त्यांचे पणाला लागलेले हितसंबंध आणि राजकीय सुरक्षा हे असायचे.[५]

'स्वदेशी' मानसिकता तयार करणे

गांधींचा राजकारणातला प्रवेश संथ गतीने केलेला पण विचारी आणि योजनाबद्ध होता. त्यांनी भारताचे ब्रिटिशांकडून जे शोषण झाले त्यावर भरभरून वाचन केले होते आणि राष्ट्रीय चळवळीच्या नामांकित नेत्यांसोबत समस्यापूर्ण विषयांबद्दल चर्चा केली होती. पण हे सगळे त्यांनी भारतीय लोकांच्या थेट संपर्कात आल्याशिवायच केले होते आणि भारतीयांसाठी परकीय अशा भाषेत केले होते. ब्रिटिशांनी केलेल्या भारताच्या शोषणाबद्दल गांधींनी जे वाचले आणि त्यांना जे कळले त्याला, सामान्य माणसांशी एक व्यक्तिगत नाते तयार करून पुष्टी देणे ही सर्वांत पहिली पायरी होती. हे त्यांनी गरिबांची आर्थिक, सामाजिक आणि सांस्कृतिक स्थिती अनुभवून केले. त्यासाठी त्यांनी भारतभर तृतीय वर्गातून प्रवास केला. त्यांनी चंपारण्य, खेडा आणि अहमदाबादच्या सामाजिक न्यायाच्या लढ्यात स्वतःला झोकून दिले आणि हळूहळू त्यांची अशी खात्री झाली की एखाद्या विचारपूर्वक क्रांतीने भारताला बदलायचे असेल, तर लाखो बेरोजगार लोकांसाठी रोजगाराची निर्मिती करून गरिबांना त्यांची प्रतिष्ठेची भावना परत मिळवून देणे ही त्याची पहिली पायरी होती:

> भरडून काढणारी गरिबी आणि उपासमार यांनी आपला देश पीडित झाल्याने प्रत्येक वर्षी अधिकाधिक माणसांची भिकाऱ्यांत गणती होत चालली आहे. या माणसांना रोजचे अन्न मिळवण्यासाठी जो संघर्ष करावा लागतो त्याने ती सभ्यतेच्या आणि आत्मसन्मानाच्या सर्व भावनांप्रती बधिर होऊन गेली आहेत. आपले समाजसेवक त्यांना काम मिळवून देण्याऐवजी आणि त्यांनी काम करावे असा आग्रह धरण्याऐवजी... त्यांना भीक देतात.[६]

सुरुवातीपासूनच गांधींची भूमिका बंड करून उठण्याची होती आणि नॅशनल कॉंग्रेसच्या अधिकृत विचारधारेशी ती जुळणारी नव्हती. बदलाची सुरुवातही गरिबांपासूनच व्हायला हवी होती, भारताच्या विखुरलेल्या गावांपासून व्हायला हवी होती, शहरांपासून नव्हे. 'आपली शहरे म्हणजे काही भारत नव्हे. खरा भारत हा त्यातल्या साडेसात लाख गावांमध्ये राहतो आणि मग त्यांच्या आधारे शहरे राहतात.'[७] स्वराज्याच्या पायाची सुरुवात अगदी तळापासून, त्या सामान्य माणसांपासून व्हायला हवी होती ज्यांचा नॅशनल कॉंग्रेसला विसर पडला होता. परिवर्तन आणि रोजगाराची निर्मिती याकडे कॉंग्रेसचे सदस्य आर्थिक आणि राजकीय विषय म्हणून पाहत असले तरी गांधींना हे कळले होते की गरिबांसाठी हे विषय नैतिकदृष्ट्या आणि धार्मिकदृष्ट्यादेखील अत्यावश्यक होते. 'देव जमिनीवर अवतरणारच असेल तर भुकेने व्याकूळ आणि बेरोजगार लोकांसाठी त्याने रोजगाराच्या आणि मजुरी म्हणून मिळणाऱ्या अन्नाच्याच स्वरूपात फक्त अवतरावे.'[८] बऱ्याच जणांना परिवर्तन म्हणजे सत्ता असलेल्यांकडून सत्तेत नसणाऱ्यांकडे जबाबदारी येणे अशा प्रकारची श्रेणीनुसारची प्रक्रिया आहे असे वाटत

असले तरी गांधींच्या मते, खरे परिवर्तन तेव्हाच शक्य होणार होते, जेव्हा सामान्य माणसांना स्वतःच्या विकासासाठी ते स्वतःहून सुरू करावे लागणार होते.

स्वातंत्र्याचा पाठपुरावा करण्यासाठीचा हा उलटा दृष्टिकोन म्हणजे एका महत्त्वाच्या मर्मदृष्टीचा परिणाम होता, जी याआधी उद्धृत केली गेलीये, आणि ज्यापासून गांधींना अगदी १९०९ पासून प्रेरणा मिळत राहिली: 'इंग्रजांनी भारत मिळवला नाहीये: तो आपण त्यांना दिलाय. ते भारतात त्यांच्या ताकदीच्या जोरावर नाहीयेत, तर आपण त्यांना इथे राहू देतो म्हणून आहेत.'[९] भारतीयांच्या संमती आणि सहकार्याशिवाय काही हजार ब्रिटिश अधिकारी लाखो भारतीयांवर राज्य करू शकत नव्हते.

या दृढ विश्वासासह आणि अनुभवांसह आणि दक्षिण आफ्रिकेत केलेल्या काही प्रयोगांच्या आधारे गांधींनी ब्रिटिशांच्या जोखडातून भारताची मुक्तता करण्याची तयारी केली. वास्तवात त्याचा अर्थ असा होता, की गावांना जी पूर्वी राजकीय प्रतिष्ठा आणि आर्थिक सामर्थ्य होते ते त्यांना पुन्हा मिळवून द्यायचे. त्यांच्या सर्वांत जवळच्या सहकाऱ्यांच्या ध्यानीमनी स्वदेशीची मानसिकता रुजविणे हे सर्वांत पहिले आव्हान होते. गांधींच्या मते स्वदेशी मानसिकता म्हणजे सर्व जीवनावश्यक वस्तू भारतातच आणि त्यासुद्धा गावकऱ्यांच्या श्रम आणि बुद्धीच्या साहाय्याने मिळवण्याचा संकल्प करणे.'[१०] त्यांना आपल्या दृष्टिकोनाकडे वळवणे हे गांधींसाठी कष्टप्रद आणि गुंतागुंतीचे काम होते. हे असे आव्हान असूनही, कामाला सुरुवात केल्यावर दहा वर्षांनी भारताच्या स्वातंत्र्याच्या घोषणेच्या पहिल्या मसुद्याशी सहमत होण्यास त्यांनी इंडियन नॅशनल काँग्रेसच्या सदस्यांस भाग पाडले. स्वदेशीच्या मार्गाने जाण्याची निकड होती, हे कच्च्या आकडेवारीद्वारे सिद्ध करणारे ते एक धाडसी विधान होते:

> भारताचा आर्थिकदृष्ट्या सर्वनाश झाला आहे. आपल्याकडून वसूल केला जाणारा महसूल हा आपल्या उत्पन्नापेक्षा कितीतरी अधिक आहे. आपले सरासरी उत्पन्न सात पै आहे (२ पेन्स पेक्षाही कमी) आपण दर दिवशीच्या हिशोबाने २.५ पै कर भरतो आणि यापैकी शेतकऱ्यांकडून वसूल केलेला जमिनीवरचा महसूल २०% आणि मिठावरचा कर, ज्याचा गरिबांवर सर्वांत जास्त भार पडतो, तो एकूण कराच्या ३% एवढा आहे.[११]

चरख्याचे गावांमध्ये पुनरागमन

स्वदेशी मानसिकता तयार करण्यासाठी आर्थिक समीकरणांमध्ये आमूलाग्र परिवर्तन व्हायला हवे होते. ब्रिटिशांच्या राजवटीखालील भारत तसेच ब्रिटिश हितसंबंधांना जपणारे सधन भारतीय या दोघांनाही शहरी भागातल्या उत्पादनांच्या केंद्रीकरणापासून बराच फायदा होणार होता. तर दुसरीकडे ग्रामीण भारत मुकाट्याने संमती देणे, नशीब, गलथान कारभार आणि

असहाय्यता या गोष्टींना सरावला होता, हे बदलायलाच हवे होते: शहर नव्हे तर गाव ही उत्पादनाची शाखा असायला हवी होती; शहरातल्या गिरण्या नव्हे तर गावकऱ्यांनी चालवलेला चरखा हे उत्पादनाचे साधन असायला हवे होते; उत्पादनाच्या प्रक्रियेचा पाया भांडवल हा नसून श्रम हा असायला हवा होता: सरकार आणि त्याचे मित्र नव्हे तर जनता ही या स्थित्यंतराची कारक असायला हवी होती. गांधींची प्रतिक्रिया ही व्यवसायांमध्ये आढळून येणाऱ्या असमतोलावर[१२] आणि त्याच्या परिणामांवर आधारलेली होती. 'सरकारची अनिच्छा, भांडवलाची कमतरता आणि नवीन पद्धती स्वीकारण्यास शेतकऱ्यांचा दुराग्रही नकार या सर्वांवर आपल्याला मात करायची आहे.'[१३]

एकूण कर्मचारी संख्येच्या ७६ टक्के असलेल्या प्राथमिक क्षेत्रात, कोरडवाहू शेती आणि एकच पीक घेणाऱ्या शेतीवर अवलंबून असणारे शेतकरी होते. बेरोजगारीचे प्रमाण खूप जास्त होते. लाखो लोक वर्षातून सहा ते आठ महिने बेरोजगार असत. उदरनिर्वाहाचे पर्यायी साधन म्हणून चरख्याची ओळख करून देऊन ग्रामीण भागातील दारिद्र्य संपवायचे होते आणि ज्या हातांनी आपले स्वातंत्र्य हिरावून घेतले त्यांच्या तावडीतून मुक्त होण्यासाठी राष्ट्रीय पातळीवर केल्या जाणाऱ्या प्रयत्नांमध्ये सहभागी होण्याची ती एक संधीसुद्धा होती. 'आपल्या अधोगतीची आणि भारतातल्या पिचून काढणाऱ्या गरिबीची सुरुवात चरख्याच्या विनाशामुळे झाली आणि आपण स्त्री, पुरुष, मुले आणि मुली यांनी आपल्या फावल्या वेळात चरखा चालवून भारतासाठी स्वराज्य मिळवणे, हे आपल्यासाठी एक लहानसे प्रायश्चित्त ठरेल.'[१४]

आधुनिक गिरण्या आणि यंत्रसामग्री यांच्यापेक्षा गांधींनी चरख्याला प्राधान्य देऊन त्याची निवड करण्यामागे आणखी एक कारण होते. चरखा हा त्याच श्रमाधारित आणि भांडवलाची बचत करणारा होता, म्हणजे असे की, तुलनेने कमी खर्चात मोठ्या प्रमाणावर रोजगाराची निर्मिती करणे चरख्याच्या साहाय्याने शक्य होते. मोठ्या प्रमाणावर उत्पादन करण्यापेक्षा सामान्य माणसांकरवी उत्पादन होऊ लागले. शहराच्या सोयींपासून दूर, सर्वत्र पांगलेले, उपेक्षित आणि एकाकी असूनसुद्धा लाखो गरीब गावकरी ज्याच्या साहाय्याने चांगल्या प्रकारे कामाला लागू शकतील, असे चरखा हे सगळ्यात जास्त टिकाऊ असे साधन होते:

भारतातली भणंग गरिबी आणि त्यातून जन्माला येणारा निरुद्योगीपणा संपणार असेल तर मग मी अगदी गुंतागुंतीच्या यंत्रसामग्रीलाही पसंती देईन. दारिद्र्य हटवण्याचे आणि उद्योगधंदे आणि समृद्धीचे दुर्भिक्ष अशक्य बनवून टाकण्याचे एकच उपलब्ध साधन म्हणून मी हातमागाच्या सूतकताईचे नाव सुचवले आहे... म्हणून भारतावर आणि मानवजातीवर प्रेम करणाऱ्याने स्वतःला एकच प्रश्न विचारायला हवा—भारताची ही दळभद्री अवस्था संपवण्यासाठी प्रत्यक्ष उपलब्ध साधनांचा कसा काय अगदी चांगल्या प्रकारे वापर करून घेता येईल.[१५]

भारताने पाश्चिमात्य संदर्भानुसार औद्योगिक का बनावे?... एका विशिष्ट परिस्थितीत वसलेल्या एका राष्ट्रासाठी जे चांगले आहे, ते दुसऱ्या वेगळ्या प्रकारे वसलेल्या राष्ट्रासाठी चांगले असेलच असे नाही. एकाचे जे अन्न, ते दुसऱ्याला विषासमान असू शकते. यांत्रिकीकरण तेव्हा चांगले असते जेव्हा योजलेल्या कामासाठी काम करणारे हात खूप कमी असतात. जे काम साधायचे त्यासाठी आवश्यक त्यापेक्षा जास्त हात असणे, ही भारतातली परिस्थिती दुर्दैवाची आहे.[१६]

सूतकताईचा पुरस्कार करण्यामागे 'जगाने पाहिलेले सर्वांत जास्त स्वेच्छेने केलेले सहकार्य'[१७] ही संकल्पना पुढे आणणे हा गांधींचा हेतू होता. या संकल्पनेचे स्वरूप आणि आवाका कल्पनेपलीकडचा असणार होता आणि हे काम भेकड माणसाचे नव्हते. चरखा हा माणसांना शहरातल्या औद्योगिक केंद्रांकडे घेऊन जाण्याऐवजी उद्योगालाच माणसांकडे घेऊन जाणार होता. जनतेत असलेली मोठ्या प्रमाणावरची ऊर्जा, विधायक आणि जनतेला उपयुक्त ठरेल अशा मार्गाने वापरून घेणे चरख्यामुळे शक्य होणार होते. त्यामुळे जनतेला तिच्या कामाबद्दल आणि स्वतःबद्दल सार्थ अभिमान वाटू लागणार होता. स्वराज्याच्या राष्ट्रीय चळवळीत भाग घेण्यासाठी अत्यंत आवश्यक असलेला आत्मविश्वास त्यामुळे जनतेत निर्माण होणार होता. खोलवर रुजलेल्या बलाढ्य ब्रिटिश साम्राज्यासमोर उभे राहण्यासाठी आवश्यक असे मनोधैर्य जनतेला यामुळे मिळणार होते.[१८]

१९३१ मध्ये, स्वदेशीचे अभियान सुरू केल्यावर दहा वर्षांनी जेव्हा चरख्याचा आवाज गावातल्या दूरवरच्या घरांतून ऐकू येऊ लागला होता तेव्हा गांधी अभिमानाने म्हणाले: 'माझ्या ह्या चरख्याकडे निरखून पहा. माझ्यापेक्षा तोच तुम्हाला खूप काही अधिक शिकवील—संयम, उद्योगीपणा, साधेपणा. हा चरखा म्हणजे भारताच्या लाखो भुकेल्या लोकांसाठी मुक्तीचे प्रतीक आहे.'[१९]

विदेशी कापडाची होळी

स्वदेशीच्या अभियानाच्या सुरुवातीला गांधींनी पुरस्कृत केलेले विदेशीच्या उच्चाटनाचे सर्वांत उघड रूप म्हणजे विदेशी कापडाची जाहीररीत्या केलेली होळी होय. विदेशी कापडाच्या व्यापाराचे महत्त्वाचे केंद्र असलेल्या परेल, बॉम्बे येथील एल्फिन्स्टन मिल जवळ सगळ्यात पहिली जाहीर होळी ३१ जुलै १९२१ ला करण्यात आली. गांधींनी आपल्या भाषणात धार्मिक प्रतीके अशी काही ओवली की त्यांचे भाषण श्रोत्यांच्या थेट हृदयाला भिडले. स्वदेशीमध्ये भाग घेण्याची अट म्हणून या श्रोत्यांनी आधी आपल्या प्रेरणा तपासून पहिल्या पाहिजेत, असे आव्हान त्यांना या भाषणाद्वारे देण्यात आले:

मी हा दिवस बॉम्बेसाठी पवित्र मानतो. आज आपण आपल्या शरीरांतून एक प्रकारचे प्रदूषण काढून टाकत आहोत. आपल्या गुलामीचे चिन्ह असलेले विदेशी कापड भिरकावून

देऊन आपण आपले शुद्धीकरण करत आहोत. आज आपण स्वराज्याच्या मंदिरात प्रवेश करण्यास लायक झालो...

आपण इंग्रज, अमेरिकन, जपानी किंवा फ्रेंच लोकांच्या बाबतीत मनात आकस का ठेवावा? जोपर्यंत आपण त्यांचे कापड विकत घेत राहतो तोपर्यंत ते आपल्यावर ते कापड लादतच राहणार. म्हणून जर आपल्याला राग येत असेल तर तो स्वतःचाच यायला हवा. विदेशी भरजरी वस्तूंच्या मोहात पडणे आपण जेव्हा थांबवू तेव्हा परकीय देशांप्रतिचा आपला आकसही नाहीसा होईल... स्वदेशीची शपथ घेतल्यावाचून आपले शुद्धीकरण होऊ शकत नाही.

म्हणून मी अशी आशा करतो की ज्यांनी त्यांचे कपडे वाटणीसाठी किंवा परदेशी पाठवण्यासाठी दिले आहेत, ते पुन्हा कधीही विदेशी कापड परिधान न करण्याचा कायमचा निर्धार करतील... स्वदेशीविना स्वराज्य अशक्य आहे. स्वदेशीच्या उद्घाटनाचा संकेत विदेशी कापडावरच्या संपूर्ण आणि कायमच्या बहिष्कारानेच फक्त दिला जाऊ शकतो. म्हणून कापड जाळण्याचा विधी म्हणजे एक संस्कार आहे, असे मी समजतो. हा पवित्र सोहळा माझ्या हस्ते पार पडणार असल्याने मी स्वतःला भाग्यवान समजतो. आपल्या अंतरीची किंवा शरीरावरची सर्व अशुद्धता देव काढून टाको![२०]

विदेशी कापड जाळणे ही, भारतीय कापड आणि ग्रामीण अर्थव्यवस्था यांचा ब्रिटिशांनी विनाश केला म्हणून त्यांच्याप्रति असलेल्या रागाची, अभिव्यक्ती नव्हती. उलट आपल्याच भगिनी आणि बांधवांनी विणलेले कापड न वापरता ब्रिटिश कापडाला प्राधान्य देऊन या विनाशाला 'मान्यता देण्याचे जे पाप' भारतीयांकडूनच घडले त्या पापाचे हे प्रक्षालन होते. म्हणून विदेशी कापडाची होळी हे इतर कशाहीपेक्षा स्व-शुद्धीकरणाचे प्रतीक होते. 'माझ्या विदेशी कापडांच्या होळीत मी माझी खंत जाळून टाकतो.[२१] अशी जाणीव होणे ही स्वदेशीची मानसिकता संपादन करण्यासाठी गांधींच्या मते सर्वांत पहिली आणि सर्वांत महत्त्वाची पायरी होती.

लगोलगच, भारतातल्या विविध शहर आणि आणि नगरांमध्ये विदेशी कापडाच्या होळीचे अनुकरण करण्यात आले. त्यानंतर विदेशी कापडाच्या व्यापाऱ्यांना मार्गदर्शन म्हणून बहिष्काराची शपथ घेण्यात आली. विदेशी सूत आणि अशा सुतापासून बनवलेले कापड कधीही खरेदी, विक्री न करण्याचे किंवा त्याची वासलात न लावण्याचे वचन ते घेत आणि 'स्वदेशी कापडाचा किंवा त्याहूनही बरे म्हणजे खादीचा व्यापार सुरू करण्याची किंवा राष्ट्रहितास पोषक असा दुसरा व्यवसाय निवडण्याची अट ते मान्य करत.'[२२] या प्रतीकात्मक कृतींचा संपूर्ण देशात वाढत जाणारा अंगीकार आणि पुनरावृत्ती यामुळे गांधींनी घोषित केले: 'जर लोकांनी हा बहिष्काराचा आणि स्वदेशी अंगीकारण्याचा कार्यक्रम निर्धाराने चालू ठेवला तर त्यांना स्वराज्यासाठी एक वर्षदेखील वाट पाहावी लागणार नाही.'[२३]

तळागाळापासून लोकशाही

गांधींच्या स्वदेशी चळवळीचे जे दोन क्रांतिकारी परिणाम झाले त्यांची नोंद घेणे आवश्यक आहे. पहिले म्हणजे, स्वराज्याच्या एकंदर योजनेमध्ये चरख्याचा समावेश केल्याने लोकसंख्येच्या ज्या वर्गांना याआधी काही अस्तित्व नव्हते त्यांना या चळवळीत सामील करून घेण्यात आले. गांधींच्या आगमनाआधी शहरी उच्चभ्रू हे स्वातंत्र्याच्या चळवळीचा पायाभूत घटक होते पण त्यांची जागा आता ग्रामीण लोकांनी घेतली होती. एकेकाळी सुशिक्षित अल्पसंख्याकांचा विशेषाधिकार मानल्या गेलेल्या या लढ्यात आता बहुसंख्य असे निरक्षर लोक सहभागी झाले होते. शतकानुशतके राजकीय आणि सामाजिक मुख्य प्रवाहापासून ज्यांना दूर ठेवले गेले होते त्या स्त्रियांचे आता ह्या राजकीय व्यासपीठावर आगमन झाले होते. परंपरागत हिंदू धर्मानुसार जातिबाह्य ठरवल्या गेलेल्या लोकांना राष्ट्रीय कार्यावलीला आकार देण्याची संधी देण्यात आली. निरनिराळ्या धार्मिक संप्रदायाच्या लोकांनीही या लढ्यात गांधींना पाठिंबा दिला.

दुसरा महत्त्वाचा परिणाम म्हणजे स्वयंपूर्ण ग्रामपंचायतींच्या गांधींनी केलेल्या पुनरुज्जीवनाच्या संदर्भात स्वदेशी मानसिकतेचा झालेला प्रभाव हा होय. गांधींच्या अनुसार, गावातल्या प्रौढ स्त्री-पुरुष सदस्यांद्वारे वर्षाकाठी निवडून दिलेल्या पाच व्यक्तींना गावाचा शासनकारभार पाहण्याची जबाबदारी सोपवली जाणार होती. ह्या व्यक्ती प्रामाणिक आणि आवश्यक शैक्षणिक पात्रताच्या असणाऱ्या असणार होत्या आणि त्यांना एक वर्षाच्या कालावधीकरता वैधानिक, न्यायव्यवस्थेसंबंधी आणि कार्यकारी अधिकार वापरण्यासाठी आवश्यक असलेले सर्व अखत्यार आणि क्षेत्राधिकार देण्यात येणार होते. गावाच्या लोकशाहीचा आराखडा बनवून त्याची अंमलबजावणी करणे, जिथे प्रत्येक व्यक्तीला स्वातंत्र्य असेल, जिथे सार्वजनिक मताला प्रोत्साहन दिले जाईल, जिथे ग्रामीण समाजाच्या सर्व वर्गांमध्ये समता असेल आणि जिथे लोक स्वतःच आपल्या सरकाराचे रचनाकार असतील हे पाहणे, हे पंचायतीचे काम होते. अधिक प्रभावी आणि सक्षम प्रशासनासाठी शिक्षण हे महत्त्वाचे ठरणार होते:

> स्वातंत्र्याची सुरुवात तळागाळापासून झाली पाहिजे. म्हणून प्रत्येक गाव हे संपूर्ण अधिकार असलेले एक प्रजासत्ताक किंवा पंचायत असेल. मग हे ओघाने आलेच की प्रत्येक गाव हे स्वयंपूर्ण असायला हवे आणि पूर्ण जगापासून स्वतःचा बचाव करण्याच्या मर्यादेपर्यंत, त्याला आपला कारभार सांभाळता आला पाहिजे... यातून शेजाऱ्यांकडून किंवा जगाकडून मदत किंवा त्यांच्यावर अवलंबून राहणे, हे वगळता येत नाही. तो निरनिराळ्या शक्तींचा आपसांतील एक मुक्त आणि ऐच्छिक खेळ असेल. असा समाज हा अपरिहार्यपणे खूप सुसंस्कृत असा असतो, ज्यामध्ये प्रत्येक पुरुषाला आणि स्त्रीला, त्याला किंवा तिला काय हवे हे माहीत असते

आणि आणखी महत्त्वाचे म्हणजे त्यांना हेही माहीत असते, की इतरांना जे आपल्या एवढ्याच श्रमांतून मिळणार नाही असे काहीही आपल्याला हवेसे असता कामा नये.[२४] म्हणून त्यांनी, प्रत्येक गावाने अन्नासाठी स्वतःच पीक घ्यावे आणि कपड्यांसाठी स्वतःच कापूस पिकवावा, या गोष्टीला प्रोत्साहन दिले. कुटीरोद्योगाचे पुनरुज्जीवन हा एक असा पाया होता ज्यावर इतर उद्योग उभारले जाणार होते. चरखा हा एक असा केंद्रबिंदू असणार होता ज्याभोवती निकोप, निरामय आणि अखंड ग्रामीण जीवन फिरत राहणार होते:[२५]

भारताची भारताइतकीच प्राचीन गावे आणि विदेशी वर्चस्वातून जन्माला आलेली शहरे यांतून आपल्याला निवड केली पाहिजे. आज शहरांचे वर्चस्व आहे आणि ही शहरे गावांचा निचरा करीत आहेत, त्यामुळे गावे कोसळून विनाशमार्गी लागली आहेत. माझी खादीची मानसिकता मला असे सांगते की जेव्हा हे वर्चस्व नष्ट होईल तेव्हा शहरांनी गावांच्या उन्नतीला हातभार लावला पाहिजे. गावांचे शोषण करणे हाच एक ठरवून केलेला हिंसाचार आहे. जर आपल्याला अहिंसेच्या तत्त्वावर स्वराज्याची उभारणी करायची असेल तर आपण गावांना त्यांचे योग्य असे स्थान द्यायलाच हवे.[२६]

मुक्त भारतासाठीचे गांधींचे जे 'सुराज्याचे शास्त्र' होते त्याचे जहाल स्वरूप, कापड आणि कपडे या विषयांशी किती जवळून जोडले गेले होते, हे आपण पाहू शकतो. स्वराज्याच्या संदर्भात स्वदेशीचा पुरस्कार करताना त्यांनी एक प्रकारच्या 'तळागाळापासून सुरू होणाऱ्या लोकशाही'ची कल्पना केली होती जी केवळ मध्यात असणाऱ्या आणि निवडून आलेल्या प्रतिनिधींच्या हातात केंद्रित झालेल्या सत्तेने समाधान मानणारी नव्हती, तर ह्या लोकशाहीने सर्वांच्याच, खासकरून परिघाकडे ढकलल्या गेलेल्या लोकांच्या सहभागाला प्रोत्साहन दिले.

खादीला लोकप्रिय बनवण्यात ज्यांचा सक्रिय सहभाग होता त्या राजेंद्र प्रसादांनी हे कबूल केले की जेव्हा त्यांनी हे पाहिले की गावातील लक्तरे नेसलेल्या गरीब स्त्रिया मैलो न् मैल चालत खादी केंद्रावर त्यांचे घरी सूतकताई केलेले थोडेफार सूत घेऊन येत असत आणि त्याबदल्यात कापूस आणि काही नाणी त्यांना मोबदला म्हणून मिळे, तेव्हा त्यांचा गांधींच्या ह्या योजनेवरचा विश्वास वाढला. 'ही अदलाबदल अनेक केंद्रांवर पूर्ण दिवस चालत असे. जर एखादवेळेस मोबदला म्हणून देण्यासाठी पुरेसा कापूस किंवा पैसे नसले आणि ही अदलाबदल थांबवावी लागली, तर त्या चेहऱ्यांवरची निराशा आणि अपेक्षाभंग पाहून हृदय पिळवटून निघत असे.'[२७]

विणकरांचे मतपरिवर्तन करणे आणि भारतीय गिरणीमालकांना आव्हान देणे

फक्त ब्रिटिश साम्राज्यवादी हे गांधींच्या बंडखोर विचारांचे लक्ष्य नव्हते. ते भारतीय विणकरांची आणि उद्योजकांची मानसिकतासुद्धा बदलू इच्छित होते.

आपण हे पाहिले की ईस्ट इंडिया कंपनीच्या व्यापारी साम्राज्यवादाने भारतीय विणकरांना इतका जोरदार हिसका बसला होता की ते अगदी दारिद्र्याच्या खाईत लोटले गेले. ब्रिटिशांच्या औद्योगिक वर्चस्वाखाली व्यापार करणे ज्यांनी सुरूच ठेवले ते आता विदेशी सुतापासून कापड विणू लागले. हाताने सूतकताई केलेला धागा कालबाह्य झाला. गांधींचे ज्या वेळेपर्यंत भारतात आगमन झाले तोपर्यंत ब्रिटिश किंवा भारतीय गिरण्यांनी विणकरांचे मूळ काम बदलून त्यांना वेगळेच काम देणे चालू केले होते; ब्रिटिश कापड आणि तयार कपडे सर्वत्र आढळून येत असत आणि स्वतः विणकरही हे कपडे घालत असत. गांधींसमोर सर्वांत मोठे आव्हान होते ते म्हणजे ही पूर्ण प्रक्रिया फिरवून उलटी करण्याचे: विणकरांना हाताने सूतकताई केलेल्या धाग्याचा वापर पुन्हा सुरू करण्यास राजी करणे. व्यक्तिशः भेट घेऊन आणि काँग्रेस आणि खिलाफत चळवळींद्वारे स्वदेशीच्या क्रांतीचा अंगीकार करण्याचे आवाहन त्यांनी विणकरांना केले. स्वदेशीचा पुरस्कार करणारे सक्रिय हस्तक बनावेत, म्हणून गांधींनी विणकरांना काँग्रेसमध्ये प्रवेश घेण्यासदेखील प्रोत्साहित केले.[२८]

भारतीय भूप्रदेशावर असणाऱ्या ब्रिटिशांच्या मालकीच्या गिरण्यांच्या कार्यकारी व्यवस्थापकांना किंवा व्यापाऱ्यांना पटवणे तर आणखीनच कठीण होते. तरुण भारतात, भारतीय गिरण्यांची खरी ओळख आणि हेतू याबाबत गांधी स्पष्टवक्तेपणाने बोलत:

> वाचकांनी हे जाणले पाहिजे की सगळ्या गिरण्या फक्त भारतीय भूप्रदेशावर उभारलेल्या आहेत, म्हणून त्या स्वदेशी म्हणवल्या जाऊ शकत नाहीत. त्या फक्त नावानेच स्वदेशी आहेत. त्यांची मालकी आणि व्यवस्थापन परदेशी व्यक्तींकडे आहे, त्यांचे भागधारक परदेशी आहेत, ते व्यवस्थापनातून किंवा भागधारकांतून भारतीयांना वगळतात, त्यांच्या कमाईचा मोठा भाग भारताबाहेर जातो. त्यांच्या कमाईतून भारताला मिळणारी एकमेव गोष्ट म्हणजे मजुरांचे किरकोळ वेतन. ह्या गिरण्या विद्यमान सरकारपेक्षा काही जास्त स्वदेशी नाहीत आणि ह्या गिरण्यांची चळवळीला कधीच मदत होऊ शकत नाही.[२९]

१९०६ च्या बंगालच्या स्वदेशी चळवळीपेक्षा गांधींचा बहिष्काराचा प्रकार हा खूप जास्त मागणी करणारा होता. या बहिष्कारात नुसताच परदेशी बनावटीच्या कापडावर बहिष्कार घातला गेला नाही तर त्यापुढेही जाऊन यंत्राच्या साहाय्याने बनवलेल्या सर्व कापडावरही बहिष्कार घातला गेला. हे पाऊल उचलून गांधी भारतीय उद्योजक आणि त्यांच्या हजारो नोकरदारांचा रोष ओढवून घेत होते. गांधींसाठी, कापडाच्या वापरामध्ये स्वदेशीची संकल्पना म्हणजे 'कापडाच्या उत्पादनात किंवा उत्पादकांद्वारे सत्याची पायमल्ली न होऊ देणे'.[३०] ध्येयाच्या शुचितेइतकीच त्यांच्यासाठी साधनांची शुचितादेखील महत्त्वाची होती. लाखो लोक हालअपेष्टा सहन करत असताना, धनसंचय करण्यासाठी यंत्रसामग्रीचा वापर करणे हे नैतिकदृष्ट्या असमर्थनीय होते—मग तो धनसंचय मँचेस्टरच्या गिरण्यांमुळे झालेला

असो किंवा भारतीय भूप्रदेशांवर भारतीय गिरण्यांमुळे झालेला असो. गांधींच्या मते, यातला दुसरा पर्याय हा नैतिकदृष्ट्या पहिल्यापेक्षा अधिक वाईट होता कारण ते भारतीयांनी भारतीयांचेच केलेले शोषण होते.

> आपल्यासाठी मँचेस्टरला पैसे पाठवणे आणि मँचेस्टरचे झिरझिरीत कापड वापरणे हे भारतात गिरण्यांची संख्या वाढवण्यापेक्षा जास्त चांगले ठरले असते. मँचेस्टरचे कापड वापरून आपण आपले फक्त पैसे वाया घालवतो; परंतु भारतात मँचेस्टर निर्माण करून आपण आपले पैसे जरी वाचवले तरी त्याची किंमत आपल्याला आपल्या रक्ताने मोजावी लागेल, कारण आपले नैतिक अस्तित्वच भ्रष्ट होऊन जाईल, आणि माझ्या या विधानाला पुस्ती म्हणून मी गिरण्यांमध्ये काम करणाऱ्या त्या हातांचीच साक्ष मागतो.[३१]

भारताच्या कानाकोपऱ्यात स्वदेशीची चळवळ सैद्धान्तिक आणि आचरणात्मक पातळीवर यशस्वी व्हावी असे जर गांधींना वाटत असेल तर धनाढ्य भारतीय गिरणी मालकांना आपल्या दृष्टिकोनाकडे वळवणे, हे जबरदस्त काम त्यांना करावे लागणार होते.

साम्राज्यवाद उलथून टाकणे

साम्राज्यवादाबद्दलचे गांधींचे वर्षागणिक मत, हे उघड करून दाखवते की ब्रिटिश साम्राज्याचा एक निष्ठावान आणि समर्पित नागरिक कसा पुढे जाऊन त्या साम्राज्याचा सर्वांत कठोर टीकाकार बनला. त्यांच्या लिखाणातील एका विशिष्ट काळातली काही निवडक अवतरणे त्यांच्या दृष्टिकोनात मोठ्या प्रमाणावर घडून आलेला बदल दर्शवतात. १८९७ मध्ये, वयाच्या अठ्ठाविसाव्या वर्षी गांधींनी दक्षिण आफ्रिकेतून राणी व्हिक्टोरिया यांना हे पत्र पाठवले:

> तुमच्या गौरवशाली आणि परोपकारी राज्याचे ६०वे वर्ष पूर्ण होत असल्याचा आनंद व्यक्त करत असल्याची खूण म्हणून, आम्हाला याचा अभिमान वाटतो की आम्ही तुमचे नागरिक आहोत, आणि हा अभिमान या जाणिवेने अधिक दृढ होतो, की भारतात आम्हाला जी सुखशांती लाभते आणि सुरक्षित आयुष्य जगत असल्याचा आत्मविश्वास, तसेच समृद्धता, जी आम्हाला परदेशी जाण्याचे धाडस करू देते, हे सर्व आम्ही तुमचे नागरिक असल्यानेच शक्य होते. तुमच्या विस्तीर्ण साम्राज्याचे, ज्या साम्राज्यावर सूर्य कधीही अस्ताला जात नाही, त्यातले नागरिक त्यांच्या निष्ठेची आणि समर्पणाची जी अभिव्यक्ती करत आहेत त्याचे पुनरुच्चारण आम्हालाही करावेच लागेल. सर्वशक्तिमान देवाने तुम्हाला प्रदीर्घ आरोग्य आणि जोम बहाल करावा जेणेकरून तुम्ही आमच्यावर दीर्घकाळ अशाच प्रकारे शासन करत राहाल, ही आमची भावपूर्ण इच्छा आणि प्रार्थना.[३२]

भारतात एकोणसाठाव्या वर्षी (१९२८) त्यांनी घोषित केले:

> इंग्रजांच्या गुलामगिरीतून मुक्तता मिळावी अशी माझी तीव्र इच्छा आहे. त्यासाठी मी कोणतीही किंमत मोजायला तयार आहे. मुक्ततेच्या बदल्यात अराजक झाले तर ते स्वीकारायला मी तयार आहे. इंग्रजांसाठी, शांतता म्हणजे स्मशानशांतता आहे. माणसांच्या या जिवंतपणीच्या मरणावस्थेपेक्षा दुसरे काहीही नक्कीच अधिक चांगले असेल. या सैतानी साम्राज्याने भौतिक, नैतिक आणि आध्यात्मिकदृष्ट्या ह्या सुंदर भूप्रदेशाचा जवळजवळ सर्वनाश केला आहे.[३३]

दोन वर्षांनंतर दांडीयात्रेला निघण्यापूर्वी त्यांनी हे अचंबित करणारे स्पष्ट वक्तव्य केले:

> मी अहिंसेचा भक्त असलो तरी, मला जर अराजक आणि कायमची गुलामगिरी यांतून एकाचा विवश साक्षीदार बनण्याची निवड करण्याची संधी देण्यात आली, तर मी हे न बिचकता सांगितले पाहिजे की मी भारतात अराजक माजलेले पाहायला जास्त तयार आहे, आपली रोजची शाही गुलामगिरी पाहण्यापेक्षा मी हिंदू-मुसलमान एकमेकांची कत्तल करत असलेले पाहणे जास्त पसंत करीन.[३४]

त्यांनी लॉर्ड आयर्विन ह्या व्हाईसरॉयला ब्रिटिशांच्या वर्चस्वाखाली होणाऱ्या भारताच्या विनाशाबद्दल न डगमगता लिहिले. आपला मुद्दा पटवून देण्यासाठी गांधींनी व्हाइसरॉयचे वेतन कसे अन्यायकारक आहे हे त्यालाच दाखवून देण्याची धिटाई केली:

> भारताच्या विनाशाची गोष्ट त्यावर टाकलेल्या आर्थिक भाराचा उल्लेख केल्याशिवाय पूर्ण होत नाही... जगातले खचितच सर्वांत महागडे परकीय प्रशासन चालू ठेवण्यासाठी अनाचार चालू ठेवला जातो. तुमच्याच वेतनाचे उदाहरण घ्या. ते, इतर अप्रत्यक्ष लाभ वगळता, दर महिना रुपये २१,००० पेक्षा अधिक आहे. ब्रिटिश पंतप्रधानांना दर साल ५००० पौंड मिळतात, म्हणजे चलनाच्या अदलाबदलीच्या सध्याच्या दरानुसार दर महिना रुपये ५,४०० पेक्षा अधिकच. भारताचे सरासरी उत्पन्न दर दिवशी २ आण्यांपेक्षाही कमी असताना तुम्हाला मात्र रोजचे रुपये ७०० पेक्षा अधिक मिळतात. ग्रेट ब्रिटनचे सरासरी उत्पन्न जवळजवळ २ रुपये प्रतिदिवस असताना पंतप्रधानांना रोजचे १८० रुपये मिळतात. तर मग, भारताच्या सरासरी उत्पन्नापेक्षा पाच हजार पटींनी जास्त उत्पन्न तुम्हाला मिळते आहे. ब्रिटिश पंतप्रधानांना ब्रिटनच्या सरासरी उत्पन्नापेक्षा फक्त नव्वद पटींनी जास्त वेतन मिळते आहे. या गोष्टीवर विचार करण्याची मी तुम्हाला कळकळीची विनंती करतो. मी माझा व्यक्तिगत दृष्टान्त एक कटू सत्य समजावून सांगण्यासाठी वापरतो आहे. तुमच्या भावना मी दुखवू शकत नाही कारण मला एक व्यक्ती म्हणून तुमच्याबद्दल प्रचंड आदर आहे. मला हे माहीत आहे की तुम्हाला जे वेतन मिळते त्याची तुम्हाला निकड नाही. कदाचित तुमचे सगळे वेतन दानधर्मात जात असेल. पण जी यंत्रणा अशा व्यवस्थेची सोय करते ती ताबडतोब रद्द केली गेली पाहिजे.[३५]

खादीचा प्रसार, चरखा, स्वावलंबनाची मोहीम आणि पूर्ण स्वराज्याची प्राप्ती या सर्वांहूनही पुढे गांधींनी एक सर्वांत वरचढ ध्येय बाळगले होते—साम्राज्यवादाचा नाश आणि समूळ उच्चाटन. पुढे अनंतकाळ पर्यंत नांदत राहणाऱ्या मानवजातीच्या वतीने बनवलेली ती त्यांची सर्वांत बंडखोर रचना होती, ते त्यांच्या आयुष्याचे ध्येय होते.

> जगाला सर्वांत जास्त धोका, वाढत जाणाऱ्या, शोषण करणाऱ्या, बेजबाबदार साम्राज्यवादापासून आहे जो भारताला गुलाम बनवून जगाच्या कमजोर मानव-प्रजातींचे स्वतंत्र अस्तित्व आणि विकास खुंटवू पाहत आहे. साम्राज्यवाद म्हणजे देवाचा अभाव. देवाच्या नावाखाली तो दुष्ट कृत्ये करतो. स्वतःची अमानुषता, डायरिजम आणि ओ'ड्वायरिजम तो माणुसकी, न्याय आणि भलेपणाच्या चादरीखाली झाकून टाकतो. आणि कीव करण्यासारखी गोष्ट ही आहे की बहुतांश इंग्रजांना हे माहीत नाही की त्यांच्या नावाचा गैरवापर केला जातोय. ही अत्यंत खेदजनक गोष्ट आहे की शांत, पापभीरू इंग्रज माणसांना फसवून असे भासवले जात आहे की सगळे काही आलबेल आहे, जेव्हा की खरेतर भारतात सगळे काही अवैध घडते आहे. त्यांना असे भासवले जात आहे की आफ्रिकन मानवप्रजाती सुखासमाधानात आहेत जेव्हा की खरे तर इंग्रज माणसांच्या नावांचा वापर करून त्यांचे शोषण आणि अधःपतन केले जाते आहे.[३६]

आकडेवारी[३७] असे दर्शवते की ब्रिटिश वसाहतवादाच्या प्रदीर्घ इतिहासात या साम्राज्याला सर्वांत जास्त आर्थिक क्षती स्वदेशीच्या चळवळीने पोहोचवली. युनायटेड किंग्डम मधून ब्रिटिशांच्या वर्चस्वाखालच्या भारतात होणारी एकूण आयात १९२४ मध्ये, स्वदेशी चळवळीच्या सुरुवातीला, जी ९०.६ दशलक्ष पौंड एवढी होती, ती १९३० मध्ये आर्थिक बहिष्काराच्या सर्वोच्च बिंदूवर असताना ५२.९ दशलक्ष पौंड एवढी कमी झाली होती. १९ व्या शतकाच्या सुरुवातीला ब्रिटिश सुती मालाच्या भारतातील आयातीने परमोच्च बिंदू गाठला होता, पुढे १९२९ मध्ये त्यात १४ टक्के घट आणि १९३० च्या बहिष्काराच्या वर्षात ४२.४ टक्के घसरण झाली. ऑक्टोबर १९३० आणि एप्रिल १९३१ यादरम्यान जेव्हा बहिष्कार सर्वोच्च बिंदूवर होता तेव्हा ही घट ८४ टक्के एवढी होती. परिणामतः, लँकशरमध्ये डिसेंबर १९३० पर्यंत, बेरोजगारीच्या वाढीचा दर ४७.४ टक्के इथपर्यंत पोहोचला होता. ६,००,००० गिरणी कामगारांपैकी जवळजवळ अर्ध्या कामगारांनी त्यांची नोकरी गमावली होती. गिरणी मालकांचे आणि गिरणी कामगारांचे शिष्टमंडळ भारताच्या राज्यसचिवाला सतत विनंतीअर्ज करत राहिले की त्याने 'भारताच्या बाबतीत काहीतरी करावे'. पण हे साम्राज्य पहिल्यांदाच हतबल झाले होते.[३८]

या साम्राज्याच्या घट्ट पकडीला गांधींनी कायमचा तडाखा दिला होता. त्यांनी साम्राज्यवादाचे जे भेदक परीक्षण केले, त्याच्या प्रसारामुळे १९४७ मध्ये जेवढे काही ब्रिटिश

साम्राज्य भारतात उरले होते, त्यापैकी दोन-तृतीयांश प्रदेश पुढे वीस वर्षांच्या कालावधीत स्वतंत्र बनून गेले.[३९]

टिपा

१. *सीडब्लूएमजी*, खंड २५, ३४९–५०.
२. तथैव., ३४९. गांधींना आर्थिक शोषणाची पूर्ण कल्पना होती: 'जेव्हा मी श्री. दत्त यांचे इकॉनॉमिक हिस्टरी ऑफ इंडिया वाचले तेव्हा मी रडलो; आणि आता त्याबद्दल पुन्हा विचार केला तर मन खंतावते. यंत्रांनी भारताला दरिद्री बनवले आहे. मँचेस्टरने आपले जे नुकसान केले त्याचे मोजमाप करणे अवघड आहे. मँचेस्टरमुळेच भारतीय हस्तव्यवसाय जवळजवळ नष्ट झाले आहेत.' गांधी, *हिंद स्वराज*, ६३.
३. पहा, जे. सी. कुमारप्पा, *इकॉनॉमी ऑफ पर्मनन्स* (वाराणसी: सर्व सेवा संघ प्रकाशन, १९४७), २०.
४. मॅडिसन, *क्लास स्ट्रक्चर अँड इकॉनॉमिक ग्रोथ*, ३५.
५. तथैव.
६. *ऑटोबायोग्राफी*, ३९९.
७. सब्यसाची भट्टाचार्य, आवृ., *द महात्मा अँड द पोएट: लेटर्स अँड डिबेट्स बिटवीन गांधी अँड टागोर १९१५–१९४१* (नवी दिल्ली: नॅशनल बुक ट्रस्ट, १९९७), ८८.
८. तथैव., ८८–८९.
९. गांधी, *हिंद स्वराज*, ३९.
१०. गांधी, *कंस्ट्रक्टिव्ह प्रोग्रॅम*, ९–१०.
११. *सीडब्लूएमजी*, खंड ४२, ३८४–८५.
१२. पहा अपेंडिक्स II, 'दि इकॉनॉमिक्स डॅमेज', टेबल II. ७.
१३. *सीडब्लूएमजी*, खंड २५, २२.
१४. तथैव., खंड १९, ५११.
१५. तथैव., खंड २१, ३९०–९१.
१६. प्यारेलाल, *टुवर्ड्स न्यू होरायझन्स* मध्ये उद्धृत केलेले (अहमदाबाद: नवजीवन, १९५९), १५०.
१७. तथैव., ३९०.
१८. 'गांधींनी त्यांचा वास्तववाद काबाडकष्ट करणाऱ्या जनतेच्या रोजच्या अन्नापर्यंत नेला. त्यांच्या सत्याग्रहामुळे या जनतेच्या राजकीय गरजांसाठी जे होणार होते ते त्यांच्या आर्थिक उद्विग्नतेसाठी चरख्याची योजना करणार होती. गांधींना ज्या लोकांमध्ये वावरायचे होते ते त्यांच्याच शब्दांत सांगायचे झाले तर अर्धपोटी, अर्धनग्न, निरक्षर आणि अंधश्रद्धाळू होते. दीडशे वर्षांची गुलामगिरी आणि त्यांच्या संस्कृती आणि श्रद्धांची मानहानी यामुळे ते शरीराने आणि मनाने उद्ध्वस्त झाले होते आणि त्यांच्यात काही एक आत्मविश्वास नव्हता. गांधींपुढे त्यामुळे आर्थिक दिलासा आणि मानसिक पुनर्निर्मिती असा दुहेरी प्रश्न होता. गांधींना आधी त्यांना अन्न मिळवून द्यावे लागणार होते जेणेकरून पुढची पायरी म्हणून ते त्यांना 'गुलामगिरीच्या मानसिकतेतून' खडबडून जागे करून बाहेर काढू शकतील. कृष्णलाल श्रीधरानी, *वॉर विदाउट व्हॉयलन्स: अ स्टडी ऑफ गांधीज मेथड अँड इट्स अकॉम्प्लिशमेंट्स* (न्यूयॉर्क: ब्रेस हारकोर्ट, १९३९), २४३.

१९. *सीडब्लूएमजी,* खंड ४८, ७९. 'चरखा-स्वराज-अहिंसा', हरिजन, १३ एप्रिल १९४०, ८५ यामध्ये चरखा हे कसे 'सामान्य जनतेचे आशास्थान' आहे हे स्पष्ट करतात, उदाहरण म्हणून दिले आहे: नंदिनी जोशी, *डेव्हलपमेंट विदाउट डिस्ट्रक्शन: इकॉनॉमिक्स ऑफ द स्पिनिंग व्हील* (अहमदाबाद: नवजीवन, १९९२), १६६.

२०. *सीडब्लूएमजी,* खंड २०, ४५४–५५. गांधींच्या भाषणाच्या छापील प्रती सभेच्या आधी वाटल्या गेल्या होत्या. हे भाषण नंतर वृत्तपत्रांमध्ये प्रकाशित करण्यात आले.

२१. डी. जी. तेंडुलकर, *महात्मा,* खंड २, (नवी दिल्ली: पब्लिकेशन्स डिव्हिजन, १९६० [१९५१-५४]०, ६४.

२२. *सीडब्लूएमजी,* खंड ४७, १४२.

२३. तेंडुलकर, *महात्मा,* खंड २, २७.

२४. *सीडब्लूएमजी,* खंड ८५, ३२; तसेच प्रभू अँड राव, द *माईंड ऑफ महात्मा गांधी,* ३७१.

२५. प्रभू अँड राव, द *माईंड ऑफ महात्मा गांधी,* ३६५–७१.

२६. *सीडब्लूएमजी,* खंड ७१, १०३.

२७. सुशीला नायर, *महात्मा गांधी,* खंड ५ (अहमदाबाद: नवजीवन, १९९३), ४८८, उदाहरण म्हणून यात दिले आहे: राजेंद्र प्रसाद, *अॅट द फीट ऑफ महात्मा गांधी* (बॉम्बे: हिंद किताब, १९५५), १३०.

२८. रामगुंडम, *गांधीज खादी,* ८१.

२९. *सीडब्लूएमजी,* खंड १, १५७–५८.

३०. तथैव., खंड १३, ९३.

३१. गांधी, *हिंद स्वराज,* ६३.

३२. *सीडब्लूएमजी,* खंड २, ३१७.

३३. तथैव., खंड ३५, ४५६.

३४. तथैव., खंड ४२, ३८८.

३५. तथैव., खंड ४३, ५.

३६. तथैव., खंड २५, १९–२०.

३७. सादर केलेली माहिती ही *स्टॅटिस्टिकल ॲब्स्ट्रॅक्ट फॉर द युनायटेड किंग्डम,* क्रमांक ७४, आणि ट्रेड *अँड नेव्हिगेशन,* द *युनायटेड किंग्डम* वर आधारित आहे. उदाहरण म्हणून यात दिले आहे: *वॉर विदाउट व्हॉयलन्स,* श्रीधरानी, २३०–२५.

३८. श्रीधरानी, *वॉर विदाउट व्हॉयलन्स,* २३–२५.

३९. लंडनचे महापौर, केन लिविंगस्टन पार्लमेंट स्क्वेअर, लंडन येथे अनेक पुतळ्यांमध्ये गांधींचा पुतळा नसल्याचे पाहून असे म्हणाल्याचे म्हटले जाते: 'महात्मा गांधींचा पुतळा उभारावा की नाही याकडे दुर्लक्ष करावे की नाही असा मी विचार करतो. इतर कोणत्याही व्यक्तीपेक्षा गांधींचा ब्रिटिश साम्राज्यावर खूप मोठा प्रभाव पडला होता, कारण त्या साम्राज्याखालचे दोन तृतीयांश प्रदेश एका रात्रीत स्वतंत्र झाले.' तोलून पहा: बीबीसी न्यूज, 'मेयर वॉण्टस टू सी गांधी स्टॅचू', २० सप्टेंबर २००७. ऑनलाईन येथे उपलब्ध http://news.bbc.co.uk/2/hi/uk_news/england/london/7004087.stm (२४ सप्टेंबर २००७ रोजी तपासले). तसेच पहा, या खंडातले परिशिष्ट v, पान २५७.

६ वादंग

गांधींच्या सविनय कायदेभंगाच्या चळवळी हे ब्रिटिशांसाठी मोठ्याच चिंतेचे आणि ताणतणावाचे कारण ठरले होते. सविनय कायदेभंगाच्या विरोधकांचा लोंढा हळूहळू पांगत गेला, की मग प्रत्येक अभियान हळूहळू संपुष्टात आल्यासारखे वाटायचे. प्रत्येक अभियानानंतर सरकारला वाटत असे की त्यांनी काँग्रेसवर विजय मिळवला आहे आणि राजकीय नेता म्हणून गांधींचे अस्तित्व संपुष्टात आले आहे. पण हा फक्त एक भ्रम ठरला. गांधींच्या युद्धतंत्राची पद्धत अशी होती ज्यात ते जरी सगळ्या 'लढाया' हरले, तरी 'युद्ध' मात्र तेच जिंकत.

—बी. आर. नंदा[१]

गांधींनी घडवून आणलेले बदल पाहून त्यांचे बरेचसे समकालीन अचंबित झाले होते असे म्हटले तर अतिशयोक्ती ठरणार नाही. त्यांच्या समकालीनांना माहीत असलेल्या कोणत्याही सुधारकापेक्षा ते वेगळे होते. समस्यांचे मूळ कारण ते अचूक, निश्चितपणे आणि त्वरित ओळखू शकत असत. परिघावर असणाऱ्या लाखो लोकांना त्यांना आपल्या कार्यात आपल्या अटींवर, पण तरीही आपली कोणतीही इच्छा त्यांच्यावर न लादता सामील करून घ्यायचे होते. या अद्वितीय अशा घटनेने त्यांच्याबद्दल भीतीयुक्त आदर बाळगणारे प्रशंसक आणि थक्क झालेले शिष्य निर्माण झाले (छायाचित्र १६: २४२). पण या घटनेने ज्यांचे फार नुकसान होणार होते, ते लोक यामुळे गोंधळून गेले आणि संतापले होते.

इंडियन नॅशनल काँग्रेसची प्रतिक्रिया

१९१७ मध्ये ब्रिटिश वसाहतवादाला टक्कर देण्यासाठी म्हणून जेव्हा गांधींनी सत्याग्रह हे नवीन तंत्र सादर केले तेव्हा इंडियन नॅशनल काँग्रेसच्या सदस्यांना—ज्यांपैकी जवळजवळ सगळेच सुशिक्षित उच्चभ्रू होते—त्यांना गांधींचा हा प्रस्ताव स्वीकारणे कठीण गेले. भारतीय राजकारण हे (याचना आणि निषेधाद्वारे) आंदोलनाच्या ब्रिटिश घटनात्मक आदर्शावर आधारलेले असल्याने कुठल्याही प्रमुख नेत्याने गांधींना त्यांच्या उत्साहपूर्ण योजनेत पाठिंबा दिला नाही. गांधींच्या निष्क्रिय विरोधाच्या कल्पनेत एक स्वीकार्य असा बदल करण्यावर लोकमान्य टिळकांचे गांधींशी एकमत होऊ शकले नाही. समर्थ नावाच्या एका नेमस्त अशा काँग्रेस सदस्याला वाटले की 'निष्क्रिय विरोध हा काँग्रेसच्या घटनेमधील तत्त्वांच्या विरोधात होता आणि कायद्याच्या दृष्टीने बंडखोर होता'.[२] मदन मालवीय यांनी लोकांना आवाहन केले की त्यांनी अन्यायाचा प्रतिकार गांधींच्या म्हणण्याप्रमाणे निष्क्रियतेने नव्हे तर सक्रियतेने

करावा'.[३] १९१७ मध्ये प्रकाशित झालेल्या, गांधींच्या लिखाणाच्या व भाषणांच्या संग्रहाला लिहिलेल्या प्रस्तावनेत सरोजिनी नायडू यांनी गांधींच्या मानवतावादाबद्दल कौतुकाने लिहिले. पण त्यांनी हे कबूल केले, की बरेच लोक असे होते जे गांधीच्या ध्येयवादाने अधिर आणि भयभीत झाले होते. 'गैरसोयीच्या आणि अशक्य अशा स्वप्नांच्या कल्पनाविलासात रमणारा एक स्वप्नाळू' म्हणून त्यांनी गांधींची हेटाळणी केली.[४] गांधींच्या दक्षिण आफ्रिकेमधील कार्याबद्दल, त्यांच्या समाजसुधारकाच्या महान भूमिकेबद्दल आणि धाडसी ध्येयवादाबद्दल त्यांचे कौतुक करणे, पण त्यांच्या राजकीय कार्यपद्धतींना भारतीय राजकारणाच्या दृष्टीने अव्यावहारिक आणि कुचकामी ठरवणे, हा काँग्रेसच्या भाषणांमध्ये जणू एक पायंडाच पडून गेला होता.

त्याशिवाय, गांधींच्या आगमनापूर्वी नॅशनल काँग्रेसचा जिव्हाळ्याचा विषय राजकारण हा होता, सामाजिक किंवा धार्मिक प्रश्न नव्हे—आणि कुठल्याही एका समुदायाच्या प्रति पक्षपात टाळण्यासाठी केलेली ती एक योजनाबद्ध निवड होती. जास्तीत जास्त लोकांचे ज्यावर एकमत होईल अशा घटनात्मक, आर्थिक आणि न्यायव्यवस्थे संबंधित चर्चा, अशाच राजकीय प्रश्नांवर काँग्रेसचे सदस्य आपले लक्ष केंद्रित करत असत. 'काँग्रेसचा दृष्टिकोन सर्वांना सामावून घेणारा, जात, पंथ, भाषा ही बंधने ओलांडू पाहणारा आणि अखिल-भारतीय राष्ट्रवादाला पोषक असा होता.'[५] दुर्दैवाने, शहरी लोकांना दररोज ज्या गंभीर समस्यांशी झगडावे लागे त्यादृष्टीने आणि लाखो ग्रामीण लोकांसाठी हे धोरण बिनकामाचे होते.

काँग्रेस सदस्यांच्या महत्त्वाकांक्षांच्या विपरीत अशी गांधींची योजना होती. ती काँग्रेसने अवलंबलेल्या आंदोलनाच्या ब्रिटिश घटनात्मक आदर्शाला आव्हान देणारी होती. तिचा हेतू सरकारच्या कृपाछत्राखाली काम करणे हा नसून सरकार-पुरस्कृत सर्व संस्थांशी—त्यात विधानसभेचे सदस्यत्वही आलेच—जनतेचा संबंध तोडणे हा होता. काँग्रेसच्या जुन्याजाणत्या सदस्यांना या विधानसभेचे त्यांचे सदस्यत्व टिकवून ठेवणे महत्त्वाचे वाटत होते कारण त्यायोगे त्यांना भारतीय समाजाचे प्रतिनिधित्व करता येत असे आणि या समाजाच्या हिताच्या नसलेल्या कायद्यांना मान्यता मिळण्यास प्रतिबंध करणे शक्य होत असे. गांधींचे असहकार्याचे तत्त्व याहून अधिक जहाल होते. फक्त विधानसभेच्या कामकाजात अडथळा आणावा, हे त्यांचे उद्दिष्ट नव्हते. त्यांना सरकारला लुळे पाडायचे होते.[६] खूप प्रयासाने त्यांनी हे काँग्रेसच्या सदस्यांना दाखवून दिले की वश झालेल्या लोकांनी केलेल्या सनदशीर आंदोलनाचा, वश करून घेणाऱ्या सत्तेवर खूप मर्यादित परिणाम होत असतो. त्यांना हे समजावे की राजकीय मुकाबला हा फक्त युक्तिवादांचा संघर्ष नव्हता तर त्या संघर्षाने फायदाही व्हायला हवा होता, तो फक्त तर्काचा संघर्ष नव्हता तर संपूर्ण स्व-सहभाग किंवा सत्याग्रहाचा संघर्ष होता, असे गांधींना वाटत होते. गांधींसाठी निष्क्रिय विरोध हे फक्त काही काळापुरते घोषवाक्य नव्हते, तर ज्यासाठी आयुष्य पणाला लावावे अशी एक समर्पित वृत्ती होती.[७]

काँग्रेसने आधी ही समर्पित वृत्ती अंगीकारावी, अशी गांधींची इच्छा होती. जनतेला स्वातंत्र्यासाठी प्रेरित करण्याच्या महाकार्यात विश्वासार्हता मिळवण्याचा भविष्यातल्या नेत्यांसाठी तो ठोस मार्ग असणार होता. म्हणून गांधींनी काँग्रेस सदस्यांना आवाहन केले की त्यांनी त्यांच्या अंतरीच्या निर्धाराचे बाह्य स्वरूप म्हणून, घरगुती सूतकताईद्वारे बनवलेल्या खादीचे कपडे घालून आणि सूतकताईचा विशेषाधिकार घेऊन स्वदेशी मानसिकता स्वतःत रुजवावी. बऱ्याच जणांनी, ब्रिटिश शिक्षण घेतलेल्या, भारतीय ग्रामीण जीवनाशी अपरिचित असलेल्या उच्चभ्रू भारतीयांनीही गांधींचा पहिला प्रस्ताव मान्य केला. (पहा छायाचित्रे ११ आणि १२: २३९–४०).[८] पण 'सूतकताईचा विशेषाधिकार' या गोष्टीने निषेधाचे वादळ उठले. गांधींनी असा प्रस्ताव मांडला होता की घटनात्मक पातळीवर मान्य केलेल्या चार आणे[९] या सदस्यत्व शुल्काऐवजी स्वहस्ते सूतकताई केलेला धागा शुल्क म्हणून घेतला जावा. याचा असा अर्थ होत होता की प्रत्येक काँग्रेस सदस्याला दररोज काही वेळासाठी नेमाने सूतकताई करावी लागणार होती. यामागची संकल्पना ही होती की, सामान्य माणसाशी प्रतीकात्मकरीत्या एकजूट दाखवत, 'श्रम' ही काँग्रेसमध्ये मताधिकारासाठीची पात्रता बनावी, 'भांडवल' नव्हे. 'गरिबांच्या शोषणामधला सधन आणि सुशिक्षित वर्गाचा सहभाग मोडून काढण्याचा आणि त्यांना त्यांच्या राष्ट्राप्रति असलेल्या जबाबदारीविषयी जागृत करण्याचा गांधींचा तो एक मार्ग होता.'[१०]

अत्यंत प्रक्षुब्ध झालेल्यांपैकी जवाहरलाल नेहरू हे एक होते, आणि ऑल इंडिया काँग्रेस कमिटी (एआयसीसी) च्या सचिवपदाचा राजीनामा देईपर्यंत त्यांच्या या संतापाने सीमा गाठली होती. गांधींचा प्रस्ताव मतदानासाठी सादर केला जाण्यापूर्वीच, नेहरूंचे वडील मोतीलाल नेहरू यांनी बऱ्यापैकी मोठ्या संख्येने जमलेल्या अनुयायांसह मोर्चा काढला. अशा प्रकारचा विरोध होत असूनही या ठरावाला बहुमताने संमती देण्यात आली. पण गांधींनी ठराव मागे घेतला. ते सांगू पाहत असलेली गोष्ट जर बऱ्याच काँग्रेस सदस्यांना समजू शकत नव्हती, तर मग त्यांना आपली इच्छा त्यांच्यावर लादायची नव्हती.[११] नेहरू या नाजूक क्षणाचे पुढीलप्रमाणे वर्णन करतात:

> [गांधी] भावनिकदृष्ट्या व्यथित झाले होते, आणि एका सदस्याने योगायोगाने त्याच वेळी मारलेल्या शेऱ्याने ते अस्वस्थ झाले आणि त्यांचे डोळे पाणावले. हे उघडपणे दिसत होते की घाव वर्मी बसला होता. ते समितीला उद्देशून अगदी भावपूर्ण पद्धतीने बोलले आणि बऱ्याच सदस्यांच्या डोळ्यांत पाणी तरळले. ते एक हृदयस्पर्शी आणि विलक्षण दृश्य होते.[१२]

मतभेदांच्या पलीकडे जाऊन ऐक्य साध्य करण्याची गांधींची तीव्र इच्छा या उत्कट भाषणामुळे[१३] प्रकट झाली, आणि त्या वर्तमान स्थितीत, अत्यंत विनयशीलतेने आणि समझोत्याने नेतृत्व करण्याची त्यांची क्षमता दिसून आली:

दोन्ही बाजूंनी काही सवलती देऊ केल्या आहेत. दोन्ही बाजूंना काही द्यायचे आणि घ्यायचे आहे. मला असे वाटते की विश्वाच्या किंवा मानवी इतिहासात असे काहीही नाही जे सवलतींवर आधारलेले नाही.[१४]

परंपरागत पद्धतीने स्वीकारल्या जाणाऱ्या चार आण्यांच्या वर्गणीला पर्यायी उपाय म्हणून त्यांनी सूतकताईच्या विशेष हक्काचा स्वीकार केला.

चरख्याच्या आधारे गावे टिकवून ठेवण्याची गांधींची कल्पनासुद्धा त्यांच्या सहकाऱ्यांमध्ये मतभेदाचे कारण बनली. जवाहरलाल नेहरूंसह सगळ्या काँग्रेसच्या सदस्यांना असे वाटत होते की चरख्यासारखे लहानसे उपकरण एवढ्या महाकाय देशाची आर्थिक प्रगती वेगाने साधण्यासाठी पुरेसे नव्हते.[१५] कुठल्याही दूरच्या गावातल्या एखाद्या गावकऱ्याचा मनापासूनचा सहभाग साध्य करण्यासाठी आणि 'जगाने आतापर्यंत पाहिलेले सर्वांत मोठे ऐच्छिक सहकार्य' निर्माण करून वाढवत नेण्यासाठी एक साधासा चरखा पुरेसा होता, ह्या गांधींच्या धारणेवर विश्वास ठेवणे त्यांना शक्य होत नव्हते'.[१६] स्वराज्याच्या संयुक्त लढ्यात प्रत्येक स्त्री-पुरुषाचे योगदान—प्रतीकात्मकरीत्या आणि प्रभावीपणे—मिळवण्याची गांधींची ती पद्धत होती. बरेच जण फक्त गांधींना खूश करण्यासाठी म्हणून चरख्याचा पुरस्कार करत होते, कारण त्यांनी हे चांगलेच जाणले होते की स्वराज्याच्या लढ्यात गांधी ही एक अनिवार्य अशी व्यक्ती होती. वीस वर्षांनंतर सेवाग्राम आश्रमात झालेल्या एका सभेत त्यांनी म्हणजेच गांधींनी हे दु:खदपणे कबूल केले:

काँग्रेसने चरख्याचा स्वीकार केला खरा. पण तो त्यांनी स्वेच्छेने केला का? नाही, ते फक्त माझ्याकरता म्हणून चरख्याचा वापर विनातक्रार सहन करतात. समाजवादी तर त्याची उघडउघड टर उडवतात. चरख्याविरुद्ध ते खूप बोलले आहेत आणि विरोधी लिखाणही केले आहे... चरखा ही स्वराज्याची गुरुकिल्ली आहे हे मी त्यांना पटवून देऊ शकलो असतो तर! माझ्या दाव्याचे मी इतक्या वर्षांत समर्थन करू शकलेलो नाही.[१७]

आशियातील पहिल्या नोबेल विजेत्याची प्रतिक्रिया

गांधींच्या 'खादीचा प्रसार' या अभियानाबाबत सर्वांत जास्त गैरसमज होता. एम. एन. रॉय यांनी त्याला 'ऊर्जेचा निव्वळ अपव्यय' असे संबोधले.[१८] एका नियतकालिकाने त्यांच्यावर असा आरोप केला की ते गिरणीतल्या सूतकताईची जागा घरगुती सूतकताईला देऊन 'प्रगतीच्या घड्याळाचे काटे उलट्या दिशेने फिरवत आहेत'.[१९] एका टीकाकाराने चरख्याचा स्वराज्याशी संबंध जोडणे म्हणजे मृगजळाचा पाठलाग करण्यासारखे आहे असे म्हटले.[२०] या महात्म्याच्या मागण्या 'टोकाच्या... अपरिपक्व आणि तर्कशून्य' आहेत असे मत निराद सी. चौधरी यांनी मांडले.[२१] एआयएसएच्या तामिळनाडू शाखेचे सचिव एस. रामनाथन यांनी खादीची चळवळ ही 'आधुनिक काळातली अंधश्रद्धा' आहे असे म्हटले.[२२] आणि रवींद्रनाथ

टागोर, (छायाचित्र ३१: २५०) बंगालचे सुप्रसिद्ध कवी आणि १९१३ सालचे नोबेल पारितोषिक विजेते यांनी असे मत मांडले की गांधींचा उपाय हा फारच भाबडा होता: चरखा चालवण्यास उद्युक्त करून तीनशे दशलक्ष लोकांना मुक्त करण्याचा प्रयत्न करणे म्हणजे त्या सर्वांना एकत्रितपणे थुंकण्यास सांगून त्या थुंकीत इंग्रज वाहून जातील अशी अपेक्षा बाळगण्यासारखे आहे.[२३]

गांधींनी चरखा आणि विदेशी कापडाची होळी या गोष्टींना पसंती देत जी काही भूमिका घेतली होती त्या भूमिकेच्या सर्वांत कठोर टीकाकारांपैकी टागोर हे खरोखर एक होते. गांधींच्या प्रति असलेला नितांत आदर आणि कौतुक यांची कबुली देत असतानाच,[२४] त्यांनी गांधींवर आर्थिक बाबींवर अतिक्रमण केल्याच्या संदर्भात आणि आपल्या मतांनुसार वागण्यासाठी लोकांवर नैतिकदृष्ट्या दबाव आणल्याबद्दल टीका केली:

> कापडाच्या होळीचेच उदाहरण घ्या, आपल्या नग्नतेने शरमून गेलेल्या आणि थरथर कापणाऱ्या मातृभूमीच्या नजरेसमोरच या कापडांचे ढिगारे रचले गेले. असे करण्याचे आवाहन देणे हे कोणत्या प्रकृतीत बसते? एखाद्या जादुई मंत्राचेच हे आणखी एक उदाहरण नाही का? एखाद्या विशिष्ट उत्पादकाचे कापड वापरणे किंवा नाकारणे हा मुख्यत्वे अर्थशास्त्रीय प्रश्न आहे. या विषयावर आपल्या देशबांधवांनी जी चर्चा केली ती अर्थशास्त्राच्या भाषेत व्हायला हवी होती.[२५]

गांधींचा प्रतिवाद, त्यांचे अर्थशास्त्राबाबत जे म्हणणे होते, त्यात त्यांनी नैतिकतेवर दिलेला भर अधोरेखित झाला आहे:

> मी हे कबूल केले पाहिजे की मी अर्थशास्त्र आणि नैतिकता यामध्ये खूप ठळक किंवा कोणताच फरक मानत नाही. जे अर्थशास्त्र एका व्यक्तीच्या किंवा राष्ट्राच्या नैतिक हितास हानी पोहोचवते ते अनैतिक आणि म्हणून दुष्ट आहे. त्यामुळे जे अर्थशास्त्र एका राष्ट्राला दुसऱ्या राष्ट्रास भक्ष्य बनवण्याचा परवाना देते ते अनैतिक आहे. शोषितांच्या श्रमांपासून बनलेल्या वस्तू विकत घेणे आणि वापरणे हे पापकर्म आहे. जकात भरू शकत नसल्याने माझ्या शेजारचा धान्यविक्रेता गिऱ्हाइकांच्या अभावी उपासमारीने मरत असताना अमेरिकन गव्हाचे पदार्थ खाणे हे दुष्टपणाचे आहे. त्याचप्रमाणे रीजंट स्ट्रीटवरची अद्ययावत भरजरी वस्त्रे घालणे हे माझ्यासाठी पापकर्म आहे—जेव्हा मला हे ठाऊक आहे की—जर मी माझ्या शेजारपाजारच्या सूतकताईकरांनी आणि विणकरांनी विणलेली वस्त्रे घातली असती तर त्याने माझ्या अंगावर कपडे चढले असते आणि त्यांच्या अंगावर कपडे आणि पोटात अन्न गेले असते. माझ्या पापकर्माच्या जाणिवेत मी होरपळून निघत असताना मी विदेशी कापड आगीच्या ज्वाळांच्या हवाली केलेच पाहिजे आणि त्यायोगे माझे शुद्धीकरण केले पाहिजे आणि मग त्यापुढे, माझ्या शेजाऱ्यांनी बनवलेल्या खरबरीत खादीच्या कापडावर समाधान

मानले पाहिजे. माझ्या शेजाऱ्यांनी त्यांचा मूळ व्यवसाय सोडून दिल्याने ते चरख्याचा आनंदाने स्वीकार करतीलच असे नाही, त्यामुळे मी स्वतः तो केला पाहिजे आणि त्यायोगे चरख्याचा वापर लोकप्रिय केला पाहिजे.[२६]

पुन्हा, कविवर्यांच्या मते विदेशी कापडाची होळी म्हणजे असे काही विधिवाक्य नव्हते ज्याचे आंधळेपणाने आणि आज्ञाधारकपणे पालन करावे. ते या आदेशाचे पालन करण्यास नकार देतात कारण त्यांना वाटते की:

जे कपडे जाळायचे ते माझे नसतात, तर ज्यांना त्यांची नितांत गरज असते त्यांचे असतात... नेसायला वस्त्रे नसल्याने ज्या स्त्रिया घराच्या चौकटीत कैद राहिल्या आहेत आणि बाहेर पडू शकत नाहीत, त्यांना जी वस्त्रे देता आली असती, त्या वस्त्रांचा बळजबरीने विनाश करण्याचे पाप आपण करत आहोत. या पापाचे प्रायश्चित्त आपण कसे करणार?[२७]

गांधी आपली भूमिका स्पष्ट करतात:

मी कविवर्यांना हे सुचविण्याचे धाडस करतो की, जे कपडे जाळायची मी विनंती करत असतो, ते त्यांचे स्वतःचेच असले पाहिजेत... माझ्या विदेशी कपड्यांच्या होळीत मी माझी खंत जाळून टाकतो. निर्वस्त्र जनतेला त्यांना गरज नसलेली वस्त्रे देऊन त्यांचा अपमान करणे मी टाळायला हवे, त्याऐवजी त्यांना ज्याची खरोखरीच गरज आहे, असा रोजगार त्यांना मिळवून द्यायला हवा. मी त्यांचा पोशिंदा बनण्याचे पाप करणार नाही, पण मी त्यांच्या गरिबीला साह्यभूत झालो होतो हे कळल्यावर मी त्यांना विशेष स्थान देईन आणि त्यांना भाकरीचे तुकडे किंवा फेकलेले कपडे न देता माझ्याकडचे सर्वोत्कृष्ट अन्न आणि वस्त्र देईन आणि त्यांच्या कामात स्वतःला जोडून घेईन.[२८]

गांधींनी दिलेली ही स्पष्टीकरणे, गांधी आणि इतर राष्ट्रीय नेते यांच्यातला मूलभूत फरक दाखवतात. सुशिक्षित उच्चभ्रू राष्ट्रीय नेत्यांना जेव्हा असे वाटत होते, की ब्रिटिश साम्राज्यापासून भारताला मुक्ती मिळवून देण्यासाठी जे निर्णय घ्यायचे, त्यावर चिंतन किंवा कृती करण्याची त्यांची क्षमता होती, तेव्हा गांधी मात्र चरख्याद्वारे फायदेशीर स्वयंरोजगाराची निर्मिती करून गावांच्या सशक्तीकरणाच्या व्यासपीठावरून स्वराज्याचे आवाहन करू इच्छित होते. हे गांधींचे विशिष्ट असे धोरण होते आणि एका बंडखोर (ब्रिटिशांसाठी आणि सुशिक्षित उच्चभ्रू भारतीय या दोघांसाठीही) कृत्याची सगळी लक्षणे त्यात होती.

भारतीय गिरणीमालक आणि विणकरांची प्रतिक्रिया

हातमागावर विणलेल्या सुती कापडाच्या गांधी करत असेल्या प्रसाराने जर भारतीयांपैकी एखाद्या वर्गाचे नुकसान होणार होते, तर तो वर्ग धनाढ्य गिरणी मालकांचा होता. त्यांना गंभीर

स्वरूपाच्या आर्थिक चिंता होत्या आणि त्याकरिता त्यांना ब्रिटिश सरकारच्या कृपाछत्राची गरज होती. आणि या राष्ट्रीय ध्येयासाठी ते आपल्या फायद्यांचा बळी देऊ इच्छित नव्हते. गांधींनी त्यांना त्यांच्यामध्ये देशप्रेमाची भावना जोपासण्याचे आणि स्वराज्याच्या लढ्यात इतर भारतीयांची साथ देण्याचे आवाहन केले.[२९] पण ते सहकार्य करण्यास तत्पर नव्हते. त्यांनी स्वराज्याच्या निधीस हातभार लावला नाही. त्याऐवजी, त्यांच्या स्वतःच्या गिरण्यांमध्ये तयार केलेल्या कापडाची किंमत वाढवून त्यांनी विदेशी कापडाच्या बहिष्काराचा स्वतःच्या नफ्यासाठी वापर करून घेण्याचा प्रयत्न केला (असा प्रयत्न त्यांनी १९०६ च्या बंगालच्या स्वदेशी चळवळीमध्येसुद्धा केला होता). त्यांनी हे कारण देऊन किमतीमध्ये कपात करण्याची याचना फेटाळली की जर त्यांनी किंमत कमी केली, तर मग नफेखोर मध्यस्थांमुळे कापडाच्या विक्रीच्या किमतीत वाढ होऊ शकते.[३०]

काही गिरणी मालकांनी स्वदेशीला त्यांच्या स्वतःच्या फायद्यासाठी प्रोत्साहन दिले. जेव्हा हातमागाचे खादीचे कापड लोकप्रिय झाले आणि लोकांची त्यातली रुची वाढू लागली तेव्हा त्यांनी बेईमानीने गिरणीत तयार केलेल्या खादीच्या कापडाचे वितरण सुरू केले आणि 'जी चळवळ भुकेलेल्या लाखो लोकांच्या मदतीसाठी सुरू केली गेली होती त्याच चळवळीच्या आधारे त्यांनी गरिबांच्या तोंडचा घास काढून घेतला'.[३१] राष्ट्रीय ध्येयाच्या नावाखाली आपल्याच माणसांनी त्यांच्याच गरजू भगिनी आणि बंधूंचा बळी देऊन केलेली ही क्रूर बेईमानी पाहून गांधींना अतीव यातना झाल्या. आपली हाव पूर्ण करण्यासाठी लोक ज्या असभ्य टोकाला जाऊ शकत होते, त्याचा गांधींना तिटकारा येई. अब्राहम लिंकन यांच्या प्रसिद्ध वचनात थोडा फेरफार करून त्यांनी हे हृदयस्पर्शी विधान केले: 'काही लोकांना कायमचे फसवत राहणे शक्य आहे पण सर्व लोकांना सर्वकाळ फसवणे शक्य नाही.'[३२] भांडवलात वाढ करण्यासाठी फसवे मार्ग अवलंबायला नको होते, कारण 'फसवणारे शेवटी स्वतःलाच फसवत असतात'.[३३]

असे असूनही काही गिरणीमालक असे होते ज्यांना गांधींचा दृष्टिकोन उमजत होता. त्यांनी तो आचरणात आणला, गांधींचे अनुसरण करण्यासाठी आपल्या उद्योगांचा त्याग केला आणि युक्तिवादांमध्ये गांधींची बाजू घेतली.[३४]

विणकरांचे सहकार्य मिळवणे हे तर आणखीनच वेगळेच प्रकरण होते. स्वयंसेवकांनी असे सांगितले की विणकरांना विदेशी धागा वापरण्याची खूपच सवय झाली होती आणि त्यामुळे गांधींच्या इच्छेप्रमाणे ते घरी सूतकताई केलेल्या धाग्याकडे वळणे कठीण होते. विदेशी धागा अधिक सफाईदार होता. त्यामुळे विणकरांच्या उत्पादनाला चांगला पोत प्राप्त होत असे आणि त्यामुळे मग आशादायी वेतन आणि कामाचे जास्त समाधान मिळत असे. भारतीयांमध्ये खप करण्यासाठी खरबरीत खादीचे उत्पादन करण्याच्या उद्देशाने घरगुती सूतकताईच्या धाग्याकडे वळणे म्हणजे विणकरांनी स्वतःच स्वतःची अधोगती करून

घेण्यासारखे होते. गांधींना ही कोंडी कळत होती: एकीकडे, ते पाहत होते की जे विणकर गिरणीच्या धाग्याने विणत, ते खरे तर, 'स्वतःचाच गळा कापत होते';[३५] तर दुसरीकडे त्यांच्या हे लक्षात आले की विणकरांना त्यांच्या स्वराज्याच्या चळवळीतल्या सहभागाचे एक सर्वंकष चित्र दाखवणे आणि त्यांच्यात आशावाद रुजवणे गरजेचे होते.

> देशातले लाखो विणकर–हिंदू आणि मुसलमान–विदेशाच्या फायद्यास हातभार लावतात. ते कापड विणण्याकरता लाखो रुपयांचा विदेशी धागा आणि काही प्रमाणात आपल्या गिरण्यांत बनलेला धागादेखील वापरतात. पण जर त्यांनी विणण्याकरता हाताने सूतकताई केलेला धागाच केवळ स्वीकारला आणि ते गुणवत्ता सुधारत गेले तर देशबांधवांचा चेहरा उजळून निघेल आणि आपल्या बांधवांच्या घरी करोडो रुपये त्यांची कमाई म्हणून जातील. त्यांच्या बरोबरीने वटणी, पिंजणे आणि कांजी करणे अशी कामे करणाऱ्या इतर हजारो लोकांना आणखी काम उपलब्ध होईल... संपूर्ण स्वदेशीमुळे देशाला फक्त ६० करोड रुपयांचा सरळसोट फायदा होणार नव्हता, तर इतर व्यवसायांची वृद्धी होणार होती आणि त्यामुळे आणखी कितीतरी अधिक करोड प्राप्त होणार होते आणि एकेकाळी या देशाला भरभराटीला आणणाऱ्या सुंदर कलाकौशल्यांचे पुनरुज्जीवन होणार होते.[३६]

तरीही, गांधींना या वस्तुस्थितीची जाणीव होती, की बहुतांश विणकर निरक्षर होते आणि त्यामुळे त्यांना अभियानाच्या मुख्य प्रवाहात आणण्यासाठी थोडे अधिक सबुरीने घ्यायला हवे होते, हे सत्य गांधींनी जाणले. गिरणीमालक, वकील, व्यापारी आणि विद्यार्थ्यांना उद्देशून केलेली त्यांची भाषणे आणि लिखाण जसे रोखठोक होते, त्यापेक्षा त्यांचा या समस्येवरच्या उपायाबाबतचा दृष्टिकोन वेगळा होता:

> [आपण] स्वतःच विणकर बनायला हवे [कारण] आपल्याला विणकरांची मदत हवी म्हणून त्यांच्याकडे जाणे वेगळे आणि त्यांच्या भल्याकरता त्यांना काही सांगणे, हे आणखी वेगळे आहे. यातून एकच मार्ग निघतो तो म्हणजे त्यांचा पेशा आपण शिकून घ्यावा, त्याचे शास्त्र समजून घ्यावे आणि मग ते त्यांना स्पष्ट करून सांगावे.[३७]

ब्रिटिश साम्राज्याची प्रतिक्रिया

१७ जानेवारी १९१७ रोजीच्या एका सभेच्या कार्यवृत्तात्त गृहमंत्री रेजीनाल्ड क्रॅडॉक यांनी याकडे लक्ष वेधले, की जी माणसे वृत्तपत्र वाचतात, त्यांच्या मनात ब्रिटिश सरकारच्या विरोधात विष कालवले जात होते. ॲनी बेझंट आणि लोकमान्य टिळकांच्या होम लीगचा उल्लेख करत ते म्हणाले:

> भारतातील राजद्रोह हा लाटांप्रमाणे आहे, जसजसा समुद्र हद्द ओलांडून पुढे येतो तसतशा या लाटा किनारपट्टीला झिजवून टाकतात. गेल्या वेळी १९०७–०८ मध्ये भरती [बंगालची

> स्वदेशी चळवळ] आली होती. त्या वेळी ती भरती संपली, पण आता ती पुन्हा वेगाने आत येते आहे आणि याआधी कधीही न पोहोचलेल्या अशा सर्वोच्च बिंदूवर जाऊन ती पोहोचणार आहे. या भरतीमुळे सुरक्षित भूप्रदेशावर महापूर येऊ नये म्हणून आपण धरण बांधायलाच हवे.[३८]

अधिकारी व्यक्तींना ज्या बातम्या आणि मते राजद्रोही वाटत, त्यांच्यावर निर्बंध लादून हे 'धरण' बांधायला सुरुवात झाली. या साम्राज्याच्या कारभाराच्या शोषक पद्धतीकडे लक्ष वेधणारी मते बाळगणारे जे ब्रिटिश होते, त्यांना पायबंद घातला जाई. उदाहरणार्थ, २६ एप्रिल १९१९ रोजी *बॉम्बे क्रॉनिकल* चा संपादक बेंजामिन हॉर्निमन याला देशातून हद्दपार करून इंग्लंडला पाठवण्यात आले आणि त्याच्या वृत्तपत्राचे प्रकाशन स्थगित करण्यात आले.

१० मार्च १९२२ रोजी खुद्द गांधींना राजद्रोही लेख प्रसिद्ध केल्याबद्दल अटक करण्यात आली. दुसऱ्या दिवशी खटला चालू असताना त्यांनी राजद्रोहाच्या आरोपाची कबुली दिली आणि कोर्टात असे एक विधान केले जे 'एक प्रकारचे मासलेवाईक उदाहरण बनून गेले आहे'.[३९]

> मला फक्त इतकेच नमूद करायचे आहे, की जेव्हा योग्य वेळ येईल तेव्हा, सरकारविषयी असंतुष्टतेचा जिथवर प्रश्न आहे, मी माझा 'अपराध' मान्य करीन. हे खरे आहे की मी *'यंग इंडिया'* चा संपादक आहे आणि माझ्या उपस्थितीत वाचले गेलेले लेख मी लिहिले आहेत आणि मालकांनी आणि प्रकाशकांनी मला वृत्तपत्राचे समग्र धोरण नियंत्रित करण्याची परवानगी दिली होती. बस्स इतकेच.[४०]

भारतातील काही जिल्ह्यांमध्ये स्वदेशी चळवळ रोखण्याच्या इच्छेखातर सरकार अधिक बळजबरी करू लागले होते. या अभियानांमध्ये सक्रिय सहभाग घेतलेल्या जवाहरलाल नेहरूंनी त्यांच्या आत्मचरित्रात याचे ठळक वर्णन केले आहे:

> त्या काळाच्या आसपास रायबरेली जिल्ह्यात दोन प्रसंगी शेतकऱ्यांवर गोळीबार करण्यात आला आणि त्यानंतर पंचायतीच्या प्रत्येक सदस्यावर आणि प्रत्येक प्रमुख शेतकामगारावर दहशतीचे साम्राज्य सुरू झाले, जे त्या गोळीबारापेक्षा कितीतरी अधिक वाईट होते. सरकारने ही चळवळ चिरडून टाकण्याचे ठरवले होते. काँग्रेसने प्रवृत्त केल्यामुळे चरख्यावर हाताने सूतकताई करणे या गोष्टीचा शेतकरी वर्गात प्रसार होत होता. त्यामुळे चरखा हा राजद्रोहाचे प्रतीक बनला आणि त्याचे मालक अडचणीत येऊ लागले. बऱ्याचदा त्यांचा चरखाच प्रत्यक्ष जाळून नष्ट केला जाई. अशा प्रकारे शेकडो लोकांना अटक करून आणि इतर पद्धतीने रायबरेली आणि परताबगढमधील शेतकऱ्यांच्या आणि काँग्रेसच्या अशा दोन्ही चळवळींना चिरडण्याचा प्रयत्न सरकारने केला. बहुतांश मुख्य कार्यकर्ते या दोन्ही चळवळींचा भाग होते.[४१]

गांधींचे विलक्षण धोरण आणि त्यांची बंडखोर योजना कळून येण्यातली ब्रिटिशांची असमर्थता याचा बी. आर. नंदा यांनी सुयोग्य पद्धतीने सारांश सांगितला आहे:

> गांधींच्या कार्यपद्धतीने ब्रिटिशांना पेचात टाकले. जर राष्ट्रवादी लाट हिंसक बनली असती, तर मग ब्रिटिशांसाठी ही समस्या तुलनेने सोपी ठरली असती. तशा परिस्थितीत, ब्रिटिशांना कळून चुकले की तटस्थता किंवा दडपशाही यांपैकी काहीही गांधींच्या विरोधात उपयोगी पडणार नव्हते. हस्तक्षेप केला नाही, तर आंदोलन पुढेपुढे जाऊन वाढत जाणार होते; आणि निःशस्त्र स्त्री-पुरुषांवर दडपशाही अवलंबल्यास ते त्यास प्रत्युत्तर देण्याचे नाकारत आणि त्यामुळे त्यांना जनतेची सहानुभूती मिळे आणि ब्रिटिश साम्राज्यापासून जनता अधिकच दुरावली जाई... आर्नल्ड टॉईनबी यांनी म्हटल्याप्रमाणे, गांधींनी ब्रिटिशांना भारतावर राज्य करत राहणे अशक्य करून ठेवले होते, पण त्याच वेळी त्यांनी 'कोणतेही वैमनस्य न बाळगता आणि अपमानित न होता पदत्याग करणे' ही गोष्ट ब्रिटिशांसाठी शक्य केली होती.[४२]

गांधींची युद्धाची संकल्पना, 'हे साम्राज्य शतकानुशतके वसाहतींवर विजय मिळवण्यासाठीच आले होते', या अनन्य अशा गणल्या जाणाऱ्या समजाच्या पलीकडची होती. इतिहासात प्रथमच, हा एक असा 'शत्रू' होता जो त्याची रणनीती उघडपणे सांगत होता, जो दिलेला शब्द पाळत होता, जो या साम्राज्याच्या अधिकाऱ्यांवर विश्वास ठेवत होता आणि त्याच्या तीनशे दशलक्ष अनुयायांनीही असेच करावे यासाठी आग्रह धरत होता. या सविनय कायदेभंगात सहभागी झालेल्यांची सभ्यता, ज्या हुकमतीची अवज्ञा करण्यात आली, त्या हुकमतीच्या सभ्यतेला केव्हा ना केव्हा हाक देणारच होती.

टिपा

१. नंदा, *द मेकिंग ऑफ अ नेशन,* xxiv (अधिक भर दिला आहे).
२. तथैव., १२२.
३. तथैव.
४. तथैव., १२३.
५. तथैव., xix, xx.
६. रामगुंडम, *गांधीज खादी,* ९४.
७. नंदा, *द मेकिंग ऑफ अ नेशन,* १२१.
८. मोतीलाल नेहरू आणि त्यांचे पुत्र जवाहरलाल (छायाचित्र ११ आणि १२) यांचे फोटो भारतीय उच्चभ्रू वर्गावर गांधींचा प्रभाव दर्शवतात. आतापर्यंत अत्याधुनिक असलेल्या आपल्या जीवनशैलीत झालेल्या अनेक बदलांची झलक जवाहरलाल त्यांच्या आत्मचरित्रात दाखवतात. पहा जवाहरलाल नेहरू, ॲन *ऑटोबायॉग्राफी* (नवी दिल्ली: पेंग्विन, २००४), ११४.
९. चार आणे म्हणजे पंचवीस पैसे, म्हणजेच एका रुपयाचा एक चतुर्थांश भाग.

१०. रामगुंडम, *गांधीज खादी*, ९४. सूतकताईच्या विशेषाधिकाराच्या प्रस्तावानंतर झालेल्या 'गांधींचा वास्तववाद आणि काँग्रेसचा निकडीचा व्यवहारवाद यामधील लढ्याच्या' सविस्तर वर्णनासाठी, पहा तथैव., १३३–७१.

११. नेहरू, *ॲन ऑटोबायॉग्राफी*, १३४.

१२. तथैव.

१३. पहा *सीडब्लूएमजी*, खंड २५, ३४९.

१४. तथैव., ३५०.

१५. खादीच्या अभियानाचा गांधींनी धरलेला आग्रह यावर बोलताना नेहरूंनी लिहिले: 'खादीचा प्रसार हळूहळू होईल... पण तिने धरलेल्या नेमात स्वातंत्र्य कसे काय येईल मला माहीत नाही... आपले खादीविषयक कार्य राजकारणापासून जवळजवळ पूर्णपणे विभक्त आहे आणि आपल्या खादीच्या कार्यकर्त्यांची, कामाच्या मर्यादित चौकटीबाहेर कसलाही विचार न करण्याची एक मानसिकता तयार होते आहे.' *सीडब्लूएमजी*, खंड ३५, ५४०–४४.

१६. तथैव., ३९०.

१७. तथैव., खंड ७८, ७५.

१८. तथैव., खंड २५, २०-२३.

१९. तथैव., खंड १८, १७६.

२०. तथैव., खंड २०, ३१.

२१. निराद सी. चौधरी, द *ऑटोबायॉग्राफी ऑफ ॲन अननोन इंडियन* (बॉम्बे: जयको, २०००), रामगुंडम, *गांधीज खादी* मध्ये, १७९.

२२. एस. रामनाथन आणि इतर, द *सूपरस्टीशन ऑफ खादी: अ डिस्कशन* (एरोडे, कुडी आरासु पब्लिशिंग हाउस, १९३१), ३.

२३. जेफरी ॲश, *गांधी* (न्यूयॉर्क: स्टाईन अँड डे, १९६८), २४९, बीन, 'गांधी अँड खादी' मध्ये उद्धृत केले आहे, ३७१.

२४. 'महात्मा' ही उपाधी टागोरांनी गांधींना बहाल केली असे म्हटले जाते. पहा कृष्ण दत्त अँड आंद्रे रॉबिन्सन, *रवींद्रनाथ टागोर: ॲन अँथॉलॉजी*, लंडन, मॅकमिलन, १९९७, २.

२५. सब्यसाची भट्टाचार्य, संपादन, द *महात्मा अँड द पोएट: लेटर्स अँड डीबेट्स बिटवीन गांधी अँड टागोर १९१५–१९४१* (नवी दिल्ली: नॅशनल बुक ट्रस्ट इंडिया, १९९७), ८३.

२६. तथैव., ९०.

२७. तथैव., ८३.

२८. तथैव., ९०.

२९. *सीडब्लूएमजी*, खंड २०, ३३१.

३०. तथैव., ३३१ -३२.

३१. तथैव., खंड ३६, ३०२.

३२. तथैव.

३३. जॉर्ज ऑरवेल यांच्या 'रिफ्लेक्शन्स व गांधी' मध्ये उद्धृत केले आहे, *पार्टीजान रिव्यू*, खंड १६, क्र. १, जानेवारी १९४९, ८५–९२. येथे ऑनलाईन उपलब्ध http://orwell.ru/library/

reviews/gandhi/e_gandhi1260/Reflections-On-Gandhi-George-Orwell (२१ ऑक्टोबर २०१० रोजी तपासले).

३४. श्री. रणछोडलाल अमृतलाल हे एक उदाहरण आहेत. तुलना करा: *सीडब्लूएमजी,* खंड ४३, २४७–४८.

३५. *सीडब्लूएमजी,* खंड ६०, १३९.

३६. तथैव., खंड २१, ३२९.

३७. तथैव., ३२९–३०. गांधी अभिमानाने स्वतःला विणकर म्हणवत. जेव्हा केव्हा त्यांना त्यांचा पेशा सांगावा लागे तेव्हा ते आपण बॅरिस्टर नव्हे तर शेतकरी आणि विणकर असल्याचे सांगत. पहा *सीडब्लूएमजी,* खंड २०, ३९५.

३८. नंदा, *महात्मा गांधी,* १५२ येथे उद्धृत केले आहे.

३९. कृपलानी, *गांधी: अ लाईफ,* ११७.

४०. *यंग इंडिया* मध्ये प्रकाशित झालेल्या चार लेखांविरुद्ध सरकारने तक्रार दाखल केली: 'डिसफेक्शन अ व्हर्चू' (१५ जून १९२१), 'टॅम्परिंग विथ लॉयल्टी' (२९ सप्टेंबर १९२१), 'द पझल अँड इट्स सोल्यूशन' (१५ डिसेंबर १९२१), आणि 'शेकींग द मेन्स' (२३ फेब्रुवारी १९२२).

४१. नेहरू, ॲन ऑटोबायॉग्राफी, ६६. या भागात, १७८० च्या दशकात ब्रिटिश ईस्ट इंडिया कंपनीने चरख्यावर घातलेल्या निर्बंधाचा आपण आधी उल्लेख केला आहे. पहा 'द प्लाईट ऑफ इंडियन वीव्हर्स अँड द ब्रिटिश इंडस्ट्रियल रेवोलूशन' ह्या नावाचा भाग, ३७-४०. ब्रिटिश साम्राज्यकरवी केले गेलेले चरख्याचे दमन म्हणजे गांधींच्या मते इतिहासाची पुनरावृत्ती होती. पहा *सीडब्लूएमजी,* खंड १९, ४८७.

४२. नंदा, द *मेकिंग ऑफ अ नेशन,* xxiv.

भाग क

मानसिक-सांस्कृतिक क्रांती

७ लोकांचे गौणीकरण[१]

> *स्वतःच्या धर्माबद्दल अकारण नावड निर्माण झाल्याशिवाय इंग्लंडमध्ये राहणे शक्य आहे का, याबद्दल मला निश्चित सांगता येत नाही. मी जेवढे काही ऐकले आहे, त्यावरून माझ्या स्वतःच्या काही शंका आहेत. मी जेव्हा या मोठ्या [भारतीय] वकिलांना भेटतो तेव्हा त्यांच्या आणि युरोपियनांच्या आयुष्यात मला काहीच फरक दिसत नाही. ते अन्नाबाबत कुठलाच विधिनिषेध बाळगत नाहीत. त्यांच्या तोंडात सिगार नाही, असे कधीच होत नाही. ते इंग्लिश लोकांइतकेच लाजलज्जा गुंडाळून पेहराव करतात. हे सगळे आपल्या कौटुंबिक परंपरेला साजेसे ठरणार नाही.*
>
> —जलप्रवासाने इंग्लंडला निघण्यापूर्वी किशोरवयीन मोहनदासला काकांचा सल्ला[२]

ब्रिटिश साम्राज्याच्या आर्थिक-राजकीय परिणामांशी असलेल्या गांधींच्या प्रतिबद्धतेमुळे त्यांचे त्या सूक्ष्म हिंसेकडे दुर्लक्ष झाले नव्हते; जी वर्षानुवर्षाच्या ब्रिटिश राजवटीमुळे भारतीय बाण्यामध्ये शिरली होती. व्यक्तिगत, सांस्कृतिक, आर्थिक आणि राजकीय हित निश्चित करण्यात आपले व्यक्तित्व आणि सामाजिक प्रेरणा खूप मोठी भूमिका बजावतात, अशी खात्री पटल्याने गांधी जनतेच्या जीवनाच्या आणखी एका पैलूमध्ये क्रांती घडवून आणण्यासाठी आटोकाट प्रयत्न करू लागले. त्यांनी त्यांच्या माणसांना एका नवीन एकसूत्री संस्कृतीचा प्रसार करण्यासाठी बोलावले. 'कोणते कापड वापरले जायला हवे?' आणि 'आपण कसा पेहराव करावा?' असे प्रश्न उभे करून, वर्चस्व गाजवण्याची ज्याला गरज भासते अशा छापाचे जे भारतीयत्व वसाहतवादाने उभे केले होते, त्याच्या वैधतेवर त्यांनी सवाल खडा केला. १७ व्या शतकापासून पुढे जो वाढता आणि अधिक प्रबळ ताबा भारतावर मिळवला गेला, त्याच्या प्रभावाखाली मग भारत इंग्लंड या देशासाठी जगू लागला. दुसऱ्या देशाची

प्रचंड लुटालूट करून संपत्ती जमा करण्यात ब्रिटिशांना काहीच चुकीचे वाटत नव्हते. जो देश पापभीरू होता आणि जो स्वतःला 'सुसंस्कृत जगाचे अधिष्ठान' मानत असे त्याला सत्याचे हे असले विडंबन कसे काय कबूल होणार होते?

सांस्कृतिक वर्चस्वाची विचारधारा

वसाहतवाद हा विचारसरणीवर आधारलेला होता, फक्त महसूल किंवा शस्त्रास्त्रांवर नव्हे. विचारसरणी हे जणू काही एक वंगण होते; जे वसाहतवादाची चाके सहजतेने फिरावीत म्हणून मदत करीत असे. या विचारसरणीत अ-श्वेतवर्णीय वंशांना गौण ठरवले गेले आणि हा गौणपणा सिद्ध करण्यासाठी सिद्धान्त पुरवण्यात आले. त्यांना जे ताब्यात ठेवले गेले त्याचे समर्थन ही विचारसरणी युक्तिवादाने करते. या विचारसरणीने या श्वेत-इतर वंशांच्या संपत्तीच्या लुटालुटीचे समर्थन केले—जबरदस्तीने लादलेल्या करासाठी आणि सशस्त्र आक्रमकतेसाठी सबबी पुढे केल्या. आणि सगळ्याहून जास्त म्हणजे वसाहतवाद्यांची सद्सद्विवेकबुद्धी ठप्प केली.

वसाहतवादी विचारसरणीचे दोन प्रभावी दृष्टिकोन आहेत, एक म्हणजे खुद्द वसाहतवाद्यांचा दृष्टिकोन आणि दुसरा म्हणजे ज्या लोकांवर वसाहतवाद्यांनी राज्य केले त्यांचा. भारताच्या बाबतीत बोलायचे तर, ब्रिटिशांचा स्वतःच्या बाबतीतला समज म्हणजे पाश्चात्त्य बुद्धिप्रामाण्यवादी मानसिकतेवर आधारलेले सांस्कृतिक वर्चस्व हा होता. ह्या दृष्टिकोनाचे सार या गोष्टीत उत्तमपणे दिसून येते की इंग्लिश शिक्षणाला थेट पाठिंबा देण्याऐवजी पौर्वात्य संस्कृतीचे जतन आणि विकास करण्याच्या युरोपियनांच्या प्रयत्नांना मॅकॉले याने विरोध केला.

> मला संस्कृत किंवा अरबी भाषेचेही ज्ञान नाही... पण त्यांचे मोल काय असेल याचा योग्य अंदाज घेण्यासाठी जे आवश्यक होते ते मी केले... हे कोण नाकारील की एखाद्या उत्तम युरोपियन ग्रंथालयातला नुसता एक कप्पा हा भारत आणि अरेबिया यांच्या मिळून होणाऱ्या सगळ्या स्थानिक साहित्याएवढाच मौलिक होता... संस्कृत भाषेत लिहिल्या गेलेल्या सर्व पुस्तकांतून जमा केलेली सर्व ऐतिहासिक माहिती ही इंग्लंडमधल्या पूर्वाध्ययन शाळांमध्ये वापरल्या जाणाऱ्या अगदी किरकोळ संक्षेपांपेक्षाही कमीच मोलाची आहे.[३]

भारतीय म्हणजे कनिष्ठ दर्जाचे हा जो समज होता तो संपूर्ण ब्रिटिश साम्राज्यात निर्विवादपणे स्वीकारला गेला होता, असे वाटते. अधिकृत भाषणांमध्ये ह्या समजुतीचे वर्चस्व दिसून येत असे आणि या समजुतीनेच सांस्कृतिक परिस्थिती प्रस्थापित केल्या होत्या.[४] जे लोक याहून वेगळा विचार आणि कृती करत त्यांना सामाजिक बहिष्काराचा धोका असे आणि राजद्रोहाच्या आरोपांना जणू ते स्वतःहून आमंत्रण देत. वसाहतवादाच्या बाजूने असणाऱ्या विचारसरणीच्या प्रसारामुळे ब्रिटिशांना हा मानसिक आणि नैतिक दिलासा मिळत असे की ते भारतीयांवर वसाहतवादी राजवट चालवून त्यांच्यावर उपकार करत आहेत.[५]

बर्नार्ड कोनच्या आद्य संशोधनामुळे आपल्याला भारतातील ब्रिटिश वसाहतवादी राजवटीची 'ज्ञानमीमांसाशास्त्रीय हिंसा'[६] ओळखता येऊ शकते. ही अशी राजवट होती जी प्रतीके, संस्कृती आणि सत्ता यांच्यातल्या तगड्या परस्परसंबंधांमुळे उभारली गेली होती. अशा विचारसरणीचे एक उदाहरण, मेयोचा सहावा अर्ल आणि भारताचा व्हाइसरॉय रिचर्ड साऊथवेल बर्क याने पंजाबच्या लेफ्टनंट गव्हर्नरला १८७० मध्ये लिहिलेल्या पत्रात दिसून येते: 'तुमच्या हाताखालच्या माणसांना हे शिकवा की आम्ही सगळे एका कनिष्ठ वंशावर शासन करण्याच्या भव्य कार्यात रत असलेले ब्रिटिश सभ्य गृहस्थ आहोत'[७] पेहरावाचे विषय हेसुद्धा वसाहतीकरणाचे समर्थन करणारी कारणे होते. भारतीय कपड्यांचे 'आकर्षक' आणि जास्त विशेषकरून 'लज्जास्पद' स्वरूप हे ब्रिटिशांसाठी फक्त भारतीयांच्या भ्याडपणाचा आणि रानटीपणाचा पुरावा नव्हते तर ते ब्रिटिशांच्या भारतातील लोकांना सुसंस्कृत बनवणाऱ्या अस्तित्वाचे समर्थनदेखील होते.'[८]

लेफ्टनंट-कर्नल जॉन ब्रिग्ज यांनी एका तरुण इंग्लिश युवकाला लिहिलेले पत्र हे त्या सामायिक वसाहतवादी समजुतीचे उदाहरण आहे ज्यात ज्यांना गुलाम बनवले त्यांना कनिष्ठ समजले जात असे. ते पत्र त्या इंग्लिश युवकाला भारतीयांच्या विचित्र रीतिरिवाजांसाठी तयार करावे या उद्देशाने लिहिलेले आहे:

युरोपियन माणसाच्या नजरेला ते दृश्य मानवी वाटतच नाही, जणू एखादा काळा प्राणी लाकडाच्या तीन तुकड्यांवर गुडघे टेकून रांगत चालला असावा, ते तुकडे फक्त नारळाच्या तंतूंनी जोडलेले असतात, आणि तो प्राणी भूप्रदेशापासून मैलोन् मैल दूरवर एकटाच चालत आलेला असतो...

मग लंडनहून नुकत्याच आलेल्या आणि ज्याने विश्वातले युरोपियन संस्कृतीचे सर्वांत ऐटबाज शहर आणि तो आता सध्या अचानक पाहत असलेले दृश्य या दोन टोकांच्या मधली समाजाची स्थिती कधी पाहिलीच नाही, त्या व्यक्तीच्या भावना काय असतील![९]

सांस्कृतिक वर्चस्व राजकीय आणि आर्थिक हुकमतीचे समर्थन करत होते, एवढे, की त्यामुळे विवेकाला ग्रहण लागावे आणि सद्सद्विवेकबुद्धीची धार बोथट व्हावी. चर्चिल यांच्या राजकीय नियंत्रणाखाली ज्या लाखो लोकांवर वसाहतवादी राज्य केले गेले त्यांच्याप्रति असलेल्या संपूर्ण बेपर्वाईवर पडदा टाकणाऱ्या चर्चिलच्या दृष्टिकोनावर अमर्त्य सेन भाष्य करतात:

सांस्कृतिक वर्चस्वाची धारणा राजकीय सत्तेच्या असमानतेसोबत चांगली मिसळून जाते. विन्स्टन चर्चिलचा प्रसिद्ध शेरा की १९४३ चा बंगाल मधला दुष्काळ, जो ब्रिटिशांच्या अमलाखालील भारतातला शेवटचा दुष्काळ (आणि एकंदरच भारतातला शेवटचा दुष्काळ होता) जो स्थानिक भारतीयांच्या 'सशांसारखी' अपत्यनिर्मिती करण्याच्या प्रवृत्तीमुळे झाला होता, तो हे दर्शवतो की तेव्हा कशी वसाहतवाद्यांच्या नियंत्रणाखाली असलेल्या जनतेलाच

> दोष देण्याची सर्वसाधारण परंपरा होती; हा शेरा चर्चिलच्या आणखी एका समजुतीला पूरक होता की भारतीय हे जगातले 'सर्वाधिक पशुतुल्य लोक होते, आणि त्यांच्यापेक्षा अधिक पशुतुल्य फक्त जर्मन लोक असू शकत होते.' म्हणून मग पशुतुल्य जर्मनांना जेव्हा चर्चिलचे सरकार उलथून टाकायचे होते आणि पशुतुल्य भारतीय चांगल्या शासनाची मागणी करू लागले होते, तेव्हा, ह्याच चर्चिलची कशी दुहेरी कात्रीत सापडल्यासारखी अवस्था झाली होती, त्याची कीव आल्याशिवाय राहत नाही.[१०]

स्वतःची सद्सद्विवेकबुद्धी दाबून टाकण्याचा एक अत्यंत वाईट प्रकार म्हणजे उदासीनता जोपासणे. तो एक असा मार्ग आहे ज्यात हेतुपुरस्सर किंवा अहेतुकपणे निवडक गोष्टींचेच ज्ञान करून घेतले जाते, आणि तेही अशा प्रकारे जेणेकरून जे काही गैरसोयीचे आणि मनाला न पटणारे असेल ते नजरेआड आणि म्हणून मनावेगळे राहील. जवाहरलाल नेहरू आठवण सांगतात:

> मला आठवते की जेव्हा मी लहान होतो तेव्हा भारतातील ब्रिटिशांच्या मालकीच्या वृत्तपत्रांमध्ये भरपूर अधिकृत बातम्या आणि कथन, नोकरीविषयक बातम्या, बदली आणि बढती बाबतच्या बातम्या, इंग्रज समाजातील घडामोडी, पोलो, शर्यती, नृत्ये आणि हौशी नाटक याबाबतच्या बातम्या असत. त्यामध्ये भारताचे लोक, त्यांचे राजकीय, सांस्कृतिक, सामाजिक किंवा आर्थिक जीवन याच्याबद्दल एक शब्दही छापलेला नसे. ही वृत्तपत्रे वाचली तर असे कोणी भारतीय लोक अस्तित्वात आहेत असे कुणाला वाटलेही नसते.[११]

इंग्लिश वर्चस्व प्रस्थापित करण्यासाठी कायदेविषयक आणि सामाजिक परवानग्या

सांस्कृतिक पातळीवर तुच्छ लेखण्याचा ब्रिटिशांचा दृष्टिकोन त्यांच्या धोरणांनाही आकार देऊ लागला. इतका की ते पेहरावाच्या एका सुस्पष्ट शैलीवर भर देऊ लागले. विशाल भारतीय द्वीपकल्पाचे हवामान उष्ण आणि उकाड्याचे असूनही ब्रिटिश नेहमी याची खात्री बाळगत की त्यांच्या कपड्यांतून नेहमी त्यांचे श्रेष्ठत्व दिसून येईल. १८३० मध्ये, ईस्ट इंडिया कंपनीच्या ब्रिटिश कर्मचाऱ्यांना, सार्वजनिक कार्यक्रमांमध्ये भारतीय पेहराव करण्यास प्रतिबंध करणारे कायदे निर्माण केले गेले.[१२] कपड्यांच्या भारतीय शैली अस्वीकारार्ह बनल्या आणि त्यांच्याकडे 'विक्षिप्तपणाचे लक्षण' आणि 'बदनामीचे कारण' म्हणून पाहिले जाऊ लागले.[१३] जे भारतीय शैलीचा पेहराव करणे पसंत करत त्यांना तुच्छतेने 'व्हाईट बाबूज' असे संबोधले जाऊ लागले.[१४]

हळूहळू, भारतीयांपासून इंग्रज लोकांना वेगळे दाखवण्यासाठी पेहराव करणे, हा नियम बनला. कपड्यांमधला हा वेगळेपणा टिकवून ठेवण्याचे जे महत्त्व होते त्याचे वर्णन ब्रिग्जने खालीलप्रमाणे केले आहे:

> आपण नेहमी युरोपियन पद्धतींचे जतन केले पाहिजे; कारण त्यांच्या [भारतीयांच्या] चालीरीतींचा अंगीकार करणे म्हणजे आपल्या श्रेष्ठत्वाचा प्रत्येक संस्कार, जो एका चांगल्या पायावर आधारलेला असतो, त्या संस्काराच्या नेमक्या मूलतत्त्वापासून दूर जाणे होय... जो युरोपियन अधिकारी स्थानिक चालीरीती आणि रिवाज धारण करतो, तो कदाचित काही थोड्या व्यक्तींना खूश करू शकेल, अशा व्यक्ती ज्या त्याच्या स्वतःच्या देशाशी संबंधित सवयींपासून त्याला दूर जाताना पाहून सुखावतात किंवा त्यांना त्यापासून फायदा होतो; पण तरीही अशा व्यक्तींच्या बाबतीतही सलगी वाढली म्हणून त्यांच्याकडून अधिक मान मिळाला असे होणार नाही, आणि असा मार्ग स्वीकारल्याने तो अधिकारी नक्कीच, ज्यांच्यात तो राहतो त्या युरोपियन आणि स्थानिक अशा दोन्ही समुदायांच्या गर्दीतला एक म्हणून गणला जाईल.[१५]

इंग्लिश पोशाखाचा अर्थ होता मोठा स्वाभिमान आणि श्रेष्ठ व्यक्तित्व. शिवाय, त्यामुळे एक सुरक्षिततेची आणि तद्भावितेची भावना प्राप्त होत असे. योग्य प्रकारे इंग्लिश पेहराव केलेल्या पुरुष आणि स्त्रीला सुरक्षित वाटत असे आणि सरकार आणि त्यांचे सहकारी, घरापासून दूरदेशी, अनोळखी लोकांच्यात त्यांची काळजी घेतात, असे वाटत असे. पोशाखाच्या बाबतीतले हे आदर्श पेलण्यात अयशस्वी ठरल्यास बहुसंख्याक भारतीयांकरवी घेरले जाण्याची आणि त्यायोगे आपले 'गौणीकरण' होण्याची भीती होती. त्यामुळे योग्य पेहराव, हे असे एक कर्मकांड बनले ज्यामुळे मानसिक दिलासा मिळत असे.असे असले तरी त्यामुळे शरीरावर ताणदेखील पडत असे, विशेषतः दूरवरच्या भागांमध्ये जिथे सुखसोयींचा अभाव होता आणि अशा क्षेत्रांमध्ये जिथे अत्यंत गैरसोयीचे असे उष्णकटिबंधीय हवामान होते. पुरुष, स्त्रिया आणि लहान मुले– सर्वांना पोशाखाचा बाबतीतले असले नियम पाळावे लागत, आणि त्यांनी ते तसे न पाळल्यास त्यांना इंग्लंडमध्ये पुन्हा परतण्यास सांगितले जाण्याचा धोका ते स्वतःवर ओढवून घेणार होते.[१६]

भारतीय हवामानात युरोपियन पोशाख केल्यामुळे जाणवणारी अस्वस्थता हटवण्याचा एक मार्ग होता; तो म्हणजे भारतातील असे मुलूख ताब्यात घेणे जे युरोपियन परिस्थितींशी मिळतेजुळते होते आणि युरोपियनांच्या शरीरावर थोडा कमी ताण टाकणारे होते. थंड हवेची ठिकाणे आणि डोंगरावरील विश्रामगृहे बनवायला सुरुवात झाली. पठारावरची धनाढ्य माणसे उन्हाळ्यातल्या उकाड्यापासून वाचण्यासाठी इथे येऊ लागली.

ब्रिटिशांची कोंडी: भारताला मर्यादांसह वस्त्रांकित करणे

ब्रिटिशांनी स्वतःची अशी समजूत घातली असली की स्थानिक भारतीयांना सुसंस्कृत बनवणे हे त्यांचे कर्तव्य आहे, तरी भारतीयांनी खूप सुसंस्कृत व्हावे असे त्यांना वाटत नव्हते. अँगस मॅडिसन ब्रिटिश वसाहतवादाची त्याच्या प्रतिद्वंद्वींशी खालीलप्रमाणे तुलना करतो:

> ब्रिटिश साम्राज्यवाद इतर वसाहतवादी सत्तांच्या साम्राज्यवादापेक्षा अधिक वास्तववादी होता. त्याच्या प्रेरणा आर्थिक होत्या, त्या धर्मतत्त्वांवर आधारलेल्या नव्हत्या. पोर्तुगीज आणि स्पॅनिश लॅटिन अमेरिकेत ज्या समर्पित ख्रिश्चन धर्मवेडाचे प्रदर्शन करत होते तसला धर्मवेडेपणा इथे नव्हता आणि फ्रेंच (किंवा अमेरिकन) त्यांच्या वसाहतींमध्ये जो दाखवून देत होते तसला सांस्कृतिक प्रसारासाठीचा उत्साहसुद्धा जवळजवळ नव्हताच. ह्या कारणांमुळे त्यांनी भारताचे मर्यादित प्रमाणातच पाश्चिमात्यीकरण केले.[१७]

ईस्ट इंडिया कंपनीने इंग्लिश पोशाखाच्या श्रेष्ठत्वाचा आग्रह धरला आणि कंपनीच्या भारतीय कर्मचाऱ्यांना भारतीय पेहराव करण्यास मनाईसुद्धा केली. त्याच वेळी जे भारतीय पोशाखाद्वारे खूप इंग्लिश दिसण्याचा प्रयत्न करत त्यांचा इंग्लिश समाजात उपहास होत असे. 'ती एक अशी संस्कृती होती ज्यात एका बिंदूवर माणसांना छाटून वेगळे केले जाई आणि त्या बिंदूच्या वर चढण्याची भारतीयांना परवानगी नव्हती.'[१८] या दुटप्पीपणामुळे एक सांस्कृतिक कोंडी निर्माण झाली आणि तिची तीव्रता आर्थिक फायद्यांशी असलेल्या तिच्या अंगभूत संबंधामुळे वाढत गेली. भारतीयांना लँकशायरमध्ये तयार झालेले कापड आणि कपडे परिधान करण्यास प्रोत्साहित करणे, हे साम्राज्याच्या हिताचे होते. म्हणून, एकीकडे इंग्रज कपड्यांद्वारे, आणि आपल्या पोशाखाच्या अनुकरणाला प्रोत्साहन न देऊन, स्वतःला वेगळे आणि श्रेष्ठ ठरवू पाहत असले, तरी दुसरीकडे त्यांना ब्रिटनमध्ये तयार झालेल्या उत्पादनांच्या खरेदीला चालना द्यावी लागत होती–म्हणजेच लँकशायरसाठी कापडाची बाजारपेठ उभी करावी लागत होती. हे सोपे नव्हते कारण बहुसंख्याक भारतीय हे ग्रामीण भारतामध्ये विखुरलेले होते आणि ते पारंपरिक भारतीय पोशाख घालणे पसंत करत.[१९] याचा परिणाम असा झाला की ब्रिटिश कापड उत्पादक गावकऱ्यांच्या रूढिवादी मागण्या पुरवू लागले होते, तर त्यांची शहरी भारतातील भावंडे स्वतःची इंग्लिश ओळख धनाढ्य स्थानिकांपासून जपण्यासाठी आटोकाट प्रयत्न करत होते. हे धनाढ्य स्थानिक भारतीय ब्रिटिशांच्या कपड्याच्या अभिरुचीचे अनुकरण करण्यासाठी फारच उत्सुक असायचे.[२०]

ज्यांच्यावर वसाहतवादी राजवट करायची त्यांच्या अभिरुची नियंत्रित करण्याची एक पद्धत होती; ती म्हणजे त्यांच्या प्रांताचे नकाशा रेखन करून. मॅथ्यू एच. एडनी[२१] या नकाशाकाराचे तपशीलवार संशोधन खात्रीलायकरीत्या हे दाखवून देते की कशा प्रकारे साम्राज्यवादी ब्रिटनने सर्वेक्षणाची आधुनिक तंत्रे फक्त त्या साम्राज्याची अवकाशीय प्रतिमा सीमांकित करण्यासाठी वापरली असे नाही, तर ही तंत्रे त्यांनी त्यांचे वसाहतवादी व्यवहार कायदेशीर बनावेत यासाठीसुद्धा वापरली. आर्थिक नियंत्रणाची विचारधारा नकाशांशिवाय काम करू शकत नव्हती. साम्राज्यवादी पद्धतीच्या दिशेने पुढे जायचे असल्यास त्याप्रकारचे नियंत्रण अमलात आणण्यासाठी हे नकाशे आवश्यक होते. अशाच प्रकारच्या तपशीलवार

नकाशा-शास्त्रीय आखणीला अनुसरून भारतीय रेल्वेची बांधणी करण्यात आली होती. रेल्वेची ही बांधणी भारतीय उपखंडात सर्वत्र कापडाच्या बाजारपेठेचा आणि लष्करी तळांचा प्रसार व्हावा म्हणून केली गेली होती.

या वसाहतीला ब्रिटिश कापडाचे मोठ्या प्रमाणावर ग्राहक बनवण्यासाठी तिच्यावर नियंत्रण मिळवण्याची आणखी एक पद्धत म्हणजे भारताच्या कपड्यांच्या बाबतीतल्या अभिरुचीचे ब्रिटिश उत्पादकांचे ज्ञान वाढवणे. जॉन फोर्ब्स वॉटसनचे विस्तृत एक-खंडी संशोधन, द *टेक्स्टाईल मॅन्युफॅक्चरर्स अँड कॉस्च्यूम्स ऑफ द पीपल ऑफ इंडिया,* १८६६ मध्ये नेमक्या अशाच हेतूने लिहिले गेले होते. त्याआधी वॉटसनने भारतीय कापडाच्या सातशे नमुन्यांचा समावेश असलेले अठरा खंड तयार केले होते, ज्यांना 'वस्त्रसंग्रहालये' असे म्हटले जाणार होते. त्याला हे गरजेचे वाटले की लँकशायरमधल्या गिरण्यांनी त्यांचे उत्पादन सुशिक्षित शहरी माणसांना नव्हे तर भारताच्या ग्रामीण भागात राहणाऱ्या लाखो गरीब लोकांना नजरेसमोर ठेवून करावे, कारण मोठ्या प्रमाणावरील खपासाठी हलक्या प्रतीच्या कापडाचे उत्पादन करणे, हे संख्येने कमी असलेल्या शहरी उच्चभ्रूंसाठी उच्च दर्जाचे कापड निर्माण करण्यापेक्षा जास्त फायदेशीर होते. म्हणून त्याला हे अत्यावश्यक वाटत होते की भारतीय जनतेची कपड्यांच्या बाबतीतली अभिरुची आणि आराखडे यांच्याबाबत पूर्ण माहिती असायला हवी: 'कपडे कसे घातले जात होते, कोणत्या लिंगाची व्यक्ती ते कपडे घालत होती आणि कोणत्या हेतूने', तसेच 'कापडाचा आकार, त्याचे सुशोभीकरण आणि त्याचा वापर यांच्यामधील संबंध'.[२२] वॉटसनच्या मतानुसार, 'भारत हा एक भव्य ग्राहक बनण्याच्या स्थितीमध्ये आहे... कशाची मागणी आहे आणि ते पुरवण्यासाठी कशाची प्रतिकृती बनवायला हवी हे म्हणून मग ह्या संग्रहालयामध्ये अभ्यासासाठी उपलब्ध केले आहे.'[२३] वॉटसनने असेही म्हटले की भारतात युरोपियन कापडाचा खप वाढल्याने मँचेस्टरचे उत्पादक आणि भारताची जनता ह्या दोघांनाही फायदा होणार होता, कारण त्याला असे वाटत होते की भारतीयांच्या अंगावर फार कमी कपडे असत आणि स्वस्त कापड उपलब्ध झाल्यास त्यांच्यासाठी ते मोठेच वरदान ठरणार होते. अशा प्रकारे ब्रिटिशांचा फायदा करून देण्यात, भारतीयांचाही फायदा होणार होता. पण जर भारतीय विणकर ब्रिटिश कापडाच्या स्वस्त किमतीशी मुकाबला करू शकले नाहीत, तर मग त्यांचे श्रम, एवढ्या विशाल आणि हिकमती देशात, 'कदाचित दुसऱ्या आणि अधिक फायदेशीर मार्गांकडे वळवले... जेणेकरून या देशाच्या सर्व जनतेची ऊर्जा योजली जाईल तर ती काही फार वाईट गोष्ट ठरणार नाही.'[२४]

वॉटसनच्या लिखाणाचा बराच गाजावाजा झाला आणि ब्रिटिशांच्या व्यापारविषयक दृष्टिकोनावर त्याच्या प्रबंधाचे वर्चस्व राहिले आणि त्याचे परिणाम उघड उघड दिसून आले. त्याच्या सुस्पष्टपणे आखलेल्या उत्पादन आणि वितरण योजनेमुळे एका वर्षात भारतातील

ब्रिटिश कापडाचा खप १८४९ आणि १८८९ मध्ये २ दशलक्ष पौंड इथपासून ते २७ दशलक्ष पौंड इथपर्यंत वाढला.[२५]

भारतावरील धर्मसंकट: इंग्लिश पेहराव की भारतीय ओळख

ब्रिटिशांनी भारतीयांपासून एक सामाजिक अंतर कायम ठेवण्यावर भर दिला असला तरी शहरात राहणारे काही भारतीय त्यांची कपड्यांच्या संदर्भातली ओळख बदलू लागले होते. युरोपियन शैली सामावून घेणारे भारतीय पोशाखाचे भिन्न भिन्न प्रकार दिसून येऊ लागले. हा पोशाख परिधान करणाऱ्या भारतीय व्यक्तीची इंग्रज व्यक्तींशी भौगोलिक जवळीक केवढी होती यावर बरेच अवलंबून होते. बऱ्याच ग्रामीण भागांमध्ये जिथे संपर्क किमान होता, तिथे कपड्यांची तऱ्हा परंपरागतच राहिली.

पण युरोपियन पेहरावाचा अंगीकार धीम्या गतीने आणि प्रामुख्याने भारतीय जनसंख्येच्या एका छोट्या वर्गातच का झाला याची इतरही काही कारणे होती:

> [युरोपियन पोशाख] जड, जाचक, भारतीय हवामानात गैरसोयीचा, भारतीय पोशाखाच्या तुलनेत महाग आणि तुलनेने मिळवायला कठीण असा होता... [तो] साजेश्या जाती, धर्म किंवा धर्मशैली यांच्या अस्तित्वात असणाऱ्या वर्गीकरणामध्ये बसत नव्हता... त्या पोषाखामुळे भारतीय माणूस त्याच्या सोबत्यांहून वेगळा दिसत तर असेच, पण त्या पोशाखाचा अर्थ असाही लावला जायचा की तो वेगळा वागतदेखील असतो. युरोपियन कपड्यांसोबत एक नवीन शिष्टाचार आला जो बऱ्याचदा घरंदाज वागणुकीच्या सर्वमान्य भारतीय संकल्पनांच्या विरोधातला असायचा... [त्या] शिष्टाचारात जीवनशैली आणि मूल्ये यांमधील बदल समाविष्ट होते....[त्यात] माणूस आपल्याच माणसांपासून दुरावण्याचा धोका होता आणि बऱ्याचदा त्याला या माणसांकडून होणाऱ्या टीकेचा सामना करावा लागायचा.[२६]

भारतीय माणसाची जी पंचाईत झाली होती की नेमके काय परिधान करावे, ती ह्या समजुतीमुळे आणखी वाढली की पेहरावातल्या बदलाबरोबर 'श्रेष्ठत्व, प्रगती, सभ्यता, अभिजातता, पौरुषत्व आणि सुसंस्कृतपणा' यांसारख्या ब्रिटिश मूल्यांचे स्वतःच केलेले समुपयोजनसुद्धा सोबतीने येत असे.[२७] संपूर्ण इंग्लिश पोशाखाचा स्वीकार करून फक्त भारतीय उच्चभ्रूंनीच या मूल्यांचे समुपयोजन करायला सुरुवात केली होती. त्यांचे इंग्लंडमध्ये किंवा मग भारतात पाश्चात्त्य वातावरणात प्रशिक्षण झालेले असे आणि पाश्चात्त्य सभ्यतेमध्ये सहभागी होणारी एक औरस व्यक्ती म्हणून स्वतःला सादर करण्याची त्यांना इच्छा असे. पण तरीही कितपत विदेशी दिसावे हा प्रश्न तितकासा स्पष्ट नव्हता. एमा टार्लो यांचे संशोधन त्यावेळी प्रचलित असलेले चार उपाय उघड करून दाखवते.[२८]

काही भारतीय तेव्हा असे होते जे विदेशी कापड वापरत पण भारतीय पद्धतीचाच पोशाख करत. हा सर्वांत सोपा उपाय होता आणि तो त्या वापरकर्त्याला आधुनिक दिसण्यासोबतच भारतीय ओळखीशी साम्य राखण्याची संधी देत असे. हा उपाय नगरांमध्ये तसेच गावांमध्येही सर्वसामान्य होता. भारतीय शैलीमध्ये युरोपियन कापड हे ग्रामीण आणि शहरी भारतीय स्त्रियांचे विशेषकरून आवडते होते.

आणि मग काही लोक असे होते जे त्यांच्या कपड्यांमध्ये भारतीय आणि विदेशी शैलींचा मिलाफ करत असत. बॉम्बेच्या सधन पारशी लोकांनी सर्वप्रथम असा मेळ घालून पाहिला, त्यांनी त्यांच्या पोशाखामध्ये छत्र्या आणि मनगटी घड्याळे यांचा समावेश केला. शहरांमध्ये कापडाचे उत्पादन तयार उपलब्ध असल्याने युरोपियन आणि भारतीय कपड्यांचा हा मिलाफ खूपच लोकप्रिय होता. कलकत्ता हे ब्रिटिश प्रशासनाचे केंद्र असल्याने आणि बऱ्याच ब्रिटिश रहिवाशांचे घर असल्याने, ते एक असे शहर बनले जिथे ब्रिटिश साम्राज्याच्या सेवेत असलेले बरेच भारतीय पुरुष असा संमिश्र स्वरूपाचा पोशाख करू लागले ज्यामुळे त्यांना 'बाबू' ही तुच्छतावाचक उपाधी मिळाली.

काही भारतीयांनी त्यांचे कपडे प्रसंगानुरूप बदलले, आणि त्यायोगे दोन वेगवेगळ्या सांस्कृतिक आदर्शांसह दोन भिन्न अशा ओळखी कायम ठेवल्या. त्यामुळे वापरकर्त्याला सामाजिक संवादाच्या भारतीय आणि ब्रिटिश अशा दोन्ही कक्षांमध्ये पूर्णपणे निश्चिंत वाटत असे. या दोन्हींपैकी एका किंवा दुसऱ्या जीवनशैलीच्या बाजूने पक्षपाती असणाऱ्या व्यक्तींकडून जर काही विशेष सवलती मिळवायच्या असतील तर मग वापरकर्त्याने कपड्यांचे दोन संच ठेवणे त्याला केव्हाकेव्हा फायद्याचे ठरत असे. प्रश्न होता तो या कपड्यांच्या बाबतीतल्या देवाणघेवाणीच्या सीमारेषेचा. बहुतांश लोकांसाठी स्वतःच्या घराचा उंबरठा हा असा एक टप्पा होता की ज्याच्या पलीकडे व्यक्तिगत स्वत्व सार्वजनिक स्वत्वात परिवर्तित होई. आणि त्याच्या उलटही खरेच होते. ब्रिटिशांच्या सेवेत असलेले बरेच लोक कामाच्या ठिकाणी युरोपियन पेहराव करत, तर इतर सर्व ठिकाणी भारतीय पेहराव करणे पसंत करत.

अखेर, काही लोक असे होते ज्यांनी संपूर्ण युरोपियन पेहरावाचे समुपयोजन केले. हे प्रामुख्याने सुशिक्षित उच्चभ्रू लोक होते. हा पर्याय सर्वप्रथम ज्या भारतीयाने निवडला ते म्हणजे मधुसूदन दत्ता. ते १८६६ मध्ये कलकत्ता उच्च न्यायालयात संपूर्ण युरोपियन पेहराव करून आले होते. त्यांनी कपड्यांच्या बाबतीतल्या बंगाली परंपरा ध्याब्यावर बसवल्या आणि इंग्लंडहून परतलेल्या बंगाली लोकांना ते, त्यांनी त्यांच्यासारखाच पेहराव केलेला असेल तरच घरात घेत. त्यांनी त्यांची जीवनशैली बदलली आणि धर्मपरिवर्तन करून त्यांनी ख्रिश्चन धर्म स्वीकारला. ते पुढे इंग्लंडहून परतलेल्या भारतीयांसाठी एक आदर्श होते आणि ह्या भारतीयांना संपूर्ण युरोपियन पेहराव अंगीकारणे सोपे गेले. तरीही अधिकांश लोक जे इंग्लिश

गृहस्थांप्रमाणे पेहराव करत त्यांनी भारतीय संस्कृतीशी आपली नाळ, ब्रिटिश हॅट किंवा सोला टोपी घालण्याऐवजी, पगडी किंवा टोपी घालून जोडलेली ठेवली होती. इंग्लिश लोकांकडून अवहेलना सहन करणारा तो शेवटचा गट होता. 'एक भारतीय माणूस इंग्लिश गृहस्थासारखा दिसू शकतो; पण त्याला तसे वागवलेदेखील जाईल अशी अपेक्षा तो करू शकत नाही.'[२९]

१९ व्या शतकाच्या शेवटी आणि २० व्या शतकाच्या सुरुवातीला भारतीय उच्चभ्रू लोकांपुढे कपड्यांच्या संदर्भात जो पेचप्रसंग होता तो म्हणजे खरेतर वसाहतवादाप्रति अधिक सर्वसाधारण आणि वाढत्या अस्वस्थतेची अभिव्यक्ती मात्र होता. ज्या साम्राज्यवादी वातावरणात भारतीय पेहरावाचे सर्व पर्याय कुठल्या ना कुठल्या नकारात्मक अभिप्रेत अर्थाने भरलेले होते, त्यामध्ये एकतर तटस्थ किंवा मग आदरणीय बनून राहायचे ही गोष्ट शक्य नसल्याचे या लोकांनी स्पष्ट केले.[३०] वांशिक पूर्वग्रह हे कपड्यांच्यापेक्षाही अधिक खोलवर रुतलेले होते आणि केवढेही कापड ओढले तरी ही वस्तुस्थिती लपवता येण्यासारखी नव्हती.

गौणीकरण—एक चिंतेचे कारण

उच्चभ्रू भारतीयांनी निवडलेल्या ह्या पर्यायांच्या मागे एक सुप्त दुटप्पीपणा होता: साम्राज्यवादी शासकांप्रति घृणेसोबत त्याच्या पेहराव आणि वस्तूंचे मात्र कौतुक—एखाद्या छोट्या पिनेपासून ते साबणापासून ते अगदी जीवनशैलीपर्यंत. ज्या सद्सद्विवेकी भारतीयांना त्यांच्या राष्ट्रीय अस्मितेशी आणि त्या अस्मितेच्या सांस्कृतिक आविष्करणाशी प्रामाणिक राहायचे होते त्यांच्यावर या दुटप्पीपणाने खूप ओझे टाकले होते. इंग्लिश पेहराव आणि रीतिरिवाज यांचे समुपयोजन करण्यापासून हे भारतीय इंग्रजांच्या सततच्या अरेरावी आणि अलिप्ततेमुळे परावृत्त झाले होते:

> सर्व भारतीय, राव आणि रंक, जमीनदार आणि भाडेकरू, उच्च प्रशासकीय अधिकारी आणि कारकून, श्रीमंत आणि गरीब या सर्वांना एका राष्ट्रवादी उत्साहाने चेतवले त्याचे [एक] महत्त्वाचे कारण होते सत्ताधारी दाखवत असलेला वंशासंबंधीचा अहंकार. भारतातील ब्रिटिशांनी भारतीयांपासून नेहमीच अंतर राखले होते आणि ते स्वतःला वांशिकदृष्ट्या श्रेष्ठ मानत. परंतु मग १९ व्या शतकाच्या उत्तरार्धात एक गुणात्मक बदल घडून आला ज्यात इंग्रज आणि भारतीय यांच्यातले सामाजिक आणि वंशासंबंधीचे मतभेद आणखी वाढले. साम्राज्यवाद आणि साम्राज्यवादी विचारधारांचे पुनरुत्थान करण्याचा एक भाग म्हणून, श्वेतवर्णीयांचे कृष्णवर्णीयांवर जन्मजात वर्चस्व आहे असा संदेश देणाऱ्या, स्वतःचा वंश श्रेष्ठ मानणाऱ्या सिद्धान्तांची लाट आली. भारतातील ब्रिटिश आता उघडपणे अशी घोषणा करू लागले होते की भारतीय लोक हे कनिष्ठ वंशांचे लोक होते आणि त्यांच्या ताब्यात असलेल्या सत्तेमुळे त्यांना मिळणारी मक्तेदारी ते ठामपणे बजावू लागले.[३१]

भारतीय जनतेच्या संदर्भात अधिकृत पातळीवर ब्रिटिश राजवटीकडून कशी अरेरावी केली जात असे त्याच्या ह्या तीन घटना उदाहरण म्हणून सांगता येतील.

इल्बर्ट विधेयक

पुष्कळदा, ब्रिटिशांच्या घरात आणि कार्यालयांमध्ये भारतीय माणसांना नोकर म्हणून कामाला ठेवले जाई. त्यांच्या ब्रिटिश मालकांकडून क्रूर वागणुकीच्या घटना विरळा नव्हत्या. काही अमानुष कृत्यांमुळे तर माणसांचे मृत्यूदेखील होत असत. परंतु, १८७३ पासून, भारतीय दंडाधिकाऱ्यांकडून सर्व ब्रिटिश जनतेला न्याय-चौकशीतून मुक्त करण्यात आले होते, आणि मृत्यू किंवा काळ्या पाण्याच्या शिक्षेच्या संदर्भात त्यांची न्याय-चौकशी फक्त उच्च न्यायालयाकडून केली जाऊ शकत असे. पण १८८३ मध्ये, लॉर्ड रिपन या व्हाईसरॉयने असा प्रस्ताव मांडला की ही सूट काढून टाकून हा कायदा वांशिकदृष्ट्या समतावादी करण्यात यावा. याचा असा अर्थ होत होता की भारतीय दंडाधिकारी जिथे अध्यक्षपदावर आहेत अशा न्यायालयांमध्ये ब्रिटिश जनतेची न्याय-चौकशी होणार होती. इल्बर्ट विधेयकात समाविष्ट असलेल्या ह्या प्रस्तावामुळे विशेषकरून कलकत्त्याच्या युरोपियन व्यापारी समुदायाने आणि बंगालच्या नीळ-उत्पादक यंत्रसंचाच्या मालकांनी (सर्व ब्रिटिश लोक) प्रक्षोभित होऊन संतप्त स्वरूपाचा निषेध केला. बरेचसे शासकीय अधिकारीसुद्धा या लोकांच्या हेतूचे चोरून समर्थन करत होते. त्यामुळे एक समझोता करण्यात आला ज्यामध्ये ब्रिटिश नागरिक पंच समितीची हक्काने मागणी करू शकत होता आणि या समितीतले अर्धे लोक युरोपियन असणार होते.[३२]

पाश्चात्त्य प्रभावाखाली असलेले उच्चभ्रू भारतीय आणि मध्यमवर्गीय यांना या समझोत्याने त्यांचा अवमान झाला असे वाटले. या विधेयकाने ही गोष्ट अधोरेखित केली की ब्रिटिशांनी आपल्या (ब्रिटिश) लोकांच्या समस्यांच्या संदर्भात भारतीयांची, न्यायाने निवड करण्याची क्षमता मान्य करण्याचे नाकारले, परंतु त्याच वेळी ब्रिटिशांनी असे गृहीत धरले की ते स्वतः भारतीयांच्या समस्यांच्या बाबतीत न्याय्य पद्धतीने निवड देण्यासाठी सक्षम होते. त्यांनी या गृहीत धरलेल्या गोष्टीचे त्यांचे भारत जे लोकांना सुसंस्कृत करण्याचे कार्य चालू होते, त्याआधारे समर्थन केले. इल्बर्ट विधेयकावरून झालेल्या या कडवट वादामुळे भारताचे ब्रिटिशांच्या प्रति वितुष्ट वाढले आणि ॲलन ओ. ह्यूम या सद्सद्विवेकी इंग्लिश माणसाद्वारे पुढच्याच वर्षी जे इंडियन नॅशनल काँग्रेसचे निर्माण होणार होते, त्याची ती नांदी होती.[३३]

भारतीयांद्वारे इंग्लिश पेहराव केला जाण्याबाबत कायदे

एकीकडे भारतीयांच्या युरोपियन कपडे परिधान करण्याच्या प्रयत्नांचा ब्रिटिश उपहास करत असत, तर दुसरीकडे सरकारने असे आदेश जारी केले होते की काही नमूद प्रांतांमध्ये फक्त

ब्रिटिश पेहरावाला परवानगी दिली जाईल. याचे उदाहरण म्हणजे १८६८ मध्ये करण्यात आलेला अधिकृत सरकारी ठराव की 'स्थानिक सद्‌गृहस्थाने' दरबारात आणि इतर समारंभ सोहळ्यांना उपस्थित राहताना बूट आणि युरोपियन पोशाख घालून यावे. या हुकुमाने भारतीय पद्धतीच्या चपला घालणारे जे होते त्यांना प्रतिबंध केला आणि त्यांनी 'रूढ मर्यादांच्या आत' या चपला काढून ठेवणे अपेक्षित होते. हे कायदे असे दर्शवत होते की उच्चभ्रू भारतीय तिथवरच उन्नती करू शकत होते जिथवर त्यांना तशी परवानगी दिली जात होती, आणि हे त्यांच्या ब्रिटिश नियंत्रकांच्या हेटाळणी किंवा कृपाछत्रावर अवलंबून असायचे.[३४]

दादाभाई नौरोजींचे उदाहरण

१८८६ मध्ये दादाभाई नौरोजी, एक प्रतिष्ठित पारशी, हे ब्रिटिश संसदेत उमेदवार म्हणून उभे राहणारे पहिले भारतीय होते. पण ते निवडून आले नाहीत आणि त्यामुळे बऱ्याच भारतीय नेत्यांची निराशा झाली. पण जेव्हा त्यांना याचे कारण कळले तेव्हा ते सुन्न झाले. हे कारण ब्रिटिश पंतप्रधान लॉर्ड सॉल्जब्री याने स्वतः एका भाषणात जाहीरपणे व्यक्त केले: नौरोजी हा एक 'कृष्णवर्णीय माणूस' होता. सत्य रीतसर बाहेर आले होते. ब्रिटिशांचे तथाकथित 'सुसंस्कृत बनवणारे अस्तित्व' म्हणजे खरेतर एक वंशावर आधारलेली एक खोल फूट होती जिचा उद्देश भारतीयांना वश करून ठेवणे हा होता.[३५]

पद्धतशीर गौणीकरणाच्या या आणि यांसारख्या घटनांमुळे बरेच सुशिक्षित भारतीय ब्रिटिशांसोबतच्या त्यांच्या संबंधांचा फेरविचार करू लागले. त्यांना आपली भारतीय ओळख अंगीकारण्याचे महत्त्व कळत होते; पण हे नक्की कसे करावे हे त्यांना माहीत नव्हते. त्यांना संघटित व्हावे असे वाटत होते पण भारतीय समाजाच्या बहुजातीय स्वरूपामुळे त्यांच्यात जो सुसंबद्धतेचा अभाव होता त्यामुळे एक आभासी ऐक्य निर्माण झाले जे बऱ्याचदा ब्रिटिशांच्या कृपाछत्रावर अवलंबून असायचे. त्यांच्यापुढे पेहरावाच्या बाबतीतला जो पेचप्रसंग होता तो गंभीर अशी सांस्कृतिक, मानसिक आणि राजकीय द्विधा मनःस्थिती दर्शवत होता आणि त्यांच्यापैकी कुणालाही ती नेमकी कशी हाताळावी हे माहीत नव्हते.[३६]

शिवाय, भारतीय जनतेपैकी बहुसंख्याक जनता निरक्षर असल्याने ब्रिटिशांकडून सुशिक्षित भारतीयांचे जे गौणीकरण होत होते त्याची तीव्रता वाढली. १८९१ मध्ये भारताचा साक्षरता दर केवळ ६.१ टक्के एवढा होता. लिंगव्यवस्थेच्या संदर्भात दिसून येणारी तफावत तर आणखी धक्कादायक होती: दर १०० पुरुषांमागे अकरा पुरुष साक्षर होते, पण २०० स्त्रियांमागे फक्त एक स्त्री साक्षर होती: म्हणजे दर तेवीस साक्षर पुरुषांमागे एक साक्षर स्त्री असे प्रमाण होते. १९ व्या शतकाच्या अखेरपर्यंत साक्षरता दर सुस्तच राहिला. १९११ पर्यंत तो ७ टक्क्यांपर्यंत वाढला होता आणि १९२१ पर्यंत तो ८.३ टक्के एवढा झाला.[३७]

मागासलेपणाचे आणखी एक चिन्ह म्हणजे जिथे सांस्कृतिक सुधारणांसाठी जिथे अधिक सोयीसुविधा उपलब्ध होत्या त्या शहरांमध्ये राहणाऱ्या लोकांची अत्यंत कमी टक्केवारी. १८९१ च्या जनगणनेमध्ये शहरांची लोकसंख्या ९.३ टक्के आणि १९२१ च्या जनगणनेमध्ये ती केवळ १०.१ टक्के एवढी होती.[३८]

संख्येने अत्यंत कमी असलेल्या शहरांमधल्या उच्चभ्रू भारतीयांची जीवनशैली आणि दूरवरच्या गावांमध्ये विखुरलेला भारतीय लोकांचा अफाट सागर आणि त्यांची जीवनशैली यामधला जो उघडउघड परस्परविरोध होता तो इंडियन नॅशनल काँग्रेसने सर्व भारतीयांच्या वतीने बोलावे का, या गोष्टीच्या वैधतेवर प्रश्न निर्माण करण्यासाठी पुरेसा होता. कारण काँग्रेसचे जवळजवळ सगळे सदस्य शहरात वाढलेल्या उच्चभ्रू माणसांमधून निवडलेले होते. या परस्परविरोधामुळे गोपाळ कृष्ण गोखले यांच्यासारख्या अधिक संवेदनशील नेत्यांमध्ये खूप भिडस्तपणा निर्माण झाला. त्यांच्या पुढ्यात ज्यांना ते तितकेसे ओळखत नव्हते अशा स्वतःच्याच माणसांवर शासन करण्याचे कार्य उभे ठाकले होते.[३९]

पोशाखाच्या बाबतीतले अलिखित भारतीय नियम बदलण्याचे आधीचे प्रयत्न

गांधींचे आगमन होण्याआधी, अशा दोन घटना होत्या जेव्हा शहरी भागातल्या भारतीय लोकांनी भारतीय ओळख कायम ठेवत कपड्यांच्या बाबतीतले अलिखित नियम बदलण्याचा प्रयत्न केला होता.

ही कल्पना पुणे येथे आकाराला आली. १८७२ मध्ये न्यायाधीश महादेव गोविंद रानडे[४०] यांनी जाहीर भाषणांची एक मालिका दिली ज्यात त्यांनी 'स्वदेशीची संकल्पना—स्वतःच्या देशात तयार झालेल्या वस्तूंची निवड करणे, मग त्या अधिक उत्कृष्ट विदेशी उत्पादनांपेक्षा महाग किंवा कमी समाधानकारक असल्या तरीही'—लोकप्रिय केली.[४१] त्यांच्या भाषणांनी श्रोत्यांना एवढे प्रेरित केले की त्यांच्यापैकी काही जणांनी फक्त स्वदेशी वस्तू वापरण्याची शपथ घेतली. ॲडव्होकेट गणेश वासुदेव जोशी हे अशा व्यक्तींपैकी एक होते. ते स्वतःच्या धोतर, शर्ट आणि पगडीसाठी रोज सूतकताई करत; स्वदेशी मालाला लोकप्रिय बनवण्यासाठी आणि त्याचा प्रसार करण्यासाठी त्यांनी अनेक ठिकाणी दुकाने उघडली आणि सार्वजनिक प्रसंगी ते नेटाने स्वतः सूतकताई करून बनवलेल्या विशुद्ध खादीचा पेहराव करत.[४२] रानडेंच्या प्रभावाचा आवाका बऱ्याच प्रमाणात फक्त पुणे आणि भोवतालचा परिसर आणि मुख्यतः सुशिक्षित उच्चभ्रू लोक इथपर्यंतच मर्यादित होता.

१९०५ मध्ये लॉर्ड कर्झन व्हाईसरॉय असताना बंगालची फाळणी करण्याचे धोरण प्रत्यक्षात आणले गेले. बंगालमधील भारतीय लोकांनी ह्या घटनेचा जोरदार विरोध केला. हा निर्णय

फिरवण्यात यावा म्हणून केलेले काहीसे मवाळ प्रयत्न जेव्हा अयशस्वी ठरले तेव्हा त्यांनी पहिली स्वदेशी चळवळ सुरू करून निषेधाचे नवीन मार्ग शोधले. सैद्धान्तिकदृष्ट्या, या चळवळीमध्ये दोन प्रकारचे कल दिसून आले, त्यापैकी एक रचनात्मक होता आणि दुसरा आक्रमक होता. रचनात्मक कल स्थानिक उद्योग, शाळा आणि ग्रामीण विकासाद्वारे स्वतःची मदत करण्याला प्रोत्साहन देत असे. तर दुसरा जो कल होता त्यात राजकीय जहालमतवादाचा समावेश होत होता. यामध्ये इतर गोष्टींसोबतच ब्रिटिश वस्तूंवर सक्त बहिष्कार घालणे, सभ्यपणे केलेली अवज्ञा, ब्रिटिश साम्राज्याशी एकनिष्ठ असणाऱ्यांवर 'सामाजिक बहिष्कार' घालणे आणि 'ब्रिटिश दडपशाही जर सहनशक्तीच्या पलीकडे गेली तर सशस्त्र लढ्याचा अवलंब करणे' या गोष्टींचा समावेश होत होता.[४३] स्वदेशी चळवळीचा वार्षिक स्मृतिदिन ७ ऑगस्ट १९०७ रोजी पाळला गेला. त्यावेळी बंगालच्या फाळणीचे धोरण मागे घेतल्याशिवाय किंवा बदलल्याशिवाय बहिष्कार सुरूच ठेवायचा असा निश्चय करण्यासाठी जवळजवळ २०,००० भारतीय एकत्र आले होते. ही चळवळ १९०८ पर्यंत चालली. गांधींचे आगमन होण्यापूर्वीचा, तीन शतकांहून अधिक काळ चाललेल्या आणि वाढत जाणाऱ्या ब्रिटिश अमलाखालचा तो पहिला यशस्वी प्रतिकार होता.

दरम्यान, भारताच्या पारंपरिक अशा भागांमध्ये, खासकरून शहरे आणि लहान शहरांपासून खूप दूर असलेल्या ठिकाणी, इंग्लिश पेहरावाबाबतच्या कोंडीचा लोकांवर काहीएक परिणाम झाला नव्हता. भारतीय पोशाख बदलून टाकण्याची इथे इच्छा दिसून येत नव्हती कारण इथे पिढ्यान्पिढ्यांपासून पेहराव आधीच प्रस्थापित केला गेला होता. विविध ग्रामीण समुदायांच्या सदस्यांची ओळख आणि त्यांनी वठवायच्या भूमिका ह्या व्यापक अशा कपड्यांच्या वैविध्यपूर्ण निवडींद्वारे—जसे की—कापड, आकृतिबंध आणि सुशोभीकरण— आधीच ठरवल्या गेल्या होत्या. कपड्यांची ही नियमावली मूळगाव, जात, पेशा, वैवाहिक स्थिती, वय आणि कपडे घालणाऱ्याचा धर्म तसेच ज्याप्रसंगी विशिष्ट कपडे परिधान केले जात त्या प्रसंगाचे महत्त्व उघड करून सांगत असे.[४४]

वेगवेगळ्या समुदायांद्वारे पेहरावांच्या विविध शैलीचे पालन होत असल्याने समाजात सुव्यवस्था कायम राहत असे आणि एकमेकांची कामे, हक्क आणि कर्तव्य यांची ओळख पटत असे. कपड्यांमुळे समुदायाच्या एकजुटीचे जतन होत असे, पण त्यामुळे सामाजिक बहिष्कारसुद्धा कळून येत असे. समुदायातील कुठल्याही व्यक्तीचा व्यक्तिगत पेहराव समुदायाच्या सार्वमताशी एकदिलाने जुळवून घेणारा असे. त्या समुदायाच्या पेहरावाच्या बाबतीतल्या नियमावलीचे उल्लंघन केल्यास किंवा दुसऱ्या नियमावलीचे अनुकरण केल्यास शिक्षा होत असे किंवा समुदायातून हकालपट्टीदेखील होत असे. परंपरागतरीत्या सर्वमान्य असलेला पेहराव करण्यात अयशस्वी ठरल्यास त्याचा अर्थ, एखाद्याने आपला स्वतःचा समुदाय सोडला किंवा त्याच्याशी बेईमानी केली असासुद्धा लावला जात असे.[४५]

स्त्रियांना दिली जाणारी वागणूक

या प्रकरणातला बराचसा भाग ब्रिटिश साम्राज्यकरवी भारतीयांचे जे गौणीकरण करण्यात आले त्यावर असला, तरी भारताच्या जनतेला केवळ गुलामगिरीला बळी पडलेले लोक असे म्हणून सादर करणे, हा एक विपर्यास होईल. उदाहरणार्थ, स्त्रियांच्या विरोधात भेदभाव भारतीय समाजात दोन हजार वर्षांपासून अस्तित्वात होता.

मनुस्मृती (इसवी सन पूर्व २००–इसवी सन २००) मध्ये स्त्रियांच्या कर्तव्यांची अगदी काटेकोरपणे गणना केली गेली आहे.[४६] मनुचे नियम असे सांगतात की आयुष्याच्या प्रत्येक टप्प्यावर, एक स्त्री, तिच्या स्वतःच्या घरातही एका पुरुषाच्या अधीन असते[४७]–लहानपणी ती पित्याच्या अधीन असते, तारुण्यात पतीच्या अधीन असते आणि वैधव्यात आपल्या मुलग्यांच्या अधीन असते.[४८] तिला स्वातंत्र्य द्यावे अशी पात्रता केव्हाही नसते.[४९] तिने स्वतःला पुरुषांपासून वेगळे करण्याचा मानस बाळगू नये अन्यथा ती स्वतःच्या कुटुंबाचा आणि पतीच्या कुटुंबाचा अवमान करून घेईल.[५०] तिने प्रसन्न, चतुर, काटकसरी, कष्टाळू, आज्ञाधारक आणि प्रार्थनापूर्वक असले पाहिजे.[५१]

पती स्त्रीला नेहमीच आनंद देतो, या जन्मातही आणि पुढच्या जन्मातसुद्धा;[५२] आणि तिने, तो जरी 'चारित्र्यहीन, [दुसरीकडे] आनंद शोधणारा, अवगुणी' असला तरी स्वतःच्या एकनिष्ठतेने त्याची एखाद्या देवासारखी पूजा केली पाहिजे.[५३] तिने शपथा घेऊ नयेत किंवा उपासतापास करू नयेत, कारण तिचा तिच्या पतीच्या प्रति असलेला आज्ञाधारकपणा तिला स्वर्गात स्थान मिळवून देण्यासाठी पुरेसा असतो.[५४] सर्व जातीच्या, आणि दुबळ्या पतींचेसुद्धा सर्वांत मोठे कर्तव्य आपल्या पत्नीचे रक्षण करणे हे आहे.[५५] असे करणारा गुणवंत असतो. अशा प्रकारे तो आपल्या अपत्याची आणि स्वतःच्या वर्तनाची शुचिता सांभाळत असतो.[५६] आज्ञा झुगारून देणाऱ्या आणि बेईमान पत्नींना द्यायच्या शिक्षांचे भयानक तपशील मनुच्या नियमांमध्ये दिसून येतात.[५७]

ज्या सांस्कृतिक परिस्थितीमध्ये हे नियम प्रभावशाली होते, ती परिस्थिती 'मातृदेवतेचे मूलस्थान' म्हणून भारताची जी उदात्तीकरण केलेली स्वरूपे दिसून येतात त्यांच्यापेक्षा अगदी उघडपणे परस्परविरोधी आहे. मातृदेवतेचे मूलस्थान ही अशी जागा होती जिथे इतिहासात आणि पौराणिक कथांमध्ये स्त्रिया मुख्य भूमिका बजावत आणि त्यांचा सन्मान आणि आदर केला जात असे. काही इतिहासकार उदाहरणासह हे दाखवून देतात की इसवी सन पूर्व ३०० च्या आधीच्या काळात स्त्रियांना अधिक स्वातंत्र्य होते आणि समानतेची वागणूक मिळत असे.[५८]

जसजशी शतके सरू लागली तसतसा स्त्रियांच्या विरोधातला भेदभाव वाढत गेला, ह्याची इतिहास साक्ष देतो. सामाजिक गुलामगिरीच्या नव्या नमुन्यांचा शोध लावला गेला. अंदाजे इसवी सन ४०० च्या आसपास विधवा स्त्रीचे आयुष्य मर्यादित जाण्यासाठी नियमावली तयार करण्यात आली, ज्यामुळे पुढे सतीची प्रथा अस्तित्वात आली–ह्या प्रथेत विधवा स्त्रियांनी

त्यांच्या पतीच्या चितेमध्ये स्वतः उडी घेऊन स्वतःचा बळी द्यायचा असतो.[५९] १६ व्या शतकानंतर विवाहित स्त्रीचा चेहरा पडद्याने झाकण्याची प्रथा भारताच्या उत्तरेकडील भागांमध्ये जोर पकडू लागली.[६०] मध्ययुगीन काळात बालविवाहाची प्रथा सुरू झाली आणि मालमत्तेचे पुनर्वितरण पती आणि त्याचे कुटुंब यांच्या फायद्याच्या दृष्टिकोनातून केले जाई.[६१]

याच वेळी अशा प्रथांच्या अंमलबजावणीला हिंदू विचारधारेला विरोध करणाऱ्या पंथांनी संपूर्ण इतिहासात सतत आव्हान दिले असले तरी कायद्याच्या आधारे सुधारणा प्रत्यक्षात यायला फक्त १९ व्या शतकातच सुरुवात झाली–आणि हे ब्रिटिश सरकार आणि ख्रिश्चन धर्माने प्रभावित भारतीय समाजसुधारक यांच्या परस्पर सहकार्यामुळे शक्य झाले. सर्वप्रथम बदल घडवून आणणाऱ्यांमध्ये राममोहन रॉय (१७७२–१८३३) हे होते, ज्यांनी भारताचे गव्हर्नर जनरल लॉर्ड विल्यम बेंटिंक यांच्यासोबत मिळून १८२९ मध्ये बंगाल प्रांतामध्ये सतीची प्रथा बंद केली.[६२] रॉय यांच्या ब्राह्मो समाजाने अशी मागणी केली की विधवा स्त्रियांना पुनर्विवाह करता यावा. आणि त्यांनी शिक्षणातून स्त्री-पुरुष समतेचा प्रसार केला. १८५६ मध्ये ईश्वरचंद्र विद्यासागर (१८२०–९१) यांनी विधवा पुनर्विवाह अधिनियमासाठी संघर्ष केला. केशव चंद्र सेन (१८३८–८४) यांनी १८७२ चा सिव्हिल मॅरेज अधिनियम मंजूर करवून घेतला, ज्यामध्ये एकपत्नीत्वाची सक्ती प्रस्थापित करण्यात आली–आणि त्यायोगे पती आणि पत्नी यांच्यात आदरयुक्त अन्योन्य नाते प्रस्थापित करण्यात आले. दोन वर्षांनंतर विवाहित स्त्रीचा मालमत्तेच्या हक्कासंबंधीचा अधिनियम मंजूर करण्यात आला. स्वामी विवेकानंद (१८६३–१९०२) यांनी असे मत व्यक्त केले की सामाजिक विकासासाठी स्त्रिया म्हणजे एक पुनर्जननात्मक शक्ती होत्या. पंडिता रमाबाई (१८५८–१९२२) यांनी अन्यायाविरुद्ध आवाज उठवला आणि १८८१ मध्ये स्त्रियांच्या शिक्षणाला वाहिलेली पहिली स्त्रियांचे नेतृत्व असलेली चळवळ सुरू केली.[६३] या सुरुवातीच्या सुधारकांचा ह्या गोष्टीवर विश्वास बसला असेल की त्यांचे प्रयत्न, कुठल्यातरी मार्गाने, भारताच्या स्वातंत्र्यलढ्यात स्त्रियांच्या प्रथमच देशव्यापी सहभागाची बिजे रोवणार होते, हे आता असंभवनीय वाटते.

टिपा

१. 'गौणीकरण' म्हणजे ज्यांच्यावर वर्चस्व गाजवले गेले आहे त्या समुदायाला असलेले स्वतःचे भान, ज्यात त्यांना ते कनिष्ठ, गौण आणि हलके आहेत असे जाणवून दिले जाते. तुलना करून पहा: बॅरी डी. ॲडम, द *सर्वायवल ऑफ डॉमिनेशन: इन्फिरिअरायझेशन ॲंड एव्हरीडे लाईफ* (न्यूयॉर्क: अलसेविअर, १९७८), ix.

२. *ऑटोबायॉग्राफी*, ३५

३. मॅकॉले यांचे विधान मॅडिसन यांच्याद्वारे उद्धृत करण्यात आले आहे, *क्लास स्ट्रक्चर ॲंड इकॉनॉमिक ग्रोथ*, ४१.

४. या सांस्कृतिक अहंगंडाच्या वरचढपणाचा पुरावा वसाहतवादी काळातल्या पुष्कळशा ब्रिटिश रोजनिश्या, कादंबऱ्या, वृत्तपत्रे आणि सामाजिक-राजकीय व्यंगचित्रांमध्ये दिसून येतो. उदाहरणार्थ, पहा: हर्बर्ट कॉम्प्टन, *इंडियन लाईफ इन टाऊन अँड कंट्री*, १९०४. येथे ऑनलाईन उपलब्ध http://www.kellscraft.com/IndianLife/IndianLifeContentPage.html (११ जून २००७ रोजी तपासले). १८४० मधल्या भारतातील ब्रिटिश जीवनशैलीवरील शिलामुद्रांची मालिका येथे पहा: CollectorsPrints.com. येथे ऑनलाईन उपलब्ध http://www.collectorsprints.com/antiqueart/british-raj (२४ मे २०११ रोजी तपासले).

५. पहा: जूलियस जेफरीज, एफ. आर. एस. द *ब्रिटिश आर्मी इन इंडिया: इट्स प्रिझर्वेशन बाय ॲन अप्रोप्रिएट क्लोदिंग, हाऊसिंग, लोकेटिंग, रिक्रिएटिव्ह एम्प्लॉयमेंट अँड होपफुल एन्करेजमेण्ट ऑफ द ट्रूप्स* (लंडन: लॉंगमन, १८५८), ३८९. 'आपण भारतामध्ये आपले स्थान कुठल्या मर्यादेपर्यंत निर्माण केले आहे, ते दैवी मूकसंमतीचे आहे की दैवी मार्गदर्शनाचे आहे हा एक प्रश्न असू शकतो, पण ह्याबाबतीत कुठलाच प्रश्न नसू शकतो किंवा खरेतर नसायलाच हवा की आता आपल्यावर हे कर्तव्य येऊन ठेपले आहे ज्यामध्ये आपण आपल्या सत्ताधिकारात घेरल्या गेलेल्या लोकांचा 'ज्ञानी' असा रक्षक बनायला पाहिजे.'

६. बर्नार्ड कोन, *कॉलनिॲलिजम अँड इट्स फॉर्म्स ऑफ नॉलेज: द ब्रिटिश इन इंडिया* (न्यू जर्सी: प्रिन्सटन युनिव्हर्सिटी प्रेस, १९९६), xii.

७. बिपन चंद्र, *फ्रीडम स्ट्रगल* (नवी दिल्ली: नॅशनल बुक ट्रस्ट, १९७२), ३८.

८. टार्लो, *क्लोदिंग मॅटर्स*, ३५. वसाहतवादी भारताच्या अमलाखालील वांशिक विचारधारा आणि वांशिकता यांच्या छेदनबिंदूमधील लिंगव्यवस्थेची भूमिका काय आहे यावरच्या अभ्यासासाठी पहा: मृणालिनी सिन्हा, *कॉलनिअल मॅस्क्युलिनिटी: द 'मॅनली इंग्लिशमन' अँड द 'एफमिनेट बेंगॉली' इन द लेट नाईंटीन्थ सेंच्युरी* (न्यूयॉर्क: मँचेस्टर युनिव्हर्सिटी प्रेस, १९९५).

९. तथैव., ३४.

१०. अमर्त्य सेन, *डेव्हेलपमेण्ट ॲज फ्रीडम* (न्यूयॉर्क: अँकर बुक्स, २०००), १७४.

११. नेहरू, *डिस्कव्हरी ऑफ इंडिया*, ३१९.

१२. पहा: बर्नार्ड कोन, 'क्लॉथ, क्लोदस अँड कॉलनिॲलिजम', येथे: ए. वीनर अँड जे. श्नायडर (संपादक), *क्लॉथ अँड ह्यूमन एक्सपीरिअन्स* (वॉशिंग्टन, डी. सी. स्मिथसॉनिअन इन्स्टिट्यूशन प्रेस, १९८९), ३१०.

१३. पहा सी. बेली, द *राज: इंडिया अँड द ब्रिटिश १६००–१९४७* (लंडन: नॅशनल पोर्ट्रेट गॅलरी, १९९०), १०.

१४. 'बाबू' ही एखाद्याला इतर माणसांहून वेगळे दाखवणारी संज्ञा बंगालमध्ये व्यक्तीच्या नावाच्या मागे लावली जात असे. पण ब्रिटिशांनी त्या संज्ञेचा वापर 'फक्त वरवर सुसंस्कृत' अशा अपमानकारक अर्थासहित केला, आणि ही संज्ञा ते इंग्रजी लिहिणाऱ्या भारतीय कारकुनांचा उल्लेख करताना वापरत असत.

१५. जे. ब्रिग्ज, *लेटर्स अड्रेस्ड टू अ यंग पर्सन इन इंडिया*, लंडन, जॉन मरी, १८२८, २०१; येथे उद्धृत केले आहे: टार्लो, क्लोदिंग मॅटर्स, ३६.

१६. तुलना करून पहा: टार्लो, *क्लोदिंग मॅटर्स*, ३८.

१७. मॅडिसन, *क्लास स्ट्रक्चर अँड इकॉनॉमिक ग्रोथ*, ३५.

१८. टार्लो, *क्लोदिंग मॅटर्स*, ३९.

१९. पारंपरिक भारतीय पेहराव हा कापड नेसून बनत असे–अंगाभोवती गुंडाळलेले कापड आणि ते खोचून आणि घडी घालून एका जागी ठेवले जाई. पुरुषांचे कपडे सहसा पांढरे आणि साधे असत. खूप गरीब माणसे, विशेषतः शेतात काम करत असताना लंगोट नेसत असत, पण धोतर अधिक सर्वसाधारणपणे दिसून येत असे. ऋतूमानानुसार, शरीराचा वरचा भाग उघडा ठेवला जाई किंवा मग चादरीने किंवा शालीने झाकला जाई. डोके सहसा पगडीने झाकले जात असे. यापैकी प्रत्येक वस्त्र अशा प्रकारे नेसले जात असे की ते धर्म आणि संस्कृतीनुसार बदलत जात असे. स्त्रिया सहसा साडी नेसत. एक लांबच्या लांब कापड जे एका बाजूने शरीराच्या खालच्या भागावर गुंडाळले जात असे आणि दुसऱ्या बाजूने डोक्यावर घेतले जात असे. या कापडाचे सहसा रंगवून, मुद्रण करून आणि भरतकाम करून सुशोभीकरण केले जात असे. संशोधनातून जरी असे आढळून येत असले की शिवलेले कपडे भारतात ११ व्या शतकापासून अस्तित्वात होते, तरी पुराव्यानुसार असे सिद्ध होते की त्या कपड्यांमधले वैविध्य आणि संख्या सुलतानांच्या आणि मुघल कालखंडात मोठ्या प्रमाणावर वाढली. युरोपियनांच्या आगमनामुळे भारतीय शिष्टजनांमध्ये शिवलेल्या पोशाखाचा वापर आणखी वृद्धिंगत झाला. पहा: टार्लो, *क्लोदिंग मॅटर्स*, २६, २८, ३२.

२०. या आधीच्या प्रकरणात आपण पाहिले की कापडाच्या उत्पादनात कशी पीछेहाट घडून आली आणि भारतीय ब्रिटिशांना वंश झाले होते त्याचे प्रमुख कारण भारतीयांची ब्रिटिश कापड खरेदी करण्याची इच्छा हे कसे होते हे गांधींनी दाखवून दिले.

२१. पहा: मॅथ्यू एच. एडनी, *मॅपिंग अॅन एम्पायर: द जिओग्राफिक कन्स्ट्रक्शन ऑफ ब्रिटिश इंडिया, १७६५–१८४३* (शिकागो: युनिव्हर्सिटी ऑफ शिकागो प्रेस, १९९७).

२२. जॉन फोर्ब्स वॉटसन, द *टेक्स्टाईल मॅन्युफॅक्चरर्स अँड कॉस्च्यूम्स ऑफ द पीपल ऑफ इंडिया*, लंडन, १८६६, ५, येथे: कोन, *कॉलनिअॅलिजम अँड इट्स फॉर्म्स ऑफ नॉलेज*, १४५.

२३. वॉटसन, द *टेक्स्टाईल मॅन्युफॅक्चरर्स*, २–३, यामध्ये: टार्लो, *क्लोदिंग मॅटर्स*, ४० (वॉटसनच्या मूळ लिखाणावर भर दिला आहे).

२४. वॉटसन, द *टेक्स्टाईल मॅन्युफॅक्चरर्स, ८, यामध्ये: कोन, कॉलनिअॅलिजम अँड इट्स फॉर्म्स ऑफ नॉलेज*, १४६.

२५. बिपन चंद्रा, 'रीइंटरप्रिटेशन्स ऑफ नाईंटीन्थ सेंचुरी इंडियन इकॉनॉमिक हिस्ट्री', *इंडियन इकॉनॉमिक अँड सोशल हिस्ट्री रिव्यू*, खंड ५, क्र. १ (मार्च १९६८): ५५.

२६. टार्लो, *क्लोदिंग मॅटर्स*, ४४–४५. टार्लोचे संशोधन ब्रिटिश आणि भारतीय समुदायांच्या वसाहतीच्या संदर्भातली मूल्ये आणि जीवनशैली यामधील विरोधाभास दाखवून देते आणि त्याचा भारतीय समुदायाच्या पोषाखाच्या निवडीवर कसा प्रभाव पडला हे योग्यरीत्या आणि सप्रमाण दाखवते.

२७. तथैव., ४५.

२८. तथैव., ४५–६१.

२९. तथैव., ५७.

३०. तथैव., ६१.

३१. बिपन चंद्रा, *इंडियाज स्ट्रगल फॉर इंडिपेडन्स १८५७–१९४७* (नवी दिल्ली: पेंग्विन, १९८८), ३८.

३२. पहा: नंदा, द *मेकिंग ऑफ अ नेशन*, ४.

३३. भिखू पारेख, *कॉलनिअॅलिजम, ट्रॅडिशन अँड रिफॉर्म: अॅन अॅनलिसिस ऑफ गांधीज पोलिटिकल डिस्कोर्स* (नवी दिल्ली: सेज, १९९९), ५९, १५७.

३४. नंदा, द *मेकिंग ऑफ अ नेशन,* ४.

३५. १८९२ मध्ये नौरोजी लिबरल पक्षाचे उमेदवार म्हणून सेंट्रल फिन्जबरी येथून ब्रिटिश संसदेत निवडून आले होते.

३६. वसाहतवादी गौणीकरणाच्या प्रक्रियेमुळे ज्या लोकांच्यावर वसाहतवादी राज्य चालवले जात होते त्यांच्यामध्ये एक न्यूनगंड निर्माण झाला आणि तो त्यांच्या नेहमीच्या प्रघातांच्या बाबतीतल्या कामगिरीवर नकारात्मक परिणाम करू लागला. 'श्रद्धात्मक संरचना सामाजिक आणि आर्थिक संरचनांमध्ये परिवर्तित होते आणि त्याचे मग प्रघात बनतात—हे प्रघात, वागणुकीचे औपचारिक नियम आणि अनौपचारिक मानके असे दोन्ही असतात. मानसिक आदर्श आणि प्रघात यांमधील संबंध घनिष्ट आहे.' डग्लस नॉर्थ, 'इकॉनॉमिक परफॉर्मन्स थ्रू टाईम', यामध्ये: ली, थ्रेन एगर्टसन अँड डग्लस सी. नॉर्थ (संपादक), *एम्परिकल स्टडीज इन इन्स्टिट्युशनल चेंज* (केम्ब्रिज: केम्ब्रिज युनिव्हर्सिटी प्रेस, १९९६), ३४८.

३७. हबीब, *इंडियन इकॉनॉमी,* ४.

३८. तथैव. ५००० लोकांच्या प्रत्येक वस्तीच्या प्रमाणात नगरे मोजली जातात.

३९. याच कारणासाठी गोखले यांनी किशोरावस्थेतल्या गांधींना त्यांचे कार्य भारतात, गावांचे दौरे करून सुरू करण्याचा सल्ला दिला होता. त्यानंतर मग गांधींनी स्वदेशीच्या चळवळीच्या दरम्यान काँग्रेसच्या सदस्यांना गावकऱ्यांशी संवाद साधण्यास पुन्हा शिकवले. या अनुभवांपैकी काही अनुभव नेहरू त्यांच्या आत्मचरित्रात ९ व्या प्रकरणात कथन करतात.

४०. न्यायमूर्ती रानडे (१८४२–१९०१), जे एक वकील, समाजसुधारक आणि लेखक होते त्यांनी पुणे सार्वजनिक सभेची स्थापना केली होती, आणि त्याद्वारे ते सरकारला ठाशीव सल्ला देऊन वारंवार मदत करत असत. त्यांनी प्रार्थना समाजाची स्थापना केली आणि इंडियन नॅशनल काँग्रेसच्या संस्थापकांपैकी ते एक होते.

४१. बिपन चंद्रा, द *राईज अँड ग्रोथ ऑफ इकॉनॉमिक नॅशनॅलिझम इन इंडिया,* नवी दिल्ली, १९६६, १२२–२३, येथे उद्धृत केले आहे: बीन, 'गांधी अँड खादी', ३६३.

४२. तथैव.

४३. बांगलापीडिया, 'स्वदेशी मुव्हमेन्ट'. http://www.banglapedia.org/httpdocs/HT/S_0628.HTM (३ जानेवारी २०११ रोजी तपासले).

४४. बाप्टिस्टा, द *ईस्ट इंडियन्स,* ९९.

४५. टार्लोचे संशोधन हे सप्रमाण दाखवून देते की ग्रामीण भारतात, कसा आजही, पेहराव हा सामुदायिक ओळख प्रस्थापित करण्यासाठी एक महत्त्वाचा निकष आहे. पहा: टार्लो, *क्लोदिंग मॅटर्स,* १२९–२८४.

४६. मनुस्मृती अंदाजे इसवी सन २०० च्या आसपास लिहिली गेली होती. मनुस्मृती हा माझा प्राथमिक स्रोत म्हणून उद्धृत करत असताना मी माझ्या पुस्तकाचा जो मूलभूत भर आहे जो काटेकोरपणे समाजशास्त्रीय किंवा सांस्कृतिक ह्यापेक्षा ऐतिहासिक गोष्टींवर जास्त आहे, त्याच्याशी मी सुसंगत राहू इच्छितो. माझी निवड ह्या वस्तुस्थितीलादेखील धरून आहे की मनु, जो 'मानवजातीचा पूर्वज' मानला जात असे, तो पुढच्या सर्व धर्मशास्त्रांसाठी प्रमाणभूत अधिकारी व्यक्ती आणि संदर्भ-बिंदू बनला. तुलना करून पहा: पॅट्रिक ऑलिवेल, *मनूज कोड ऑफ लॉ: अ क्रिटिकल एडिशन अँड ट्रान्सलेशन ऑफ द मानव-धर्मशास्त्र* (ऑक्सफर्ड: ऑक्सफर्ड युनिव्हर्सिटी प्रेस, २००५), १६.

४७. मनुस्मृती, जॉर्ज बुल्हर, अनुवाद, *सेक्रेड बुक्स ऑफ द ईस्ट,* खंड २५, १८८६. ऑनलाईन स्वरूपात येथे उपलब्ध www.hinduwebsite.com/sacredscripts/hinduism/dharma/manusmriti.asp (३ एप्रिल २००६ रोजी तपासले). प्रकरण V, १४७.

४८. तथैव., १४८.
४९. तथैव., IX, ३.
५०. तथैव., V, १४९.
५१. तथैव., १५०–५२.
५२. तथैव., १५३.
५३. तथैव., १५४.
५४. तथैव., १५५.
५५. तथैव., IX, ६.
५६. तथैव., ७.
५७. एक गर्विष्ठ पत्नी जी आपल्या नाथाच्या प्रति असलेल्या कर्तव्याचे उल्लंघन करते तिचे जाहीरपणे कुत्रे लचके तोडतील असे राजाने पहावे (तथैव. VIII, ३७१). विधवा स्त्री जी अपत्यप्राप्तीच्या इच्छेने तिच्या (मृत) पतीच्या प्रति असलेल्या तिच्या कर्तव्याचे उल्लंघन करते ती इहलोकी तर स्वतःची नाचक्की करून घेतेच आणि आपल्या पतीसोबत तिला जे स्वर्गात स्थान मिळणार असते तेही ती गमावते (तथैव., V, १६१). मृत्यूनंतर विश्वासघातकी पत्नी कोल्ह्याच्या उदरात प्रवेश करते आणि तिला तिच्या पापाची शिक्षा म्हणून क्लेशकारक रोग होतात. (तथैव., १६४). 'पवित्र शास्त्रात सांगितल्याप्रमाणे ब्राह्मणाने आपल्या समान जातीच्या पत्नीस, जिचे आचरणही त्या जातीला अनुसरून असे होते आणि जी त्या ब्राह्मणाच्या अगोदर मरण पावली तिला अग्निहोत्रासाठी वापरण्यात येणाऱ्या पवित्र अग्नीने आणि यज्ञासाठी वापरण्यात येणाऱ्या साधनांनी जाळावे' (तथैव., १६७).
५८. पहाः एन. जयपालन, *इंडियन सोसायटी अँड सोशल इन्स्टिट्युशन्स* (नवी दिल्लीः अॅटलांटिक, २००१), १४५.
५९. शकुंतला राव शास्त्री, *विमेन इन द सेक्रेड लॉजः द लेटर लॉ बुक्स*, १९६०. ऑनलाईन येथे उपलब्ध http://www.hindubooks.org/women_in_the_sacredlaws/ (२ एप्रिल २०११ रोजी तपासले).
६०. पडदापद्धती केव्हा अस्तित्वात आली याबद्दल इतिहासकारांचे दुमत आहे, पण बरेच जण असे मानतात की १५२६ मध्ये भारतावर जे मुघलांचे आक्रमण झाले तो याबाबतीत निर्णायक टप्पा होता. पहाः द *टाईम्स ऑफ इंडिया*, 'एक्स्पर्टस लिफ्ट वेल ऑफ पर्दाह ओरिजिन', १९ जून २००७. येथे ऑनलाईन उपलब्ध http://articles.timesofindia.indiatimes.com/2007-06-19/india/27951496_1_purdah-veilhistorians (२१ मार्च २०११ रोजी तपासले).
६१. सुधीर बिरोडकर, 'हिंदू इथोसः हिंदू सोशल कस्टम्स - डाउरी, सती अँड चाईल्ड मॅरेज', यामध्येः *हिंदू हिस्ट्रीः अ सर्च फॉर अवर प्रेझेण्ट इन हिस्ट्री*. येथे ऑनलाईन उपलब्ध http://www.hindubooks.org/sudheer_birodkar/hindu_history/practices1.html (२९ डिसेंबर २०१० रोजी तपासले).
६२. जमुना नाग, *राजा राममोहन रॉय*, अनुवाद., सत्येंद्रनाथ सरकार (बॉम्बेः हिंद पॉकेट बुक्स, १९७२), ४४.
६३. तुलना करून पहाः जयपालन, *इंडियन सोसायटी अँड सोशल इन्स्टिट्युशन्स*, १४७–४९. पंडिता रमाबाई यांनी पुणे येथे आर्य महिला समाज स्थापन केला. तो आजतागायत स्त्रियांच्या विकासासाठी कार्य करीत आहे.

८ गांधींची मानसिक-सांस्कृतिक क्रांती

जे लोक शतकानुशतके निद्रिस्त होते ते त्यांच्या मानवी प्रतिष्ठेच्या नवीन जाणिवेच्या परमानंदाने जागृत झाले आणि ते धैर्याने आणि त्यागवृत्तीने भारून गेले होते. विदेशी कापडाच्या होळ्यांनी शहरातले, नगरांतले आणि गावांतले रस्ते आणि चौक उजळून निघाले होते आणि चरख्याचा गुंजारव एखाद्या त्यागमंत्रासारखा हजारो घरांतून ऐकू येऊ लागला होता. स्त्रिया ज्या स्वतःतच आणि चूल आणि मूल यांतच रमलेल्या असायच्या त्या रस्त्यावर पदयात्रा करण्यासाठी उतरल्या, पुरुषांच्या खांद्याला खांदा लावून चालू लागल्या आणि त्या अनुषंगाने त्यांनी युगानुयुगे त्यांच्या पायात बांधलेले साखळदंड तोडून टाकले आणि त्या मुक्त झाल्या.

—के. कृपलानी[१]

१८८८ मध्ये जॉन स्ट्रेची[२] याने भारताची ओळख त्याच्या दृष्टीने काय होती, हे व्यक्त करून सांगितले: 'भारताबद्दल शिकून घ्यायला हवी अशी सर्वांत पहिली आणि सर्वांत महत्त्वाची गोष्ट ही आहे की—युरोपियन कल्पनेला अनुसरून कुठल्याही प्रकारचे ऐक्य, मग ते शारीरिक, राजकीय, सामाजिक किंवा धार्मिक असो, हे कुठल्याही भारतीय व्यक्तीमध्ये किंवा अगदी प्रदेशामध्येसुद्धा नाही आणि कधीच नव्हते.'[३] अशा प्रकारच्या विचारसरणीच्या आधारे ब्रिटनमधले बरेच लोक त्यांच्या भारतीय उपखंडातल्या वसाहतवादी अस्तित्वाचे, भारताला आणि भारतीय जनतेला मिळालेले राष्ट्रभावनेचे बक्षीस, म्हणून समर्थन करत. गांधींनी हा समज खोडून काढण्याचा निर्धार केला.त्यांनी ठरवले की स्ट्रेचीला जो भारतीय सापडला नाही तो आपण बनायचे आणि या साम्राज्याने ज्या प्रकारच्या भारतीय राष्ट्राला नकार दिला तशा प्रकारचे राष्ट्र घडवायचे.[४] ते स्वदेशीच्या माध्यमातून सर्व भारतीयांना स्वराज्यासाठीच्या लढ्यात एकत्र आणणार होते.

भारतीय पेहरावात गांधींचे आगमन आणि भारतीय अस्मितेचे समुपयोजन

इंग्लंड आणि दक्षिण आफ्रिकेत आलेल्या अनुभवांवरून गांधींना कपडे परिधान करणाऱ्याच्या मानसिक-सामाजिक जाणिवांवर कपड्यांच्या निवडीचा कसा परिणाम होतो, या गोष्टीचे थेट ज्ञान प्राप्त झाले होते. पोशाखाच्या बाबतीतली आपली एक ओळख घडवण्यासाठी भारतीयांनी ब्रिटिश राजवटीअंतर्गत ज्या चार पर्यायांचा प्रयोग करून पाहिला ते चारही पर्याय गांधींनी अनुभवून पाहिले. त्यांनी विदेशी कापडाचा वापर केला होता; इंग्रजांवर आपली छाप

पाडण्यासाठी त्यांनी तसा पेहराव केला होता आणि आदर्श अशा इंग्लिशमन छापाच्या फोटोसाठी उभे राहिले होते (छायाचित्र ४ आणि ५: २३६–३७); ते कोर्टात ब्रिटिश सूट आणि भारतीय पगडी घालून हजर झाले होते आणि त्यासाठी त्यांना खडसावले गेले होते; त्यांनी त्यांच्या कुटुंबातल्या सदस्यांना युरोपियन पद्धतीने पेहराव करायला आणि जेवण करायला भाग पाडले आणि इंग्रज गृहस्थासारखा पेहराव केल्यामुळे त्यांना अपमान सहन करावा लागला होता. खूप साऱ्या आणि वेगवेगळ्या अनुभवांतून त्यांनी स्वतःची व्यक्तिगत आणि सामुदायिक ओळख शोधण्याचा प्रयत्न केला. इंग्रजांसोबतचे आपले नाते चांगले राहावे, यासाठीसुद्धा त्यांनी प्रयत्न केला पण त्या प्रयत्नात बऱ्याचदा त्यांना मोठे मानसिक अडथळे जाणवत: 'इंग्रज माणसाच्या अंतर्मनात असलेली ही सबोध किंवा अबोध जाणीव की तो सत्ताधाऱ्यांच्या वंशातला आहे आणि भारतीयाच्या अंतर्मनात असलेली ही भावना की तो पराधीनांच्या वंशातला आहे'.[५] असे अनुभव आल्यावर त्यांचा तात्कालिक प्रतिसाद हा असायचा की भारतीयांना त्यांचा आत्मसन्मान पुन्हा मिळवून देण्यासाठी काही मार्ग शोधावा: 'माझे मन या प्रश्नाने अधिकाधिक व्यापून गेले की ही परिस्थिती कशी सुधारली जाऊ शकेल.'[६]

ते भारतात एका काठियावाडी शेतकऱ्यासारखा पेहराव करून आले यामागे काही एक ठोस कारण होते (पहा छायाचित्र ७: २३७) त्यांच्या समुदायाच्या अस्मितेचे संपूर्ण समुपयोजन करून ते एकदाचे आणि कायमचेच आपल्या मायदेशाकडे परतत होते. आपले स्वामित्व पारंपरिक पोशाखातून दाखवून द्यावे, हे त्यांना महत्त्वाचे वाटले–पण त्यांनी केलेल्या या निवडीमुळे त्यांची पत्नी नाउमेद झाली कारण तिला आपल्या पतीला 'शानदार' इंग्लिश कपड्यांत पाहायला आवडले असते. त्यांच्या या कृतीने बॉम्बेमधले उच्चभ्रू चकित झाले, त्यांना गांधी म्हणजे 'इंग्लंडहून परतलेल्या सुशिक्षित भारतीय व्यक्तीचा एक तऱ्हेवाईक नमुना वाटायचा'.[७]

भारताच्या हवामानविषयक परिस्थितींशी जुळवून घेण्यासाठी भारतीय आणि सुती कपड्यांचा गांधींनी केलेला साधासोपा वापर ही एक साधीच गोष्ट होती. भारतात असतानासुद्धा हट्टाने जड-बोजड युरोपियन कपडेच वापरण्याच्या ब्रिटिशांच्या शिष्टपणातला फसवेपणा गांधींना ओळखता येत होता. पण अस्वस्थ वाटत असतानासुद्धा जे युरोपियन कपडेच वापरणे पसंत करायचे त्या भारतीयांची भाबडी अनुकरणप्रियता पाहून गांधींना दुःख झाले:

> संकुचितपणा आणि कल्पकतेचा अभाव यामुळेच फक्त इंग्रजांनी त्यांचा इंग्रजी पद्धतीचा पेहराव भारतातसुद्धा कायम राखला आहे. आणि ते स्वतःसुद्धा हे कबूल करतात की ह्या भारतीय हवामानासाठी असा पेहराव खूप गैरसोयीचा आहे. मी असा विचार करण्याचे धाडसच करतो की [इंग्लिश पेहरावाचे भारतीयांनी] केलेले अविचारी अनुकरण हे काही प्रगतीचे चिन्ह नव्हे. आणि पुन्हा जुन्या सवयींकडे मागे वळणे म्हणजे काही त्यावेळच्या

काळाचा हात पुन्हा हातात घेणे असेही नाही. आततायीपणाने चुकीचे पडलेले पाऊल मागे घेणे, हे मात्र नक्कीच प्रगतीचे चिन्ह आहे.[८]

गांधींना हे पाहून यातना होत होत्या की उच्चभ्रू भारतीयांची पोषाखाची निवड हे ठरवत होती की समाजाच्या श्रेणीत खाली असलेले इतर लोक कसे कपडे घालतील. इंग्लंडहून परतलेला आणि इंग्रजीत शिक्षण घेतलेला हा अत्यंत लहान 'क्लब' त्यांच्या पोशाख आणि जीवनशैलीद्वारे बाकीच्या ३०० दशलक्ष लोकांसाठी 'प्रगती' या शब्दाचा अर्थ ठरवत होता.[९] ते नकळतच 'अविचारी अनुकरणाची' एक संस्कृती त्यांच्या सहयोग्यांमध्ये जन्माला घालत होते आणि त्यामुळे ब्रिटिश अर्थव्यवस्थेला पोसत होते आणि त्याच वेळी या ब्रिटिश साम्राज्यावर असलेले भारताचे आर्थिक-राजकीय परावलंबन वाढीस लावत होते. ही अनुकरण संस्कृती ही एक सामाजिक रचनासुद्धा होती: जेव्हा प्रतिष्ठितपणाचे संकेत फक्त ब्रिटिशांकडून आणि ब्रिटिश संज्ञांनुसार ठरवले जायचे तेव्हा फाजील आत्मविश्वास असलेल्या भारतीयांसाठी आत्मसन्मान मिळवण्याचा एक खात्रीशीर मार्ग म्हणजे या वसाहतवाद्यांचे एखाद्या गुलामाप्रमाणे अनुकरण करणे हा होता.[१०] हे म्हणजे स्वतःची खरी ओळख विकून टाकून आपल्या स्वतःच्या भारतीयत्वाचा अस्वीकार करण्यासारखे होते.

ही कोंडी स्वतः गांधींनी अनुभवली होती आणि फक्त त्यांनीच एकट्यानेच आणि धैर्याने त्यांच्या स्वतःच्या अटींवर आधारलेल्या पोशाखाची रचना करून जगाला थक्क केले आणि आदरही कमावला—एक भारतीय म्हणून आणि भारताच्या अगदी गरीब लोकांचा प्रतिनिधी म्हणून. पण त्यांनी याहूनही आणखी खूप काही केले. संपूर्ण उपखंडाचे कपड्यांविषयीचे अर्थ नव्याने ठरवावेत अशी त्यांची योजना होती. 'अख्खा देश खादी नेसेल. ते माझे स्वप्न आहे. तो एक लढा बाकी आहे.'[११] त्यामुळे ते स्वतःची अशी एक फॅशनप्रणाली बनवणार होते आणि ते स्वातंत्र्याकडे कूच करणाऱ्या भारताचे 'कामगिरी व्यवस्थापक' झाले.[१२]

खादी क्रांतीसाठीचे धोरण

थोडक्यात सांगायचे तर आपल्या माणसांना खादी परिधान करायला लावण्यासाठी गांधींनी ही पावले उचलली:

१. त्यांनी १९१५ मध्ये या सगळ्याची सुरुवात साबरमती आश्रमात केली, जिथे सर्व सदस्यांना स्वदेशीची शपथ घ्यायची होती आणि १९१७–१८ मध्ये आश्रमातल्या सहवाशांनी बनवलेल्या जाड्याभरड्या कापडाला खादी असे नाव देण्यात आले.
२. १९१९ मध्ये त्यांनी सर्व स्त्री-पुरुषांना खादीचा अंगीकार करण्याचे आणि स्वदेशीची शपथ घेण्याचे आवाहन केले. त्यांनी खादीचे भारतासाठी असलेले सामाजिक, राजकीय, आर्थिक आणि नैतिक फायदे उघड करून दाखवले. हे फायदे विदेशी आणि

गिरण्यांमध्ये बनलेले कापड आणि इंग्लिश पोशाखाचे अविचारी अनुकरण यामधून प्रसारित केल्या जाणाऱ्या हिंसेच्या विरुद्ध होते.

३. त्यांनी खादीचा प्रसार करणाऱ्या संघटना स्थापन करायला सुरुवात केली. त्यांनी ऑल-इंडिया स्पिनर्स असोसिएशन (एआयएसए) आणि ऑल-इंडिया खादी बोर्ड (एआयकेबी) यांची स्थापना केली. या संघटनांच्या प्रगतीचा ते जातीने आणि लक्षपूर्वक आढावा घेत.
४. त्यांनी सूतकताईसाठी आणि विणकामासाठी प्रशिक्षण केंद्रे उभारली.
५. १९२१ मध्ये काँग्रेसच्या राष्ट्रध्वजामध्ये चरख्याला मध्यवर्ती स्थान दिले गेले होते. चरखा म्हणजे आता फक्त कापड उत्पादनाचे साधन राहिले नव्हते. तो एक प्रतीक बनला होता. एका पुरोगामी, शांतिप्रिय, शाश्वत आणि कुणाचेही शोषण न करणाऱ्या समाजाचे कार्य आणि ध्येय बनला होता.[१३]
६. त्याच वर्षी इंडियन काँग्रेसच्या कार्यसूचीमध्ये खादीचा समावेश करण्यात आला. एका सर्वांत मोठ्या विधायक उपक्रमाचा म्हणजे खादीचा प्रसार करण्यासाठी सदस्यांना प्रवृत्त करण्यात आले.
७. गांधींनी विदेशी कापडावर बहिष्कार घातला आणि असे कापड विकणाऱ्या दुकानांच्या बाहेर धरणे धरण्यास प्रोत्साहन दिले.
८. विदेशी कापड दारोदारी जाऊन जमा करण्याची योजना आखण्यात आली. विदेशी प्रभाव नाकारणे आणि स्वदेशीचा स्वीकार यांचे प्रतीक म्हणून सगळ्या भारतीय स्त्री-पुरुषांना विदेशी कापडाच्या होळीमध्ये सहभागी होण्याचे आवाहन करण्यात आले.
९. खादीचा पांढरा शर्ट आणि खादीची धोती किंवा पायजमा परिधान करून काँग्रेसच्या सदस्यांनी एक उदाहरण घालून द्यावे, अशी अपेक्षा त्यांच्याकडून केली जात होती.
१०. काँग्रेसच्या सदस्यांना असे निमंत्रण देण्यात आले की त्यांनी त्यांच्या ग्रामीण भागातल्या बंधू-भगिनींसह दररोज किमान अर्धा तास सूतकताई करावी.[१४]
११. देशभरातल्या रस्त्यांवर आणि दुकानांमध्ये खादी विक्रीसाठी ठेवण्यात आली (छायाचित्र १५: २४१).
१२. खादीचे उत्पादन वाढवण्यासाठी प्रदर्शने आणि विधायक शिक्षण आयोजित करण्यात आले.

दुर्गम भागांतील नगरांमध्ये आणि गावांमध्ये भरवलेली प्रदर्शने राष्ट्राच्या उभारणीसाठी एक प्रभावशाली साधन होती. ही प्रदर्शने म्हणजे फक्त नेत्रसुख नव्हते किंवा काल्पनिक चित्रपटाचा खेळ नव्हता. त्यासाठी कुठलीही भाषा अस्खलित येणे आवश्यक नव्हते. ही प्रदर्शने शैक्षणिक स्वरूपाची आणि प्रोत्साहित स्वरूपाची होती. त्यांच्यात सर्व लोकांना, पण

विशेषतः विद्यार्थ्यांना काही वस्तू पाहून आणि स्वतः अनुभवून मानवतेवर आणि आपल्या राष्ट्रावर प्रेम करण्याची शिकवण मिळणार होती.[१५] ही प्रदर्शने म्हणजे 'अपक्ष आणि पारदर्शी स्वरूपाचे संदेशवहन होते आणि हा संदेश सर्वांसाठी होता'. यामध्ये 'भारतीय राष्ट्रीय समुदायाच्या संकल्पनेचा विस्तार करण्यासाठी दृक स्वरूपाचे व्याख्यान' दिले जात होते.[१६]

एवढे प्रयत्न करूनसुद्धा खादीचे प्रतीकात्मक महत्त्व गावकऱ्यांना पटवून देणे काही सोपे नव्हते. खादीची क्रांती सुरू होण्याच्या खूप आधी त्यांनी कपड्यांचा सांस्कृतिक आणि पारंपरिक अभिव्यक्ती म्हणून प्रतीकात्मकरीत्या वापर केलेला होताच. म्हणूनच, गांधींना, ऐक्याचे आणि हेतुशुद्धतेचे प्रतीक म्हणून पांढऱ्या रंगाची खादी आवडत असली तरी त्यांनी पोशाखाची फक्त एकच शैली अंगीकारण्यावर भर दिला नाही. त्यांनी साधेपणा ह्या निकषाला सर्वाधिक प्राधान्य दिले. भारताच्या पूर्ण स्वराज्यासाठी त्यांनी जेव्हा कंस्ट्रक्टिव्ह प्रोग्रॅम (विधायक कार्यक्रम) आखला, तेव्हा तसे करताना त्यांनी हे कबूल केले:

> खादी हा एक वादग्रस्त विषय आहे. बऱ्याच लोकांना असे वाटते की खादीचा पुरस्कार करून मी उलट्या दिशेने येणाऱ्या वाऱ्याच्या विरुद्ध दिशेला नौकानयन करतो आहे आणि मी नक्कीच हे स्वराज्याचे जहाज बुडवणार आहे आणि मी देशाला अंधारयुगाकडे नेतो आहे...[खादीचा] ध्वनितार्थ हे सूचित करतो की ही आर्थिक स्वातंत्र्याची सुरुवात आणि देशातल्या सर्वांची समतेकडे वाटचाल आहे... खादीचे जे काही अभिप्रेत अर्थ असतील [त्या] सर्व अर्थांसह ती स्वीकारली गेली पाहिजे. खादी म्हणजे रोखठोक स्वदेशी मानसिकता...अनेकांच्या मानसिकतेमध्ये आणि अभिरुचीमध्ये क्रांतिकारी बदल... ती प्रत्येक भारतीयाच्या आयुष्याला स्पर्शून जाते, त्याला अशा एका ताकदीने उजळवून काढते जी त्याच्या आतच दडून राहिली होती, आणि भारतीय मानवजातीच्या महासागरातल्या प्रत्येक थेंबाच्या सोबतीने, त्याला त्याची स्वतःची ओळख अभिमानास्पद वाटू लागते. आपण युगानुयुगे या अहिंसेला ज्या प्रकारे कुचकामी समजत होतो तशी ती कुचकामी नाही: मानवजातीस आतापर्यंत ज्ञात असलेले अहिंसा हे सगळ्यात जास्त प्रभावी बल आहे आणि या अहिंसेवर मानवजातीचे अस्तित्व अवलंबून आहे... माझ्यासाठी खादी भारतीय मानवतेच्या ऐक्याचे प्रतीक आहे, आर्थिक स्वातंत्र्याचे आणि समानतेचे प्रतीक आहे.[१७]

गांधींनी खादी क्रांतीच्या माध्यमातून भारतासाठी पाहिलेले स्वप्न कदाचित सगळ्यांना पटले नसेल, पण ज्या थोडक्या लोकांनी त्यांचे अनुकरण केले अशांचे दृष्टिकोन आणि वर्तन यांतील बदलांचा उर्वरित भारतीय समाजावर लक्षणीय परिणाम झाला. नेहरू याला पुष्टी देतात:

> ब्रिटिश राजवटीची धुरा प्रामुख्याने, लोकांची आणि ब्रिटिश राजवटीत हितसंबंध असलेल्या काही विशिष्ट वर्गांची भीती, प्रतिष्ठा, सहकार्य, मग ते ऐच्छिक किंवा अनैच्छिक असो, यांच्यावर असल्याचे लक्षात आल्यावर गांधींनी हा पायाच मोडून काढला. ब्रिटिशांकडून

मिळालेले किताब सोडून द्यावे लागणार होते आणि ज्यांच्याकडे हे 'किताब होते त्यांनी अगदी कमी प्रमाणात याला प्रतिसाद दिला असला तरी ब्रिटिशांनी दिलेल्या किताबाला जो आदर आणि लोकप्रियता मिळायची ती नाहीशी झाली आणि हे किताब म्हणजे अधःपतनाचे लक्षण मानले जाऊ लागले. नवीन मानकांची आणि मूल्यांची प्रतिष्ठापना करण्यात आली. व्हाईसरॉयच्या दरबाराचा आणि संस्थानिकांचा बडेजाव आणि थाटमाट, जो आधी खूप प्रभाव टाकून जायचा, तो आता अचानक खूपच हास्यास्पद, अशिष्ट आणि खरंतर खूप निर्लज्ज वाटू लागला, कारण हे लोक गरिबी आणि लोकांची दुर्दशा यांच्या मधोमध उभे होते. श्रीमंत माणसे आपल्या श्रीमंतीचे प्रदर्शन करण्यासाठी तितकीशी आतुर नव्हती; निदान बाहेरून तरी त्यांच्यापैकी बऱ्याच जणांनी साधी राहणी अंगीकारली होती, आणि त्यांनी आपला पोशाख बदलून दीन लोकांसारखाच केल्याने त्या दीन लोकांपेक्षा ते फारसे वेगळे दिसत नव्हते.[१८]

गांधींच्या पोशाख-क्रांतीच्या यशाची सर्वांत लक्षवेधी नोंद म्हणजे कदाचित ती भरपूर छायाचित्रे आहेत, जी साध्या, निरक्षर लोकांना मुक्तीसाठीचा पोशाख चढवण्यात जी बंडखोर ताकद आहे, त्याची साक्ष देतात. असंख्य घटना अशा आहेत ज्या या अपूर्व, जगाच्या इतिहासात एकदाच घडून आलेल्या घटनेच्या सूचक आहेत; पृथ्वीवरच्या सर्वांत मोठ्या साम्राज्याच्या कचाट्यातून आपले स्वातंत्र्य हिसकावून घेण्यासाठी लाखो लोकांनी स्वतःच्या हातांनी बनवलेले कापड स्वेच्छेने परिधान करणे.[१९]

काँग्रेसचे पुनर्शिक्षण

आपण हे पाहिले की इंडियन नॅशनल काँग्रेसचे नेते म्हणजे मुख्यत्वे अशी उच्चभ्रू माणसे होती ज्यांच्यापैकी काही ऑक्सफर्ड आणि केम्ब्रिजमध्ये शिकलेली होती. ते इंग्रजी भाषा बोलत आणि त्यांच्या जीवनशैलीत ते इंग्लिश रीतिरिवाजांचे अनुकरण करत. ते वर्षातून एकदा तीन दिवसांसाठी भारतातल्या एखाद्या प्रसिद्ध शहरातल्या अत्याधुनिक क्लबमध्ये एकत्र जमत. ते त्यांच्या चर्चांमध्ये भारतीय सामाजिक समस्यांचा समावेश करत नसत आणि फक्त राजकीय विषयांकडे लक्ष केंद्रित करत. आपण जसे आधीदेखील पाहिले आहे, त्याप्रमाणे हा सामाजिक आणि आंतरधर्मीय तंट्यांना बगल देऊन संघटित राहण्यासाठीचा एक डावपेच होता.

याचा परिणाम म्हणून, काँग्रेसबद्दल उपरोधिक विधाने सर्वत्र होत होती. काँग्रेसची कार्यपद्धती, तिच्या सदस्यांची ढोंगी जीवनशैली आणि भारताच्या जनतेला न्याय मिळवून देण्यात दिसून आलेला षंढपणा यामुळे काँग्रेसवर जोरदार टीका केली गेली.[२०] लोकांना हे तत्काळच दिसून आले की 'हे लोक कसे त्यांच्या बॉण्ड स्ट्रीट सुटातल्या खिशांमध्ये हात घुसळत भारतीय बनावटीच्या मालाची वकिली करत'.[२१] १९१५ मध्ये *अमृत बझार पत्रिके*मध्ये काँग्रेसचे पुढीलप्रमाणे वर्णन केले गेले: 'एक पांढरा हत्ती ज्याच्यावर वर्षाकाठी कमीतकमी एक लाख रुपये तरी खर्च होतो आणि जो काही भाषणे ठोकणे आणि काही

साचेबंद ठराव मंजूर करणे याव्यातिरिक्त काहीही करत नाही'.[२२] यापैकी काही ठराव ब्रिटिश राष्ट्रकुलातील सरकारच्या ताब्यातील मुलूख ब्रिटिश राज्याकरवी 'कायदेशीर' मानल्या गेलेल्या कृतींद्वारे हस्तगत करण्यासाठी केले गेले होते. ब्रिटनपासून संपूर्ण राजकीय स्वातंत्र्य मिळवणे अजून तरी असंभव होते.

गांधींच्या कॉंग्रेसमधल्या प्रवेशामुळे मोठीच उलथापालथ घडून आली. त्यांनी सर्वांत आधी कॉंग्रेसच्या सदस्यांच्या या मानसिकतेस आणि जीवनशैलीस हटकले. तसेच काही मोजक्या शहरी उच्चभ्रू लोकांनी जवळजवळ ३०० दशलक्ष भारतीयांचे, ज्यांच्यापैकी बहुतांश गरीब आणि निरक्षर गावकरी होते, त्यांचे प्रवक्ते म्हणून काम करणे यालादेखील त्यांनी आक्षेप घेतला. त्यांनी अशा गोष्टीचा आग्रह धरला जी कॉंग्रेसच्या सदस्यांना अशक्य वाटत होती: ती गोष्ट ही की भारतभर विखुरलेल्या लाखो लोकांच्या हातात पुन्हा सत्ता द्यावी; जेणेकरून ते त्यांच्या स्वतःच्या भवितव्याच्या बाबतीतले निर्णय घेण्याच्या प्रक्रियेत सक्रियरीत्या सहभागी होऊ शकतील. हळूहळू, जिद्दीच्या जोरावर गांधी कॉंग्रेसच्या काही सदस्यांना आपले मत पटवून देऊ शकले. गांधींनी त्यांना दाखवून दिले की नेतृत्वाचा अर्थ होता, त्याग, प्रामाणिकपणा, साधेपणा आणि गरिबाहून गरीब माणसाशी जवळीक असणे. बऱ्याच कॉंग्रेस सदस्यांनी त्यांची जीवनशैली बदलायला सुरुवात केली. साध्या खादीच्या वेशात ते भारतीय ग्रामीण जीवनाचे निखालस वास्तव अनुभवण्यासाठी निघाले. याची काही उल्लेखनीय उदाहरणे पुढे दिली आहेत.

नेहरूंना हे आठवते की अलाहाबादच्या कृषी अभियानाकडे ते कसे ओढले गेले आणि जून १९२० पासून या अभियानाने त्यांच्या मानसिक दृष्टिकोनावर कसा खूप प्रभाव टाकला. ब्रिटिश सरकारने जेवढा ठरवून दिला होता त्यापेक्षा अधिक कर गरीब शेतकऱ्यांकडून ओरबाडून घेणाऱ्या तालुकदारांच्या किंवा जकातदारांच्या विरोधात न्याय मिळवण्यासाठी शेतकरी पुन्हा संघटित होऊ लागले होते. शेतकरी वर्गाला हळूहळू कसे भिकेला लावले जात होते हे नेहरू पाहू शकत होते: जिल्ह्यातल्या ब्रिटिश अधिकाऱ्यांना या अन्यायाची चांगलीच जाणीव होती पण ते त्याकडे दुर्लक्ष करत आणि जोपर्यंत जमीनदार त्यांना त्यांचा महसुलातला टक्का देत, तोपर्यंत मग हे अधिकारी त्या जमीनदारांना दंड करत नसत. या अन्यायाचा अनुभव घेतल्यावर नेहरूंच्या जीवनशैलीमध्ये, त्यांच्या पेहरावात आणि भारतीयत्वाच्या ओळखीच्या त्यांनी केलेल्या समुपयोजनात सखोल सांस्कृतिक बदल घडून आले.[२३] इतर कशाहीपेक्षा त्यांना अभागी लोकांशी एक घट्ट अशी एकजुटीची भावना जाणवत होती:

> ही भेट म्हणजे माझ्यासाठी एक साक्षात्कार होता. आम्हाला असे दिसले की पूर्ण देश उत्साहाने पेटून उठला होता आणि एक चमत्कारिक अशी खळबळ सर्वत्र माजली होती. अगदी लहानशा आणि तोंडी स्वरूपाच्या पूर्वसूचनेवरदेखील प्रचंड सभा भरल्या जात... सीता राम या शब्दांचा गजर हवेत भरला जाई, तो मग सर्व दिशांना अगदी दूरदूरपर्यंत पोहोचे

आणि मग इतर गावांतून त्याचा प्रतिध्वनी ऐकू येई आणि मग त्या गावांतून लोक जणू काही वाहून किंवा मग शक्य तितक्या जलदगतीने धावत येत. ते स्त्री-पुरुष भिकार, फाटक्या लक्तरांमध्ये होते पण त्यांचे चेहरे उत्सुकतेने उजळले होते आणि डोळे चकाकत होते आणि ते जणू काही एखाद्या विचित्र घटनेची वाट पाहत होते, जी एखाद्या चमत्कारासारखी त्यांच्या दुर्दशेचा अंत करील. ते आमच्यावर प्रेमाचा वर्षाव करत आणि आमच्याकडे दयाळू आणि आशावादी नजरेने पाहत... मी शरमेने आणि दुःखाने चूर चूर झालो होतो. मला माझ्या सोप्या आणि आरामदायक आयुष्याची आणि क्षुद्र शहरी राजकारणाची लाज वाटत होती. या राजकारणात भारतात मोठ्या संख्येने असलेल्या अर्धनग्न मुलांकडे आणि मुलींकडे दुर्लक्ष केले जात असे. मला भारताचे अधःपतन आणि प्रचंड गरिबी पाहून क्लेश होत होते. भारताचे एक नवेच चित्र माझ्या डोळ्यांसमोर उभे राहत होते. त्यातला भारत नग्न, भुकेला, चिरडलेला आणि पूर्णपणे दैन्यावस्थेत होता. कुठल्यातरी दूरच्या शहरातून तात्पुरती भेट द्यायला आलेल्या आमच्यावर ते दाखवत असलेला विश्वास पाहून मी शरमून गेलो आणि मला एका नव्या जबाबदारीची जाणीव झाली जी घाबरवून टाकणारी होती.[२४]

एक समर्पित आणि मुस्लीम काँग्रेस सदस्य अब्बास तय्यबजी, यांनीसुद्धा त्यांची आधीची जीवनशैली, नोकरी आणि इंग्लिश कपडे यांचा त्याग केला. त्यांनी साधा खादीचा पोशाख चढवला आणि स्वतःला ग्राम-कल्याणाच्या कार्यास वाहून घेतले. ते असहकाराच्या चळवळीतले एक उत्साही सहभागी होते. एका गावातून गांधींना लिहिलेल्या पत्रात ते उद्गारतातः 'देवा! काय अनुभव आहे हा! आपण ज्यांचे आहोत असे वाटल्याने आता आपल्याला सन्मान वाटणार होता त्या साध्या माणसांचे मला किती प्रेम आणि वात्सल्य मिळाले आहे. तो फकिराचा वेशच आहे, ज्याने सगळी कुंपणे मोडून टाकली आहेत.'[२५]

काँग्रेस सदस्यांच्या कुटुंबांनासुद्धा या खादीच्या वेडाची लागण झाली होती. एका राष्ट्रवादी नेत्याची पत्नी असलेल्या सरलादेवी चौधरानी ह्या खादीचा अंगीकार करणाऱ्या उच्चभ्रू वर्गातल्या पहिल्या महिला होत्या. जेव्हा त्या एका संमेलनाला जायची तयारी करत होत्या तेव्हा त्यांना त्या नेहमी नेसत असलेली रेशमी साडी आणि खरबरीत खद्दर यामधून निवड करणे कठीण गेले, 'आधीसारखेच अद्ययावत आणि फॅशनेबल राहावे की साधे आणि सर्वसाधारणच राहावे हा प्रश्न होता, आणि मग मी शेवटी साधेपणाची निवड केली. पण ही नवीन पद्धत आत्मसात करायला वेळ लागतो आहे आणि कष्ट पडताहेत.'[२६] पुढे त्यांनी आपले अनुभव गांधींना सांगितले आणि त्यातून त्यांनी पेहरावाच्या बाबतीत ही जी निवड केली होती त्याचे सकारात्मक फायदे समोर आलेः 'सरलादेवींच्या श्रोत्यांवर त्यांच्या भाषणापेक्षाही त्यांची खादीची साडी अधिक छाप पाडत असे.'[२७]

काँग्रेसचे सदस्य आणि त्यांची कुटुंबे यांच्यात वेगाने होणाऱ्या या बदलांचा हा एकत्रित परिणाम पाहून ब्रिटिश साम्राज्य अस्वस्थ होऊ लागले होते. सरकार ह्या संघटनेकडे भारतीय

राष्ट्रवादाचे प्रतिनिधित्व म्हणून पाहू लागले आणि म्हणून त्याची गणती 'राजद्रोहाचा कारखाना' अशी होऊ लागली. २८ (सरकारच्या ताब्यातले मुलूखच फक्त न मिळवता संपूर्ण स्वराज्याच्या मागण्या आता बऱ्याच विविध आणि अपारंपरिक मार्गांनी करण्यात येऊ लागल्या होत्या आणि ह्या सर्व मागण्या त्या लहान चणीच्या नेत्याच्या नेतृत्वाखाली होत होत्या ज्याला भारताची जनता 'महात्मा' मानत असे.

स्त्रीत्वाची शक्ती

गांधींची स्वदेशी चळवळ म्हणजे साम्राज्यवादाच्या अन्यायाशी कल्पक आणि देशी स्वरूपाच्या स्वावलंबनातून झुंज देण्याचा प्रयत्न होता. सर्व वंशांच्या, संस्कृतींच्या, जातींच्या आणि पंथांच्या भारतीयांना त्यांची स्वतःची ओळख, स्वायत्तता आणि मायभूमी यांच्यावर पुन्हा हक्क सांगता यावा, यासाठीची ती मोहीम होती. हा स्वराज्य प्राप्त करण्यासाठी मुख्यतः एक स्त्री-सुलभ मार्ग होता. त्याचा अर्थ असा होता की सामाजिक समावेशन आणि सहजीवन या प्रक्रियांमधून 'इतर' अनेक वेगवेगळ्या लोकांच्या साथीने स्वतःच्या प्रतिष्ठेची स्वतःमध्ये जाण निर्माण करणे—हे तसेच होते जसे खादीचे अनेक धागे विणून एक अखंड कापड तयार होते.

गांधींचे असे मानणे होते की त्यांचे अनेकतेत एकतेचे रूपक तोपर्यंत वास्तवरूपात येणार नव्हते जोपर्यंत स्त्रिया यामध्ये सहभागितेच्या मध्यस्थ म्हणून भाग घेत नाहीत. त्यांच्या दृष्टिकोनाने त्यांचे हे स्वप्न वास्तवात आणण्यास आवश्यक असलेली स्फूर्ती पुरवली: त्यांनी पुरुष आणि स्त्रीच्या एकमेकांना पूरक अशा प्रकृतीचा पुरस्कार केला. त्या-त्या लिंगाच्या व्यक्तीची भूमिका अदलाबदल करता येण्याजोगी नव्हती पण सामाजिक संस्थांचे, उदाहरणार्थ कुटुंबांचेच व्यवस्थापन करण्याच्या दृष्टीने या भूमिका अगदी स्पष्टपणे आणि सारख्याच महत्त्वाच्या होत्या. पुरुष कुटुंबाला अबाधित राखतो आणि त्याचे बाह्यतः रक्षण करतो, तर स्त्री कुटुंबाचे संगोपन करते आणि त्याला आतून सांभाळत असते. प्रत्येक भूमिका ही एकमेवाद्वितीय आहे आणि स्त्रियांना पुरुषांपेक्षा दुय्यम मानणे किंवा त्यांना तसे वागवणे चुकीचे आहे. घराची काळजी घेणे आणि कुटुंबाचे व्यवस्थापन करणे याशिवाय स्त्रियांना समाजाच्या जडणघडणीमध्ये राजकीय कृतींच्या आधारे भाग घेण्याचाही हक्क आहे आणि ते त्यांचे कर्तव्यसुद्धा आहे. असे केल्यामुळे त्यांची मते ऐकली जातात आणि आदर्श समाजाच्या पुरुषी वर्चस्व असलेल्या संकल्पनेत जे काही उणे पडत असेल ते त्या पूर्णत्वाला नेऊ शकतात. यासाठी धाडसीपणा आणि प्रामुख्याने, स्वतः स्त्रियांनीच, स्त्रीत्वाकडे एका नव्या दृष्टिकोनातून पाहणे याची गरज असते. आकर्षून घेणारे कपडे घालून, अत्तर आणि भपकेबाज दागिने घालून त्या जेव्हा पुरुषांच्या वासनेचा विषय बनण्याचा आटोकाट प्रयत्न करत, तेव्हा गांधी त्यांची कानउघाडणी करत. संकटाच्या काळात दाखवलेले धैर्य आणि चिकाटी ही अशी

मूल्ये आहेत जी स्त्रीला अंतर्बाह्य सुंदर बनवतात. शौर्य ही फक्त पुरुषाची मक्तेदारी नाही.[२९] आणि शास्त्रांबद्दल बोलायचे झाले तर ती शास्त्रे बदलण्याची गरज आहे.[३०]

१९४१ च्या विधायक उपक्रमादरम्यान गांधींनी आपल्या ह्या धारणा व्यक्त केल्या आणि आपल्या निकटतम सहकाऱ्यांना हे आव्हान दिले:

> सत्याग्रहाने भारताच्या स्त्रियांना आपोआपच अंधःकारातून बाहेर काढले असले, आणि एवढ्या अभूतपूर्व कमी काळात दुसऱ्या कुठल्याही मार्गाने हे अजिबात साध्य झाले नसते, तरी काँग्रेसच्या माणसांचे मात्र याकडे लक्ष गेलेले नाही की स्वराज्याच्या लढाईत स्त्रिया ह्या समसमान भागीदार बनल्या आहेत. त्यांना हे कळलेले नाही की सेवाकार्यात स्त्री ही पुरुषाची खरी मदतनीस असली पाहिजे. स्त्रियांना रूढी आणि नियमांच्या खाली दडपून टाकले गेले आहे आणि यासाठी पुरुष जबाबदार होते... जर मनाचा निश्चय केला तर ही क्रांती सोपी आहे. काँग्रेसच्या सदस्यांना त्यांच्या स्वतःच्या घरापासूनच सुरुवात करू द्या.[३१]

परिणामतः, सांस्कृतिक पातळीवर ज्याची कल्पनाही करता येणार नव्हती, असे काहीतरी गांधींनी केले. स्वराज्याच्या लढ्यात स्त्रियांना अगदी अग्रस्थानी आणून त्यांनी भारताच्या इतिहासात क्रांती घडवून आणली. बऱ्याच बाबतींमध्ये खादीची चळवळ म्हणजे स्त्री-मुक्तीवादी चळवळ होती.[३२] गांधींनी स्त्रियांना सूतकताई करण्यास व खादी परिधान करण्यास प्रवृत्त केले. जे लोक श्रीमंत होते, त्यांना गांधींनी सार्वजनिक कार्यासाठी त्यांच्या दागदागिन्यांचा त्याग करावयास सांगितले. त्यांनी या लोकांना विदेशी कापड आणि फॅशन सोडून देण्याचे आव्हान दिले.[३३] जी दुकाने विदेशी कापड विकत होती त्यांच्यासमोर स्त्रियांनी सातत्याने आणि नियमबद्धपणे धरणे धरावे, असे गांधींनी सांगितले.[३४]

याचे परिणाम प्रभावशाली होते. असहकाराच्या, सविनय कायदेभंगाच्या आणि चले जाव चळवळीच्या दरम्यान रस्त्यांवर जी अहिंसापूर्ण निदर्शने करण्यात आली त्यातून खूप मोठ्या संख्येने स्त्रियांनी तुरुंगवासाची जणू याचनाच केली. हे एक असे दृश्य होते–जे ब्रिटिश साम्राज्याच्या पोलिसांनी तर सोडाच–खुद्द भारतीयांनीही याआधी कधीच पहिले नव्हते. तो सत्याग्रहाचा विजय होता (पहा छायाचित्र २०–२३: २४४–४६).

१९३१ मध्ये रोम येथे स्त्रियांच्या एका सभेत भाषण करताना गांधींनी भारतीय स्त्रियांची पुढीलप्रमाणे अभिमानाने प्रशंसा केली.

> अहिंसात्मक लढाईचे सौंदर्यस्थळ हे आहे की त्यात स्त्रिया पुरुषांप्रमाणेच समान भूमिका निभावू शकतात... हिंसात्मक लढाईत स्त्रियांना असा कुठलाही विशेषाधिकार मिळत नाही. आणि आमच्या मागल्या अहिंसात्मक लढाईमध्ये पुरुषांपेक्षा भारतीय स्त्रियांनी अधिक प्रभावी कामगिरी केली. याचे कारण अगदी साधेसोपे आहे. अहिंसात्मक लढाईमध्ये बऱ्याच मोठ्या प्रमाणावर त्रास सहन करावा लागतो आणि स्त्रियांपेक्षा अधिक शुद्ध आणि

> उदात्त भावनेने अधिक त्रास कोण सहन करू शकते? भारतातल्या स्त्रियांनी पडदा फाडून दूर सारला आणि राष्ट्रासाठी कार्य करायला त्या पुढे सरसावल्या... कायद्याने ज्याला मनाई केली होती त्या मिठाचे उत्पादन त्यांनी सुरू केले, विदेशी कापड आणि मद्याच्या दुकानांसमोर धरणे धरली आणि या दोन्ही वस्तूंचे विक्रेते आणि ग्राहक या दोघांनाही त्यापासून दूर ठेवण्याचे प्रयत्न केले. रात्री उशिरा त्या दारुड्यांच्या मागून त्यांच्या अड्ड्यापर्यंत, मनात धैर्य आणि दयाळूपणा घेऊन पाठलाग करत. त्या तुरुंगांकडे कूच करत जात आणि खूप कमी पुरुष सहन करू शकले, असा लाठीमार त्यांनी सहन केला.[३५]

या गोष्टींचा अभिमान वाटण्याचा गांधींना पूर्ण, रास्त हक्क होता. स्त्रियांना त्यांच्या सामाजिक-राजकीय हक्कांच्या आणि कर्तव्याच्या बाबतीत जागृत करण्याचे प्रयत्न करत असताना त्यातून 'भद्र महिलेचा', एका 'नव्या स्त्रीचा' जन्म झाला[३६]–आणि तो जवळजवळ दोन शतकांचा धर्मसंमत बंदिवास, निरक्षरता आणि लीनता यांच्या नंतर झाला होता. चरख्याने स्त्रियांना युद्धाच्या एका अहिंसात्मक शस्त्रासह सुसज्ज केले. चरखा हे राष्ट्रीय सौख्याच्या निर्माणासाठी आवश्यक स्त्री-सुलभ ऐक्याचे मूर्तिमंत उदाहरण बनले. गांधी एकदा म्हणाले: 'तसे पाहिले तर चरखा हा निर्जीव असतो, पण त्याला जेव्हा मी प्रतीकात्मकता प्रदान करतो तेव्हा माझ्यासाठी ती एक सजीव वस्तू बनून जाते.'[३७] लाखो स्त्रियांनी सत्याग्रहात जो जोशपूर्ण सहभाग घेतला तो ह्या शब्दांचे प्रमाण होता. रस्त्यावर उतरलेल्या कार्यकर्त्या म्हणून किंवा घरातल्या सूतकताई करणाऱ्या स्त्रिया म्हणून या स्त्रियांनी–जगाच्या इतिहासात कदाचित प्रथमच–'स्त्रियांना महत्त्व देणाऱ्या शांतीप्रिय संस्कृतीची' ताकद आणि तिचे अलौकिक सौंदर्य विलक्षणरीत्या दाखवून दिले.[३८]

खादी: एकतेचे पवित्र वस्त्र

गांधींच्या स्वदेशी चळवळीने 'एका समुदायाची कल्पना करण्याच्या' प्रक्रियेलादेखील हातभार लावला.[३९] वैविध्य असूनदेखील स्वराज्यासाठी लोकांना एकत्र आणण्याच्या खादीच्या दमदार शक्तीचे एप्रिल १९३० च्या दांडी यात्रेच्या दरम्यान मोठ्या प्रमाणावर प्रदर्शन झाले. गांधींनी या प्रतीकात्मक, लक्ष वेधून घेणाऱ्या घटनेची योजना खूप आधीच, अगदी काळजीपूर्वक आणि बारीकसारीक तपशिलांसह केली होती.[४०] मिठाच्या उत्पादनाच्या विरोधात केल्या गेलेला अन्याय्य कायदा मोडून काढण्यासाठी हजारो लोक संघटित झाले.[४१] अगदी सुरुवातीपासूनच गांधींनी असा आग्रह धरला की ज्यांना या यात्रेत सहभागी होण्याची इच्छा होती त्यांनी केवळ खादीच परिधान करून यावे. कुठल्याही विदेशी कापडाला परवानगी दिली जाणार नव्हती. या घटनेला जी जागतिक प्रसिद्धी मिळणार होती त्या गडबडीत खादीची प्रतीकात्मकता हरवून जाऊ नये, असे त्यांना वाटत होते.[४२] सर्व प्रकारच्या विदेशी वस्तूंवर जे अभद्र असे अवलंबित्व होते, विशेषकरून विदेशी कापडाच्या द्वारे दर्शवली जाणारी ब्रिटिश

राजवटीप्रति निष्ठा—त्याला दिलेल्या तिलांजलीचे चिन्ह म्हणजे खादीचा वापर होता. स्वदेशीचे पावित्र्य आणि स्वतःची राष्ट्रप्रतिष्ठा जपण्याचे धैर्य या गोष्टींना क्रांतिकारी पद्धतीने कवेत घेण्यासारखे ते होते. यात सहभागी झालेल्यांना 'स्वराज्य यज्ञात' सामील होण्याचे निमंत्रण देण्यात आले. स्वातंत्र्याच्या लढ्यात परमोच्च बिंदूवर असताना गांधींनी खादीला जे मानसिक-आध्यात्मिक महत्त्व आणि पावित्र्य प्राप्त करून दिले ते पुढे दिलेल्या दोन भाषणाच्या नमुन्यांमध्ये दिसून येते. ही भाषणे मूळ गुजराती भाषेत दिली गेली होती.

४ एप्रिल, १९३० रोजी दांडीकडे जात असताना, विजालपूर येथे गांधींनी घोषणा केली:

मी दांडीला जातो आहे. पण मी तुम्हाला अशी विनंती करतो की तुम्ही माझ्या मागून तिथे येऊ नये. जर आलात तर एका खांद्यावर स्वतःसाठी अन्न आणि दुसऱ्या खांद्यावर पाणी बाळगणारे सैनिक म्हणून या. काही कार्य करण्याच्या हेतूने या. सहलीसाठी तिथे येऊ नका. खादीचा साठा पटापट संपतो आहे. तुम्ही तूप जसे हात राखून वापरता तशीच खादीही वापरायला हवी. जर तुम्हाला खादी मिळाली नाही तर खादीचे केवळ लंगोट नेसून येणे हे तुमचे कर्तव्य आहे, पण कुठल्याही परिस्थितीत तुम्ही विदेशी कापड परिधान करून येता कामा नये. जे मद्यप्राशन करतात त्यांनी शपथ घ्यायला येऊ नये.[४३]

५ एप्रिल १९३० रोजी गांधींनी दांडी येथे केलेले भाषण अधिक जोरदार होते:

जलालपूर तालुक्यामध्ये एकाही व्यक्तीने विदेशी कापड परिधान केलेले दिसायला नको. दांडीला येणाऱ्या प्रत्येकाने स्वराज्य यज्ञात सहभागी होण्याच्या आणि आपले थोडेसे का होईना, योगदान देण्याच्या हेतूने यायला हवे... आमची अशी इच्छा आहे की दांडीला तीर्थक्षेत्रात किंवा स्वराज्यासाठीच्या तटबंदीत परिवर्तित करावे, इथे येणाऱ्या प्रत्येक व्यक्तीने फक्त खादीच परिधान केलेली असली पाहिजे. मला हे माहीत आहे की खादीच्या दुकानांमधला खादीचा साठा संपण्याच्या मार्गावर आहे आणि म्हणून जर तुम्हाला खादीची पूर्ण लांबीची साडी किंवा धोतर नाही मिळाले आणि जर तुम्ही फक्त खादीचा लंगोट नेसून आलात तरी तुमचे इथे एखाद्या सुसंस्कृत माणसाप्रमाणेच स्वागत होईल. जर तुमच्यापैकी कोणी माझ्या सूचनेकडे दुर्लक्ष करून दांडीला विदेशी कापड परिधान करून आले, तर दांडी जवळ आत शिरण्याच्या मोक्याच्या ठिकाणांवर मला माझे स्वयंसेवक नेमावे लागतील जे तुमच्यापुढे गुडघे टेकून तुम्हाला खादी परिधान करण्याची विनंती करतील. जर त्याने तुम्हाला राग आला आणि तुम्ही त्यांच्या थोबाडीत मारले, तर ते सत्याग्रही तुम्हाला तसे करू देतील... सत्य हे आहे की या लढ्यात आम्हाला त्रास सोसावा लागणार आहे... दांडी ही आमच्यासाठी एक पवित्र भूमी असली पाहिजे; जिथे आम्ही असत्याचा उच्चार करत नाही आणि कोणतेही पापकर्म करत नाही. इथे येणाऱ्या प्रत्येकाने त्यांच्या हृदयात ही श्रद्धापूर्ण भावना घेऊनच आले पाहिजे.[४४]

सर्व सहभागींनी त्यांच्या कपड्यांच्या माध्यमातून एका घडू पाहणाऱ्या राष्ट्राचा विलाप प्रतीकात्मकरीत्या व्यक्त करावा, हे गांधींना हवे होते. जात, धर्म, सामाजिक स्थान आणि संस्कृती यांचे चिन्ह असलेली जी पोशाखाच्या बाबतीतली विविधता होती ती बाजूला सारून सर्व भारतीयांनी साध्या पांढऱ्या खादीचा पेहराव करावा, असे निमंत्रण त्यांनी दिले—जगासाठी, एक प्रचंड संख्येची मानवजात, स्वातंत्र्याकडे कूच करून जात असताना संघटित झाल्याची ती खूण असणार होती.

निरहंकाराची वस्त्रं[४५]

सर्वसामान्य सुशिक्षित भारतीय माणूस युरोपियन पेहरावाचे अनुकरण करून आणि त्यायोगे पाश्चात्त्य संस्कृतीचे समुपयोजन करून आपली ओळख अलंकारण्यासाठी प्रयत्न करत असायचा आणि कपड्यांबाबतच्या निवडीद्वारे झालेला गांधींचा मानसशास्त्रीय प्रवास नेमका उलट्या दिशेने जाणारा होता. एक 'आदर्श इंग्लिशमन' बनण्याचे प्रयोग करून एक निकोप असा स्वाभिमान स्वतःत निर्माण करण्याचा प्रयत्न केल्यावर गांधींनी घूमजाव केले आणि ते भारताच्या सर्वाधिक गरीब माणसांसारखे होण्यासाठी झटू लागले. पण १९३१ मध्ये जेव्हा ते दुसऱ्या गोलमेज परिषदेसाठी युरोपात गेले, तेव्हा या गरिबांचे प्रतिनिधित्व त्यांनी फक्त भारतातच नव्हे तर तिथेसुद्धा, एक लंगोट नेसून दाखवण्याचे धारिष्ट्य केले, हे सर्वांत जास्त धक्कादायक आहे. जे लोक स्वतःला सभ्यतेचा शिरोबिंदू समजत अशा लोकांच्यात हे कृत्य करण्यासाठी न डळमळणारी निर्भयता हवी होती. या कृत्याचा अर्थ, स्वतःला जगासमोर स्वतःची टर उडवून घेण्यासाठी सादर करणे, असा होता. गांधींच्या ज्या धारणा होत्या त्यांच्याशी अगदी सुसंगत असे हे एक प्रतीकात्मक कृत्य होते: त्यांची सत्यशोधक वृत्ती, उपेक्षितांप्रति समर्पित वृत्ती, सर्वसंग परित्याग, अहिंसा, पारदर्शीपणा आणि देवावर विश्वास.

किंग जॉर्ज पाचवे यांना बकिंगॅम पॅलेसमध्ये गांधी जेव्हा भेटायला गेले तेव्हा गांधींनी कमरेभोवती त्यांचा नेहमीचा लंगोट नेसला होता, त्यांचे पाय उघडे होते, खांद्यांवर एक शाल लपेटली होती आणि पायांत सँडल होत्या. सर अब्दुल कादिर, भारताच्या राज्यसचिवाचे सल्लागार यांना आठवते: 'मला नाही वाटत की त्या राजमहालाने यापूर्वी असल्या वेशातील पाहुणा यापूर्वी पाहिला असेल, आणि इतर कुणालाही एवढी आणि अशीच मुभा दिली गेली असती अशी कल्पनाही करता येत नाही.'[४६] त्यांच्या भेटीनंतर पत्रकारांनी गांधींना विचारले की राजाच्या भेटीसाठी असा असभ्य, ओंगळवाणा पेहराव केल्याने त्यांना शरम वाटली का. त्यावर गांधी उत्तरले, 'मला शरम का वाटावी? राजाच्या अंगावर तर आम्हाला दोघांनाही पुरतील एवढे कपडे होते.'[४७]

खच्चून भरलेल्या सभागृहात आपली ऐच्छिक दारिद्र्यावरची मते सांगण्याची संधी लंडनमध्ये असताना गांधींना मिळाली. तसे करत असताना, त्यांनी निरहंकाराची किंमत थोडक्यात पण आपला नेहमीचा विनोदी सूर न गमावता सांगितली.

> कशाचीच मालकी आपल्याकडे नसणे, हे सुरुवातीला शरीरावरून कपडे काढण्यासारखे नव्हे तर हाडांवरून मांस काढून घेण्यासारखे असते. जर तुम्ही मला म्हणालात, 'पण श्रीमान गांधी, तुम्ही एक सुती कापडाचा तुकडा नेसला तर आहे. मग तुम्ही कसे म्हणू शकता की तुमच्याकडे काही नाही?' त्यावर माझे उत्तर असेल की, जोपर्यंत मला शरीर आहे तोपर्यंत, मला वाटते ते मी कशा ना कशात गुंडाळून ठेवले पाहिजे. पण इथे असणाऱ्या कुणालाही जर हा कापडाचा तुकडा माझ्या अंगावरून काढून घ्यायचा असेल, तर त्याने तसे करावे. मी काही पोलिसांना बोलावणार नाही![४८]

गांधींच्या पेहरावाच्या[४९] बाबतीत चर्चिल जी घृणा व्यक्त करतात त्याला गांधींनी दिलेले उत्तर बोलके आहे:

> प्रिय प्रधानमंत्री,
>
> तुम्ही मला जे संबोधता, त्या साध्या 'नग्न फकीराला' चिरडून टाकायची तुमची इच्छा आहे, असे ज्ञात आहे. मी फकीर, आणि तोसुद्धा नग्न—हे म्हणजे आणखी कठीण काम—बनण्याचा केव्हापासून प्रयत्न करतो आहे. म्हणून तुम्ही माझे जे असे वर्णन करता, ती मी माझी नकळत केलेली प्रशंसा मानतो. म्हणून मी तुमच्याजवळ याच वेशात येतो आणि तुम्हाला विनंती करतो की तुम्ही माझ्यावर विश्वास ठेवा आणि तुमच्या आणि माझ्या लोकांच्या आणि त्यायोगे जगाच्या हितासाठी माझा वापर करून घ्या.
>
> आपला स्नेहांकित,
> मो. क. गांधी[५०]

गांधींच्या क्षीण अंगकाठीवर, ते नेसत असलेल्या लंगोटाप्रति त्यांचा जो दृष्टिकोन होता, त्याच्यासारखेच, हे पत्र, या गोष्टीचा पुरावा आहे की ते शारीर आणि भौतिक मालकीच्या भावनेपासून विरक्त होते[५१]—आणि हे या गोष्टीला दुजोरा देणारे होते की त्यांची ओळख निश्चित करणारा आणि त्यांच्या राजद्रोही भावनांमागचे धैर्य जिथून आले तो स्रोत हा त्यांचे दिसणे, लोकमत, दर्जा, संस्कृती किंवा वंशापेक्षा अधिक खोलवर होता. ते सत्याचेच 'प्रयोग' करू पाहत होते. त्यांनी एकेकाळी जे शब्दांत मांडले त्याचीच साक्ष ते पोशाख आणि कृतींद्वारे देत होते: 'सत्याच्या महासागराच्या प्रवाहात तुम्हाला पोहायचे असेल, तर तुम्ही स्वतःला शून्याइतके नगण्य बनवायला हवेच.'[५२]

टिपा

१. कृपलानी, *गांधी: अ लाईफ*, ११४.

२. १८८५ ते १८९५ च्या दरम्यान जॉन स्ट्रेची हे भारताच्या काउन्सिल ऑफ द सेक्रेटरी ऑफ स्टेटचे सदस्य होते.

३. येथे उद्धृत केले आहे: आर गांधी, *द गुड बोटमन*, २३८.

४. तथैव.

५. *ऑटोबायॉग्राफी*, ३३१.

६. तथैव., १२१.

७. जे. बी. कृपलानी, *इन्सिडंट्स ऑफ गांधीज लाईफ*, संपादक: सी. एस. शुक्ला (बॉम्बे, १९४९), ११८.

८. *सीडब्लूएमजी*, खंड २०, २५१.

९. इथे उद्धृत केलेली संख्या ही पूर्णांकात दिलेली आहे आणि किंग्जली डेव्हिस यांच्या संशोधनावर आधारलेली आहे ज्यामध्ये १९२१ मधली एकूण लोकसंख्या ३०५.७ दशलक्ष एवढी सांगितली गेली आहे. तुलना करून पहा: 'बेसिक पॉप्युलेशन स्टॅटिस्टिक्स १८७१–१९२१', इरफान हबीब, *इंडियन इकॉनमी*, २.

१०. निराद चौधरी भारतीयांच्या अनुकरणप्रियतेचे वर्णन करताना त्याचे सर्वांत वाईट उदाहरण म्हणून ब्रिटिशांसारखा पेहराव करणे, इंग्रजी भाषा बोलणे आणि लिहिणे, शेक्सपिअर आणि मिल्टनची अवतरणे उद्धृत करणे; 'बुद्धिप्रामाण्यवादाचे आणि हिंदू प्रतिमा-पूजनाप्रति संतापाचे प्रदर्शन करणे; गायीचे मांस खाणे; आणि मरेपर्यंत दारू पिणे या गोष्टींचा उल्लेख करतात'. तुलना करून पहा: चौधरी, *कल्चर इन द वॅनिटी बॅग*, ५९.

११. एस. आर. बक्षी, *गांधी अँड दि आयडिऑलजी ऑफ स्वदेशी* (दिल्ली: रिलायन्स, १९८७), १७३.

१२. पहा गोंसाल्विस, *क्लोदिंग फॉर लिबरेशन*, विशेषत: प्रकरण २ आणि ४, अनुक्रमे पान क्र. ४० आणि ९३.

१३. सूचक, *रूरल इंडस्ट्रिअलायझेशन*, ५१.

१४. *सीडब्लूएमजी*, खंड २९, ३१–३४.

१५. त्रिवेदी, *क्लोदिंग गांधीज नेशन*, ३८.

१६. तथैव.

१७. गांधी, *कंस्ट्रक्टिव्ह प्रोग्रॅम*, ९–१०.

१८. नेहरू, *डिस्कव्हरी ऑफ इंडिया*, ३९६.

१९. स्वदेशी चळवळीच्या छायाचित्रांचे एक समृद्ध असे संकलन रूह यांच्या *गांधी: अ फोटो बायॉग्राफी* आणि त्यांची वेबसाईट गांधीसर्व्ह फाउंडेशन येथे पहा. ऑनलाईन येथे उपलब्ध http://www.gandhiserve.org (३ जानेवारी २०११ रोजी तपासले).

२०. हाईंडमन याने नौरोजी यांना काँग्रेसच्या महत्त्वावर लिहिलेले पत्र येथे पहा: पारेख, *कॉलनिऑलिझम, ट्रॅडिशन अँड रिफॉर्म*, १६०.

२१. श्रीधरानी, *वॉर विदाउट व्हॉयलन्स*, १४४.

२२. *अमृत बझार पत्रिका*, ५ जानेवारी १९१५, येथे उद्धृत केले आहे: नंदा, *द मेकिंग ऑफ अ नेशन*, १३४–३५.

२३. गांधींशी भेट झाल्यावर मोतीलाल आणि जवाहरलाल नेहरू यांच्या पोशाखात घडून आलेला बदल पहा (छायाचित्र ११–१३: २३९–४०).

२४. नेहरू, *ॲन ऑटोबायॉग्राफी*, ५७–५८.

२५. नंदा, *महात्मा गांधी*, १२६.

२६. सरलादेवी चौधरानी यांनी लिहिलेल्या एका पत्रातून. *सीडब्लूएमजी*, खंड १७, ४२९.

२७. तथैव.

२८. चंद्रा, *इंडियाज स्ट्रगल फॉर इंडिपेंडन्स*, १३६.

२९. गांधींची स्त्रीमुक्तीवरील मते येथून घेतली आहेत: प्रभू अँड राव, द *माईंड ऑफ महात्मा गांधी*, २९०–९९.

३०. मनुचे काही दावे जे स्त्रियांना बंधनात ठेवण्याचे समर्थन करतात त्याबद्दल विस्ताराने ७ व्या प्रकरणात लिहिले आहेच.

३१. गांधी, *कंस्ट्रक्टिव्ह प्रोग्रॅम*, १६.

३२. सुजाता पटेल, 'कन्स्ट्रक्शन अँड रीकन्स्ट्रक्शन ऑफ विमेन इन गांधी', *इकॉनॉमिक अँड पॉलिटिकल वीकली*, खंड २३, क्र. ८ (१९८८): ३७७–८७.

३३. *सीडब्लूएमजी*, खंड ४३, १८९–९१, २१९–२१.

३४. तथैव., २१९–२१, ३१२.

३५. *सीडब्लूएमजी*, खंड ४८, ४२४.

३६. गांधींच्या 'नवी स्त्री' या संकल्पनेच्या अभ्यासासाठी पहा: रिचर्ड एल. जॉन्सन, 'गांधी अँड फेमिनीझम्स: टुवर्ड्स विमेन-अफर्मिंग कल्चर्स ऑफ पीस', *गांधी मार्ग*, खंड २२, क्र. १ (एप्रिल-जून २०००): ३७–५६.

३७. येथे उल्लेख केला गेला आहे: वंदना शिवा, 'द स्पिनिंग वील अँड द सीड: गांधीज लेगसी, ह्यूमॅनिटीज होप', *गांधी मार्ग*, खंड २६, क्र. १, एप्रिल-जून २००४, २०.

३८. हा वाक्प्रयोग इथून घेतला आहे: जॉन्सन, 'गांधी अँड फेमिनीझम्स'. यात लेखकाने गांधींच्या स्त्री-पुरुष समतावादाचे अद्वितीयपण आणि पाश्चात्त्य स्त्री-पुरुष समतावादापेक्षा तो कसा निराळा आहे हे अधोरेखित केले आहे.

३९. त्रिवेदी, *क्लोदिंग गांधीज नेशन*, ३७.

४०. पहा थॉमस वेबर, *मिठाच्या सत्याग्रहावर—द हिस्टोरिऑग्रफी ऑफ गांधीज मार्च टू दांडी* (नवी दिल्ली: हार्पर कॉलिन्स, १९९८).

४१. पहा रूह, *गांधी: अ फोटो बायॉग्राफी*, ७८–९६.

४२. ५ एप्रिल ते ९ एप्रिल यामध्ये घडलेल्या घटना दांडीमध्ये होणाऱ्या घडामोडींमध्ये आंतरराष्ट्रीय स्तरावर जे कुतूहल होते त्याची जाण गांधींना होती याची साक्ष देतात—दांडी हा आतंरराष्ट्रीय स्तरावर अनोळखी असंभव असा प्रदेश म्हणून पाहिला जात होता. पहा *सीडब्लूएमजी*, खंड ४३: 'स्टेटमेंट टू असोसिएटेड प्रेस', १७९–८०; 'मेसेज टू अमेरिका', १८०; 'इंटरव्ह्यू टू फ्री प्रेस ऑफ इंडिया', १९९; 'स्टेटमेंट टू द प्रेस', २०५; 'मेसेज टू द नेशन', २१४.

४३. *सीडब्लूएमजी*, खंड ४३, १७८.

४४. *सीडब्लूएमजी*, खंड ४३, १८२–८३.

४५. 'निरहंकार' हा शब्द 'विनयशीलता' या शब्दापेक्षा अधिक स्वीकारार्ह आहे. विनयशीलता म्हणजे आपल्या स्वत्वच्या मूल्यात नम्रतेचा अंतर्भाव असणे असे असले तर निरहंकार म्हणजे वैश्विक स्वत्वमध्ये स्वतःला, श्रद्धेने प्रेरित होऊन झोकून देण्याची वृत्ती होय—आणि गांधींनी ज्या अद्वैत तत्त्वज्ञानाचा आग्रहाने पुरस्कार केला, त्याचे हे मूलभूत तत्त्व होते.

४६. अब्दुल कादिर, 'ए स्टेट्स्मन इन बेगर्स गार्ब', यामध्ये: राधाकृष्णन, महात्मा गांधी, २४०–४१.

४७. डब्लू. एल. शायरर, *गांधी: अ मेम्वार* (न्यूयॉर्क: सायमन अँड शूस्तर, १९७९), १६६. बकिंगॅम पॅलेसमध्ये झालेल्या सभेचे आणखी वर्णन वाचण्यासाठी पहा: आर. पेन, द *लाईफ अँड डेथ ऑफ महात्मा गांधी* (न्यूयॉर्क: ई. पी. डटन १९६९), ४१३–१४.

४८. रॉयडेन, *'ॲन इंग्लिशवूमन्स फेथ'*, २५८.

४९. या खंडात प्रकरण ३ च्या सुरुवातीला असलेला 'अनक्लोदिंग ऑफ द महात्मा' हा पुरालेख पहा.

५०. कृपलानी, *गांधी: अ लाईफ*, १५५.

५१. 'शत्रूने ठार करण्याचा प्रयत्न करण्याआधीच एका सत्याग्रह्याचे शरीर त्याच्यासाठी मेलेले असते, म्हणजे असे की, शरीराप्रतिच्या आसक्तीपासून तो मुक्त झालेला असतो आणि तो फक्त आत्मा जिंकावा म्हणून जगत असतो. म्हणून, तो अशा प्रकारे आधीच मेलेला असताना, त्याला इतर कुणाला मारण्याची आस कशी काय असेल?' प्रभू अँड राव, द *माईंड ऑफ महात्मा गांधी*, १६९.

५२. *सीडब्लूएमजी*, खंड ४८, ४०६.

९ वादंग

खादी परिधान करणे आणि लोकांना असे भासवणे की आम्ही आत्मपरित्याग करणारी माणसे आहोत, असे भासवणारे कार्यकर्ते समाजाला फसवत असतात आणि कोणत्याही सुधारणा करण्यास नकार देतात. खादी परिधान करणारी अशी माणसे म्हणजे खादीवरील कलंक आहेत.

—मो. क. गांधी[१]

गांधींनी ब्रिटिश साम्राज्याच्या विरोधात वस्त्राच्या माध्यमातून केलेल्या बंडाचा सर्वांत मोठा दृश्य परिणाम—खादीची क्रांती. ही तीन भागांत विभागली जाऊ शकते: त्यात सहभागी झालेल्यांमध्ये निर्माण झालेला एक मानसिक भावबंध, त्यामुळे साम्राज्यात पसरलेली दहशत आणि भारतीय समाजाच्या वेगवेगळ्या वर्गांत त्याचा विविध प्रकारे लावला गेलेला अन्वयार्थ.

इंडियन नॅशनल काँग्रेस: सर्वांना एकत्र आणणारी खादी

भारतात गांधींचे आगमन झाल्यानंतर दहा वर्षांनी त्यांच्या वस्त्राविषयीच्या पसंतीमध्ये जनतेला सामावून घेण्याची त्यांची चिकाटी फळाला येऊ लागली. भेदभाव नष्ट होऊ लागला. प्रादेशिक बहुविधतेची जागा राष्ट्रीय अस्मितेची भावना घेऊ लागली आहे, असे दिसत होते. सगळीकडे आलेल्या पांढऱ्या खादीच्या वाढत्या लाटेमुळे जनमानसावर जो प्रभाव पडत होता, तो अभूतपूर्व होता. यापूर्वी कधीही अशा प्रकारची राष्ट्रव्यापी एकजूट भारतीयांनी अनुभवली नव्हती. जसजसा अधिकाधिक लोकांनी खादी परिधान करण्याचा निर्धार केला, तसतशी त्यांची ही नवीन ओळख त्यांची दृढनिश्चयाची भावना प्रबळ करत गेली. त्यांना जणू त्यांचा आत्मा सापडला होता. एका निरीक्षकाने अशी नोंद केली आहे: खुर्च्या उबवणाऱ्या राजकारण्यांची सद्दी संपली होती. झंझावाती आणि वादळी देशाभिमानाचा काळ सुरू झाला होता.[२]

आपल्या पाश्चात्त्य पद्धतीच्या पोशाखाचा त्याग करण्यात ज्यांनी पुढाकार घेतला ते जवाहरलाल नेहरू त्यावेळी देशात कसे वातावरण होते याचे सविस्तर वर्णन, १९२० मध्ये कलकत्त्यात झालेल्या विशेष बैठकीत खालीलप्रमाणे करतात:

> काँग्रेसचा पूर्ण चेहरामोहराच बदलून गेला; युरोपियन कपडे नाहीसे झाले आणि मग फक्त खादीच दिसू लागली, मुख्यत्वे कनिष्ठ मध्यमवर्गातून आलेला प्रतिनिधींचा एक नवा वर्ग काँग्रेसचा सदस्य बनला; वापरली जाणारी भाषा अधिकाधिक हिंदुस्तानी बनू लागली, किंवा मग काही वेळा जिथे बैठक घेतली जात असेल त्या प्रांताची भाषा वापरली जाऊ लागली, कारण बऱ्याच प्रतिनिधींना इंग्रजी भाषा समजत नसे आणि राष्ट्रीय कार्यात परदेशी

भाषा वापरण्याच्या विरोधात एक वाढता पूर्वग्रह होता; आणि काँग्रेसच्या संमेलनांमध्ये एक नवीन उत्साह, जोम आणि आस्था दिसून येऊ लागली.[३]

काँग्रेस पक्ष जो एकेकाळी शिष्टजनांचा मानला जायचा आणि सामान्य माणसाच्या समस्यांपासून अलिप्त होता, त्याचे अचानक या असहकाराच्या चळवळी मागच्या मुख्य प्रेरकामध्ये रूपांतर होऊ लागले, एक अशी चळवळ जिने संपूर्ण भारतीय उपखंडाला आणि भारतातील फारशा प्रसिद्ध नसलेल्या शहरांना आणि दूरवरच्या गावांनादेखील भारून टाकले होते.[४]

पण हे नमूद करायला हवे की, असे असले तरी, हा उत्साह काँग्रेसमधल्या सर्वच लोकांमध्ये नव्हता. काही लोक असे होते ज्यांनी कलकत्त्याच्या अधिवेशनानंतर राजीनामा दिला. ह्या लोकांना त्यांच्या इंग्रजी रूढी कायम ठेवायच्या होत्या आणि त्यांना असे वाटत होते की एकेकाळी उच्चभ्रूंचा असलेला हा कंपू आता धोक्यात आला आहे.[५]

१९२४ मधल्या एआयसीसी बैठकीत गांधींनी सूतकताईच्या विशेषाधिकाराचे[६] सादरीकरण केल्यावर आणखी बऱ्याच जणांनी काँग्रेसचे सदस्यत्व सोडून दिले. या लोकांनी गांधींच्या सूतकताईच्या विशेषाधिकाराला नापसंती दाखवण्यामागे एक महत्त्वाचे मानसिक-सांस्कृतिक कारण हे होते की या अधिकारासह गांधी लिंगव्यवस्थेच्या मर्यादा ओलांडत होते. परंपरागतरीत्या सूतकताई हे स्त्रियांसाठी राखून ठेवलेले काम होते आणि पुरुषांचे वर्चस्व असणाऱ्या नॅशनल काँग्रेसला ते साजेसे नव्हते. सूतकताई फक्त स्त्रियांपुरतीच मर्यादित ठेवावी असा सल्ला त्यांना एका पत्राद्वारे निक्षून देण्यात आला.[७] आणखी एका पत्रात असे म्हटले गेले की गांधी त्यांच्या पौरुषत्वाचा अपमान करत आहेत.[८]

जे लोक काँग्रेसमधून बाहेर पडले त्यांच्यात तेही लोक होते जे असहकाराला विरोध करत होते, कारण त्यांच्या स्वतःच्या बऱ्याच गोष्टी पणाला लागलेल्या होत्या. त्यांनी सरकारी नोकऱ्या मिळवल्या होत्या आणि त्यापैकी काही लोक मंत्री आणि उच्च अधिकारी बनले होते. त्यांनी असहकाराच्या चळवळीशी आणि काँग्रेसशी लढा देण्यात मदतदेखील केली. त्यांचे असे मत होते की ही चळवळ असहिष्णू होती आणि जनमत आणि कृती यामध्ये एकरूपतेचा अभाव असण्याकडे या चळवळीचा कल होता',[९] जो पोशाखाच्या प्रतीकाद्वारे दिसून येत होता. त्यांनी केलेल्या ह्या दाव्यात तथ्य असले तरी त्यांना गांधींचा तर्क समजत नव्हता: एका विशिष्ट ध्येयासह आणि निर्धारासह केलेली सामूहिक चळवळ यशस्वी होण्यासाठी एकतेची अशी उघड अभिव्यक्ती अत्यावश्यक होती कारण आपण माणूस असल्याने, 'आपल्याला प्रतीकात्मकतेचा सोस असतो'.[१०]

गावकऱ्यांसाठी दोनच गट होते, 'गांधी'वाले आणि 'सरकार'वाले.[११] त्यांच्या मते पहिला गट बरोबर होता आणि दुसरा चुकीचा. ते अनोळखी लोकांबाबत साशंक असत पण

कपाळावर तिरकी गांधी टोपी घातलेल्यांचे ते हार्दिक स्वागत करत.[१२] त्यांच्यासाठी गांधी म्हणजे 'एक प्रभावी व्यक्तिमत्त्व होते–ज्यांची निष्ठा करावी अशी प्रेरणा मिळत असे',[१३] गांधींनी ते वापरत असलेल्या कापडातून आणि त्यांच्या पेहरावाद्वारे एक अभूतपूर्व आणि अत्यंत साधा आणि काटेकोर दृष्टांत दिला होता. एकतेचे रूपक म्हणून खादीचा वापर सर्वांनी करावा असे त्यांना वाटत होते. तीच खादी आता त्यांच्या स्वतःच्या विश्वासार्हतेचे प्रतीक बनली होती. एकात्मतेचे प्रतीक असलेली खादी आता त्या प्रतीकाच्या निर्मात्याचेच प्रतीक बनून गेली होती.

साम्राज्याचा प्रतिहल्ला

भारतातील इंग्रज लोक गांधींच्या अहिंसेच्या लढ्याबाबत अधिक चिंताग्रस्त आणि साशंक होऊ लागले. त्यांच्या मते हा लढा म्हणजे साम्राज्य उलथून टाकणाऱ्या एका गुप्त आंदोलनावरचे एक छद्मी आवरण होते. असे आंदोलन जे अचानक चालू होईल आणि अनपेक्षितपणे त्यांचा गळा घोटेल. नेहरूंनी म्हटल्याप्रमाणे, एक सर्वसाधारण इंग्रज माणूस 'त्यांच्यापासून [भारतीयांपासून] लांबच राहतो, गुप्तहेरांमध्ये आणि गुप्त संघटनांमध्ये भरपूर प्रचलित असलेल्या कहाण्यांद्वारे तो आपली भारतीयांबद्दलची मते बनवतो आणि मग त्यांच्याबाबतीत हव्या तशा कल्पना करू लागतो'.[१४] आणि खरेतर, युरोपियनांकडून अधूनमधून हिंसाचारही घडून येत असे. तरुणांचे खादीचे शर्ट आणि टोप्या फाडल्या जात असत आणि त्यांच्या उपस्थितीतच त्या आगीच्या ज्वाळांमध्ये टाकल्या जात. एका भारतीय माणसाच्या टोपीमध्ये थुंकण्यात आले आणि मग ती टोपी त्याला बळजबरीने घालायला भाग पाडले गेले. ही टोपी घालणाऱ्या एका मुस्लीम माणसाला गोळ्या झाडून ठार मारण्यात आले.[१५]

सरकार भांबावून गेले होते, भारतीय जनतेचा एकतेचा हा आविष्कार त्यांना गोंधळात टाकत होता. खादी परिधान केलेल्या व्यक्तींना अधूनमधून अटक केली जाई. गांधी टोपी घालणाऱ्यांना सरकारी नोकरीवरून काढून टाकले गेले, काहींना दंड लावण्यात आला तर काहींना शारीरिक मारहाण सहन करावी लागली.[१६] रत्नागिरीच्या उच्च न्यायालयातील एका प्रमुख न्यायाधीशाने असे घोषित केले की 'न्यायालयात गांधी टोपी घालणाऱ्या कोणत्याही वकिलास 'न्यायाधीशाचा अवमान करणारा' अपराधी मानण्यात येईल'.[१७]

गांधींच्या या क्रांतीला कसा प्रतिसाद द्यावा, हे सत्ताधिकाऱ्यांना कळले नाही याची तीन कारणे होती. पहिले कारण म्हणजे ज्या झुंजार वृत्तीचा विजय होताना दिसत होता ती हिंसाचाराचा किंवा दहशतवादी कृत्यांचा आधार घेणारी नव्हती; दुसरे कारण म्हणजे कुणावर ताबा हवा असेल तर त्याच्या मुळाशी कारक म्हणून जी भीती असते–ती सत्याग्रहींमध्ये अजिबात नव्हती; तिसरे कारण असे होते, की फक्त वेगळ्या पद्धतीचे कपडे परिधान करणे

हे सामूहिक अटका करण्यासाठी सबळ असे कारण नव्हते (छायाचित्रे २४ आणि २५: २४६–४७).

दरम्यान, पावसाळ्यातल्या 'एखाद्या मोठाल्या मेघासारखे'[१८] असहकाराचे वातावरण पसरतच चालले होते आणि त्यामुळे भारतातल्या ब्रिटिशांचा संभ्रम वाढत चालला होता. उलट भारतीयांना मात्र नैतिक सचोटीच्या भावनेने सशक्त झाल्यासारखे वाटत होते: त्यांचा असा विश्वास होता की त्यांची पद्धत अहिंसात्मक आणि त्यांचे ध्येय उदात्त होते. या साम्राज्याचा जो अहंगंड होता–जो भारतातल्या ब्रिटिशांच्या अस्तित्वाचे इथल्या 'स्थानिक रहिवाशांना सुसंस्कृत बनवण्याचे' मिशन म्हणून समर्थन करत होता, त्या अहंगंडाच्या ठिकऱ्या उडाल्या होत्या. नेहरू याची साक्ष देतात:

> आमचे मनोधैर्य जसजसे वाढत गेले तसतसे सरकारचे मनोधैर्य कमी होत गेले. काय घडते आहे हे त्यांना समजत नव्हते; त्यांना भारतातले जे जुने जग माहीत होते ते कोलमडून पडत होते. एक नवीन धडाडीची वृत्ती आणि स्वावलंबन आणि निर्भीडता उदयाला आली होती, आणि भारतातल्या ब्रिटिश साम्राज्याचा मोठा आधार–प्रतिष्ठा–त्याला मरगळ आल्याचे उघड होत होते. दडपशाहीने काही अंशी चळवळीला जोरच आणला, आणि मोठ्या नेत्यांविरुद्ध काही कारवाई करण्याअगोदर सरकार बराच काळ कचरू लागले. या कारवाईचे काय परिणाम होऊ शकतील हे सरकारला माहीत नव्हते. भारतीय सैन्य विश्वासार्ह होते का? पोलीस आदेशांची अंमलबजावणी करतील का? डिसेंबर १९२१ ला लॉर्ड रीडिंग या व्हाईसरॉयने म्हटल्याप्रमाणे ते 'गोंधळून गेले होते आणि हैराण झाले होते'.[१९]

याउलट, गांधींना गांधी-टोपीच्या प्रतीकात्मक लोकप्रियतेचा फायदा झाला. ते त्यांच्या श्रोत्यांच्या मनावर सन्मार्गी उद्दिष्टाची भावना बिंबवत:

> मला हे कळलेय की काही ठिकाणी असे आदेश देण्यात आले आहेत, की कर्मचाऱ्यांनी पांढऱ्या खादीच्या टोप्या घालून कार्यालयात येऊ नये. मी अशा बेकायदेशीर कृत्यांचे स्वागतच करीन. रावणाच्या राज्यात, घरात विष्णूचे चित्र ठेवणे हा गुन्हा होता. आताच्या या रावणराज्यात पांढरी टोपी घालणे, न्यायालयात न जाणे किंवा मद्यपान न करणे किंवा विदेशी कापड न वापरणे, किंवा चरखा चालवणे ही कृत्ये गुन्हा म्हणून गणली गेली, तर त्यात नवल नाही. आपण जेव्हा हे सगळे गुन्हे करायला लागू, तेव्हाच आपल्याला स्वराज्य प्राप्त होईल; किंवा, कदाचित, तेव्हाच हे सरकार त्याचे धोरण बदलेल.[२०]

त्याचवेळी त्यांनी हेसुद्धा सूचित केले की गांधी टोपीचा प्रतीकात्मक अर्थ, ही तणावपूर्ण परिस्थितीत सरकारला वाटणाऱ्या भयाची फलोत्पत्ती आहे; त्यांच्या हेतूचा तो परिणाम नाही. ग्वालियरच्या ज्या राज्य अधिकाऱ्याने, त्याला ते असहकाराचे प्रतीक वाटले म्हणून टोपीवर कायद्याने मनाई आणली त्याला दिलेले उत्तर हे याचे उदाहरण म्हणून सांगता येईल:

> एका निरुपद्रवी आणि स्वस्त अशा टोपीच्या विरोधातला हा अनावश्यक असा पूर्वग्रह पाहून मला दु:ख होते. मी ग्वालियरच्या अधिकाऱ्यांना हे सांगण्याचे धाडस करू इच्छितो की, असहकाराच्या चळवळीतले बरेच सहभागी जिला 'गांधी टोपी' म्हणतात ती घालत असले, तरी इतर हजारो असे लोक आहेत जे ती टोपी फक्त सोयीची आणि स्वस्त असते म्हणून घालतात, पण ते पेशी अधिकाऱ्याइतकेच या चळवळीत सहभागी आहेत.[२१]

गांधींनी हे दाखवून दिले की त्यांनी गांधी टोपीच्या प्रतीकात्मक लोकप्रियतेचा कसा फायदा करून घेतला, आणि त्याच वेळी टोपीच्या स्पष्ट दिसून येणाऱ्या निरुपद्रवीपणावर भर देऊन ब्रिटिशांना वाटणारी धास्ती नाहीशी केली.[२२] परस्परविरोधी वाटणाऱ्या या भाववृत्ती बाळगतानाच गांधींनी परिपूर्ण असा राजकीय समतोल दाखवला: त्यांनी स्वतःच्या अटींवर सुरू केलेले आणि आखलेले उपक्रम आणि त्यांचे प्रतीकात्मक अर्थ यांच्यावर त्यांचा स्वतःचा ताबा होता, सरकारचा नव्हे. (पहा छायाचित्रे १६–१९: २४२–४४).

खादी: गैरसोयी आणि विसंगती

असहकाराच्या चळवळीच्या सुरुवातीला खादीच्या वापरामुळे विविध वंशाच्या, धर्मांच्या, प्रदेशांच्या, जातींच्या आणि वर्णांच्या भारतीयांमध्ये एकतेची आणि राष्ट्राभिमानाची भावना निर्माण झाली. असे असले तरी, नेमक्या याच विभिन्नतेमुळे खादीची निवड ही सोपी गोष्ट नव्हती. शतकानुशतके आपली सामूहिक ओळख इतरांपेक्षा वेगळी दिसून यावी म्हणून पोशाखाचा वापर करणाऱ्या जनतेला खादीचा रटाळ एकसारखेपणा फार काळ टिकवून ठेवता आला नाही. असमानता दिसून येऊ लागली.

विणकरांनी जसजशी घरी सूतकताई करून विणण्याची कला परिपूर्ण बनवली, तसतसे काही विणकर अत्यंत उत्कृष्ट दर्जाचे खादीचे कापड बनवण्यास सक्षम झाले, हे कापड श्रीमंतांसाठी एक आकर्षण ठरत होते. तर गरीब लोक मात्र जाडेभरडे, खरखरीत वीण असलेले, स्वस्तातले खादीचे कपडे घालत. अशा प्रकारे वीण किती सफाईदार आहे, या गोष्टीच्या आविष्करणाद्वारे उच्च-नीच अशा भेदभावाला सुरुवात झाली.[२३] काही उच्चभ्रू ग्राहक महागडे स्वदेशी रेशमाचे कापड घालणे पसंत करू लागले, त्यामुळे एआयएसएचे अधिकारी विचारात पडले, की स्वदेशी सुती कपड्यांसोबत स्वदेशी रेशमाचे कपडे विकून ग्राहकांमध्ये 'आलिशान वस्तूंवर प्रेम करण्याच्या वृत्तीचा'[२४] प्रसार करणे योग्य होते की नव्हते. खादी परिधान करणाऱ्या बऱ्याच व्यक्तींना विशेषतः स्त्रियांना सौंदर्यशास्त्राच्या दृष्टीने ते सुयोग्य वाटत नसे. गांधींनी पांढऱ्या खादीला पावित्र्य, शुचिर्भूतता, त्याग असे अर्थ बहाल करून तिचा पुरस्कार केला होता. त्यांना असेही वाटले की सार्वजनिक राजकीय क्षेत्रात सहभागी होण्याच्या दृष्टीने स्त्रियांसाठी हा योग्य रंग आहे कारण या रंगामुळे त्या कामोत्तेजक दिसणार

नाहीत. पण ज्या स्त्रियांना छापील नक्षी, कशिदाकाम, रंग आणि वीण यांनी सजवलेले नक्षीदार कापड घालण्याची सवय होती, त्यांना खादीचा साधेपणा कंटाळवाणा वाटे. गांधींच्या पत्नी कस्तुरबा यांनी सुरुवातीला खादीला विरोध केला आणि इतर स्त्रियांना आपल्या पतीच्या असयुक्तिक अपेक्षांचा निषेध करण्यात मदत केली: 'आधी त्यांनी लाडीगोडीने मला मोजे आणि बूट घालण्यास तयार केले. त्यानंतर मग मला खुशामत करून त्यांचा त्याग करायला लावला. आता त्यांना हवेय की मी न जाणो किती वारांचे हे जाडेभरडे वजनदार कापड नेसावे!'[२५]

शिवाय साधी पांढरी साडी हे पारंपरिकरीत्या वैधव्याचे प्रतीक म्हणून स्वीकारले गेले होते, त्यामुळे अगदी थोड्याच, विशेषतः आश्रमातल्या आणि वयोवृद्ध स्त्रियांनी खादीचा स्वीकार केला. बहुतांशी स्त्रियांनी त्यांच्या साडीवर कोणत्या ना कोणत्या प्रकारचे सुशोभन किंवा रंग कायम ठेवला. द नॅशनल काउन्सिल ऑफ विमेनने खादीपासून बनवलेली, कशिदाकाम केलेली तयार वस्त्रे उत्पादित करायला आणि विकायला सुरुवात केली आणि ही वस्त्रे चढ्या किमतीत विकली जात असत.

खादी परिधान करण्याच्या शैलीमध्येही भिन्नता दिसून येई. या गोष्टीसाठी धर्म हा एक कारणीभूत घटक होता, पण ग्रामीण आणि प्रादेशिक रूढीसुद्धा यासाठी कारणीभूत होत्या. वंश, व्यवसाय, सामाजिक स्थान, वय आणि संस्कारविधी यांवर आधारित अशी निरनिराळ्या पोषाखांतली विलक्षण विविधता भारतात दिसून येते. उदाहरणार्थ, लग्नाआधी एखादी युवती नेसत असलेली साडी ही लग्नानंतर नेसल्या जाणाऱ्या साडीपेक्षा आणि वैधव्यात नेसल्या जाणाऱ्या साडीपेक्षा वेगळी असते. रूढिबद्ध समाजांमध्ये आवश्यक गणले जाणारे, सामाजिक-सांस्कृतिक अशा प्रकारच्या सूक्ष्म वेगळेपणाचे चैतन्यपूर्ण स्वरूप खादीच्या साध्या पांढऱ्या साडीमध्ये नव्हते. टार्लोच्या मताप्रमाणे भारताचा वैभवसंपन्न भूतकाळ पुन्हा आणण्याचे आवाहन म्हणून गांधी जो खादीचा प्रसार करत होते त्यात त्यांनी पोशाखाच्या अभिव्यक्तीतली भारताची संपन्न बहुविधता लक्षात घेतली नव्हती.[२६] हे खरे असेलही, पण मी याचा लावलेला अर्थ असे सांगतो, की गांधींना या असमानतेची पुरेपूर कल्पना होती, पण स्वराज्याचा पाठपुरावा करताना पोषाखाच्या बहुविधतेचा त्याग करण्याची गरज आहे, या गोष्टीवर भर देणे त्यांना आवश्यक वाटत होते. ते नेहमी असे म्हणत की स्वातंत्र्याचा लढा म्हणजे एक दुखवट्याचा काळ आहे, आणि त्याग हा या काळाचा एक अंगभूत भाग आहे.

दुर्दैवाने, काही असेही लोक होते जे खादीच्या लोकप्रियतेचा वापर आपल्या छुप्या मतलबासाठी करू इच्छित होते. मेंढीचे कातडे पांघरलेल्या लांडग्यासारखा त्यांनी खादीचा मुखवटा धारण केला होता. ते खादी तर नेसत पण गांधींनी केलेल्या हेतुशुद्धतेच्या अनेक आवाहनांबद्दल त्यांना जराशीही आस्था नव्हती. बहुसंख्य लोक जे विदेशी कापडाचा वापर नैतिकदृष्ट्या अमान्य करत, त्यांना विरोध नको या भीतीपायी केवळ काही लोक खादी

परिधान करत.[२७] त्यामुळे ज्या सद्गुणांचे खादी हे प्रतीक मानले गेले होते, त्यांच्यापासून खादी अलग होऊ लागली. नैतिक नावलौकिकाचे ढोंग करून प्रसिद्धी मिळवण्याचे ते एक स्वस्त साधन बनून गेले—आणि काँग्रेसच्या सदस्यांना त्याने भुरळ घातली होती. 'स्वतःच्या वाइटाहून वाईट प्रवृत्ती जे वरवर उदात्त वाटणाऱ्या हेतूंनी लपवू शकत होते अशांसाठी' खादी म्हणजे एक रुबाबदार पोशाख बनला.[२८] 'खादीच्या ढोंगी वापराबद्दल' आणि 'लोकांच्या खादीवरील निष्ठेच्या उथळपणाबाबत' गांधींकडे खूप तक्रारी आल्या, त्या इतक्या जास्त होत्या की खादीचा गैरवापर होतोय, अशी खुद्द गांधींची खात्री पटली:

> जे कार्यकर्ते खादी घालतात ते बिनचूक असावेत, अशी लोकांची अपेक्षा असते आणि त्यामुळे त्या कार्यकर्त्याला जागरूकता बाळगायचा धडा मिळतो, कारण खादी परिधान केलेल्या कार्यकर्त्याने कोणतीही चूक करता कामा नये. असे असले, तरी हे कबूल करायला हवे की बऱ्याच स्वार्थी 'कार्यकर्त्यांनी' खादीच्या वेशाचा दुरुपयोग केला आहे. खादी परिधान करून आणि आपण आत्मपरित्याग करणारी माणसे आहेत असे लोकांना भासवून हे कार्यकर्ते समाजाला फसवतात आणि कोणत्याही सुधारणा करण्यास नकार देतात... खादी परिधान करणारी असली माणसे म्हणजे खादीवरील कलंक आहे.[२९]

असे आढळून आले की काँग्रेसमधील काही स्त्री-पुरुष फक्त काही समारंभानिमित्त किंवा फक्त निवडणुकीच्या काळात खादी परिधान करत. काहींची मजल तर इथपर्यंत गेली होती की त्यांनी एआयएसएकडून फक्त निवडणुकांसाठी म्हणून खादीचे कपडे उसने घेतले आणि निवडणुका संपल्यावर ते परत करून पुन्हा विदेशी कपड्यांमध्ये दिसू लागले.[३०] वर्षानुवर्षे स्वदेशीचे कार्य करून जो नैतिक आदरसन्मान मिळवला गेला होता त्याच्या आधारे राजकीय संधिसाधूपणा राजरोस करण्यात येऊ लागला.

या अतिरेकाची जाण असल्याने आणि आपल्या पूर्ण स्वराज्याच्या प्रतीकाचा जो गैरवापर होतोय, त्यावर ताबा ठेवण्याची आपली असमर्थता ओळखून गांधींना हे आवश्यक वाटले, की लोकांना याची आठवण करून द्यायला हवी की 'माणसाची ओळख ही त्याच्या कपड्यांच्या आधारावर बनत नाही' तर ती त्याच्या कृत्यांच्या निकषांवर तयार होते. त्यांनी हेही स्पष्ट केले की खादी हा काही त्यांच्या अनुयायांचा गणवेश नव्हता, कारण अनुयायीत्वाचा प्रसार करण्याचा त्यांचा हेतूच नव्हता:

> लोकांनी... हे समजून घ्यायला हवे की ज्या व्यक्ती खादी परिधान करतात, त्या काही सगळ्या संत नव्हेत आणि जे लोक खादी घालत नाहीत ते दुर्जन नव्हेत. कुणीही, मग तो चांगला माणूस असो किंवा वाईट, खादी परिधान करून तिचा पोशाख म्हणून अंगीकार करण्यास मोकळा आहे, ती त्याची स्वतःची खास अशी श्रद्धा आहे आणि त्यामुळे त्याला मान मिळतो. पण ही जी काही त्याची खास श्रद्धा आहे, त्याचा जगाशी काही संबंध नाही.

एखाद्या व्यक्तीची पारख केल्यानंतरच त्याच्यावर विश्वास ठेवावा हेच योग्य आहे... मला सगळ्यांना सांगावेसे वाटते, की माझा कोणी अनुयायी नाही, किंवा खरेतर माझा एकच अनुयायी आहे, तो म्हणजे मी स्वतः. माझा सगळा वेळ मला स्वतःला शिकविण्यातच जातो, आणि म्हणून मला इतर कोणत्याही अनुयायाची जरूर नाही.[३१]

खादीद्वारे गांधींना जो संदेश द्यायचा होता त्याचे गांधी हे स्वतःच एक परिपूर्ण प्रतीक होते आणि त्या संदेशाचे प्रतीक बनण्यासाठी ते झटतही होते. त्यामुळे, खादीचे धोतर नेसण्याच्या आणि कमीत कमी गरजांसह अत्यंत शिस्तबद्ध नैतिक आयुष्य जगण्याच्या त्यांच्या क्रांतिकारी निर्णयामुळे जनमानसात त्यांची पुढच्या कित्येक पिढ्यांसाठी 'आदर्श अशी प्रतिमा तयार झाली.'[३२]

टिपा

१. *सीडब्लूएमजी*, खंड ३१, ५७.

२. *द लीडर*, २० फेब्रुवारी १९१६, नंदा, द *मेकिंग ऑफ अ नेशन*, १३५ मध्ये उद्धृत केले आहे.

३. नेहरू, *ॲन ऑटोबायॉग्राफी*, ७२.

४. 'अधिक महत्त्वाचे सत्य... हे त्याच्या जनतेवरील प्रभावामध्ये दडले आहे. ती मुक्ततेची एक जबरदस्त जाणीव होती, मोठे ओझे भिरकावून दूर फेकून दिल्यासारखे वाटत होते, स्वातंत्र्याची एक नवीनच चाहूल होती ती. त्यांना जी भीती चिरडून टाकायची ती आता मागे पडली होती, त्यांचा कणा ताठ झाला होता आणि मस्तक उंचावले होते. दूरदूरवरच्या बाजारांतदेखील सामान्य माणसे काँग्रेस आणि स्वराज्य या विषयांवर बोलत... अर्थातच ते मुख्यतः त्यांच्या स्वतःच्या विशिष्ट आर्थिक समस्यांबाबत चर्चा करत. असंख्य सभा आणि संमेलने यांमुळे त्यांच्या राजकीय ज्ञानात बरीच भर पडली.

'आमच्यापैकी बरेच जण जे काँग्रेसच्या कार्यक्रमात काम करत ते १९२१ या वर्षात जणू काही एखाद्या धुंदीत होते. आम्ही उत्सुकता आणि आशावाद आणि आनंदी उत्साहाने भारून गेलो होतो. ध्येयासाठी संघर्ष करणाऱ्या व्यक्तीचा हर्ष आम्ही अनुभवत होतो. शंकाकुशंका किंवा संकोचाने आम्ही अडखळलो नव्हतो; आमचा मार्ग आम्हाला आमच्यापुढे स्पष्ट दिसत होता आणि आम्ही पुढे कूच करत गेलो, इतरांच्या उत्साहाने आमचे मनोधैर्य उंचावले, आणि इतरांना मदत करत त्यांच्यासोबत आम्ही पुढे चालतच राहिलो. आम्ही खूप कष्ट केले, याआधी कधीही राबलो नसू एवढे राबलो, कारण आम्हाला माहीत होते की सरकारशी संघर्षाची वेळ लवकरच येणार आहे आणि त्यांनी आम्हाला उपटून टाकण्याआधी आम्हाला जमेल तेवढे कार्य करून घ्यायचे होते.

'मुख्य म्हणजे आम्हाला स्वातंत्र्याची जाणीव झाली आणि त्या स्वातंत्र्याचा अभिमान वाटत होता. जुलमाच्या आणि वैफल्याच्या जुन्या भावना पूर्णपणे नाहीशा झाल्या होत्या. आता हलक्या आवाजात कुजबुजणे नव्हते आणि अधिकाऱ्यांसोबत वाकड्यात जायला नको म्हणून आडवळणाने कायद्याची परिभाषा बोलणेही नव्हते. आम्हाला जे वाटत होते ते आम्ही बोलत होतो आणि अगदी छतावरून ओरडूनही सांगू शकत होतो. आम्हाला परिणामांची चिंता होती का? तुरुंगवास? तो तर आम्हाला हवासा होता; त्याने आमच्या कार्याला आणखी मदतच झाली असती. आमच्या भोवताली

आणि आमच्या मागावर असणारे जे असंख्य गुप्तहेर आणि गुप्त संघटनांची माणसे असत ते आता खरेतर केविलवाणे वाटू लागले कारण त्यांना सापडेल असे गुप्त काही नव्हतेच. आमचे सगळे डावपेच सर्व जगासमोर नेहमीच उघड असायचे.

'आमच्या नजरेसमोर भारताचा चेहरामोहरा बदलून टाकणारे प्रभावी राजकीय कार्य केल्याची आणि आमच्या मते भारताचे स्वातंत्र्य जवळ खेचून आणल्याची समाधानाची भावनाच फक्त आमच्यात नव्हती तर आमचे ध्येय आणि आमच्या कार्यपद्धती या दोन्ही बाबतींत आम्ही आमच्या विरोधकांपेक्षा नैतिकदृष्ट्या श्रेष्ठ आहोत, ही सुखद जाणीवदेखील होती. आम्हाला आमच्या नेत्याचा आणि त्याने विकसित केलेल्या अद्वितीय कार्यपद्धतीचा अभिमान होता आणि बऱ्याचदा तर आम्हाला आम्ही म्हणजे पवित्राहून पवित्र असे साक्षात्कारच होत असत. संघर्षाचा भाग असून आणि तो संघर्ष आम्हीच सुरू केलेला असूनही आम्हाला मनःशांतीचा अनुभव येत असे.' नेहरू, *ॲन ऑटोबायॉग्राफी,* ७५–७६.

५. या गटातल्या मोहमद अली जिना यांच्याबद्दल या खंडात १५ व्या प्रकरणात विशेष उल्लेख केला जाईल.

६. या सूतकताईच्या विशेषाधिकाराचा असा अर्थ होता की काँग्रेस सदस्यांना सदस्यत्वाचे चार-आणे एवढे शुल्क भरण्याऐवजी दररोज अर्धा तास सूतकताई करावी लागेल. *सीडब्लूएमजी,* खंड २४, २०९.

७. तथैव., खंड २७, २२०.

८. तथैव., खंड १७, ४९५. गांधींनी सूतकताईची तुलना पाककलेशी केली: जर पाककला हा स्त्रियांचा विशेषाधिकार असूनही पुरुष स्वयंपाक बनवू शकतात, तर मग ते सूतकताईसुद्धा करू शकतात. महत्त्वाचा मुद्दा हा होता की, सूतकताई करून, स्वदेशीच्या मार्गे स्वराज्य मिळवण्याच्या लढ्यात स्त्री-पुरुष दोघेही एकत्र येणार होते आणि काँग्रेस सदस्य आपल्या स्वतःच्या उदाहरणाने त्यांचे नेतृत्व करणार होते.

९. नेहरू, *ॲन ऑटोबायॉग्राफी,* ७५.

१०. गांधी, *यंग इंडिया,* ६ ऑक्टोबर १९२१, ३१८; प्रभू ॲंड राव, द *माईंड ऑफ महात्मा गांधी,* १०४.

११. 'गांधी'वाले आणि 'सरकार'वाले ही अनुक्रमे गांधींचे अनुयायी आणि सरकारी कर्मचारी यांना दिलेली नावे आहेत.

१२. श्रीधरानी, *वॉर विदाऊट व्हॉयलन्स,* २२८. हिंदीमध्ये 'वाला' हा शब्द एखाद्या व्यक्तीला त्याचा पेशा किंवा मूळगाव/घर यांच्या आधारे नाव देण्यासाठी बोलीभाषेत वापरला जातो. उदाहरणार्थ, दूधवाला; 'बॉम्बेवाला' म्हणजे बॉम्बेमध्ये राहणारा मनुष्य.

१३. नेहरू, *ॲन ऑटोबायॉग्राफी,* ७५.

१४. नेहरू, *ॲन ऑटोबायॉग्राफी,* ७७.

१५. रामगुंडम, *गांधीज खादी,* ८९.

१६. टार्लो, *क्लोदिंग मॅटर्स,* ८४.

१७. *सीडब्लूएमजी,* खंड २२, १६.

१८. तथैव.

१९. नेहरू, *ॲन ऑटोबायॉग्राफी,* ७६.

२०. *सीडब्लूएमजी,* खंड १९, ४८२-८३. रावणराज्य म्हणजे रावण, हिंदू धर्मातील असुरांचा राजा, ह्याचे राज्य. हा असा कालखंड असतो जो रामराज्याच्या—विष्णूच्या अवतारांपैकी एक—राम—याच्या राज्याच्या परस्परविरोधी असतो.

२१.   *सीडब्लूएमजी*, खंड २३, ३५.

२२.   टार्लो, *क्लोदिंग मॅटर्स*, ८५.

२३.   तथैव., १०५–६. खादीच्या उच्च दर्जाच्या कापडाची नेहरूंनी केलेली निवडदेखील पहा: तथैव., १०८.

२४.   पहा *सीडब्लूएमजी*, खंड ७५, १६६–६७. 'हिंसात्मक स्वदेशी रेशीम' आणि 'अहिंसात्मक स्वदेशी रेशीम' अशी नैतिक पातळीवरची तफावत केली गेली आणि ती उत्पादन प्रक्रियेत समाविष्ट असणाऱ्या हिंसेच्या प्रमाणावर अवलंबून होती. तुलना करून पहा: टार्लो, *क्लोदिंग मॅटर्स*, १०९.

२५.   मुकुल कलर्थी, *बा अँड बापू*, अहमदाबाद, नवजीवन, १९६२, ६३–६४. कस्तुरबांनी सांगितलेल्या तीन घटनांच्या तारखा अशा आहेत: पहिली, १८९६, जेव्हा गांधी त्यांना दक्षिण आफ्रिकेत घेऊन गेले; दुसरी, १९१४, ते भारतात परतण्यापूर्वी; तिसरी, १९२०, साबरमती आश्रमात.

२६.   टार्लो, *क्लोदिंग मॅटर्स*, ११५–१६.

२७.   एका व्यक्तीने गांधींकडे अशी तक्रार केली: 'तुमचे पुरुलियामध्ये आगमन होणार असल्याने सर्व लोक तुमच्या निवासादरम्यान घालण्यासाठीच म्हणून फक्त खादी विकत घेत आहेत... आणि काही लोक त्यांच्यावर जाहीरपणे टीका होऊ नये म्हणून फक्त ते कापड विकत घेत आहेत.' *सीडब्लूएमजी*, खंड २८, १४३.

२८.   रामगुंडम, *गांधीज खादी*, १५१.

२९.   *सीडब्लूएमजी*, खंड ३१, ५७.

३०.   *सीडब्लूएमजी*, खंड ६७, १७६. स्वातंत्र्याआधीच्या आणि नंतरच्या भारतातील खादीच्या वापरातील राजकीय संधिसाधूपणावर काढलेली निवडक व्यंगचित्रे पाहण्याकरिता, पहा, टार्लो, *क्लोदिंग मॅटर्स*, १२४–२८. आजही, स्वातंत्र्यलढ्यातील पुढाऱ्यांप्रति प्रतीकात्मक पद्धतीने (उदा. गांधी, आंबेडकर आणि सावरकर यांच्या पुतळ्यांचे किंवा चित्रांचे अनावरण करून किंवा त्यांना हार घालून) आदर दाखवून राजकारणी स्वतःचा फायदा करून घेतात–कोणाचा पुतळा किंवा चित्र हे समाजाच्या कोणत्या वर्गाला खूश करायचे, त्यावर ठरते.

३१.   *सीडब्लूएमजी*, खंड ३१, ५७.

३२.   गांधीसर्व्ह फाउंडेशन, 'आल्बर्ट आईन्स्टाईन'. येथे ऑनलाईन उपलब्ध http://streams. gandhiserve.org/einstein.html (५ जुलै २००६ रोजी तपासले).

भाग ड

सामाजिक आणि धार्मिक क्रांती-अस्पृश्यता

१० भारतासाठी शरमेची गोष्ट

आपण या शोकांतिकेच्या खूप जवळ असल्याने आपल्याला हे कळत नाहीये की ही अस्पृश्यतेची वाळवी मर्यादा ओलांडून फार पुढे गेली आहे आणि आपल्या संपूर्ण राष्ट्राचा पायाच तिने पोखरून काढलाय.

—मो. क. गांधी[१]

ब्रिटिशांना येथून चालते करण्यासाठीच्या 'हिंद स्वराजा'पेक्षा भारतीय उपखंडात गांधींनी चालवलेल्या सर्व कार्यक्रमांचे लक्ष्य, 'पूर्ण स्वराज्य', खूप अधिक व्यापक होते. ज्यांच्या आधारे भारतीयांकडूनच भारतीयांच्यात भेदभाव केला जात असे अशा दोन दुर्दैवी गोष्टी भारतीय समाजातून पुसून टाकणे आवश्यक होते. त्यातली पहिली गोष्ट, अस्पृश्यता ही दोनशे वर्षांच्या साम्राज्यवादापेक्षा सतरा पट अधिक जुनी होती. तिचा समूळ नाश करायचा तर मग सनातनी हिंदू आणि उच्च जातीच्या लोकांशी सरळसरळ लढा पुकारणे अनिवार्य होते. दुसरी दुर्दैवी गोष्ट होती. हिंदू आणि मुस्लिमांमधील झगडा. एका धर्माच्या गटाला पाठिंबा देणे म्हणजे आपोआपच दुसऱ्याच्या विरोधात उभे राहण्यासारखे होते.

पूर्ण स्वराज्य मिळवण्यासाठी गांधींनी स्वदेशीचा साधन म्हणून केलेला उपयोग—ज्यामध्ये प्रत्येक भारतीय, संपूर्ण स्वातंत्र्यासाठी, समतावादी आणि निःपक्षपाती पद्धतीने जगू शकत होता, काम करू शकत होता आणि पेहराव करू शकत होता—त्याचा अर्थ असा होता की गांधी एका खरोखरीच्या सुरुंग पेरून ठेवलेल्या प्रदेशावर पाय ठेवत होते. ते बंड करून सामाजिक-धार्मिक भिंती पाडून टाकत होते, या भिंतींचा पाया त्यांच्या जनतेच्या इतिहासात, सामाजिक बाण्यामध्ये आणि संस्कृतीत खूप खोलवर रुजलेला होता. गांधींचे हे मर्यादा ओलांडणे बऱ्याच पुराणमतवादी

लोकांना आक्षेपार्ह वाटत होते. गांधींचे विचार आणि कृती त्यांच्या विरोधकांच्या विरोधात उभ्या राहणाऱ्या होत्या आणि त्यामुळे त्यांच्या दुर्दैवी प्राक्तनावर शिक्कामोर्तब झाले.

गांधींनी सामाजिक-धार्मिक क्षेत्रात जी उलथापालथ घडवून आणली, तिच्या विस्ताराचे मोजमापन करण्यासाठी मागच्या दोन भागांमध्ये जी पद्धत वापरली तीच आपण पुन्हा वापरणार आहोत: कापड आणि पोशाख यांचा विशेष संदर्भ वापरून या समस्येच्या इतिहासाचे परीक्षण आणि त्यानंतर बदल घडवून आणण्यासाठी गांधींनी दिलेले धाडसी आदेश आणि त्यांच्या समकालीनांच्या प्रतिक्रिया यावर चर्चा. अस्पृश्यता आणि हिंदू-मुस्लीम संबंध हे दोन विषय त्यांच्या ऐतिहासिक क्लिष्टतेमुळे मी दोन स्वतंत्र भागांमध्ये विभागत आहे. पुढील भाग हा हिंदू-मुस्लीम संबंध या विषयावर भाष्य करेल.

जातिव्यवस्था: सैद्धान्तिक पाया

वर्णव्यवस्था हा हिंदू धर्माचा एक अंगभूत भाग आहे.[२] या वर्णव्यवस्थेला दैवी मान्यता मिळाली आहे, असे ऋग्वेदाच्या आधारे मानण्यात येते, ऋग्वेद (इसवी सन १५००–इसवी सन पूर्व १०००) हा श्रुतींचा (हिंदू शास्त्र) प्रथम ग्रंथ होय.[३] ब्राह्मण, क्षत्रिय, वैश्य आणि शूद्र हे चार वर्ण किंवा जाती–ह्या जाती पुरुषाचा, वैश्विक अस्तित्वाचा एक भाग आहेत, असे मानले जाते. प्रत्येक व्यक्ती त्याच्या वर्णाच्या धर्माशी (दैवी कर्तव्य) किती जोडलेली आहे ह्यावर संपूर्ण हिंदू समाजाचे जैविक कार्य अवलंबून असते.[४] श्रुतींचा पुढचा भाग असलेल्या भगवद्गीतेत (इसवी सन ५००–इसवी सन पूर्व २००)[५] या चार जाती आदर्श म्हणून सांगितल्या गेल्या आहेत आणि कर्म या संकल्पनेशी त्यांचा सत्ताशास्त्राच्या दृष्टिकोनातून असलेला परस्परसंबंध, यावर भर दिला गेला आहे.

> ब्राम्हण, क्षत्रिय, वैश्य आणि शूद्र यांची कामे वेगवेगळी असतात... त्यांना त्यांच्या कामातून जेव्हा आनंद मिळतो तेव्हा त्यांना पूर्णत्व प्राप्त होते... आपल्या स्वतःच्या कामातून मिळालेला आनंद श्रेष्ठ असतो, मग ते काम दुसऱ्याच्या कामाहून कनिष्ठ असो किंवा त्याच्या कामाहून उच्च दर्जाचे असो. जेव्हा देवाने दिलेले काम माणूस करतो तेव्हा त्याला पापाचा स्पर्शही होऊ शकत नाही. माणसाने आपले काम सोडून देऊ नये... कारण तुम्ही कर्माच्या, गतजन्मीच्या संचिताच्या बंधनात आहात; आणि तुम्ही भासमान जगात असताना जे कार्य तुम्हाला सद्भावनेने करावेसे वाटत नाही ते तुम्हाला नाखुशीने का होईना, पण करावेच लागेल.[६]

हिंदू परंपरा किंवा स्मृती यांमधील, जातिव्यवस्थेचे तपशील 'मनुस्मृती'मध्ये विस्ताराने सांगितले गेले आहेत.[७] या मनुस्मृतीची संहिता हे ठासून सांगते की आपल्या जातीचा धर्म (कर्तव्य) जो आपल्याला जन्मापासून वारशाने मिळाला आहे, त्याच्याशी घट्ट जोडून राहायला हवे, कारण एका जिवाची गतजन्मीची कृत्ये त्याला पुढच्या जन्मात जातीच्या

शिडीवर वर किंवा खाली जाण्यात मदत करत असतात. संसारचक्रात (पुनर्जन्माच्या चक्रात) माणसाची कृत्ये, मग ती धर्माला अनुसरून असोत किंवा नसोत, त्याला मोक्ष प्राप्त होईपर्यंत त्याच्या कर्मावर (नशिबावर) परिणाम करत असतात. अशा प्रकारे, धर्मकर्तव्य किंवा त्याच्या या जन्मीच्या अभावामध्ये, आपण पुढच्या जन्मात काय बनतो, यावर प्रभाव टाकण्याची ताकत असते. आपल्या सध्याच्या जन्मातल्या कृत्यांची पुण्याई किंवा पापकर्मे यांच्यामुळे वरच्या किंवा खालच्या जातीत होणारा पुनर्जन्म, यावर जो काही 'प्रभाव' पडतो त्याबद्दल मनुस्मृतीच्या शेवटच्या प्रकरणात सविस्तर विवरण दिले आहे.[८]

आपला वर्तमान जन्म हा नियम आणि त्यांच्या उल्लंघनासाठीची शिक्षा या गोष्टींनी नियंत्रित केला जात असतो. शिक्षेचा कडकपणा फक्त गुन्हा किती गंभीर आहे, यावरच ठरत नसतो तर गुन्हेगाराच्या जातीवरही तो अवलंबून असतो. जात जेवढी खालची, तेवढीच कठोर शिक्षा. मनुने नेमून दिलेले हे नियम राजांनी शक्य तितक्या निष्ठेने, अगदी मृत्युदंडाच्या बाबतीतही लागू करायचे असतात. मृत्युदंडातून फक्त ब्राह्मणांना सूट मिळते. त्यांच्यासाठी फक्त केशवपन किंवा हद्दपारी पुरेशी असते.[९] 'ब्रह्महत्येपेक्षा मोठा दुसरा कोणताही गुन्हा या पृथ्वीतलावर नाही; म्हणून, एका राजाने ब्राह्मणाची हत्या करण्याची कल्पनासुद्धा मनात आणू नये.'[१०]

अखेरच्या मीमांसेनुसार, हिंदू समाजात, जीवनाची गुणवत्ता ही व्यक्तीच्या जातीच्या स्थानावरून ठरते आणि कायमची निश्चित केली जाते आणि ती तशी विद्यमान आयुष्यभरासाठी असते. एखाद्या जिवाला जातिरूपी शिडीवरचे त्याचे स्थान त्याच्या पुण्याईने मिळालेले असते–ते नुसते आनुवंशिकतेनेच मिळत नाही–ते त्याच्या गतजन्मीच्या कर्मांचे फळ असते. ते एक असे स्थान असते, जे फक्त ती एकटी व्यक्तीच–तिच्या किंवा त्याच्या जातीची कर्तव्यरूपी कृत्ये योग्य प्रकारे करून–बदलू शकते, जेणेकरून त्यांना पुढच्या जन्मी जातिरूपी शिडीवर आतापेक्षा वरचे स्थान मिळावे किंवा पुनर्जन्माच्या या जन्मोजन्मीच्या चक्रातून त्यांना कायमची मुक्ती मिळावी.

जातिव्यवस्थाः सामाजिक परिणाम

ऋग्वेदात असे ठामपणे सांगितले गेले आहे की पुरुषापासून उत्पन्न होणाऱ्या प्रत्येक जातीचे कार्य वेगळे असते, पण त्या एका पुरुषासाठी ती प्रत्येक जात सारखीच महत्त्वाची असते. या दृष्टिकोनातून पाहिले तर, समाजाचे कार्य सुरळीतपणे चालण्यासाठी चारही जाती सत्ताशास्त्रानुसार समसमान आणि महत्त्वाच्या आहेत. विषम वर्गीकरणास अनुकूल असणाऱ्या वाढत्या विषम वातावरणात समाजशास्त्रीय दृष्टिकोनातून मात्र 'वैश्य आणि शूद्रांच्या तुलनेत ब्राह्मणांचे आणि क्षत्रियांचे स्थान वरचढ आहे, याबाबत [वैदिक] संहिता काही शंकाच निर्माण होऊ देत नाही.'[११]

इसवी सन पूर्व १००० आणि ६०० मध्ये, सामाजिक भेदभावाची प्रक्रिया हळूहळू वाढत गेली आणि त्यामुळे श्रमाच्या विभागणीमध्ये ऊर्ध्व प्रकारची उतरंड ग्रंथांच्या अर्थबोधातून ध्वनित होऊ लागली.[१२] त्यामुळे सृष्टीच्या निर्मात्याच्या मुखातून जे निघाले, ते ब्राह्मण बुद्धिमान असतात आणि त्यामुळे धर्मग्रंथांचा अर्थ लावण्याची जबाबदारी त्यांची असते; क्षत्रिय निर्मात्याच्या बाहूंमधून निघाले असल्याने ते बलवान असतात आणि त्यांनी सैनिक व्हावे अशी अपेक्षा असते; वैश्य मांड्यांमधून बाहेर पडलेले असल्याने त्यांनी स्वतःचे हस्तकौशल्य आणि व्यापार यांच्याद्वारे समाजाचे पोट भरावयाचे असते; आणि शूद्र निर्मात्याच्या पावलांमधून निघालेले असल्याने त्यांनी हलके काम किंवा मग नोकर म्हणून काम करायचे असते. व्यवसायांच्या या ऊर्ध्व उतरंडीचे काही नैतिक गर्भितार्थसुद्धा होते: ब्राह्मण शुचिर्भूत आणि श्रेष्ठ होते; तर शूद्र मात्र अपवित्र आणि कनिष्ठ होते. शिवाय वर्ण (शब्दशः अर्थ, 'रंग') या संकल्पनेने प्रत्येक जातीचा संबंध एका विशिष्ट रंगाशी जोडला. हा रंग त्यांच्या समाजातल्या स्थानाचे प्रतीक मानला जात असे: ब्राह्मणांसाठी पांढरा, क्षत्रियांसाठी लाल, वैश्यांसाठी तपकिरी आणि शूद्रांसाठी काळा. जातींचे रंगांच्या आधारे असे संकेतिकीकरण केल्याने पांढरे (ब्राह्मण) काळ्यांपेक्षा (शूद्रांपेक्षा) श्रेष्ठ मानले जाऊ लागले.[१३]

अर्थबोधातून उतरंडीवर भर देण्याचे प्रमाण हळूहळू वाढत गेले आणि त्याच्या सोबतीला 'दैवी' समर्थनाचा सिद्धान्त होताच. उदाहरणार्थ, भगवद्गीतेमधील याआधी उद्धृत केलेला श्लोक ही संकल्पना प्रस्थापित करतो, की आपल्या वर्णधर्माचे (जातीचे कर्तव्य) आचरण करणे हा एकच मोक्षाचा मार्ग आहे. त्याशिवाय, चार जातींपैकी, पहिल्या तीन वर्णाच्या जातींनाच फक्त 'द्विज' (दोन वेळा जन्मलेले) मानले जाई. धार्मिक विधी करून या जातींना वैदिक धर्मात प्रवेश दिला जातो, संस्कृत शिकण्याची पात्रता बहाल करण्यात येते, वेदांचा अभ्यास करण्याची आणि वैदिक विधी पार पडण्याची परवानगी मिळते. शूद्र मात्र एकदा जन्मलेले म्हणूनच गणले जातात आणि त्यांना संस्कृत शिकण्याची किंवा वेदांचा अभ्यास करण्याची अगदी मृत्युशय्येवर सुद्धा परवानगी नसते. त्यांचा धर्म म्हणजे द्विजांची (दोनदा जन्मलेल्यांची) सेवा करणे.[१४]

म्हणून, शूद्राच्या स्थितीची कीव करण्याचे कारण नाही कारण त्याचा वर्ण ही फक्त त्याच्या गतजन्मीच्या कृत्यांची परतफेड असते: नीच जात प्राप्त होणे हा त्या व्यक्तीच्या मागच्या जन्मातल्या पापकर्मांचा परिणाम असतो.[१५] शूद्राचे नावदेखील काहीतरी क्षुद्रच असले पाहिजे.[१६] त्याचा सर्वोत्तम व्यवसाय हा फक्त ब्राह्मणांची सेवा करणे हा असला पाहिजे.[१७] त्याबदल्यात 'त्याची क्षमता, त्याचा मेहनतीपणा आणि त्याच्यावर अपरिहार्यपणे अवलंबून असणाऱ्या लोकांची संख्या विचारात घेऊन' ब्राह्मणांनी मग त्याला आपल्या मालमत्तेला काही भाग विवेकाला अनुसरून नक्की देऊ करावा.[१८] उरलेले अन्न, जुनेपुराणे कपडे, धान्यातला निरुपयोगी भाग आणि त्यांचे घरातले जुने सामानसुमान हे शूद्राला मोबदला

म्हणून द्यावे.[१९] 'शूद्राने, जरी [तो तसे करण्यास] समर्थ असला तरी धनाचा साठा अजिबात करू नये; कारण धनसंचय केलेला शूद्र ब्राह्मणांना यातना देतो.'[२०] शूद्र वेदांचे श्रवण करण्यास लायक नसतो,[२१] त्याच्यावर संस्कार केले जावेत अशीही त्याची लायकी नसते, पवित्र धर्मग्रंथांचे पठण करण्याससुद्धा तो लायक नसतो.[२२] जो शूद्राची सेवा करतो तो स्वतःला एक अपराधी बनवत असतो आणि कुठलीही पात्रता किंवा भेटवस्तू त्याला द्यावी अशी त्याची लायकी नसते.[२३] एखाद्या शूद्राची हत्या केल्यास त्याची शिक्षा तेवढीच असते जेवढी एखाद्या मांजराची, कुत्र्याची, बेडकाची किंवा कावळ्याची हत्या केल्यास असेल.[२४] शूद्राशी किंवा जातीतून बहिष्कृत केलेल्या माणसाशी बोलून ब्राह्मण स्वतःला भ्रष्ट करीत असतो.[२५] जे शूद्र उच्च जातीतल्या लोकांचा अपमान करतात त्यांना असह्य नरकयातना भोगाव्या लागतील.[२६]

जातिबाह्य लोकांवर परिणाम

जर शूद्रांची दुर्दशा एवढी घृणास्पद आहे, तर वर्णव्यवस्थेच्या बाहेरच्या पाचव्या गटाबद्दल काय बोलावे? ऋग्वेदात त्यांचा उल्लेख 'अवर्ण' (जात नसलेला) असा केला गेला आहे.[२७] उपनिषदांमध्ये त्यांना 'जातिबाह्य', 'अस्पृश्य'[२८] 'ज्यांचे तोंड पाहू नये' असे म्हटले गेले आहे.[२९]

पण, हे आवर्जून नमूद करायला हवे की भगवद्गीतेत अस्पृश्यतेचे समर्थन केलेले नाही:[३०]

> भगवद्गीतेत अस्पृश्यतेच्या विषयावर एक खंबीर आणि निःसंदिग्ध अशी भूमिका घेतली गेली आहे जी धर्मसूत्रे आणि मनुस्मृतीच्या विरोधात होती. उतरंडीवर आधारलेल्या आणि असमानतावादी जातिव्यवस्थेचे अवघड आणि अटळ वास्तव लक्षात घेऊन आणि ती समूळ उपटून टाकता येणार नाही किंवा घाऊकपणे नष्ट करता येणार नाही हे जाणून, ह्या जातिव्यवस्थेचा अंतरात्मा आतून, मुळातून बदलण्यासाठी भगवद्गीतेने वर्णाचे आदर्शवादी स्वरूप सादर केले[३१] आणि अस्पृश्यतेच्या उच्चाटनाचे आपण समर्थन करत असल्याचे जाहीर केले.[३२]

ब्रिटिश सरकारने जातिबाह्य लोकांच्या 'मागासवर्गीय' 'ज्यांचे दमन केले गेले असा वर्ग' किंवा 'दलितवर्ग' अशा व्याख्या केल्या.[३३] भारतीय संविधानात त्यांचा 'अनुसूचित जाती-जमाती' असा उल्लेख केला गेला आहे.[३४] गांधींनी त्यांना हरिजन (देवाची मुले) असे नाव दिले. ते लोक स्वतःला 'दलित' म्हणविणे पसंत करत, ज्याचा अर्थ 'ठेचून खाली बसवलेले, तोडून टाकलेले आणि विखुरलेले' लोक असा होतो.[३५]

हिंदू समाजाच्या सामाजिक उतरंडीमध्ये दलितांचे मूळ कुठले आहे, याबद्दल संदिग्धता आहे. काही जण असे मानतात की हे लोक म्हणजे असा समुदाय होता जो जातिव्यवस्थेच्या बाहेरचा होता आणि ते हिंदू नव्हते; इतर काही जण त्यांना शूद्र जातीच्या अगदी खालच्या पायरीवरचा 'अतिशूद्र' मानत आणि शूद्रपणाच्या अगदी किमान मर्यादांचे हे 'अतिशूद्र' प्रतिनिधित्व करत. बहुतांश लोकांसाठी ते हिंदू समाजव्यवस्थेमधले जातिबाह्य लोक होते—

म्हणजे असे की ते हिंदू समाजाचे सदस्य तर होते, पण ते मुख्य प्रवाही जातिव्यवस्थेचा भाग नव्हते. अशा प्रकारे, बाकीच्या हिंदू समाजाशी ते धर्म आणि सामाजिक संबंधांनी जोडले गेले होते—पण कल्पना करता येणार नाही इतक्या सगळ्यात अधम पातळीवर त्यांचे स्थान होते.[३६]

जातीच्या उतरंडीमधून बहिष्कृत केल्या गेलेल्या दलितांच्या विरोधात अगदी शूद्रांकडूनही पूर्णपणे भेदभाव केला जातो. ह्याच उतरंडीमधले शूद्रांचे स्थान अधम स्वरूपाचे असूनही ते स्वतःला भाग्यवान समजतात की या उतरंडीत त्यांचा समावेश केला जातो. अस्पृश्यांचे नशीब कसे असते याचे पारेख खालीलप्रमाणे वर्णन करतात:

> अस्पृश्यतेची प्रथा [जी] हिंदू समाजाच्या रचनेत खोलवर रुजलेली आहे, ती शतकानुशतके अस्तित्वात आहे आणि तिचे मूळ अस्पष्ट आणि विवादास्पद आहे. विविध प्रांतात ती वेगवेगळ्या पातळीवरील कठोरतेने लागू केली गेली होती आणि दक्षिणेच्या काही भागांमध्ये तर तिने सर्वांत नीच पातळी गाठली होती. तिथे अस्पृश्यांना काही विशिष्ट रस्त्यांवरून चालायलादेखील मनाई होती आणि सवर्ण हिंदूंवर त्यांची सावली पडू नये म्हणून अस्पृश्यांना आरडाओरडा करून आपली उपस्थिती जाणवून द्यावी लागे. पूर्ण भारतभर त्यांना गावाच्या सीमेबाहेर जेरबंद ठेवले जाई, सामायिकरीत्या वापरल्या जाणाऱ्या विहिरी, नद्या, मंदिरे, बाजार आणि इतर सार्वजनिक जागांमध्ये त्यांना प्रवेश नसे, आणि सवर्ण हिंदूंना थोडे जरी दुखावले तरी त्याबदल्यात त्यांचे पद्धतशीर शोषण होई आणि त्यांना निर्घृण शिक्षा दिली जाई.[३७]

दलित हे निरपवादपणे भूमिहीन, वेठबिगारीवर हलकी कामे करणारे मजूर असतात आणि त्यांच्या उच्चजातीय मालकाच्या कृपेवर अवलंबून असतात. बऱ्याचदा त्यांच्या मालकांच्या ताटातले उरलेले अन्न खाण्यास त्यांना फर्मावले जाते. गावच्या सभांमध्ये ते मुक्तपणे भाग घेऊ शकत नाहीत. त्यांना वेदांचा अभ्यास करण्यास मनाई केली जाते आणि शिक्षणाची संधी नाकारली जाते.[३८]

जाती आणि अस्पृश्यतेचे पोशाखविषयक गर्भितार्थ

समुदायाच्या आणि प्रादेशिक ओळखीच्या मर्यादा आखण्यासाठी पोशाखाचा वापर कसा केला जातो, याच्या उदाहरणाचा आपण याआधी थोडक्यात उल्लेख केला. जातीशी संबंधित असणे यात, विशेषतः ग्रामीण भागात पोशाखाविषयीच्या कडक नियमांचादेखील समावेश होऊ लागला होता. उदाहरणादाखल टार्लो याने केलेला भारवाड समुदायाच्या अभ्यासाकडे पाहता येईल:

> भारवाड समुदाया[३९]च्या अपेक्षांची पूर्तता करण्यासाठी एका भारवाड व्यक्तीला 'भारवाड वेश' या संकल्पनेशी जुळणारा पेहराव करावा लागे. फक्त भारवाड पालकांच्या पोटी जन्म घेणे, हे भारवाड असल्याची ओळख पूर्णपणे सिद्ध करण्यासाठी पुरेसे नव्हते. तर, एका भारवाड व्यक्तीसारखे दिसण्याची इच्छा असणे आणि भारवाड म्हणून मान्यता मिळणे या गोष्टींनी या ओळखीला पुष्टी मिळणे आवश्यक होते. या गोष्टी साध्य करण्यात अयशस्वी

> झाल्यास तो फक्त त्या जातीला धोका मानला जात नसे तर भारवाड बनण्याची उघड-उघड अनिच्छा असा त्याचा अर्थ लावला जात असे आणि म्हणून जात सोडून दिल्याचे ते लक्षण समजले जात असे. याचे तात्पर्य या दोन प्रचलित म्हणींमध्ये सामावले आहे: 'तुम्ही तुमचा पेहराव बदललात की तुमचा स्वभाव बदलतो' आणि 'वस्त्रत्यागापेक्षा देहत्याग बरा'. वेगळ्या भाषेत सांगायचे झाले तर सर्व प्रकारच्या भारवाड रुढिरिवाजांनी बनलेला 'भारवाड-पणा' हा व्यक्तीच्या कपड्यांतसुद्धा सामावलेला होता.[४०]

जातीच्या वेशाच्या नियमावलीचे हुकूम हे फक्त त्या व्यक्तीच्या जाती-समुदायाशीच संबंधित होते असे नाही. एखाद्या जातीचा समुदाय ज्या व्यापक सामाजिक रचनेत अस्तित्व टिकवून असतो, त्या रचनेचा हे हुकूम एक भाग असतात. उदाहरणार्थ, खालच्या जातीतल्या लोकांनी जर चांगले कपडे घालण्याचा प्रयत्न केला किंवा त्यांच्या जातीच्या पोशाखाविषयीच्या मर्यादांचे उल्लंघन केले तर वरच्या जातीतले लोक त्याला नाक मुरडत आणि काही वेळा त्यांना शिक्षा केली जात असे किंवा त्याची हकालपट्टी केली जात असे.

अधिक व्यापक पातळीवर बोलायचे झाले, तर ग्रामीण जीवनात एक महत्त्वाचा घटक जो वहिवाट सोडून देण्याच्या लोकांच्या इच्छेवर नियंत्रण ठेवतो तो म्हणजे 'नजर लागण्याची भीती'. अशी ठाम समजूत आहे की जी व्यक्ती त्याच्या किंवा तिच्या जाती-समुदायापेक्षा वेगळी वागते किंवा वेगळा पेहराव करते तिच्याकडे इतरांचे लक्ष वेधले जाते (अफवा, ईर्षा आणि रोष याद्वारे) आणि त्यामुळे त्या मर्यादा ओलांडणाऱ्या व्यक्तीला लोकांच्या दुष्ट मनसुब्यांपासून धोका उत्पन्न होतो. मानवशास्त्रज्ञ डी. पोकॉक 'नजर' या संकल्पनेकडे 'ग्रामीण जीवनाच्या संपूर्ण पैलूंचे प्रतीक म्हणून पाहतात... विशेषतः संपन्न होण्याची आणि राहण्याची इच्छा आणि कुणापेक्षातरी आपण वरचढ दिसू ही भीती या दोन गोष्टींमधल्या संघर्षाची ती विशेषकरून अभिव्यक्ती आहे'.[४१] 'नजर लागणे' हा असा एक घटक आहे जो विशेषतः खालच्या जातीतल्या समुदायांसाठी सामाजिक भेदाच्या आणि सुधारणेच्या मर्यादा खूपदा निश्चित करतो.[४२]

जातीच्या पोशाखविषयक नियमांनी आणि नजर लागेल ह्या भीतीने जर खालच्या जातीतल्या हिंदूंचा सार्वजनिक जागेतील पेहराव नियंत्रित केला होता, तर मग दलितांच्या विरोधात होणारा भेदभाव आणि निर्घृण शिक्षा सुनावली जाण्याची भीती या गोष्टींनी त्यांच्या कपड्यांच्या आणि सामाजिक निवडींवर किती निर्बंध आणले असतील? खालील उदाहरणे बोलकी आहेत.

धर्मसूत्रांनी असा आदेश दिला होता की, उत्तर भारतातील 'चांडाळ' समूहाच्या सदस्याला—हा कदाचित पहिला समुदाय होता ज्याला अस्पृश्य म्हणून घोषित केले गेले होते—स्पर्श करणाऱ्या कुठल्याही व्यक्तीने प्रायश्चित्त म्हणून संपूर्ण वस्त्रांसह स्नान केले पाहिजे.[४३] चांडाळांनी स्मशानभूमीत काम करणे, गुन्हेगारांना फासावर चढवणे, जाहीर आत्महत्येचा प्रयत्न करणाऱ्यांना खेचून सार्वजनिक जागेत आणून उभे करणे, व्यभिचारी

स्त्रियांना चाबकाने फटके मारणे अपेक्षित होते. त्याशिवाय, त्यांचे सर्वसाधारण व्यवसाय शिकारी, फासेपारधी आणि खाटीक असे होते. त्यांना जे कपडे आणि दागिने घालण्याची परवानगी होती ते मृत व्यक्तींचे किंवा मृत्युदंड दिलेल्या व्यक्तींचे असत.[४४]

देशाच्या मराठा प्रांतांमध्ये महार व्यक्तीला रस्त्यात थुंकण्याऐवजी गळ्यात पिकदाणी बांधावी लागे, जेणेकरून वरच्या जातीतल्या हिंदूंच्या पायांना त्या थुंकीचा स्पर्श होऊन ते भ्रष्ट होऊ नयेत. त्याच्या स्वतःच्या पाऊलखुणा पुसून टाकण्यासाठी त्याला आपल्या मागे एक काटेरी फांदीसुद्धा बाळगावी लागे. काही भागांत अस्पृश्यतेची प्रथा आणखीनच घृणास्पद होती, जिथे अस्पृश्य व्यक्तीची सावलीसुद्धा उच्च जातीतल्या लोकांसाठी अमंगळ मानली जाई.[४५] पंजाबमध्ये सफाई कामगाराला त्याची 'झाडूवाला' ही ओळख कळावी म्हणून काखेत झाडू घेऊन फिरावे लागे आणि त्याच्या अमंगळ अस्तित्वाची लोकांना पूर्वसूचना देण्यासाठी तो आरोळ्या ठोकत असे.[४६] गुजरातमध्ये अस्पृश्यांना स्वतःची व्यवच्छेदक खूण म्हणून एक भोंगा अंगावर बाळगावा लागे.[४७] मद्रासमध्ये, आणि विशेषतः मलबार येथे, अस्पृश्यांना ब्राह्मणांपासून आणि इतर उच्च-जातीय लोकांपासून, ते अपवित्र होऊ नयेत म्हणून, एक ठरावीक अंतर बाळगावे लागे.[४८]

पश्चिम भारतात मलबारच्या किनारपट्टीला लागून असलेल्या प्रदेशात, ताडी काढणाऱ्यांना छत्र्या बाळगायची, चपला घालण्याची किंवा सोन्याचे दागिने घालण्याची परवानगी नव्हती.[४९] ब्राह्मण सोडून सर्व जातीच्या लोकांना, त्यांच्या शरीराचा कमरेच्या वरचा भाग झाकलेला ठेवण्याचे स्पष्ट हुकूम देण्यात आले होते, पण तियानसारख्या अस्पृश्य वर्गातल्या स्त्रियांना त्यांच्या शरीराचा कमरेच्या वरचा भाग उघडा ठेवण्याची कायद्याने सक्ती करण्यात आली होती.[५०] ख्रिश्चन धर्मप्रसारकांच्या प्रभावाखाली असताना खालच्या जातीतल्या नादार स्त्रियांनी स्तन झाकणारी वस्त्रे घालण्याचा प्रयत्न केला आणि यामुळे १९ व्या शतकाच्या पूर्वार्धात त्रावणकोरमध्ये मोठाच वाद जन्माला आला, जो १८६५ पर्यंत चालला.[५१]

सामान्यतः दलितांना कपडे आणि चपला घालणे निषिद्ध होते. ज्या ठिकाणी कपडे घालण्यास परवानगी होती, तिथे चांगले कपडे घालण्यास मात्र परवानगी नव्हती. कपडे सोडले तर त्यांच्या शरीरावरही त्यांनी त्यांच्या होणाऱ्या नाचक्कीचे निशाण बाळगणे आवश्यक होते, जेणेकरून त्यांच्याकडे तुच्छतेने पाहता यावे. उच्च जातीतल्या पुरुषांच्या शैलीचे अनुकरण करून जे दलित पुरुष आपल्या मिशांना हुबेहूब तसाच पीळ देत, त्यांना बेदम मारहाण केली जाई.[५२]

काँग्रेस आणि दलित

या वसाहतवादी सरकारच्या अधिकारवादातून आणि वर्णद्वेषातून स्वातंत्र्य मिळावे, ह्या आपल्या मागणीसाठी १८७० मध्ये जेव्हा भारतीय आवाज उठवू लागले, तेव्हापासून भारतीयांची स्वातंत्र्य मिळवण्याची कशी लायकी नाही, हे दाखवण्यासाठी ब्रिटिश अधिकारी

पुरावा म्हणून जातिव्यवस्था आणि अस्पृश्यतेचे उदाहरण देत आणि म्हणत, की भारतीयांना स्वतःलाच, सर्व माणूसजातीचा एक मूलभूत हक्क म्हणून स्वातंत्र्याची किंमत नव्हती. या जोरावर, हिंदू नेत्यांना शरम वाटायला लावण्याची एकही संधी सरकारने सोडली नाही. काही ब्रिटिश अधिकारी असा युक्तिवाद करत, की हिंदू लोक अस्पृश्यांना जी वागणूक देत, ती ब्रिटिश भारतीयांना देत असलेल्या वागणुकीपेक्षा कितीतरी अधिक निष्ठुर आणि वर्णद्वेषी होती, कारण इंग्रज भारतीयांना स्पर्श करत असत आणि मूलभूत सोयीसुविधा त्यांच्यासोबत सामाईक पद्धतीने वापरत असत.[५३] काँग्रेसच्या सामाजिक समस्यांबाबतच्या भूमिकेवर याआधीच्या प्रकरणांमध्ये भाष्य केले गेले आहे: सामाजिक समस्यांच्या बाबतीत योजनाबद्ध तटस्थता—जेणेकरून राजकारण हेच एक मुख्य लक्ष्य राहील.[५४] भारताच्या स्वतःच्या लाखो लोकांना बंधनात ठेवून ब्रिटिश सरकारकडे स्वातंत्र्याची मागणी करण्यातला उपरोध नजरेआड करता येण्यासारखा नव्हताच. चर्चिल यांनी जेव्हा इंडियन नॅशनल काँग्रेसच्या नेत्यांना 'पाश्चात्त्य उदारमतवादाचे सिद्धान्त पाठ करून पटपट बोलून दाखवणारे ब्राह्मण' असे संबोधले, तेव्हा त्यांनी या परिस्थितीचे अगदी जळजळीत असे तात्पर्य सांगितले होते.[५५]

त्यांचा विजोडपणा लक्षात न येण्यासारखा नव्हता. काँग्रेसच्या हेतूंविषयी दलित साशंक होते आणि बरेच दलित तर उघडउघड काँग्रेसचा विरोध करत. त्यांना याची जाण होती, की बहुतांश काँग्रेस सदस्य उच्च जातीतले होते आणि त्यामुळे अस्पृश्यतेला खतपाणी घालणाऱ्या सनातनी हिंदू संकेतांचे ते पाठीराखे होते. उदाहरणार्थ, १८९५ मध्ये लोकमान्य टिळकांच्या अनुयायांनी, काँग्रेसचा विशाल तंबू जर सामाजिक अन्यायाला भडकवण्यासाठी वापरला जाणार असेल तर तो जाळून टाकण्याची धमकी जेव्हा दिली, तेव्हा अस्पृश्यांनी काँग्रेसच्या विरोधात निदर्शन आयोजित केले आणि काँग्रेसची प्रतिमा जाळण्यात आली.[५६]

२० व्या शतकाच्या सुरुवातीला काँग्रेसने अस्पृश्यतेवर टीका करण्याचे दुबळे प्रयत्न केले. सामाजिकदृष्ट्या पुराणमतवादी असलेल्या टिळकांनीही घोषित केले, 'देवाला जर अस्पृश्यता चालत असेल तर मी त्याला देव मानणारच नाही.'[५७] पण, भाषेचे असले आविष्कार करण्याव्यतिरिक्त अस्पृश्यतेचे समूळ उच्चाटन करण्यासाठी दुसरी कोणतीही ठोस पावले उचलली गेली नाहीत. आपल्या पदांचे विभाजन करण्यास आणि आपल्या उच्च-जातीय सदस्यांना दुखावण्यास काँग्रेस खूप घाबरत होती, हे उघड होते.

नोव्हेंबर १९१७ मध्ये दलितांनी आयोजित केलेल्या दोन सभांमध्ये एकमताने पुढील निर्णय घेण्यात आले. त्यांनी ब्रिटिश राजपदाशी एकनिष्ठ राहण्याची प्रतिज्ञा केली. त्यांचे असे मत होते की 'जोपर्यंत सर्व वर्ग, खासकरून उपेक्षित वर्ग प्रभावी पद्धतीने [जसेच्या तसे उद्धृत केले आहे] देशाच्या प्रशासनात भाग घेऊ शकत नाहीत तोपर्यंत भारताचे प्रशासन प्रामुख्याने

ब्रिटिशांच्या नियंत्रणाखाली असायला हवे'.[५८] त्यांनी काँग्रेस आणि मुस्लीम लीगच्या योजनांना असलेला पाठिंबा काढून घेतला. त्यांनी अशी मागणी केली की जर ब्रिटिशांनी भारताला स्वातंत्र्य दिले, तर दलितांचे नागरी आणि राजकीय हक्क अबाधित ठेवण्यासाठी विविध विधानसभांमध्ये त्यांचे प्रतिनिधी उभे करायला त्यांना परवानगी मिळायला हवी; आणि त्यांच्या मुलांना शैक्षणिक शिष्यवृत्त्या देण्यात याव्यात अशी विनंती त्यांनी केली.[५९] या विनंत्यांच्या मुळाशी ही भीती होती, की ब्रिटिशांपासून स्वातंत्र्य म्हणजे काँग्रेस आणि हिंदुत्ववाद्यांकडून कितीतरी अधिक जास्त पिळवणूक होय.

याच वर्षी काँग्रेसने अस्पृश्यतेचा धिक्कार करणारा एक सुस्पष्ट असा ठराव मंजूर केला. आंबेडकरांनी या ठरावाला 'अजब घटना' म्हणून संबोधले. ते असे मानत होते की काँग्रेसने हा ठराव अस्पृश्यता अनैतिक वाटत होती म्हणून नव्हे, तर फक्त राजकीय मतलबासाठी उचलून धरला होता. अस्पृश्य हळूहळू अधिकाधिक आवाज उठवू लागले होते, त्यांनी ब्रिटिशांच्या वसाहतवादी सरकारशी आपली निष्ठा निग्रहाने घोषित केली होती, हे सरकार पुढे चालू राहावे यासाठी ते प्रार्थना करत होते आणि विधानसभांमध्ये स्वतंत्र प्रतिनिधित्वाची मागणी त्यांनी केली होती.[६०] अस्पृश्यांचा 'अनुनय' करण्यासाठी काँग्रेसने ही कृती केली होती, जेणेकरून अस्पृश्यांना हिंदू पटावरच घट्टपणे रोवून ठेवता यावे आणि त्यायोगे हिंदू मतदारांमध्ये फूट पडण्यापासून रोखावी. ब्रिटिशांपासून राजकीय स्वातंत्र्य मिळवण्यासाठी जी एकत्रितपणे मुसंडी मारली जात होती, तिला ह्या फुटीमुळे धोका होता.[६१]

टिपा

१. तेंडुलकर, *महात्मा,* खंड ३, १८२ मध्ये उद्धृत केले आहे.

२. 'जात' या शब्दासाठी संस्कृतमधील मूळ शब्द वर्ण हा आहे. इंग्रजी शब्द 'कास्ट' हा पोर्तुगीज 'कास्टा' या शब्दाचे रूप आहे, ज्याचा शब्दशः अर्थ 'जात' किंवा 'वंश' असा होतो. हा शब्द पोर्तुगीजांकरवी प्रथम १४९८ मध्ये वापरला गेला जेव्हा त्यांचे भारतात आगमन झाले होते.

३. श्रुतींमध्ये, जातिव्यवस्थेचा सर्वप्रथम उल्लेख ऋग्वेदात, ग्रंथ १०वा, ९०वे सूक्त, श्लोक ११–१२ येथे आढळतो: 'ब्राह्मण [जात] हे त्याचे मुख होते, त्याचे दोन्ही बाहू राजन्य [क्षत्रिय जात] चे बनलेले होते. त्याच्या मांड्या वैश्य [जात] बनल्या, त्याच्या पावलांतून शूद्र [जात] निर्माण झाली.' ऋग्वेद, राल्फ टी. एच. ग्रिफिथ, भाषांतर, कॅलिफोर्निया: इव्हिनिटी पब्लिशिंग इन्क, २००९ [१८९६]. ऑनलाईन स्वरूपात येथे उपलब्ध http://sacredtexts.com/hin/rigveda/rv10090.htm (१ मार्च २०१० रोजी तपासले).

४. जातीच्या विषयावरील हिंदू धर्मग्रंथांच्या संहितेचा वेगळ्या शब्दांत आशय सांगताना लिंगवाचक नसलेल्या आणि समावेशक भाषेचा वापर करण्याऐवजी पुल्लिंगी शब्दांचा वापर मी कायम ठेवला आहे. जी सामाजिक परिस्थिती केवळ पुरुषप्रधान होती त्या परिस्थितीत केले गेलेले, मानक म्हणून गणले गेलेले मूळ भाष्य सादर करावे हा माझा हेतू आहे.

५. एस. राधाकृष्णन, 'इंट्रोडक्टरी एसे', द *भगवद्गीता* (न्यू डेल्ही: हार्पर-कॉलिन्स, २००२), १४–१५; जॉन ब्रॉकिंगटन, द *संस्कृत एपिक्स,* हँडबुक देर ओरिएंटॅलिस्टिक, स्वाएट ॲबटेलुंग, इंडियेन व्हाल्युम.११ (लायडन: ब्रिल, १९९८).

६. द *भगवद्गीता* (न्यू दिल्ली: हार्परकॉलिन्स, २००२), XVIII, ४५–४८.

७. मनुस्मृतीच्या तारखा आणि मनुस्मृतीला प्रमुख स्रोत म्हणून उद्धृत करण्याचे महत्त्व मी याआधीच ७व्या प्रकरणात उल्लेखित केले आहे, XXn४६.

८. पहा मनुस्मृती, XII.

९. तथैव., VIII, ३७९, ३८०.

१०. तथैव., ३८१.

११. विवेकानंद झा, 'कास्ट, अनटचेबिलिटी अँड सोशल जस्टिस: अर्ली नॉर्थ इंडियन पर्स्पेक्टिव्ह', *सोशल सायंटिस्ट,* खंड २५, क्र. ११–१२ (नोव्हेंबर–डिसेंबर १९९७): २०.

१२. तुलना करून पहा: नृपेंद्र कुमार दत्त, *ओरिजिन अँड ग्रोथ ऑफ कास्ट इन इंडिया,* खंड I (कलकत्ता: फर्मा के. एल. मुखोपाध्याय, १९६५), ७५.

१३. भूपेन चौधरी, *इंडियन कास्ट सिस्टम: एसेन्स अँड रिॲलिटी* (न्यू दिल्ली: ग्लोबल व्हिजन, २००६), १६.

१४. पहा मनुस्मृती, जॉर्ज ब्युलर, अनुवादित, *सेक्रेड बुक्स ऑफ* द ईस्ट, खंड २५, १८८६. येथे ऑनलाईन उपलब्ध www.hinduwebsite.com/sacredscripts/hinduism/dharma/manusmriti.asp (३ एप्रिल २००६ रोजी तपासले).

१५. तथैव., XII, ९.

१६. तथैव., II, ३१.

१७. तथैव., X, १२३. शूद्राच्या व्यवसायाचे तपशीलवार वर्णन १२१–२९ या श्लोकांमध्ये केले गेले आहे.

१८. तथैव., १२४.

१९. तथैव., १२५.

२०. तथैव., १२९.

२१. तथैव., IV, ९९.

२२. तथैव., XII, ४.

२३. तथैव., XI, ७०.

२४. तथैव., १३२.

२५. तथैव., २२४. जातिबाह्य याचा अर्थ दलित किंवा चार वर्णांपेक्षा 'खालच्या' जाती.

२६. तथैव., VIII, २७०–७२. द्विज व्यक्तींचा अपमान करणाऱ्या शूद्राची जीभ छाटली जाईल; जर त्याने द्विज व्यक्तींची नावे आणि जाती यांचा अपमान केला तर दहा बोटे एवढ्या लांबीचा धगधगता लोखंडी खिळा त्यांच्या तोंडात घुसडला जाईल; जर तो ब्राह्मणांनाच त्यांची कर्तव्ये शिकवू लागला, तर उकळते तेल त्याच्या तोंडात आणि कानांत ओतले जावे.

२७. तुलना करून पहा: ऋग्वेद, VI, १०.

२८. भारतीय संदर्भात अस्पृश्यता म्हणजे 'भारतीय लोकांच्या एका वर्गाच्या शारीरिक संपर्कात आल्यामुळे होणारा कायमचा आणि वंशपरंपरागत भ्रष्टपणा'. झा, 'कास्ट, अनटचेबिलिटी अँड सोशल जस्टिस', २३.

२९. छांदोग्य उपनिषद, V:१०:७ द उपनिषदाज, मॅक्सम्युलर, अनुवादित, १८७९. येथे ऑनलाईन स्वरूपात उपलब्ध http://www.sacred-texts.com/hin/sbe01/sbe01104.htm (६ मे २००६ रोजी तपासले). दलितांचा विश्वकोश असे नमूद करतो की 'या [अनुसूचित] जातींचे तीन ढोबळ असे वर्ग होते. हे वर्ग ज्यांचे तोंड पाहू नये, अलिप्त आणि अस्पृश्य असे होते. ही नावे सांगतात [,] त्याप्रमाणे स्वच्छ जातीच्या लोकांनी अमंगळ तोंडाच्या या लोकांकडे दिवसाउजेडी पाहायचे नसते. अलिप्त लोक कदाचित इतर जातीच्या लोकांशी अप्रत्यक्ष स्वरूपाचा संवाद अधूनमधून साधत असत. [...] याउलट, अस्पृश्य सामाजिक संघटनांशी एका ठरावीक पद्धतीने जोडलेले होते पण त्यांचा स्पर्श सवर्ण हिंदू व्यक्तीला किंवा तिच्या वस्तूला होण्यापासून शक्य तितका टाळला जात असे.' संजय पासवान अँड परमांशी जयदेवा, *एनसायक्लोपीडिया ऑफ दलित्स इन इंडिया, ह्युमन राईट्स: न्यू डायमेन्शन्स इन दलित प्रॉब्लेम्स,* खंड १४ (दिल्ली: कल्पाज पब्लिकेशन्स, २००३), २८६.

३०. झा, 'कास्ट, अनटचेबिलिटी अँड सोशल जस्टीस', २८.

३१. भगवद्गीता, IV, १३; XVIII, ४१–४४.

३२. भगवद्गीता, V, १८. 'पंडित किंवा ज्ञानी माणसे सुशिक्षित आणि विनम्र ब्राह्मण, गाय, हत्ती, कुत्रा आणि एक श्वपाक यांच्याकडे सारख्याच नजरेने पाहतात.' झा, 'कास्ट, अनटचेबिलिटी अँड सोशल जस्टिस', २८.

३३. पहा पी. राधाकृष्णन, 'बॅकवर्ड क्लासेस इन तमिळनाडू, १८७२–१९८८', *इकॉनॉमिक अँड पॉलिटिकल वीकली,* खंड २५, क्र. १० (१० मार्च १९९०): ५०९–१७.

३४. तथैव.

३५. 'दलित' हा शब्द डॉ. आंबेडकर यांनी लोकप्रिय केला होता, त्याबद्दल आपण या प्रकरणात पुढे बोलूच.

३६. पारेख, *कलॉनिअलिझ्म, ट्रॅडिशन अँड रिफॉर्म,* २३१–३२.

३७. तथैव., २३१.

३८. तुलना करून पहा: एम. एन. पाणिनी, 'कास्ट, रेस अँड ह्युमन राईट्स', सुखदेव थोरात अँड उमाकांत (संपादक), *कास्ट, रेस अँड डिस्क्रिमिनेशन* (जयपूर: रावत, २००४), १७६–७८ यामध्ये.

३९. भारवाड समुदाय म्हणजे गांधींच्या मूळगावातील—गुजरातमधील गुराखी.

४०. टार्लो, *क्लोदिंग मॅटर्स,* २६२–६३.

४१. डी. पोकॉक, *माईंड बॉडी अँड वेल्थ: अ स्टडी ऑफ बिलीफ अँड प्रॅक्टिस इन ॲन इंडियन व्हिलेज,* ऑक्सफर्ड, बेझिल ब्लॅकवेल, १९७३, २, टार्लो, *क्लोदिंग मॅटर्स,* २६५ मध्ये उद्धृत केले आहे (अधिक भर दिला आहे).

४२. डॉ. बी. आर. आंबेडकर यांच्या आयुष्यातला एक प्रसंग 'नजर लागण्याचे' सामाजिक परिणाम याचे उदाहरण म्हणून सांगता येईल. १९०१ मध्ये, रोखपाल म्हणून साजेशी सरकारी नोकरी करणाऱ्या आपल्या वडिलांना भेटायला आंबेडकर आणि त्यांचा मोठा भाऊ हे दोघे निघाले होते. मसूर स्थानकात ते दोघे आल्यावर, त्यांचे रुबाबदार इंग्रज पोशाख पाहून त्यांना ब्राह्मण समजत असलेले स्टेशनमास्तर त्यांची मदत करू लागले. जेव्हा त्यांनी या दोघांना त्यांचे मूळ विचारले तेव्हा आंबेडकर अभावितपणे ते महार असल्याचे बोलून गेले (बॉम्बे प्रेसिडेन्सीमध्ये अस्पृश्य गणल्या जाणाऱ्या समुदायांपैकी हा एक समुदाय होता). आंबेडकर आठवण सांगतात: 'स्टेशनमास्तर अवाक झाला होता. त्याच्या चेहऱ्यावरचे भाव अचानक बदलले. चीड आणणाऱ्या एका विचित्र भावनेने त्याचा ठाव घेतला होता हे आम्ही पाहू शकत होतो. माझे उत्तर ऐकताच तो आपल्या खोलीत निघून गेला, आणि आम्ही तिथेच

उभे राहिलो.' मग अंधारून येऊ लागले. हे दोघे मुलगे बैलगाडीने जायला तयार झाले होते पण गाडीवानांनी त्यांच्या जातीबद्दल ऐकले होते आणि 'त्यांच्यापैकी कुणीही भ्रष्ट होण्यास आणि अस्पृश्य वर्गाच्या उतारूंना वाहून नेऊन स्वतःचा मानभंग करून घेण्यास तयार नव्हते. आम्ही दुप्पट भाडे द्यायला तयार होतो पण आम्हाला असे दिसले की पैशाचे बळ इथे चालत नाही.' शेवटी असे ठरले 'की आम्हाला त्याची गाडी चालवू देण्यासाठी गाडीवानाला दुप्पट भाडे द्यायचे... आणि आमच्या प्रवासादरम्यान गाडीवान आमच्यासोबत पायी चालत येईल... यामुळे त्याला त्याचे भाडे मिळणार होते आणि तो भ्रष्ट होण्यापासूनदेखील वाचणार होता.' बी. आर. आंबेडकर, 'वेटिंग फॉर अ वीजा', इन *रायटिंग अँड स्पीचेस*, खंड १२, भाग १, संपादक वसंत मून (बॉम्बे: एज्युकेशन डिपार्टमेंट, गव्हर्नमेंट ऑफ महाराष्ट्र, १९९३), ६६१–९१. ऑनलाईन येथे उपलब्ध: कोलंबिया युनिव्हर्सिटी वेबसाईट http://www.columbia.edu/itc/mealac/pritchett/00ambedkar/txt_ambedkar_waiting.html (६ एप्रिल २००७ रोजी तपासले).

४३. जी. एस. घुर्ये, *कास्ट अँड रेस इन इंडिया* (बॉम्बे: पॉप्युलर प्रकाशन, २००४ [१९६९]), ७९.

४४. झा, 'कास्ट, अनटचेबिलिटी अँड सोशल जस्टिस', २४.

४५. घुर्ये, *कास्ट अँड रेस इन इंडिया,* ९.

४६. तथैव., १२.

४७. तथैव.

४८. तुलना करून पहा: तथैव., ९.

४९. तथैव., १३.

५०. तथैव. हा कायदा १८६५ मध्ये रद्द करण्यात आला.

५१. आर. एल. हार्डग्रोव्ह, ज्युनियर, 'द ब्रेस्ट क्लॉथ कॉंट्रव्हर्सी: कास्ट कॉन्शसनेस अँड सोशल चेंज इन सदर्न त्रावणकोर', *इंडियन इकॉनॉमिक अँड सोशल रिव्यू,* खंड ५, क्र. २ (१९६८): १७१–८७; हेही पहा: विनय बाल, 'शिफ्टिंग बाउंड्रीज ऑफ 'नेटिव्हिटी' अँड 'मॉडर्निटी' इन साऊथ एशियन विमेन्स क्लोद्स', *डायलेक्टिकल अँथ्रपॉलॉजी,* खंड २९, क्र. १ (२००५): ८६.

५२. पाणिनी, 'कास्ट, रेस अँड ह्युमन राईट्स', १७६–७८.

५३. पारेख, *कलॉनिअलिझ्म, ट्रॅडिशन अँड रिफॉर्म,* २३३.

५४. बी. आर. आंबेडकर, *व्हॉट कॉंग्रेस अँड गांधी हॅव डन टू द अनटचेबल्स* (बॉम्बे: ठाकर अँड कं., १९४६), प्रकरण १, भाग २. डॉ. बाबासाहेब आंबेडकर, रायटिंग अँड स्पीचेस. येथे ऑनलाईन उपलब्ध http://www.ambedkar.org/ambcd/41B.What%20Congress%20and%20Gandhi%20CHAPTER%20I.htm (१४ मार्च २००७ रोजी तपासले).

५५. १८ मार्च १९३१ ला दिलेले भाषण, रॉबर्ट ऱ्होड्स जेम्स, *चर्चिल: या स्टडी इन फेल्यर १९००–१९३९* (लंडन: पेलिकन, १९७३), २५४ यात आहे.

५६. तथैव.

५७. पारेख, *कॉलनिऑलिजम, ट्रॅडिशन अँड रिफॉर्म,* २३५ येथे उद्धृत केले आहे.

५८. आंबेडकर, *व्हॉट कॉंग्रेस अँड गांधी हॅव डन,* प्रकरण १, भाग ३.

५९. तथैव.

६०. तथैव.

६१. तुलना करून पहा: पारेख, *कॉलनिऑलिजम, ट्रॅडिशन अँड रिफॉर्म,* २३४–३६.

११ गांधींची सामाजिक-धार्मिक क्रांती—अस्पृश्यता

आजची राष्ट्रीय योजना काय आहे? हिंदू, खादी आणि हिंदू-मुस्लीम ऐक्य या गोष्टींद्वारे अस्पृश्यतेचे निर्मूलन करणे. मला वाटते की ह्या तिन्ही गोष्टी तुमच्या अडचणींवर उपाय शोधण्यासाठी आहेत. हिंदू-मुस्लीम ऐक्य हेसुद्धा बव्हंशी अस्पृश्यतेच्या प्रश्नाचे उत्तर आहे आणि खादीमुळे लोक जसे एकत्र येतात तसे इतर कुठल्याही गोष्टीने येऊ शकत नाहीत.

—मो. क. गांधी[१]

तीन हजार वर्षे टिकून राहिलेल्या, काटेकोर आणि दुर्दम्य अशा सामाजिक रचनेच्या पार्श्वभूमीवर गांधींसारख्या अधिकारशून्य माणसाने बदल घडवून आणण्याचा प्रयत्नदेखील करावा, हे आश्चर्यकारक आहे. तरीही त्यांनी अशक्य ते करण्याची हिंमत केली—आधी स्वतःच्या बाबतीत ते केले, मग कुटुंबाच्या बाबतीत, त्यानंतर आश्रमात आणि मग अखेरीस संपूर्ण भारतीय समाजात त्यांनी ते करून दाखवले. यामध्ये सनातनी हिंदू धर्माची पवित्र देवळेसुद्धा आली. इतर कोणत्याही राष्ट्रीय नेत्याने अस्पृश्यतेच्या निर्मूलनासाठी एवढे केले नव्हते.[२]

जाती आणि अस्पृश्यतेवरील गांधींची मते

धारणेच्या आणि वर्तणुकीच्या परंपरागत पद्धतींना सुधारण्याचे काम गांधींची अस्पृश्यताविरोधी चळवळ करत होती. याच्या अगदी विरोधात, इतर वैकल्पिक चळवळी अस्पृश्यांचे इतर धर्मांमध्ये धर्मांतर करून किंवा धर्मनिरपेक्ष व्यक्तिमत्त्वाचा अंगीकार करून त्यांना मुक्त करण्याचा प्रयत्न करत होत्या.[३] गांधींची कार्यावली कळून यायला जरा जास्त कठीण होती; कारण तिचा अर्थ होता शतकानुशतके चालत आलेल्या पवित्र परंपरांना भिडणे.

हिंदू जातिव्यवस्थेच्या मुळाशी पावित्र्य-अपावित्र्याची संकल्पना एवढी घट्ट रुजलेली आहे की तिच्यामुळे सर्व जाती (पेशे) उच्च-नीच श्रेणीमध्ये बसवल्या जातात, त्यांच्यामधील सामाजिक आंतरव्यवहारांचे नियम प्रस्थापित करण्यासाठीचा निकष म्हणजेसुद्धा ही संकल्पना असते.[४] ह्या नियमांमध्ये अन्नाची देवाणघेवाण, पाणी, स्पर्श, प्रादेशिक सीमारेषा, वसतिस्थान आणि कपड्यांचासुद्धा समावेश होतो. त्यांची कुठलीही जात असो, तरीही सर्व भारतीयांना घरी सूतकताई करण्यासाठी वेळ काढणे आणि खादी परिधान करणे, या गोष्टींचे आवाहन करून गांधी लोकांची मने, हृदये, पोटे आणि हात एकत्र आणू इच्छित होते; जेणेकरून

सर्वांचाच उदरनिर्वाह चांगला व्हावा. हिंदूनीदेखील सहानुभूती, एकजूट आणि सर्वसंमतीच्या या विशाल चळवळीत अतिशूद्र आणि दलितांच्या साथीने सहभागी व्हावे आवाहन होते. त्यामुळे गांधींसाठी अस्पृश्यता ही केवळ एक धार्मिक समस्या नव्हती. ती प्रामुख्याने सामाजिक-आर्थिक समस्यासुद्धा होती. खादीच्या उत्पादनाची पद्धत ही दलितांना हिंदूंच्या दडपशाहीतून मुक्त करणार होती आणि त्यांना स्वातंत्र्याच्या राष्ट्रीय लढ्यामध्ये सक्रिय सहभागी म्हणून समाविष्ट करून घेणार होती. 'श्रीमंत लोकांनी लादलेल्या बंधनातून खादी गरीब लोकांना सोडवते आणि उच्चभ्रू आणि सर्वसामान्य माणसे यांच्यामध्ये एक नैतिक आणि आध्यात्मिक बंध तयार करते.'[५]

जाती आणि अस्पृश्यता यांच्यावरील गांधींची मते त्यांच्या लहानपणी आकाराला आली. त्यांनी स्वतः व्यक्तिगत पातळीवर जातिव्यवस्थेच्या अनुषंगाने येणाऱ्या गोष्टींचा आणि तिची उच्च-नीच स्तरश्रेणी काटेकोरपणे कायम राखण्यासाठी ज्या स्वैराचाराने नियम वाढवले जात होते, त्याचा अनुभव घेतला होता. उदाहरणार्थ, इंग्लंडला जायला निघण्यापूर्वी त्यांच्या समाजातील एका प्रधान व्यक्तीने त्यांना जातिबाह्य म्हणून घोषित केले (त्यांच्या कुटुंबातील एका ब्राह्मण मित्राने त्यांना जायची परवानगी आधीच दिली होती तरीही), आणि जेव्हा ते परतले तेव्हा त्यांना त्यांची जातीची ओळख पुन्हा प्राप्त व्हावी म्हणून एका पवित्र नदीत त्यांना स्नान करावयास लावले गेले.[६] अत्यंत धर्मनिष्ठ वैष्णव असलेल्या त्यांच्या आईलाही त्यांनी अस्पृश्यतेचे कडक हिंदू नियम पाळायला शिकवताना पाहिले होते: घरच्या सफाई कामगाराला त्यांचा चुकून स्पर्श झाला तर त्यांची आई त्यांना विधिपूर्वक स्नान करायला सांगत असे. गांधींनी हे कबूल केले की ते ही आज्ञा पाळत असत, पण 'ते हसतहसत या गोष्टीचा निषेध करत आणि सांगून देत की 'अस्पृश्यते'ला धर्माने मान्यता दिलेली नव्हती आणि तसे असणे हे अगदी अशक्य होते'.[७]

राजकीयदृष्ट्या, गांधींना अस्पृश्यतेच्या विषयाचे महत्त्व लवकरच लक्षात आले आणि त्यांनी तो विषय राष्ट्रीय कार्यसूचीमध्ये लगेच वरच्या स्थानावर ठेवला. त्यांच्या आधी इतर कोणत्याही नेत्याने असा समोरून हल्ला केला नव्हता आणि निर्मूलनासाठी असे जोमदार राष्ट्रीय अभियान सुरू केले नव्हते. त्यांनी जातीय हिंदूंना या अभियानात सामील होण्याचे आवाहन केले; कारण ते स्वराज्याच्या हिताचे होते:

भारताच्या एक पंचमांश जनतेला जर आपल्याला अखंड पारतंत्र्यात ठेवायचे असेल आणि राष्ट्रीय संस्कृतीची फळे त्यांना जाणूनबुजून नाकारायची असतील तर मग स्वराज्य या संज्ञेला काही अर्थ उरत नाही. शुद्धीकरणाच्या या महान मोहिमेत आपण देवाची मदत मागत आहोत पण, त्याचीच निर्मिती असलेल्या आणि सर्वांत लायक असलेल्या लोकांना आपण मानवतेचे हक्क नाकारतो आहे. आपण स्वतः अमानुष वागत असताना आपण देवापुढे इतरांच्या अमानुषपणातून आपली मुक्तता करावी अशी याचना करू शकत नाही.[८]

तत्त्वज्ञानाच्या दृष्टिकोनातून पाहिले असता, गांधींचे अस्पृश्यतेबद्दलचे मत हे होते की ते एक घोर पाप होते आणि हिंदुत्वावर लागलेला एक हिडीस बट्टा होता.ते कर्माच्या नियमावर (म्हणजे आपल्या कृत्यांचे परिणामसुद्धा कृत्यांसाखेच असतात) गाढ विश्वास ठेवणारे होते, त्यांची अशी धारणा होती की साम्राज्यवादी राजवटीखाली भारताला जे दुःख सहन करावे लागले ते 'आपण करत असलेल्या या अस्पृश्यतेच्या मोठ्या आणि पुसून टाकता न येण्याजोग्या गुन्ह्यासाठीची चपखल आणि उचित शिक्षा होती'.[९]

त्यांच्या जातिव्यवस्थेवरच्या मतांचे सार पुढीलप्रमाणे सांगितले जाऊ शकते: जर एखाद्या व्यक्तीने हिंदू धर्माच्या मूळ स्रोतांकडे पाहिले, तर तिथे त्याला ऐक्याच्या तत्त्वाची दृढ धारणा आणि सर्व जीवांप्रतिचा आदर दिसून येईल.[१०] हा गाभा आहे, आणि त्याला नजरेसमोर ठेवून इतर सर्व अर्थबोधांचे मोजमापन केले जाऊ शकते. चार वर्ण हे 'पुरुषाचे' भाग असतात आणि म्हणून ते श्रमाची विभागणी असतात, ते सर्व सारखेच पवित्र असतात आणि समाजाचा कारभार सुरळीत चालावा, यासाठी अत्यावश्यक असतात.

गांधींनी या विषयावर बराच विचार केला आणि ते या निष्कर्षावर आले की 'हिंदू समाजाचे [जातिव्यवस्थे] शिवाय चालू शकत नाही, आणि हिंदू समाज या जातीच्या प्रणालीमुळेच जिवंत राहतो'.[११] त्यांचे असे मत होते की मूलतः आणि स्वाभाविकपणे जात ही 'उच्च आणि नीच' यांच्या मधल्या फरक आधारलेले विभाजन अशा स्वरूपाची नव्हती– नीच हे विशेषण काळाच्या ओघात कधीतरी आत शिरले आणि त्याने हिंदू धर्म भ्रष्ट केला.[१२] म्हणून गांधींनी आपले हे मत कायम ठेवले की अस्पृश्यतेची प्रथा हा हिंदू धर्माचा अविभाज्य भाग नव्हता तर अवनतीच्या आणि अधःपतनाच्या काळात प्रचलित केल्या गेलेल्या अघोरी प्रथेची ती एक शाखा होती. त्यांनी १९०५ मध्ये धाडसाने घोषणा केली: 'व्यक्तिशः माझ्यासाठी, ब्राह्मण आणि भंग्यामध्ये काहीही फरक नाही.'[१३] त्यांच्यासाठी दोघेही सारखेच होते कारण दोघेही दैवी सत्त्वातून निर्माण झाले होते. अस्पृश्यता हे असे पाप होते जे नष्ट व्हायला हवे होते, आणि त्याच्या निर्मूलनामुळे हिंदुत्वावरचा कलंक पुसून निघणार होता. 'जर अस्पृश्यता हा हिंदुत्वाचा भाग होता, तर मग तो एकतर सडलेला किंवा मग अनैसर्गिक वाढ झालेला भाग होता.'[१४]

गांधी जरी आवेशाने अस्पृश्यतेचा विरोध करत असले तरी त्याचा अर्थ असा नव्हता की ते जातिव्यवस्थेच्या विरोधात होते. उलट त्यांनी तिचा पुरस्कार केला. 'अस्पृश्यता हे जातिव्यवस्थेचे नव्हे तर उच्च आणि नीच असा जो भेदभाव केला जातो त्याचे फळ आहे... ज्याक्षणी अस्पृश्यता नष्ट होईल, त्याक्षणी जातिव्यवस्थेचेसुद्धा शुद्धीकरण होईल.'[१५] बऱ्याच जणांना त्यांचे हे मत त्यांच्या अस्पृश्यतेला साफ नामंजुरी देण्याच्या त्यांच्या मताशी विसंगत वाटले. त्यांची भूमिका अधिक वास्तववादी विचारांनी प्रेरित झालेली होती.[१६] प्राचीन

काळापासून चालत आलेली व्यवस्था 'सुधारणे', यासारख्या वास्तववादी उपाय शोधण्याच्या इच्छेमधून तिचा जन्म झाला होता:

> कारण ही व्यवस्था पूर्णपणे नष्ट करणे जवळजवळ अशक्यच होते. जातिव्यवस्थेची पाळेमुळे भारतात इतकी खोलवर रुजलेली आहेत की, ही व्यवस्था मुळापासून उपटून टाकण्याऐवजी तिच्यात सुधारणा करणे जास्त योग्य ठरेल. हिंदू जातिव्यवस्था ही केवळ निष्क्रिय, निर्जीव प्रथा नाही, तर ती एक जिवंत प्रथा आहे आणि ती स्वतःच्या नियमांनुसार चालत आली आहे. दुर्दैवाने आज या व्यवस्थेमध्ये आपल्याला भपकेबाजी, ढोंगीपणा, हाव आणि भांडणे यांसारख्या वाईट गोष्टी दिसून येतात. पण यामुळे फक्त एवढेच सिद्ध होते की लोकांमध्ये शील राहिलेले नाही; ही व्यवस्थाच वाईट आहे असा निष्कर्ष आपण त्यातून काढू शकत नाही.[१७]

जातिव्यवस्थेची उभी रचना स्वच्छ करताना, म्हणजे की श्रेष्ठत्व आणि गौणत्व असे दृष्टिकोन काढून टाकताना, आणि त्याच वेळी 'श्रमाची विभागणी' ही तिची मध्यवर्ती संकल्पना कायम राखताना, गांधी जवळजवळ ३००० वर्षे जुन्या विचारसरणीच्या विरोधात आध्यात्मिकदृष्ट्या, राजकीय, सामाजिक आणि नैतिकदृष्ट्या चाल करून जात होते. ते या व्यवस्थेतला 'अहंकारी अनन्यपणा' काढून टाकत होते. या अनन्यपणाने असंख्य पोट-विभागण्यांना जन्म दिला होता, [आणि त्या] स्वतःला एका कळून न येणाऱ्या गतीने नष्ट उद्ध्वस्त करत होत्या.[१८] त्यांना हिंदू धर्माचे शुद्धीकरण करायचे होते. पण तसे करताना त्यांना हिंदू धर्माच्या त्यांच्या मते सर्वश्रेष्ठ असलेल्या श्रद्धांशी तडजोड करायची नव्हती. या धैर्यवान निष्ठांच्या सोबतीने त्यांनी आमूलाग्र बदल करायला सुरुवात केली. सर्वांत आधी त्यांनी हा बदल स्वतःच्या आयुष्यात आणि स्वतःच्या सामाजिक-राजकीय वर्तणुकीत केला, आणि त्याच वेळी हिंदू समाजात सुधारणा घडवून आणण्यासाठी ते झटत होते. त्यासाठी त्यांनी अशा लोकांचे साहाय्य्य घेतले जे ते सांगत असलेल्या सत्यावर विश्वास ठेवायला तयार होते. त्यांच्या विधायक कार्यक्रमाद्वारे त्यांनी अस्पृश्यतेच्या निर्मूलनासाठी एक योजनादेखील आखली,[१९] आणि आपल्या आयुष्याची शेवटची २० वर्षे ही योजना वास्तवात आणण्यासाठी अर्पण केली. त्यांनी सनातन हिंदूंसमोर हे निर्णायक शब्द उच्चारण्याचे धाडससुद्धा केले:

> मला मोक्ष मिळवायचा आहेच. मला पुनर्जन्म नकोय. पण मला जर पुन्हा जन्म घ्यायचा असेल तर मला वाटते की मी अस्पृश्य म्हणून जन्मावे, जेणेकरून मला त्यांचे दुःख, व्यथा आणि त्यांचा केलेला अपमान हे सर्व अनुभवता येईल आणि मग त्यापासून माझी आणि त्यांची ह्या दुर्दशेतून मुक्तता करण्याचा प्रयत्न करू शकेन. म्हणून मी अशी प्रार्थना केली आहे की, माझा जर पुनर्जन्म व्हायचा असेल तर तो ब्राह्मण, क्षत्रिय, वैश्य किंवा शूद्र म्हणून होऊ नये, तर अतिशूद्र म्हणून व्हावा.[२०]

अस्पृश्यतेच्या निर्मूलनात गांधींचा व्यक्तिगत सहभाग

गांधी अस्पृश्यांच्या जास्त जवळ, त्यांच्या सान्निध्यात राहू लागले. त्यांनी अस्पृश्यांना हरिजन (देवाची मुले) हे नाव दिले. असे करून त्यांना स्वतःची एक सन्मान्य आणि योग्यतापूर्ण ओळख बाळगण्याचा त्यांचा जो हक्क होता तो गांधींनी ठासून सांगितला आणि परंपरागत पद्धतीने त्यांचा संबंध ज्या अपमानकारक समजुतींशी लावला गेला होता त्या समजुती नाकारल्या. अगदी मागे म्हणजे १८९७ मध्ये, दक्षिण आफ्रिकेत असताना त्यांनी हरिजनांना आपल्या घरात घेण्यास सुरुवात केली होती. त्यांनी पुन्हा तसेच साबरमती आश्रमातदेखील केले. त्यासाठी त्यांनी आपली पत्नी, आपले शिष्य आणि दाते गमावून बसण्याचा धोका स्वीकारला. त्यांनी एका हरिजन मुलीला दत्तक घेतले आणि तिचे लग्न होईपर्यंत तिचे पालनपोषण केले. दिल्लीला भेट दिल्यावर ते भंग्यांच्या वस्तीत राहत आणि त्यांच्यासोबत जेवतसुद्धा.

गांधींनी अस्पृश्यतेच्या विरोधात न डगमगता भाषणे दिली आणि भरपूर लेखन केले. अस्पृश्यासाठी समान संधीचा प्रसार करण्यासाठी त्यांनी देशभरात असंख्य योजना सुरू केल्या. त्यांनी हे प्रकरण जातीय हिंदूंसमोर मांडले. त्यांनी या हिंदूंना विनवणी केली. या हिंदूंची सद्सद्विवेकबुद्धी गांधींनी ढवळून काढली आणि त्यांच्यात जबाबदारीची जाणीव जागृत केली. त्यांनी आंतरजातीय विवाहांचा पुरस्कार केला आणि ज्यामध्ये दोघांपैकी एक जोडीदार अस्पृश्य असेल अशाच विवाहांना आपला 'आशीर्वाद' देण्याची तयारी दर्शवली.[२१] या अभियानात त्यांनी वेगवेगळ्या जातीच्या स्त्रियांना कृतिशील बनवले. त्यांनी या स्त्रियांना, हिंदुत्वावरील अस्पृश्यतेच्या कलंकाचे प्रायश्चित्त म्हणून, त्यांच्या ऐषारामाच्या गोष्टींचा आणि भरजरी कपड्यांचा त्याग करण्यास सांगितले.[२२] अस्पृश्यतेचे निर्मूलन करण्यासाठी त्यांनी देशव्यापी कार्यक्रम तयार केला.

गांधींना याची जाणीव होती की अस्पृश्यतेचा पाया हा पवित्र हिंदू धर्मग्रंथांचा अर्थ कसा लावला जातो त्यावर आधारलेला होता. त्यामुळे त्यांनी अर्थनिष्पत्ती सांगणारे लिखाणाचे नवीन नमुने शोधायला सुरुवात केली.[२३] त्यांनी श्रुती आणि स्मृतींमधल्या त्या उताऱ्यांचा पुन्हा अर्थ लावण्याची इच्छा बाळगली, ज्या उताऱ्यांमध्ये जात ही समाजाच्या एका उभट स्तरीकरणाच्या स्वरूपात दाखवली गेली होती. तसेच त्यातले जे उतारे अस्पृश्यतेचा पुरस्कार करत होते त्यांना वगळायचे होते. त्यांच्या या प्रयत्नांमुळे सनातनी ब्राह्मणांना राग आला. फक्त ब्राह्मणांसाठी राखून ठेवलेल्या अधिकारक्षेत्रामध्ये घुसखोरी करणारा एक वैश्य जातीचा केवळ एक आगंतुक म्हणून हे ब्राह्मण गांधींकडे पाहत असत. त्यांना सत्य आणि आपली भूमिका आधुनिक काळासाठी रास्त असल्याचे पटवून देण्यात गांधी दुर्दैवाने अयशस्वी ठरले. शिवाय, त्यांची हिंदू धर्मातून हकालपट्टी करण्यासाठी त्यांची बदनामी करण्याची एक मोहीम सुरू केली गेली होती. या मोहिमेत त्यांना हिंदू धर्मात आतून अस्थिरता निर्माण करण्याचे ध्येय

बाळगणारा हिंदूच्या वेशातला ख्रिश्चन असे दाखवण्यात आले. या आरोपाचा पुरावा म्हणून त्यांना मुस्लिमांप्रति असलेल्या सहानुभूतीचे उदाहरण दाखवण्यात येई. इतिहासकार अशी नोंद करतात की सनातनी ब्राह्मणांबरोबरच्या चर्चांमध्ये आलेल्या या अपयशामुळे गांधींच्या धर्माच्या कबुलीला एक कलाटणी मिळाली. त्यांच्या दूरदृष्टीला हे जाणवले की बदनामीची ही मोहीम जनतेचा नेता म्हणून त्यांना मिळालेली विश्वासार्हता साफ धुळीला मिळवणार होती. ते जाहीररीत्या आपली हिंदू ही ओळख ठासून सांगू लागले, सनातनी, हिंदू-धर्म या 'शाश्वत धर्माचा' खरा अनुयायी असल्याचा उघड उघड दावा करू लागले.[२४]

दुर्गम गावांना भेट देत असताना गांधींच्या व्यक्तिगत उपस्थितीमुळे 'जातीच्या श्रेष्ठत्वावर आधारलेल्या सर्व भेदभावाचे उच्चाटन' या विषयावर प्रत्यक्ष प्रवचन देण्याची उत्कृष्ट संधी उपलब्ध होत असे. खाली दिलेल्या उदाहरणातून असे दिसून येते की उच्चारलेल्या किंवा लिखित शब्दांच्या पलीकडे जाणाऱ्या संवादाचे माध्यम वापरून त्यांनी कसा निगर्वी आणि शैक्षणिक दृष्टिकोन अंगीकारला होता.

> गजेरा गावामध्ये, [ते दांडीला जात असताना] एका मोठ्या वडाच्या झाडाखाली गांधींच्या दुपारच्या भाषणासाठी एक व्यासपीठ उभारले गेले होते. ब्रिटिश राजवटीच्या दुष्टपणाबद्दल आणि मिठाच्या कराच्या घोर अन्यायाबाबत महात्मा आपल्याला काही सांगतील म्हणून चार ते पाच हजार लोक शांतपणे वाट पाहत बसले होते, पण नेहमी वक्तशीर असणारे गांधी फक्त त्या व्यासपीठावर बसले आणि वाट पाहू लागले. ते अजूनही वाट पाहतच होते. ताण वाढला. या यात्रेच्या दरम्यान पहिल्यांदाच अस्पृश्यांना इतर श्रोत्यांसोबत बसायला मज्जाव केला गेला होता. गांधींनी त्यांच्या अनुयायांना बहिष्कृतांमध्ये बसायला सांगितले आणि त्यांनी अखेर घोषणा केली: 'ही सभा अजून सुरू झाली नाहीये... एकतर तुम्ही अस्पृश्यांना आणि माझ्या स्वयंसेवकांना तुमच्यात मोकळेपणाने बसू द्या नाहीतर मग मला त्या टेकडीवरून तुमच्याशी बोलावे लागेल जिथे ते अस्पृश्य बसले आहेत.' ते उत्तराची वाट पाहू लागले. अखेर अस्पृश्यांना मुख्य श्रोत्यांमध्ये बसण्यासाठी बोलावण्यात आले आणि मग गांधींनी या उपरोधाकडे लक्ष वेधले की अक्षरशः जातिबाह्य असणाऱ्यांना जातीय गावकरी तसेच वागवत होते जसे त्यांना स्वतःला ब्रिटिश लोक वागवत होते. अस्पृश्यांचे आपल्यात स्वागत करून श्रोत्यांनी खऱ्या स्वातंत्र्याच्या दिशेने पहिले पाऊल उचलले होते, असे गांधींनी त्यांना सांगितले.[२५]

गांधींचा पेहराव आणि ओळख

गांधींच्या साध्या पेहरावाच्या अर्थच्छटा आपण ओळखू शकणार नाही जर आपण त्याकडे फक्त एक सामाजिक-सांस्कृतिक पर्याय म्हणून पाहिले. एक श्रीमंत आणि मागणीत असलेला वकील ते एक असा माणूस जो स्वतःला गरिबाहून गरीब माणसांपासून भिन्न मानत नसे, हा कायापालट जो गांधींमध्ये घडून आला त्याचे खरे कारण आणि प्रेरणा ही मानवजातीप्रति

असलेल्या गाढ प्रेमाशी जुडलेली आध्यात्मिकता ही होती. 'एक मनुष्य, त्याच्या जन्मामुळे अस्पृश्य, अगम्य किंवा अदृश्य होतो असे म्हणणे म्हणजे देवाचे अस्तित्व नाकारणे होय.'[२६] या दृढ विश्वासामुळे, जातिवादी हिंदू, ज्यांना जातीच्या कडक मर्यादा कायम ठेवायच्या होत्या, त्यांच्याकडून होणाऱ्या टीकेच्या भीतीवर मात करू शकण्याचे बळ गांधींमध्ये आले. त्यांना जे म्हणायचीदेखील लाज वाटली असती ते गांधींनी अभिमानाने बोलून दाखवले:

> तुम्हाला माहीत आहेच की, मी स्वतः एक कष्टकरी आहे, मला स्वतःला भंगी, विणकर, सूत कातणारा, शेतकरी आणि काहीही म्हणवून घेण्यात गर्व वाटतो, आणि मला याचीदेखील लाज वाटत नाही की यातल्या काही गोष्टी मला फक्त ऐकून माहीत आहेत. मला माझी ओळख कष्टकरी वर्गाप्रमाणे दाखवून आनंदच मिळतो, कारण कष्टाशिवाय आपण काहीच करू शकत नाही.... मी जगभरच्या कष्टकरी लोकांशी माझे साधर्म्य दाखवू शकतो या गोष्टीचा मला अभिमान वाटतो.[२७]

गांधी खालच्या जातीतल्या लोकांशी स्वतःचे साधर्म्य दाखवण्याचा जो प्रयत्न करत त्याचे उत्तम उदाहरण म्हणजे त्यांनी केलेली धोतराची निवड. त्याद्वारे ते जगाला साम्राज्यवादाच्या प्रभावाखाली होणाऱ्या भारताच्या शोषणाची व्याप्ती दाखवू इच्छित होते. स्वराज्य मिळेपर्यंत शोक पाळण्याची गरज, भारताला जर टिकून राहायचे असेल तर खादीचा एक भरवशाचा उपाय म्हणून अंगीकार आणि सर्व जातिबाह्यांचा समानतेचा आणि सर्वसमावेशकतेचा अधिकार या गोष्टीही त्यांना दाखवून द्यायच्या होत्या. अनेकांना त्यांच्या पेहरावाचा हा बहुस्तरीय अर्थ कळला नसला तरी तो त्यांच्या व्यक्तिमत्त्वाचा आणि ते जगत असलेल्या तत्त्वांचा महत्त्वाचा भाग होता, हे नाकारता येणार नाही.

१९३१ मध्ये, त्यांनी दुसऱ्या गोलमेज परिषदेच्या सदस्यांपुढे हे घोषित केले की ते तिथे काँग्रेसचे प्रतिनिधी म्हणून आले होते. ते म्हणाले की काँग्रेस सर्वच समुदायांचे प्रतिनिधित्व करत होती, पण ती खासकरून, गरिबांचे, अर्धपोटी राहणाऱ्यांचे, लाखो मूक दीनांचे प्रतिनिधित्व करत होती. संख्येने अफाट असलेल्या अस्पृश्यांबद्दल बोलायचे झाले तर त्यांनी असा दावा केला की ते स्वतःच त्यांचे प्रतिनिधित्व करत होते आणि याबाबतीत जर सार्वमत घेण्यात आले तर त्यात तेच विजयी होऊन निघतील.[२८]

यज्ञोपवीताचा-पवित्र धाग्याचा अव्हेर

अनेकदा आपले धड न झाकताच गांधी जो साधा लंगोट परिधान करत, त्यामुळे गांधींनी आपले शरीर लोकांना छाननीसाठी जणू उघडे करून दिले होते. त्यांचा हा पेहराव अत्यंत गरीब लोकांशी त्यांची एकजूट दाखवत असे, पण त्यामुळे सनातनी हिंदूंमध्ये एक कटू संदेश गेला. ते लाखो हिंदू-धर्मिय लोकांसमोर ह्याची घोषणा करत होते की, जरी ते वैश्य जातीचे,

म्हणजे एका द्विज जातीचे सदस्य असले तरी त्यांनी यज्ञोपवीत किंवा 'पवित्र धागा' परिधान करण्याचे नाकारले. त्यांच्या जातीतल्या पुरुषांसाठी हा धागा बंधनकारक होता. त्यांनी द्विज जातीचे असण्याचा 'सन्मान' उघडपणे नाकारणे हे 'अवज्ञेचे' जाहीर प्रदर्शन होते. ते पंडितांच्या नजरेआड झाले नाही. गांधींच्या आत्मचरित्रात त्यांनी कथन केले आहे की कसे हिंदू समुदायाने त्यांच्या 'हिताच्या उद्देशाने' अनेक वेळा त्यांना, भारतात आणि दक्षिण आफ्रिकेत सुद्धा, पवित्र धागा घालण्याचे प्रयत्न केले आणि त्यांनी ते धुडकावून लावले. या हितैषींचे हे प्रयत्न व्यर्थ ठरले कारण गांधींनी असा युक्तिवाद केला: 'जर शूद्र हा धागा घालणार नसतील,...तर इतर वर्णांना तो घालण्याचा अधिकार का आहे?'[२९] नंतर त्यांनी अधिक विचारपूर्वक उत्तर दिले:

> मी तो पवित्र धागा घालणार नाही, कारण मला त्याची कुठलीही गरज दिसून येत नाही, जेव्हा की असंख्य हिंदू तो घालत नाहीत आणि तरीही ते हिंदूच राहतात. शिवाय, हा पवित्र धागा हा आध्यात्मिक पुनरुद्भवाचे चिन्ह असला पाहिजे. तो परिधान करणारा माणूस उच्च दर्जाचे आणि पवित्र जीवन जगेल असा जाणूनबुजून प्रयत्न त्या धागा परिधान करणाऱ्या माणसाने करायला हवा असतो. भारतातील हिंदू धर्माची सद्यःस्थिती पाहता, अशा अर्थाचे प्रतीक अंगावर घालण्याच्या हक्काचे समर्थन हिंदू करू शकतील का, अशी मला शंका वाटते. तो हक्क तेव्हाच येईल जेव्हा हिंदू धर्मातून अस्पृश्यता पुसली जाईल, उच्च-नीचतेचे सारे भेद नष्ट होतील आणि या धर्मात इतर अनेक भरपूर अभद्र आणि थोतांड अशा ज्या गोष्टी माजलेल्या आहेत त्या झडून जातील. म्हणून माझे मन तो पवित्र धागा घालण्याच्या संकल्पनेशी बंड करून उठते.[३०]

गांधींनी 'असंख्य हिंदूंचे त्यावाचून काही अडत नाही' हे जे वक्तव्य केले त्यातला सूक्ष्म आरोप लक्षात आल्याशिवाय राहत नाही. तो सनातनी हिंदूच्या दुटप्पीपणावर केलेला आरोप होता. एकीकडे हे सनातनी हिंदू शूद्र आणि अस्पृश्य व्यक्तींना हिंदू पटाचे सदस्य मानत, तर दुसरीकडे त्यांना पवित्र धागा परिधान करण्याला ते मज्जाव करत. परंपरागत जातिव्यवस्थेची रचना आणि त्याचे उच्च-नीच श्रेणी-स्वरूप कसे सूक्ष्म पातळीवर बळकट केले जात होते हे गांधींच्या लगेच लक्षात आले. म्हणून हिंदू धर्माच्या मूळ विधानाचा, एका हिंदू राष्ट्रवादी नेत्याने केलेला हा आडमुठा अव्हेर पाहून सनातनी हिंदू प्रचंड संतापले यात नवलाचे काही नव्हते.

ऐक्याचे साधन म्हणून खादी

आपल्या द *गुड बोटमन* या पुस्तकात, राजमोहन गांधी, महात्मा गांधींचे नातू, असे सांगतात की गांधींची प्रतिभा या गोष्टीत दडलेली होती की त्यांनी खूप लवकर आणि स्पष्टपणे तीन 'शत्रू' ओळखले आणि जणू काही त्यांच्याकडे त्यांची स्वतःची नाव सावधपणे चालवण्याची क्षमता होती जेणेकरून त्यातल्या माणसांना एकदिलाने बंदरावर आणावे. हे तीन शत्रू होते साम्राज्यवाद, अस्पृश्यता आणि हिंदू-मुस्लीम संघर्ष:

> त्यांनी आपली ही समजूत १८९३ मध्ये प्रिटोरिया इथल्या सभेमध्ये सहजप्रेरणेने अस्पष्टपणेच बोलून दाखवली... तर मग त्याचा परस्परसंबंध व्यवहारवादी आणि नैतिक असा दोन्ही होता. जर हिंदू स्वतःच्याच काही लोकांना अस्पृश्य म्हणून वागवत होते तर मग परकीय राजवटीकडून स्वातंत्र्य मिळवण्याची त्यांची पात्रता नव्हती आणि जातीय हिंदूना स्वातंत्र्य मिळणे अवघड होते; कारण त्यांना अस्पृश्यांनी विरोध केला असता. हिंदू आणि मुस्लीम एकमेकांशी भांडत राहिले तर त्यांनासुद्धा काही बक्षीस किंवा ब्रिटनकडून स्वातंत्र्य मिळणार नव्हते... ह्या तिन्ही 'बंदरांपर्यंत' पोहोचण्यासाठी एखाद्या नाविकाला अफाट सुजाणतेची गरज होती.[३१]

मला हे रूपक थोडे आणखी स्पष्ट करून सांगायचे आहे की गांधींच्या असामान्य बुद्धीचे लक्षण ह्यातसुद्धा दिसून येते की ह्या तीन 'बंदरांवर' पोहोचण्यासाठी त्यांनी सूतकताई केलेल्या खादीचा एक ठळक प्रतीक म्हणून वापर केला. स्वराज्याच्या शोधात ते या प्रतीकाचे महत्त्व न थकता सांगत राहिले.[३२] राष्ट्रीय योजना 'ब्रिटिशांना पळवून लावण्याची' नव्हती. जुने, खोलवर रुजलेले मतभेद टाकून देऊन ब्रिटिश राजवटीपासून मुक्तता मिळवण्यासाठी सर्व भारतीयांना तयार करणे ही योजना होती. त्याचे साधन—खादीच्या क्रांतीद्वारे एकता—या साध्याइतकेच—म्हणजे स्वराज्याइतकेच—महत्त्वाचे होते. गांधींना खरेच 'पूर्ण' स्वराज्य हवे होते, जिथे साधने हीच साध्ये बनून जाणार होती. तरीही त्यांच्या बऱ्याच समकालीन नेत्यांना सर्वसमावेशक स्वातंत्र्य नको होते. ब्रिटिश साम्राज्यापासून मुक्तता, हे त्यांचे एकमात्र ध्येय होते. त्यांना असे वाटत असे की ते जे विदेशी कापड घालत त्याचा स्वराज्य या विषयाशी काही संबंध नव्हता. गांधींचा स्वातंत्र्याप्रति जो उत्साह होता, जो समतावादी आणि सर्वंकष होता त्याचा गुण काही त्यांना लागला नव्हता. ते एक असे स्वातंत्र्य असणार होते जिथे पेहराव हे ऐक्याचे सामाजिक, सर्वांना समान पातळीवर आणणारे साधन असणार होते. ते आपल्या मतांवर भर देत राहिले: 'प्रत्येक धर्मनिष्ठ हिंदूसाठी जसे दलित वर्गांप्रति अस्पृश्यता हे एक पाप होते, तसेच आणि तेवढेच विदेशी कापडासाठी अस्पृश्यता हे आपल्या सर्वांसाठी एक पुण्य होते.'[३३]

ही आव्हाने पुढ्यात असतानासुद्धा गांधी चालतच गेले. खादी हे त्यांच्यासाठी भारतीय ऐक्याचे रूपक होते. एक 'पवित्र वस्त्र', 'जे अप्रत्यक्षपणे आर्थिक स्वातंत्र्य आणि देशातल्या सर्वांसाठी समानता' असा अर्थ सूचित करते.[३४] ते पवित्र होते कारण:

> त्याचा अर्थ होता एक धाऊक स्वरूपाची स्वदेशीची मानसिकता... अनेकांच्या मानसिकतेत आणि अभिरुचीमध्ये क्रांतिकारी बदल... प्रत्येक भारतीयाच्या आयुष्याला हे वस्त्र ठळकपणे स्पर्श करून जाते, त्याच्यात स्वतःमध्ये असलेल्या ताकदीची त्याला जाणीव होऊन तो उजळून निघतो, आणि भारतीय मानवतेच्या महासागरातल्या प्रत्येक थेंबासोबत जणूकाही, त्याला स्वतःच्या व्यक्तित्वाचा अभिमान वाटत जातो.[३५]

इतिहासकार बिपन चंद्र अशी उदाहरणे सांगतात, जिथे खादीचा प्रसार आणि खालच्या जातीतल्या लोकांचे शिक्षण हे सलोख्यासारखे 'पूर्ण देशात उभारलेल्या शेकडो आश्रमांमध्ये एकजीव झाले होते'[३६] लोकांना स्वातंत्र्यासाठी संघटित करण्याचे गांधींचे जे धोरण होते त्याचा 'अनेकविध पैलूंचा', खूप आवश्यक असलेला, गरिबांना दिलेला दिलासा, हा एक अत्यावश्यक भाग होता:

> त्यामुळे शहरी, उच्च जातीतल्या वर्गाला गावातील आणि खालच्या जातीतल्या लोकांच्या परिस्थितीची जाणीव झाली... त्याने [काँग्रेसच्या राजकीय कार्यकर्त्यांना] आतापर्यंत राजकारणाबद्दल अनभिज्ञ असलेल्या जनतेच्या काही वर्गांशी एक बंध जुळवण्यात मदत केली आणि त्यांची संघटनक्षमता आणि स्वावलंबन वाढवले. त्यामुळे ग्रामीण जनतेला नवी आशा मिळाली आणि त्यांच्यावर काँग्रेसचा प्रभाव वाढला. खालच्या जातीतल्या लोकांना आणि आदिवासींना वर आणल्याशिवाय वसाहतवादाशी संघटित लढा दिला जाऊ शकणार नव्हता... राष्ट्रवादी चळवळीच्या सक्रिय सत्याग्रही काळामध्ये विधायक कार्यकर्त्यांनी एक मजबूत चौकात बनून राहायचे होते. म्हणून खादी भांडार कार्यकर्ते, राष्ट्रीय शाळांमधले आणि कॉलेजातले विद्यार्थी आणि शिक्षक आणि गांधीवादी आश्रमातले सहवासी हे सविनय कायदेभंगाच्या चळवळीत, आयोजक आणि सक्रिय सत्याग्रही म्हणून दोन्ही प्रकारे एक मजबूत कणा म्हणून उभे होते, हा निव्वळ योगायोग नव्हता.[३७]

सर्वांना खादीच्या माध्यमातून संपूर्ण भारतीय उपखंडात सर्वांना एकत्र आणण्याची ही चळवळ–मग त्यात कुणाचे वय, सामाजिक दर्जा, संस्कृती, जात, जमात, लिंग किंवा धर्म काहीही असो–हा पद्धतशीर बदल घडवून आणण्यासाठी गांधींनी केलेला सर्वांत धाडसी आणि सर्वांत दृश्यमान असा प्रयत्न होता.[३८] पूर्ण देशभरात आयोजित केलेल्या गजबजलेल्या मेळाव्यांमध्ये पांढऱ्या खादीचा जो जणू महासागर उसळत असे त्यामुळे त्यात सहभागी झालेल्या लोकांना त्यांच्या भिन्नतेच्या आधारावर वेगळे दाखवणे अशक्य होते.

खादीच्या उत्पादनात अस्पृश्यांचा सहभाग

आपल्या भाषणामध्ये आणि लेखनामध्ये गांधी बऱ्याचदा चरख्याचा उल्लेख 'लाखो' लोकांसाठी एकच आशास्थान, असा करत असत. हे शब्दप्रयोग–'भुकेलेले लाखो लोक', 'जनता'– त्यांच्याकडे निर्देश करत जे खूप जास्त गरीब होते आणि जे बव्हंशी, पण फक्त तेच आणि तेवढेच असे नाही, 'अस्पृश्य' होते. गांधींना त्यांना पूर्ण स्वराज्याच्या लढ्यामध्ये सामील करून घ्यायचे होते–वेगळे स्वतंत्र अस्तित्व म्हणून नाही,[३९] तर एका संघटित आणि निरनिराळ्या वंशांच्या माणसांनी भरलेल्या भारताच्या राजकीय मुख्य प्रवाहातला एक अविभाज्य घटक म्हणून. स्वातंत्र्याचा राष्ट्रीय लढा डोळ्यापुढे ठेवला तर लाभदायक रोजगार मिळवून देणारा सोपा पण

उपयुक्त मार्ग असे त्यांच्या सहभागा मागचे गांधींचे धोरण होते. त्यांचे असे मानणे होते की असे करण्याचे चरखा हे एक साधन होते. सूतकताईचा अर्थ असा असणार होता की करोडो [लोक] संघटित होऊन एका संयुक्त सहकारी प्रयत्नासाठी एकत्र यावेत, लाखो लोकांच्या ऊर्जेचे जतन आणि वापर केला जावा, आणि मातृभूमीच्या सेवेसाठी करोडो लोकांची समर्पित वृत्ती लाभावी'.[४०] खादी हे गांधींसाठी, 'भारतीय मानवजात, त्यांचे आर्थिक स्वातंत्र्य आणि समता या सर्वांचे प्रतीक होते'.[४१] खादी हे नुसते वस्त्र नव्हते. ती एक मनोवृत्ती होती आणि ती मनोवृत्ती या गोष्टीला प्रोत्साहन देत असे की 'जीवनावश्यक वस्तूंचे उत्पादन आणि वितरण यांचे विकेंद्रीकरण व्हावे'.[४२] त्यामध्ये कापसाचे पीक घेणे, कापूस जमा करणे, त्याची वाटवणी, तो स्वच्छ करणे, पिंजणे, रजतन, कताई, त्याला आकार देणे, रंग देणे, उभ्या आणि आडव्या वीणेची तयारी करणे, विणणे आणि धुणे या सर्व क्रियांचा समावेश होत असे. यापैकी बऱ्याचशा क्रिया ह्या गरीब लोकांसाठी रोजगाराची संधी होत्या (पहा छायाचित्र २३: २४६). गांधी स्पष्ट करून सांगतात:

> खरेच, काही ठिकाणी असे विणकर सापडतात ज्यांना त्यांच्या पेशामुळे अस्पृश्य गणले जाते. हे विणकर सहसा कुठलाही आकृतिबंध नसलेली, खरबरीत खादी विणतात. हा वर्ग वेगाने नष्ट होत होता आणि तेव्हाच खादी त्यांच्या मदतीला धावून आली आणि त्यांच्या खरबरीत खादीच्या उत्पादनाला मागणी मिळू लागली. त्यानंतर मग असे दिसून आले की काही हरिजन कुटुंबे अशीही होती ज्यांचा उदरनिर्वाह सूतकताईवर चालत असे. म्हणून मग खादी ही गरीब माणसासाठी दुहेरी फायद्याचे काम करत असते. गरीब लोकांमध्येही जे सर्वांत जास्त हतबल असतात, मग त्यात हरिजनसुद्धा आले, खादीने त्यांना मदत केली. ते या अवस्थेत आहेत कारण इतर अनेक व्यवसाय जे इतर लोकांना उपलब्ध आहेत ते हरिजनांना उपलब्ध नाहीत.[४३]

देशात काही उदाहरणांमध्ये, अस्पृश्यांच्या समुदायातील स्त्रियांचा लज्जास्पद छळ थांबवण्यासाठी गांधींनी विणकामाचा प्रसार केला. या स्त्रियांनी गांधींचा हा प्रस्ताव स्वीकारण्याची आणि त्यांना भक्ष्य बनवणाऱ्या त्यांच्या मालकाकडे जाण्याचे थांबवण्याची शपथ घेतली. त्या बदल्यात त्यांना रोजचा सुताचा नियमित पुरवठा करण्यात येईल, अशी हमी त्यांना देण्यात आली.[४४]

'विधायक कार्यक्रमाने' रोजगाराच्या अनेक संधी निर्माण केल्या होत्या, हे सिद्ध करण्यासाठी गांधींनी ऑल इंडिया स्पिनर्स असोसिएशनची १९४० ची आकडेवारी उद्धृत केली. ज्यामध्ये २७५,१४६ एवढे गावकरी होते. त्यातले १९,६४५ हरिजन आणि ५७,३७८ मुस्लीम होते. ते कमीत कमी १३,४५१ गावांमध्ये विखुरलेले होते आणि त्यांना ३,४८५,६०९ यार्ड एवढे सूत मिळाले.[४५]

ह्या माहितीची भारताच्या १९४०च्या लोकसंख्येशी तुलना केल्यास जी १९४०,[४६] मध्ये ३८३,६४३,७४५ एवढी होती, त्यात रोजगार मिळालेल्या एकूण गावकऱ्यांची संख्या

संपूर्ण लोकसंख्येच्या एकूण १४ टक्के एवढी होती. त्याच वर्षी दलित वर्गाची संख्या अंदाजे ४८,८१३,१८० एवढी (किंवा संपूर्ण लोकसंख्येच्या १२.७ टक्के) एवढी होती, त्यांपैकी २४.८ टक्के लोकांना खादीच्या कार्यक्रमात रोजगार मिळाला होता.[४७]

गांधींच्या 'तळागाळापासून लोकशाही'चे महत्त्व अमर्त्य सेन पुढील शब्दांत अधोरेखित करतात:

> अत्यंत गरीब असलेल्या लोकांचे सबलीकरण म्हणजे लोकशाहीला तिच्या विशुद्ध स्वरूपात कामाला लावणे, यापेक्षा वेगळे काहीही नाही. आणि भारतात, जिथे लोक ग्रामीण क्षेत्रात विखुरलेल्या स्वरूपात राहत असत, आणि जिथे 'हरिजनां'ना चर्चांमधून आणि विवादांपासून लांब ठेवले जाई–तिथे गांधींनी एका नवीन भारताच्या निर्माणाचा संदेश दिला ज्यामध्ये प्रत्येकाला महत्त्व असणार होते–आणि त्याची सुरुवात अशा लोकांपासून होणार होती जे परंपरागतरीत्या सर्वांत गौण आणि शेवटचे मानले जात.[४८]

नेत्यासोबत संवाद

गांधींच्या डॉ. भीमराव रामजी आंबेडकर (१८९१–१९५६) (छायाचित्र ३३: २५०) या नेत्यासोबत असलेल्या नात्याचा विशेष उल्लेख करावा लागेल. हा नेता बुद्धिमान आणि उच्चशिक्षित होता. त्याच्या समुदायाला हिंदू समाजाने[४९] अस्पृश्य ठरवले होते. ते लंडनमधल्या गोलमेज परिषदेच्या काही आठवडे आधी सर्वप्रथम एकमेकांना भेटले तेव्हा गांधी बासष्ट वर्षांचे तर आंबेडकर चाळीस वर्षांचे होते.

गांधींना असे कळले की आंबेडकर आणि त्यांचा समुदाय आधारासाठी ब्रिटिशांवर अवलंबून राहू पाहत होते, कारण हिंदू धर्मातले बहिष्कृत बनून राहण्यापेक्षा ब्रिटनचे नागरिक म्हणून राहण्यात त्यांना अधिक दिलासा मिळत होता. यामुळे स्वराज्याची देशव्यापी चळवळ दुभंगली जाईल आणि खरोखरच त्यांच्या दुर्दशेबद्दल सहानुभूती वाटल्याने गांधींनी आंबेडकरांशी मैत्रीचा हात पुढे करण्याचे खूप प्रयत्न केले. आंबेडकरांना ही कृती आढ्यतेची वाटली आणि त्यांनी असा दावा केला की त्यांच्या माणसांना हरिजन म्हणून संबोधणे, यामध्ये अजूनही असा अर्थ दडलेला होता की ते बाकीच्या समाजापेक्षा वेगळे, विभक्त आहेत. त्यांनी 'दलित'[५०] या शब्दाला पसंती दिली, त्याद्वारे त्यांनी त्यांच्या लोकांचे तुटलेपण उघडून दाखवायची इच्छा बाळगली. त्यांना भाषिक क्लृप्तीच्या आड आपल्या माणसांची ओळख लपवायची नव्हती.

दक्षिण आफ्रिकेत स्वतः भेदभावाला सामोरे गेल्याने, आंबेडकरांची मते जरी जहाल आणि कडवट वाटली तरी गांधींना त्यांच्याप्रति सहानुभूती होती.[५१] आंबेडकर गांधींचा चांगुलपणा कबूल करत असले तरी त्यांना हे माहीत होते की एका चांगल्या माणसाच्या उपस्थितीमुळे शतकानुशतके चालत आलेल्या भेदभावामध्ये काही फरक पडणार नव्हता.

त्यामुळे त्यांनी दलित समुदायासाठी वेगळ्या मतदारसंघासाठी प्रयत्न केला. जेव्हा ब्रिटिश सरकारने आंबेडकरांना पाठिंबा द्यायचे ठरवले तेव्हा आंबेडकरांनी त्यांचा निर्णय मागे घ्यावा म्हणून गांधी उपोषणाला बसले. हे उपोषण दोन कारणांसाठी केले गेले होते. गांधींना हे दिसत होते की आंबेडकरांच्या योजनेमुळे दलित समुदाय कायमचा हिंदू बहुसंख्याक लोकांपासून वेगळा राहणार होता. गांधींना असे वाटत होते की दलितांची पात्रता याहून जास्त होती: ते हिंदू समाजात पूर्णपणे आणि न्याय्य पद्धतीने सामावले जायला हवे होते. 'युरोपचा इतिहास पहा. तुमच्याकडे कष्टकरी स्त्रियांसाठी वेगळे मतदारसंघ आहेत का? प्रौढ विशेषाधिकारामुळे, तुम्ही अस्पृश्यांना पूर्ण संरक्षण देत असता. सनातनी हिंदूनासुद्धा मग अस्पृश्यांकडे मते मागावी लागतील.'[५२]

दुसरे कारण हे होते की जातीय हिंदूची मने त्यांच्या जातिबहिष्कृत बंधूंसाठी खुली करावीत आणि त्यायोगे हिंदू धर्माच्या पटावर त्यांना एकमेकांपासून अगदी अविभाज्य असे बनवून सोडावे. गांधींचे असे मत होते की हे प्रत्येक भारतीयाचे स्वेच्छेने स्वीकारावे असे कर्तव्य होते, कारण अस्पृश्यता कायमची पुसून टाकल्यामुळे हिंदू धर्मावरचे मोठेच लांच्छन दूर होणार होते. त्यामागे दलितांप्रति आढ्यता दाखवावी असा उद्देश नव्हता. गोलमेज परिषदेमध्ये गांधींनी स्वतंत्र मतदारसंघाचे नकारात्मक परिणाम सांगितले.

> [अनुसूचित जातींसाठी स्वतंत्र मतदारसंघ] म्हणजे अभद्र गज असणार होते. मी भारताला स्वातंत्र्य मिळत असेल तरीही त्यासाठी अस्पृश्यांचे मोलाचे हित विकायला काढणार नाही... आणि मी भारताच्या कानाकोपऱ्यात जाऊन अस्पृश्यांना हे सांगेन की स्वतंत्र मतदारसंघ आणि स्वतंत्र राखीव जागा यांमुळे हे अभद्र गज तुटून खाली पडणार नाहीत. आणि हे अस्पृश्यांसाठी नव्हे तर सनातनी हिंदू धर्मावरचे लांच्छन आहे.
>
> या समितीला आणि पूर्ण जगाला हे कळू द्या की आता हिंदू समाजसुधारकांचा एक गट आहे ज्याने अस्पृश्यतेचा कलंक पुसून टाकण्याची शपथ घेतली आहे. शीख कायमचे शीख राहतील, मुसलमान कायमचे मुसलमान राहतील आणि युरोपियन कायमचे युरोपियन राहतील. पण अस्पृश्य कायमचे 'अस्पृश्य' राहतील? तर मग अस्पृश्यता जिवंत राहण्यापेक्षा मग मला हिंदू धर्म मेलेला चालेल.[५३]

त्या परिस्थितीत गांधींच्या उपोषणाने चमत्कार केला. भारताच्या अनेक भागात अस्पृश्यांप्रतिच्या वागणुकीत बदल दिसून आला.[५४] एक समझोता करण्यात आला ज्या अंतर्गत असे ठरवण्यात आले की अस्पृश्यांना राखीव जागा मिळतील आणि गांधी दलितांच्या हितासाठी पूर्णपणे स्वतःला समर्पित करतील. २४ सप्टेंबर १९३२ ला पुणे करारावर सह्या झाल्या आणि दलित वर्गाला स्वतंत्र मतदारसंघ देण्याचा प्रस्ताव सरकारने मागे घेतला.[५५] आंबेडकरांनी गांधींची बूज राखण्यासाठी हा समझोता स्वीकारला. गांधींची खालावलेली तब्येत संपूर्ण भारतीय उपखंड आणि खरेतर सारे जग अगदी जवळून पाहत होते. फेब्रुवारी

१९३३ मध्ये गांधींनी *हरिजन*[५६] नावाचे नियतकालिक चालू केले आणि त्यांनी मग आंबेडकरांना त्या नियतकालिकाच्या पहिल्या अंकासाठी काही संदेश लिहिण्याचे आमंत्रण पाठवले.

परंतु, जेव्हा त्यांच्यासमोर मोठे राजकीय प्रश्न उभे राहू लागले, तेव्हा गांधी हरिजनांसाठीच्या कार्यात स्वतःला पूर्णपणे समर्पित करू शकले नाहीत.[५७] आणि हिंदूचे हृदयपरिवर्तनसुद्धा तेवढ्याच उत्साहात होऊ शकले नव्हते. आंबेडकरांना त्यांची फसवणूक झाल्यासारखे वाटले आणि ते त्यांनी गांधींना लिहिलेल्या कडवट पत्रांमध्ये दिसून येते. त्यांच्या मते हा त्यांच्या माणसांचा बळी देऊन केला गेलेला निव्वळ राजकीय संधिसाधूपणा होता आणि त्यांनी त्याकरिता गांधींवर आणि काँग्रेसवर टीका केली.

संविधानात्मक संरक्षण आणि लोकशाहीचे हक्क

आंबेडकरांचा धारदार प्रतिसाद समजून घेण्यामागे आणि स्वीकारण्यामागे गांधींचा मनाचा मोठेपणा होता. त्यांनी आंबेडकरांचा चाणाक्षपणा आणि आपल्या दुर्दशेतील लोकांना बंधनातून मोकळे करण्याची त्यांची अनावर इच्छा जाणली होती. त्यांनी आपले हेही मत कायम ठेवले की उच्च-जातीय हिंदूकडून त्यांना वर्षानुवर्षे जी दडपशाही अनुभवावी लागली होती त्याबाबत कडवट मते बाळगण्याचा आंबेडकरांना पूर्ण हक्क होता. त्यांनी नेहरू आणि पटेल यांच्यासमोर ही इच्छा कळकळीने व्यक्त केली की स्वतंत्र भारताच्या पहिल्या मंत्रिमंडळात आंबेडकर असावेत. नेहरू आणि पटेल यांना हे मान्य नव्हते.[५८] आंबेडकरांना सर्वांत वरचे पद देऊन, भारतीय संविधानाचा मुख्य रचनाकार बनण्याचा एक एकमेवाद्वितीय विशेषाधिकार गांधींनी त्यांना दिला. ही गांधींकडून दलितांना सर्वांत मोठी भेट होती. कारण संविधानात भारतीय समाजातील दुबळ्या आणि उपेक्षित लोकांना जे हक्क हमीसकट दिले गेले आहेत, त्यामागे आंबेडकरांचा हात स्पष्ट दिसून येतो.[५९] राष्ट्राच्या उभारणीच्या सामायिक कार्यात एका दलित नेत्याला सामावून घेण्याच्या या संधीमुळे, अस्पृश्यता ही कायद्याने नष्ट झाली आणि अशी प्रथा पाळणे, हा एक गुन्हा ठरवण्यात आला. अस्पृश्यांच्या झालेल्या छळाची भरपाई करण्याची आता त्यांना स्वतःलासुद्धा संधी होती. स्वतंत्र भारताच्या इतर कोणत्याही नागरिकासोबत समान जागी उभे राहून राजकीय सत्तेसाठी बोली लावण्याचा हक्क आता त्यांनाही होता.[६०]

अस्पृश्यतेच्या निर्मूलनाच्या कठीण आणि मोठ्या लढाईमध्ये गांधींना त्यांना हवे होते ते किंवा त्यांच्या टीकाकारांना हवे होते तसे यश मिळाले नसेल.[६१] पण त्यांना जे काही मर्यादित यश मिळाले, त्यात अस्पृश्यतेच्या निर्मूलनातून त्यांची स्वतंत्र भारताची प्रतिमा दिसून येत होती—एक अशी लोकशाही ज्यामध्ये सर्वांत दुबळ्या दुव्यामध्ये आपले सामर्थ्य जाणवून देण्याची ताकद असेल. 'स्वातंत्र्य हे तळागाळापासून सुरू झाले पाहिजे.'[६२]

टिपा

१. *सीडब्लूएमजी*, खंड २७, १४.

२. इतिहासकार भिखू पारेख अस्पृश्यतेच्या निर्मूलनात असलेले गांधींचे अद्वितीय योगदान तपशीलवार वर्णन करून सांगतात. त्यांच्या मते हे योगदान इतर कोणत्याही 'भारतीय नेत्याच्या योगदानापेक्षा मोठे आणि महत्त्वाचे' होते. पहा: *कॉलनिॲलिझम*, *ट्रॅडिशन*, २६६.

३. या दोन चळवळींचे बऱ्यापैकी तपशीलवार असे स्पष्टीकरण हवे असल्यास पहा: घनश्याम शाह, 'अँटी-अनटचेबिलिटी मूव्हमेंट्स' यामध्ये: ईश्वरलाल प्रागजी आणि इतर, *कास्ट, कास्ट कॉन्फ्लिक्ट अँड रेझर्वेशन्स* (न्यू दिल्ली: अजंता, १९८५) १०२–२३.

४. तथैव., १०२.

५. तेंडूलकर, *महात्मा*, खंड २, २२५.

६. *ऑटोबायॉग्राफी*, ३७.

७. चार्ल्स एफ. अँड्र्युज, *महात्मा गांधी: हिज लाईफ अँड आयडीयाज* (बॉम्बे जेयको, २००५),११३.

८. प्रभू अँड राव, द *माईंड ऑफ महात्मा गांधी*, १०७.

९. *सीडब्लूएमजी*, खंड १३, २३२–३३.

१०. गांधी अद्वैत वेदांताच्या तत्त्वज्ञानाचा उल्लेख करतात. हे तत्त्वज्ञान अद्वैतवादाचा प्रसार करते.

११. *सीडब्लूएमजी*, खंड १३, २७७ आणि ३०१.

१२. 'पराकोटीच्या श्रेष्ठत्वाची आणि पराकोटीच्या गौणत्वाची, आपल्या पित्यापासून अनंत काळासाठी अवतरित झाल्याची ही आहे ती हिंदू धर्माचा अविभाज्य भाग असेल... तर मला यापुढेच डॉ. आंबेडकरांसारखाच त्याचा एक भाग बनायचे नाही. पण... माझ्या कल्पनेतल्या हिंदू धर्मात श्रेष्ठत्व किंवा गौणत्व नाही.' *सीडब्लूएमजी*, खंड ५३, ३०६.

१३. तथैव., खंड ४, ४३०.

१४. *ऑटोबायॉग्राफी*, १२७.

१५. *सीडब्लूएमजी*, खंड ५३, २५९–६१. हे अवतरण म्हणजे आंबेडकरांच्या विधानाचे खंडन आहे: 'जातीबाहेर टाकले जाणे हा जातिव्यवस्थेच्या अनुषंगाने येणारा परिणाम आहे... जातिव्यवस्था नष्ट केल्याशिवाय इतर कोणताही मार्गाने जातिबहिष्कृतांची मुक्तता होऊ शकत नाही.' हरिजन मासिकाच्या पहिल्या अंकात आंबेडकरांच्या उपदेशात हे विधान दिसून येते. गांधींच्या सांगण्यावरून आंबेडकरांनी ते त्यांना पाठवून दिले होते.

१६. नेहरू आपले मत व्यक्त करतात की गांधींनी जातिव्यवस्थेवर हल्ला चढवला आणि त्यांना हवे होते की ती नष्ट व्हावी. फक्त असे की त्यांनी त्यासाठी योजनाबद्ध मार्गाचा अवलंब केला. त्यांना थेटपणे जातिव्यवस्था नष्ट करता येणार नव्हती कारण मग त्यामुळे सर्वसामान्य रूढीप्रिय लोक संघटित झाले असते. म्हणून त्यांनी या व्यवस्थेचा जो सर्वांत कमजोर दुवा होता, म्हणजे, अस्पृश्यता, त्यावर हल्ला चढवला आणि त्यायोगे जातिव्यवस्थेला पूर्णपणे ढासळून टाकण्याची त्यांची इच्छा होती. पहा: बी. आर. नंदा, *गांधी अँड हिज क्रिटिक्स* (न्यू दिल्ली: ऑक्सफर्ड युनिव्हर्सिटी प्रेस, १९८५) २६; तसेच हेदेखील पहा: आर. गांधी, द *गुड बोटमन*, २४१.

१७. *सीडब्लूएमजी*, खंड १३, ३०१.

१८. तथैव., खंड ३०, १७०.

१९. गांधींची जाती आणि अस्पृश्यतेवरची मते जाणून घेण्यासाठी पहा, गांधी, 'द कास्ट सिस्टम', *यंग इंडिया*, खंड १९, ८ डिसेंबर १९२०, ८३–८५.

२०. *सीडब्लूएमजी*, खंड १९, १४४. अतिशूद्र म्हणजे जातीतून बहिष्कृत केला गेलेला किंवा अस्पृश्य. याच भाषणात, सनातनी हिंदू लोकांकडून गांधींवर जो आरोप ठेवण्यात आला होता की त्यांची अस्पृश्यतेवरची मते ही ख्रिश्चन धर्माने प्रभावित होती, त्याचे गांधींनी समर्थनच केले. त्या भाषणात त्यांनी स्वतःला सनातनी किंवा परंपरावादी हिंदू म्हणवले.

२१. पारेख, *कॉलनिॲलिझम, ट्रॅडिशन अँड रिफॉर्म*, २६६.

२२. बॅरेन रे, 'गांधीजीज कॅम्पेन अगेन्स्ट अनटचेबिलिटी (१९३३–१९४३)', *मेनस्ट्रीम*, खंड ३२, क्र. ४६ (ऑक्टोबर १९९४): २५.

२३. १० मार्च १९२५ रोजी वयक्कम इथल्या ब्राह्मणांसोबत झालेली चर्चा पहा, येथे वर्णन केली आहे: तथैव., २४.

२४. पहा: *सीडब्लूएमजी*, खंड ७१, ४८. 'गांधींचा दावा असा होता की जो सनातन धर्म पाळतो तो सनातनी. आणि महाभारतानुसार या धर्माचा अर्थ होता, अहिंसा, सत्य, अस्तेय, शुचिता आणि ब्रह्मचर्य. माझ्या क्षमतेनुसार यांचे पालन करण्यासाठी जसा मी नेहमी प्रयत्न करत आलो आहे, तसाच मी स्वतःला सनातनी म्हणवून घ्यायलाही कधी कचरलो नाही.'

२५. थॉमस वेबर, 'गांधीज सॉल्ट मार्च अॅज लिविंग सर्मन', *गांधी मार्ग*, खंड २२, क्र. ४ (२००१): ४२४–२५.

२६. *सीडब्लूएमजी*, खंड २६, ३७३.

२७. तथैव., खंड २८, ४६.

२८. पहा नंदा, *महात्मा गांधी*, ३१३. हेही पहा: आर. गांधी, *द गुड बोटमन*, २४७.

२९. *ऑटोबायॉग्राफी*, ३६१.

३०. तथैव.

३१. आर. गांधी, *द गुड बोटमन*, २३३.

३२. उदाहरणार्थ, या प्रकरणाचा पुरालेख पहा.

३३. तेंडूलकर, *महात्मा*, खंड २, ५३.

३४. गांधी, *कंस्ट्रक्टिव्ह प्रोग्रॅम*, ९–१०.

३५. तथैव.

३६. चंद्रा, *इंडियाज स्ट्रगल फॉर इंडिपेडन्स*, २४५.

३७. तथैव., २४६.

३८. गांधींचा साबरमती आश्रम म्हणजे त्यांचे 'अनेकतेत एकता' हे स्वप्न साकार करण्यासाठीची जणू एक प्रयोगशाळा होती. स्वदेशी चळवळीच्या दरम्यान प्राणलाल के. पटेल यांनी काढलेल्या फोटोंचा त्रिवेदी यांनी केलेला अभ्यास हे दर्शवतो की गांधींच्या 'आश्रमात विविध जातीचे, धर्मसंप्रदायाचे लोक आणि दलित... आणि आदिवासी लोकसुद्धा येत. पटेल यांचे फोटो असे सूचित करतात की आश्रमाचे पुरुष आणि स्त्री सदस्य खादीच्या उत्पादनाच्या प्रथेत भाग घेत असत आणि लहान मुलांना, मग तो मुलगा असो वा मुलगी, कापड उत्पादनाच्या सर्व पैलूंची शिकवण दिली जाई.' त्रिवेदी, *क्लोदिंग गांधीज नेशन*, १७.

३९. म्हणून आंबेडकरांच्या इच्छेप्रमाणे नाही. आंबेडकरांना दलितांना हिंदू धर्मापासून अलग करायचे होते आणि त्यासोबत त्यांना स्वतंत्र मतदारसंघांचा हक्क हवा होता.

४०. *सीडब्लूएमजी*, खंड ३०, ४४९.

४१. गांधी, *कन्स्ट्रक्टिव्ह प्रोग्रॅम*, १०.

४२. तथैव.

४३. एम. के. गांधी, *व्हिलेज स्वराज,* संपादक, एच. एम. व्यास (अहमदाबाद: नवजीवन, २००२ [१९६२]), १३६.

४४. *सीडब्लूएमजी,* खंड १६, १८९.

४५. गांधी, *कन्स्ट्रक्टिव्ह प्रोग्रॅम,* ११. एकूण संख्या प्रति माणशी १२.६६ एवढी येते.

४६. बी. आर. आंबेडकर यांनी दिलेली आकडेवारीची माहिती, 'पाकिस्तान ऑर द पार्टीशन ऑफ इंडिया', *लिखाण आणि भाषणे,* खंड ८ (बॉम्बे: एज्युकेशन डिपार्टमेंट, गव्हर्नमेंट ऑफ महाराष्ट्र, १९९०). व लाईन येथे उपलब्ध: कोलंबिया युनिव्हर्सिटी वेबसाईट http://www.columbia.edu/itc/mealac/pritchett/00ambedkar/ambedkar_partition/index.html (१० ऑक्टोबर २००६ रोजी तपासले). १९४० मध्ये भारताची लोकसंख्या किती होती ते जाणून घेण्यासाठी पहा: ॲपेंडिक्स III, 'पॉप्युलेशन ऑफ इंडिया बाय कम्युनिटीज, १९४०'.

४७. गांधी, *कन्स्ट्रक्टिव्ह प्रोग्रॅम,* ११. मुस्लिमांची संख्या ९२,०५८,०९६ एवढी होती ज्यापैकी १६ टक्के लोक खादीचे काम करत होते.

४८. अमर्त्य सेन, डेमॉक्रसी इजन्ट 'वेस्टर्न', अनुपम चांदेर, २६ मार्च २००६. ऑनलाईन येथे उपलब्ध http://www.chander.com/2006/03/amartya_sen_dem.html (२ एप्रिल २००६ रोजी तपासले). हेदेखील पहा: पीपल फर्स्ट, 'प्रीॲम्बल' एस. के. शर्मा, 'रिअलायझिंग गांधीयन डेमॉक्रसी अँड ग्लोबल सस्टेनबीलिटी'. ऑनलाईन येथे उपलब्ध http://www.peoplefirstindia.org/preamble.htm (४ मे २००७ रोजी तपासले).

४९. आंबेडकरांनी त्यांची डॉक्टरेट पदवी कोलंबिया युनिव्हर्सिटी न्यूयॉर्क येथून पूर्ण केली आणि त्यांच्या कायदा, अर्थशास्त्र आणि समाजशास्त्र या विषयांतील संशोधनाकरिता इंग्लंडमध्ये त्यांना डॉक्टरेट्स मिळाल्या.

५०. डॉ. आंबेडकर आणि त्यांची चळवळ 'दलित पँथर्स' यांनी १९३० च्या दशकाच्या सुरुवातीला 'दलित' ही संज्ञा लोकप्रिय केली. परंतु ह्या संज्ञेचा सर्वांत आधी वापर महात्मा फुले (१८२७–१८९०) यांनी केला असे मानले जाते. ज्यांनी 'दलित' या शब्दाचा उच्चार सर्व उपेक्षित भारतीय असा अर्थ सूचित करण्यासाठी केला. तुलना करून पहा: ऑलिव्हर मेंडलसन अँड मारीका विकझायनी, द *अनटचेबल्स: सबॉर्डिनेशन, पॉव्हर्टी अँड द स्टेट इन मॉडर्न इंडिया* (केम्ब्रिज: केम्ब्रिज युनिव्हर्सिटी प्रेस, १९९८) ४.

५१. आर. गांधी, द *गुड बोटमन,* २४९. 'माझ्या मनात डॉ. आंबेडकरांबद्दल खूप आदर आहे. त्यांना कडवट मते बाळगण्याचा पूर्ण हक्क आहे.'

५२. *सीडब्लूएमजी,* खंड ४८, १६१.

५३. आर. गांधी, द *गुड बोटमन,* २४७.

५४. एक महत्त्वाचा बदल जो लक्षात येण्याजोगा होता तो म्हणजे दलितांसाठी मंदिरात प्रवेश करता यावा यासाठीची विधेयके मंजूर केली जाणे.

५५. 'पुणे करार: पहिल्या गोलमेज परिषदेदरम्यान ब्रिटिश सरकारने दलितवर्गाला स्वतंत्र मतदारसंघ पुरवण्याचे जे पाऊल उचलले त्याला जेव्हा आंबेडकरांनी पाठिंबा दिला तेव्हा गांधींनी या सबबीवर त्याला जोरदार विरोध केला की असे पाऊल उचलल्याने हिंदू समाज विघटित होईल. ते ब्रिटिश पंतप्रधान जे. रॅमझी मॅकडॉनल्ड यांच्या निर्णयाच्या विरोधात २० सप्टेंबर १९३२ पासून आमरण उपोषणाला बसले. या निर्णयांतर्गत दलित वर्गाला, ब्रिटिशांच्या अमलाखालील भारताच्या प्रशासकीय-संविधानात 'सामुदायिक पुरस्कार' दिला जाणार होता. गांधींचा जीव वाचवण्यासाठी

देशभरात जो जनतेचा उद्रेक झाला त्याला नजरेसमोर ठेवून आंबेडकरांना नमती बाजू घ्यावी लागली. हिंदू जातीचे नेते आणि दलित वर्ग यांच्यामध्ये २४ सप्टेंबर १९३२ ला समझोता झाला. त्याला 'पुणे करार' असे प्रसिद्ध नाव आहे. सप्टेंबर २५ मध्ये बॉम्बे येथे एका जाहीर सभेमध्ये जो ठराव घोषित केला गेला त्यामध्ये असे निश्चित सांगितले गेले की–'यापुढे हिंदूंमध्ये कुणीही जन्माने अस्पृश्य ठरणार नाही आणि इतर हिंदूंप्रमाणेच सर्व सामाजिक संघटनांमध्ये त्यांनाही तसेच समान हक्क मिळतील.' भारताच्या दलित चळवळीच्या इतिहासात हा जो महत्त्वाचा ठराव मंजूर केला गेला त्यामुळे पुढे भारतीय लोकशाही राज्यपद्धतीमध्ये भारतीय लोकांच्या राजकीय सबलीकरणामध्ये दलितांना त्यांचा रास्त वाट मिळावा यासाठीचा पाया घातला गेला.' इंडियन हिस्ट्री, 'थर्ड राऊंड टेबल कॉन्फरन्स, पूना पॅक्ट'. येथे ऑनलाईन उपलब्ध http://www.indhistory.com/roundtable-conference-3.html (२७ डिसेंबर २००६ रोजी तपासले).

५६. हे नाव एका अस्पृश्य पत्रकाराद्वारे सुचवले गेले होते. ते त्याने गांधी आधी वापरात असलेल्या 'अस्पृश्य' या शब्दाच्या विरोधात सुचवले होते. गांधी त्या शब्दाचा वापर करत कारण गुजरातचे प्रथम ज्ञात कवी-संत नरसिम्ह मेहता यांनी ती संज्ञा तयार केली होती.

५७. 'गांधींचा अनेक लढ्यांमध्ये सहभाग होता, अस्पृश्यतेच्या विरोधातला लढा त्यातला फक्त एक होता, आणि राजकीय स्वरूपाचे जे तातडीचे प्रसंग येत त्यामुळे अटळपणे या लढ्यांचा त्यांच्या महत्त्वानुसार अनुक्रम लावणे भाग होते. हरिजनांचे संघटित बळ नसताना, अस्पृश्यता विरोध आपल्या राजकीय कार्यसूचीमध्ये सर्वांत वरच्या स्थानावर ठेवणे हे गांधींना राजकीयदृष्ट्या आवश्यक किंवा शक्य वाटत नव्हते. म्हणून यात काही नवल नाही की त्यांनी त्याकडे पूर्ण लक्ष तेव्हाच दिले जेव्हा अस्वस्थ झालेले अस्पृश्य काही कृती व्हावी म्हणून गलका करू लागले आणि स्वातंत्र्य लढ्याच्या ऐक्याला आपला धाक दाखवू लागले... गांधींची जी उत्कट नैतिक बांधीलकी होती तिला तेवढीच बळकट राजकीय बांधीलकी निर्माण करता आली नाही. आणि हे त्यांच्या अभियानाची जी शैली होती तिच्या राजकीय असमतोलाच्या परिस्थितीत घडून येत होते.' पारेख, कॉलनिऑलिझम, ट्रॅडिशन अँड रिफॉर्म, २७०.

५८. तुलना करून पहा: गांधी, *द गुड बोटमन,* २६०–६१.

५९. ही शपथ गांधींनी १९३१ मध्ये लंडनमध्ये आणि इतर पुष्कळ प्रसंगी घेतली.

६०. 'सार्थपणे, उत्तर प्रदेशमध्ये बहुजन समाज पार्टी [बी.ए. सपी, अनुसूचित जाती आणि इतर मागासवर्गीयांचे प्रतिनिधित्व करणारी] वारंवार सत्तेत आली आहे. पण ती तशी बिटिश पुरवू पाहत असलेल्या स्वतंत्र मतदारसंघाच्या आधारावर आलेली नाही तर, १९३२ मध्ये ज्याचा पाया गांधी आणि बी. आर. आंबेडकर यांच्या संयुक्त सहमतीने घातला गेला, आणि जी आंबेडकरांच्या जबाबदारीखाली 'संविधान' म्हणून शेवटी संपूर्णपणे आकाराला आली, त्या संयुक्त मतदारसंघ प्रणालीच्या आधारावर आलेली आहे.' अनिल नौरिया, 'अँटी-काँग्रेसीझम', हिंदू, २८ मार्च २००३. ऑनलाईन येथे उपलब्ध http://www.hinduonnet.com/2003/03/28/stories/2003032801431000.htm (५ ऑक्टोबर २००६ रोजी तपासले).

६१. अस्पृश्यता निर्मूलन करण्यासाठी गांधींनी जे प्रयत्न केले, त्यांच्या समालोचनासाठी पहा: पारेख, *कॉलनिऑलिझम, ट्रॅडिशन अँड रिफॉर्म,* २६६–७१.

६२. *सीडब्लूएमजी,* खंड ८५, ३२. या भाषणात गांधींच्या स्वातंत्र्याच्या संकल्पनेचे वर्णन केले आहे. या संकल्पनेने काँग्रेस सदस्यांना त्यांच्या स्वातंत्र्यलढ्यात एक दिशा मिळवून देण्याचे कार्य केले. हेदेखील पहा तथैव., ७८–७९.

१२ वादंग

हिंदुत्वातील धर्मोपदेशकांच्या वर्चस्वावर मी घाला घालत आहे. हिंदू लोक मानवजातीच्या एका वर्गाला स्पर्श करणे पाप मानतात, कारण त्या वर्गाचे लोक एका विशिष्ट परिस्थितीत जन्मले आहेत! एक हिंदू म्हणून मला हे दाखवून द्यायचे आहे, की ते पाप नाहीये आणि अशा वर्गाच्या स्पर्शाला पाप समजणे हेच खरे तर पाप [कर्म] आहे. ही समस्या भारताला स्वातंत्र्य मिळवून देण्यापेक्षाही मोठी आहे पण स्वातंत्र्य मिळाले तर मग ही समस्या मी अधिक चांगल्या प्रकारे हाताळू शकतो.

—मो. क. गांधी[१]

गांधींची अस्पृश्यतेच्या विरोधात असलेली मते हे त्यांच्या आयुष्यातील सर्वांत एकाकी लढाईचे कारण होते असे म्हटले तर अतिशयोक्ती ठरणार नाही. या लढाईमुळे ते आपल्या पत्नीपासून आणि जवळच्या शिष्यांपासून जवळजवळ विभक्त झाले होते. या लढाईमुळे ते सनातनी हिंदूंपासून दुरावले गेले आणि दुर्दैवाने, दलितांचेही त्यांच्याबद्दलचे मत कलुषित झाले.

गांधींच्या पत्नी आणि त्यांचे सहयोगी यांची प्रतिक्रिया

गांधींच्या व्यक्तिगत जीवनात अस्पृश्यता निर्मूलनाचे बरेच किस्से किंवा शिकवणी आहेत. उदाहरणार्थ, जेव्हा त्यांनी एका अस्पृश्याला १८९७ मध्ये दर्बान येथे आपल्या कुटुंबासह राहण्याची परवानगी दिली, तेव्हा कस्तुरबांनी त्याला जोरदार विरोध केला. त्यामुळे गांधी एवढे संतापले होते की ते कस्तुरबांना त्यांच्याच घरातून बाहेर काढायलादेखील तयार झाले होते.[२] १९१५ मध्ये जेव्हा त्यांनी साबरमतीच्या आश्रमात एका अस्पृश्य व्यक्तीला प्रवेश दिला तेव्हा तर त्याचे आणखीनच तीव्र पडसाद उमटले. अहमदाबाद शहर क्षुब्ध झाले होते. शेजारच्या विहिरीतून पाणी घेण्यास आश्रमवासीयांना मनाई केली गेली. आश्रमाच्या दात्यांनी आश्रमाला अर्थसाहाय्य देणे बंद केले. आश्रमही संतापाने खदखदत होता. पुन्हा एकदा कस्तुरबांनी बंड पुकारले. पण गांधी ठाम होते. ते 'यापुढे एकमेकांचे चांगले मित्र राहू' अशा एका वळणावर, आपल्या पत्नीला आपल्याला सोडून द्यायचे असेल, तर त्यासाठीही तयार होते. मग ते दलित लोकांच्या वस्तीत जाऊन त्यांच्यासोबत जीवन व्यतीत करणार होते.[३] दक्षिण आफ्रिकेतल्या निवासादरम्यानचा गांधींचा मुख्य सहकारी आणि गांधींना ज्याच्यापासून खूप आशा-अपेक्षा होत्या त्या मगनलाल गांधींनीही अस्पृश्याला दिलेल्या प्रवेशाचा विरोध केला.

हळूहळू कस्तुरबा शरण आल्या पण मगनलाल आणि त्यांच्या कुटुंबाने आश्रम सोडला, पण अस्पृश्यता मनातून निघून गेल्यावर 'त्यांची मने निर्मळ झाल्यावर ते पुन्हा आश्रमात आलेच'.[४]

गांधींनी अस्पृश्यांच्या बाजूने जे निर्णय घेतले होते, त्याचे पडसाद फक्त त्यांची व्यक्तिगत छाप असलेल्या कार्यक्षेत्रावरच उमटले नव्हते तर ते त्याही पुढे जाऊन त्यांची शिकवण आचरणात आणणाऱ्या लोकांवरही उमटले होते. उदाहरणार्थ, ऑक्टोबर १९२० मध्ये जेव्हा गांधीवादी असलेल्या गुजरात विद्यापीठाने असा निर्णय घेतला की ज्या शाळांनी अस्पृश्यांना वगळले असेल त्यांची मान्यता काढून घेण्यात यावी, तेव्हा त्या विद्यापीठावर हल्ला चढवण्यात आला. हा निर्णय रद्द करण्यात यावा असा इशारा गांधींना देणाऱ्या पत्रांचा जणू पूर आला होता. निर्णय रद्द न केल्यास स्वराज्याच्या इतर मोठ्या चळवळींचा नायनाट करण्यात येईल अशी धमकी देण्यात आली. याला दिलेल्या उत्तरात[५] गांधींनी हे स्पष्ट केले की अस्पृश्यांना वगळण्याचा निर्णय हा त्यांचा नव्हता तर विद्यापीठाच्या सर्वोच्च नियामक मंडळाचा होता. तरीदेखील, त्यांनी अस्पृश्यांच्या बाजूने असलेल्या आपल्या श्रद्धा सांगितल्या आणि सर्वसमावेशक अशा देवाच्या संकल्पनेवर असलेला आपला विश्वास घोषित करत, नियामक मंडळाच्या निर्णयाला उघड पाठिंबा दर्शवला. स्वराज्याला पाठिंबा न देण्याची जी धमकी देण्यात आली, त्याला प्रत्युत्तर देताना गांधी म्हणाले: 'आम्ही सडक्या रीतिरिवाजांना कवटाळून राहणार नाही आणि [तरीही] स्वराज्याच्या निर्भेळ वरदानावर आम्ही आमचा हक्क सांगू.'[६]

सनातनवादी हिंदूंच्या प्रतिक्रिया

भारताच्या काही प्रातांमध्ये अगदी दलित कुटुंबामध्येही खादीच्या उत्पादनाची व्याप्ती नेऊन पोहोचवण्याचे गांधी जे प्रयत्न करत होते त्याला रूढीवादी सवर्ण हिंदूंनी तीव्र विरोध दर्शवला. अस्पृश्यांनी बनवलेल्या खादीचा स्वीकार करण्याचे सवर्ण हिंदूंनी नाकारले. असे कापड घातल्याने आपण भ्रष्ट होऊ असे त्यांना वाटत होते. शिवाय त्यामुळे हिंदू समाज अधिक मोठ्या प्रमाणावर 'दूषित' होईल, ह्या भीतीपायी ते दलितांना त्यांची उत्पादने दलितेतर लोकांना विकूही देत नसत.

दक्षिण भारत, जिथे जातीवर आधारित भेदभाव अगदी काटेकोरपणे केला जात असे, तिथल्या एका स्वयंसेवकाने गांधींना पाठवलेले हे पत्र याचे उदाहरण म्हणून देता येईल:

> मी नुकताच एका पंचनाम्याच्या[७] संमेलनाहून परततो आहे. तिथे फार छान आणि उत्साहवर्धक वाटले. पण जसे आम्ही पंचनाम्याच्या गोटातून परतू लागलो, तसे मग आम्हाला मुख्य गावातून जावे लागले. तिथे गावकऱ्यांचा एक गट होता जो एखाद्या अशुभ चिन्हासारखा दिसत होता. सगळी जनता, ब्राह्मणेतर शेतकरी वगैरे गावच्या वडाच्या

झाडाखाली गोळा झाले होते. त्यांना अभिवादन करण्यासाठी जेव्हा आम्ही थांबलो, तेव्हा ते उठून उभे राहिले. आणि त्यानंतर आमच्यात जे संभाषण झाले, त्यामुळे मी जे स्वप्न गोंजारत होतो त्या स्वप्नाचा माझा भ्रम दूर झाला. खद्दरचे उत्पादन करणारे ते गाव होते. खद्दरचे काम आता थांबणार होते हे उघड दिसत होते, कारण त्यांना ह्या अस्पृश्यतेच्या विरोधातल्या उचापती काही आवडत नव्हत्या.[८]

जनतेच्या धार्मिक भावनांवर ताबा ठेवून असणाऱ्या सनातनी किंवा रूढीवादी हिंदूंचा विरोध अधिक कडवा होता. त्यांच्या प्राधान्यक्रमाच्या यादीत धार्मिक परंपरांच्या पालनाचे स्थान ब्रिटिश राज्यापासून मिळवायच्या स्वातंत्र्याच्या वर होते.[९] परंपरांच्या या पालनामध्ये अस्पृश्यतेची प्रथा पाळणे मूलभूत होते. तो त्यांच्या धर्माचा एक अविभाज्य भाग होता आणि त्यावर सवाल खडा करण्याचा कुणालाही हक्क नव्हता. जोपर्यंत या रूढीवादी हिंदूंसोबत या विषयावर चर्चा केली जात नाही, तोपर्यंत अस्पृश्यतेचे निर्मूलन करण्याची आवाहने सफळ होणार नाहीत, हे गांधींनी ओळखले. १९२४–२५ यादरम्यान, त्यांनी आपला दृष्टिकोन समजावून सांगण्याचे पुष्कळ प्रयत्न केले. दुर्दैवाने आपले विचार रूढीवादी हिंदूंना पटवून देण्यात ते अयशस्वी ठरले.[१०] त्रावणकोरला १० मार्च १९२५ रोजी त्यांची ब्राह्मणांबरोबर जी शेवटची भेट झाली, त्यात ते खूप व्यथित झाले आणि त्यांनी आपण अयशस्वी ठरल्याचे कबूल केले. रूढीवादी हिंदूंच्या विवेकाला आणि त्यांच्या माणुसकीला आवाहन करूनदेखील ते गांधींना शरण गेले नाहीत.[११]

सनातनवाद्यांचे बोलायचे झाले तर त्यांची हळूहळू अशी खात्री होऊ लागली की ब्रिटिश साम्राज्यवाद्यांपेक्षा गांधींच्या विचारांपासून हिंदू सनातनवादाला जास्त धोका होता. त्यामुळे त्यांनी गांधींच्या विरोधात उग्र स्वरूपाची मोहीम राबवायला सुरुवात केली. पारेख खुलासा करतात:

अस्पृश्यता सोडून इतर कोणत्याही विषयाला धरून त्यांच्यावर एवढा निर्दयपणे घाला घातला गेला नव्हता. जेव्हा गांधींनी अस्पृश्यतेच्या विरोधात मोहीम उघडली तेव्हा सनातनी लोक खूपच भयचकित झाले होते. हिंदू लोकांवर असलेल्या गांधींच्या जबरदस्त पकडीची त्यांना भीती वाटत होती आणि गांधींचा हल्ला हा हिंदू धर्माच्या चौकटीत राहूनच केला गेलेला असल्याने सनातनी लोकांना ते विशेष धोकादायक शत्रू वाटत. सुरुवातीला त्यांनी गांधींसोबत युक्तिवाद केला आणि त्यांना हे पटवून देण्याचा प्रयत्न केला की अस्पृश्यता हा हिंदुत्वाचा एक अविभाज्य घटक आहे आणि त्यावरच हल्ला चढवल्याने हिंदूंच्या धार्मिक आणि सामाजिक व्यवस्थेचा निभाव लागणार नव्हता. जेव्हा ह्या प्रयत्नांना अपयश आले तेव्हा त्यांनी पत्रके छापली आणि गांधींच्या राजकीय सचोटीवर शाब्दिक हल्ला चढवणारे आणि त्यांच्या व्यक्तिगत आयुष्याबद्दल छुपे इशारे देणारे लेख लिहिले किंवा मग अशा

लेखांना उत्तेजन दिले. जसे की आपण पाहिले, गांधी ज्याला 'त्यांच्या बदनामीची मोहीम' म्हणत, ती, त्यांना दटावून अस्पृश्यताविरोधी कामापासून विलग करण्यासाठी निर्माण केलेल्या मोहिमेसोबत एकाच वेळी बरोबरीने चालू होती. १९३४ मध्ये त्यांच्या अस्पृश्यताविरोधी देशव्यापी दौऱ्याच्या दरम्यान त्यांचे स्वागत काळे झेंडे लहरवणाऱ्या आणि घोषवाक्यांचे नारे देणाऱ्या सनातनी लोकांच्या योजनाबद्ध निषेधाने करण्यात आले. गांधींची मोटारगाडी आहे असा गैरसमज होऊन एका गाडीवर बॉम्ब फेकण्यात आला, त्यात सात व्यक्ती जखमी झाल्या. पंडित लालनाथ याने त्यांची एक सभा उधळून लावण्याचा प्रयत्न केला. कराचीमध्ये कुऱ्हाड फिरवत एक माणूस त्यांच्या दिशेने धावून गेला पण त्याला वेळीच कैद करण्यात आले. बनारसमध्ये बाबा काळभैरव याने त्यांची तसबीर जाळली आणि त्यांच्या विरोधात लज्जास्पद आणि प्रक्षोभक पत्रके प्रसिद्ध केली.[१२]

सनातन्यांना गांधींची वाटणारी भीती हे दाखवत होती की त्यांना ब्रिटिश साम्राज्यवादापासून राजकीय स्वातंत्र्य मिळवण्यापेक्षा हिंदू जनतेवर धार्मिकदृष्ट्या ताबा ठेवणे कितीतरी अधिक मोलाचे वाटत होते. करवीर पीठाच्या शंकराचार्यांच्या दृष्टिकोनात या भीतीचा गोषवारा दडलेला होता. त्यांनी अशी टीका केली की गांधी हे एक घातक बंडखोर होते ज्यांची शिकवण हिंदुत्वाच्या प्रधान धर्मतत्त्वांशी 'विसंगत' होती, ज्यांचे अहिंसेचे तत्त्व 'आर्यवंशासाठी हानिकारक' होते आणि जे 'पुष्कळदा' ख्रिस्ताचे बोल उद्धृत करत.[१३] सी. एफ. अँड्र्युज यांना विश्वासात घेऊन गांधींनी पत्राद्वारे सांगितले: अस्पृश्यतेच्या शापातून मुक्त होण्याआधीच भारत इंग्रजांच्या वर्चस्वातून स्वतःला मुक्त करील, ही गोष्ट अशक्य नाही... तुम्हाला हे माहीत आहे का की गुजरातमध्ये [माझ्या अस्पृश्यताविरोधी लढाईत] मला जे विरोध करत आहेत ते खरोखरच सरकारला पाठिंबा देत आहेत आणि सरकार त्यांचा माझ्या विरोधात वापर करून घेत आहे?[१४]

काँग्रेसचा अविश्वास

१९३३ आणि १९४३ मध्ये पुण्याचा करार झाल्यानंतर गांधींनी अस्पृश्यतेच्या विरोधात जी जोरदार मोहीम राबवली, त्याचे ब्रिटिश गुप्तचर विभागाचे अहवाल गांधींचा एकटेपणा दर्शवतात:

> एकीकडे हिंदू सनातन्यांचा मिळून या सुधारणेच्या कार्यक्रमाला विरोध करणारा आत्यंतिक उजव्या गटाचा असा पक्ष बनला होता... तर डाव्या गटाने या कार्यक्रमाबाबत नुसताच मोठा अविश्वास आणि पूर्ण उदासीनता दाखवली नाही... तर त्यापैकी काही लोकांनी गांधींवर असा आरोप करण्यापर्यंत मजल मारली, की त्यांनी साम्राज्यवादाच्या विरोधातल्या लढ्यातून माघार घेतली आहे.[१५]

गांधींची मोहीम जेव्हा शेवटाकडे येऊन पोहोचली तेव्हा नरेंद्र देव यांच्या नेतृत्वाखाली कॉंग्रेसच्या समाजवादी नेत्यांनी गांधींकडे त्यांच्या मसुद्याची आज्ञावली सादर केली, जेणेकरून गांधींनी त्यावर अभिप्राय द्यावा आणि गांधींची धोरणे समाजवादाच्या दिशेला वळवता यावीत. गांधींच्या असे लक्षात आले की दहा महिनाभर त्यांनी हिंदू समाजातल्या जातिबाह्य लोकांच्या बाजूने मोहीम राबवूनही, कॉंग्रेस समाजवादी आंदोलनाच्या जनकांनी आणलेल्या ह्या सामाजिक मसुद्याच्या कार्यसूचीत, अस्पृश्यतेच्या निर्मूलनाचा आणि जातीय ऐक्य साध्य करण्याचा उल्लेखसुद्धा नव्हता. गांधींनी त्यांना नम्रपणे हा सल्ला दिला की त्यांनी शास्त्रोक्त समाजवादापेक्षा, भारताच्या प्रत्यक्ष परिस्थितींवर आधारलेला वास्तववादी समाजवाद घेऊन त्यांच्याकडे यावे. त्यांचा दृष्टिकोन पाहून गांधींना दुःख झाले, त्यांना हे-सुद्धा लक्षात आणून द्यावे लागले की 'वर्षातून चार-सहा महिने बेरोजगार असणाऱ्या लाखो लोकांसाठी दुसरा अधिक चांगला व्यवसाय मिळेपर्यंत खद्दरचे उत्पादन हा तत्काळ उपलब्ध होणारा रोजगार होता आणि जनतेबरोबर एक ओळख प्रस्थापित करण्याचे ते एक प्रतीक होते' आणि तेच या मसुद्यातून वगळण्यात आले होते.[१६] बॅरन रे, हे इंडियन काउन्सिल फॉर हिस्टॉरिकल रिसर्चचे माजी अधिछात्र विचारतात:

> आपल्या मुक्ततेच्या आंदोलनातले पुरोगामी आधुनिकतावादी वर्ग नुसतेच भारतीय जनतेच्या सर्वाधिक दलित वर्गाला (पुरोगाम्यांना हे कळत नव्हते की सर्वांत जास्त शोषित वर्ग कोणता होता) आधार देण्यासाठी दिलेल्या गांधींच्या हाकेला प्रतिसाद देऊ शकले नाहीत असे नाही तर गांधींनी जनतेला जागृत केल्यावर आणि दहा महिने टिकलेले बऱ्यापैकी यशस्वी जन-अभियान चालवूनदेखील त्यांना या वर्गांनी प्रतिसाद का दिला नाही? ...मी असे म्हणू इच्छितो की ही खूप गंभीर अशी चूक आहे–ही एक फट आहे– आपल्या इतिहासलेखनातली... जिच्यावर कधी चर्चाच झाली नाही... सर्व डाव्या मतप्रणालीची आणि पुरोगामी तत्त्वप्रणालीची ही मूलभूत भूमिका नसते का, की दलितांच्या सामाजिक-आर्थिक समस्या हे, कुठल्याही मुक्ती-आंदोलनात जनमताचा प्रभाव गतिशील करण्यासाठीचे सर्वांत सुपीक क्षेत्र आहे? हे विचित्र नव्हते का, की या गटांपैकी एकालाही जे उघड्या डोळ्यांना दिसत होते ते ओळखता आले नाही? ते, जे भारताच्या वास्तवात शोषणाचा आणि जुलमाचा सर्वांत शक्तिशाली स्रोत होते[?][१७]

ही 'चूक' म्हणजे कदाचित एक कोडेच राहील, पण त्यामुळे हा प्रश्न उद्भवतोच: गांधी ज्याकडे राष्ट्रीय एकतेसाठी आवश्यक म्हणून पाहत होते त्या हिंदू जातिबाह्य लोकांसोबतच्या, निकडीच्या आणि संवेदनशील बंधाकडे, कॉंग्रेसचे उच्च-जातीय सदस्य जातीनिष्ठतेमुळे कानाडोळा करत होते का? असे असू शकेल का, की अस्पृश्यतेच्या निर्मूलनाकडे कॉंग्रेस एक 'अस्पृश्य विषय' म्हणून पाहत होती? एक असा विषय ज्याला सरळसरळ सामोरे जाण्याऐवजी

तो काँग्रेसच्या कार्यसूचीतून वगळलेलाच बरा? याआधी मागे १९२४ मध्ये गांधींनी जेव्हा असा प्रस्ताव सादर केला होता, की काँग्रेस समितीच्या सदस्यांनी जनतेशी एकजूट दाखवण्यासाठी, चार-आणे शुल्क भरण्याऐवजी 'सूतकताईचा विशेषाधिकार' अंगीकारावा, तेव्हा श्रोत्यांमध्ये सनसनाटी वातावरण निर्माण झाले होते. हे उघडपणे दिसत होते की हिंदू धर्मातल्या खालच्या जातींचा आणि जातिबाह्य लोकांचा व्यवसाय, दररोज फक्त एक तासासाठी का होईना, अंगीकारण्याचे आवाहन गांधी त्यांना करत होते. या प्रस्तावामुळे प्रामुख्याने उच्च-जातीय श्रोत्यांकडून अपरिपक्व स्वरूपाच्या निषेधांना चिथावणी मिळाली.[१८] १९४० पर्यंत मात्र ते या विषयाला पद्धतशीरपणे शक्य तितकी बगल देऊ लागले होते[१९]—पण मग नंतर दलितांनी उठवलेल्या वाढत्या आवाजामुळे ते या विषयाला हाताळण्याच्या गरजेबाबत जागृत झाले, पण ते फक्त राजकीय स्वार्थासाठीच. सामाजिक एकता आणि न्याय यांची खरी अभिलाषा होती म्हणून नव्हे.

आंबेडकर आणि स्वदेशी

फक्त सनातनवादी हिंदूंनीच गांधींवर हल्ला केला असे नाही; तर दलितांनीही तो केला. त्यांचे नेते आंबेडकर यांनी खादीचा वापर करण्यास नकार दिला. त्यांच्या माणसांची गळचेपी करू पाहणारे हिंदुत्व त्यांनी जे नाकारले त्याच्याशी हा निर्णय सुसंगत होता. आंबेडकर आणि त्यांच्या समाजासाठी, आयुष्य म्हणजे गरिबी हटवण्यासाठीचा एक संघर्ष होता. त्यांच्यासाठी गरिबीकडे पुन्हा परतायची इच्छा म्हणजे आयुष्य नव्हते. 'खरबरीत खादी' त्यांना, ते जिथून आले त्याची आठवण करून देत असे, त्यांना जिथे जायचे होते, त्याची नव्हे. ग्रामीण भागातल्या गरिबांमध्ये खादीचा प्रसार म्हणजे आंबेडकरांच्या मते त्या गरीब लोकांना पूर्ण दारिद्र्यातच ठेवणारे एक प्रतिगामी पाऊल होते.

आंबेडकरांनी गांधींवर असा आरोप केला की गांधी अस्पृश्यांना लाक्षणिक सवलती देऊन स्वतः काही गुप्त हेतू बाळगून होते. आपल्या माणसांना समान हक्क आणि विशेष सवलती मिळून ती पूर्णत्वाने 'ह्या मातीची मुले' झालेली आंबेडकरांना पाहायची होती, त्यांना त्यांच्या माणसांना फक्त 'स्पृश्य' बनवायचे नव्हते आणि 'देवाची मुले' म्हणून आश्रयही नको होता.[२०] गांधींनी वर्ण-धर्माचा लावलेला अर्थ (समतावादी, अपक्षपाती आणि ऊर्ध्व नसलेले श्रमाचे विभाजन) आंबेडकरांना फारसा आशादायी वाटत नव्हता, कारण बहुतांश हिंदू समुदाय त्याचा अंगीकार करील असे काही लक्षण दिसत नव्हते. त्यांचे असे मत होते की अस्पृश्यतेची अगदी पाळेमुळेच म्हणजेच जातिव्यवस्था खणून काढली पाहिजे—पण गांधींना त्यांचे हे मत कबूल नव्हते.

आंबेडकर असे मानत की अस्पृश्य आणि सवर्ण यांच्यातील संबंधातील मोठी दरी भरून काढण्यासाठी हाताने केलेल्या सूतकताईचा आणि खादीच्या व्यापाराचा वापर करणे म्हणजे

एक अद्‌भुतरम्य कल्पना होती आणि या कल्पनेत दुर्गम गावांमधील वस्तुस्थितीचा विचारच केला गेला नव्हता. अस्पृश्यांवर अगदी कडक सामाजिक बहिष्कार घालणे ही बाब ग्रामीण भारतात अगदी सर्वसाधारण होती. सामाईक विहीर किंवा सार्वजनिक रस्ते वापरण्यास, किंवा गावातल्या वाण्याकडून जीवनावश्यक वस्तू खरीदण्यासदेखील त्यांना मनाई होती. आंबेडकरांच्या मते,

> काही वेळा छोटी-छोटी कारणे सामाजिक बहिष्कार घोषित करण्यासाठी पुरेशी असतात... उपेक्षित वर्गातल्या माणसाने जानवे घातले म्हणून, त्याने जमीन खरेदी केली म्हणून, चांगले कपडे किंवा दागिने घातले म्हणून, किंवा सार्वजनिक मार्गावरून नवरीसोबत घोड्यावर बसून लग्नाची वरात काढली म्हणून.[२१]

मग दलित जर हाताने सूतकताई आणि खादी घालणे यामध्ये सहभाग घेण्याचा प्रयत्न करू लागले तर त्यांच्या विरोधात अधिकच भेदभाव झाला असता की नाही?

ह्या गोष्टीची नोंद घेण्यासारखी आहे की बनिया जातीचे गांधी धोतर नेसून, गरिबासारखा वेश परिधान करून अस्पृश्यांचे प्रतिनिधित्व करणे पसंत करत, तर दलित असलेले आंबेडकर त्यांच्या लोकांचे प्रतिनिधित्व युरोपियन कपडे घालून करणे पसंत करत. आपला हिंदू भूतकाळ–ज्यावर सामाजिक पूर्वग्रहाचे व्रण होते आणि जो मूलभूत मानवी हक्क नाकारत असे त्याच्याशी आपला संबंध तोडण्याची त्यांची ती पद्धत होती. गांधींच्या मृत्यूनंतर आठ वर्षांनी आंबेडकरांनी खूप अधिक उघडपणे हिंदुत्व नाकारले. आपल्या अनुयायांसह सामूहिकपणे बौद्ध धर्म स्वीकारून त्यांनी हजारो लोकांचे नेतृत्व करत हिंदुत्वाचा जाहीर परित्याग केला.[२२] त्यांचे धर्मांतर म्हणजे 'विचारसरणी आणि त्या अनुषंगाने निर्माण झालेले गुंतागुंतीचे सामाजिक संबंध' याचा अस्वीकार होता.[२३] ब्रिटिश पंतप्रधानांनी दलित समुदायाला वेगळे मतदारसंघ बहाल केल्याच्या विरोधात गांधींनी जे प्रदीर्घ उपोषण केले ते उच्चजातीय हिंदूंना 'उदात्त कार्य' वाटले असण्याची शक्यता आहे.[२४] आंबेडकरांचे मत मात्र वेगळे होते:

> त्या उपोषणात काहीही उदात्त नव्हते. तो एक रडीचा डाव आणि हिडीस कृत्य होते. हे उपोषण अस्पृश्यांच्या फायद्याकरिता नव्हते. ते त्यांच्या विरोधात होते आणि हतबल जनतेने पंतप्रधानांच्या पुरस्कारामुळे ताब्यात आलेले घटनात्मक संरक्षण सोडून द्यावे आणि हिंदूंच्या कृपाछत्राखाली राहावे म्हणून केलेली अत्यंत हीन प्रकारची सक्ती होती. ते एक दुष्ट आणि कुटिल कर्म होते.[२५]

दलितांच्या वेगळ्या मतदारसंघाच्या मागणीवर 'पुण्याचा करार' हा अंतिम निर्णय होता. आणि आंबेडकरांनी खूप कडवटपणे हे कबूल केले की–अख्खे जग ज्याला 'महात्मा' म्हणून ओळखू लागले होते त्या माणसाच्या मृत्यूसाठी त्यांना कारणीभूत बनायचे नव्हते.

टिपा

१. *सीडब्लूएमजी,* खंड १९, २८९.
२. तथैव.
३. तथैव., खंड १३, १२७.
४. तथैव., खंड ५०, २२२.
५. तथैव., खंड १९, ७३.
६. तथैव., खंड १९, २०.
७. दक्षिण भारतातील एक दलित समुदाय.
८. *सीडब्लूएमजी,* खंड २५, २४.
९. पहा *सीडब्लूएमजी* मध्ये गांधींनी सी. एफ. अँड्र्युज यांना लिहिलेले पत्र, खंड १९, २८९ (या प्रकरणाच्या पुरालेखात उद्धृत केले आहे). पीटर हीस यांनी केलेल्या अभ्यासाद्वारे धार्मिक विषयांचा स्वातंत्र्य लढ्याचे स्वरूप ठरवण्यावर किती मोठा प्रभाव पडला हे स्पष्टपणे दिसून येते, 'रिलिजन अँड रिव्हॉल्ट: बंगाल अंडर द राज', *हिस्टरी टुडे,* खंड ४३, क्र. १ (जानेवारी १९९३): २९–३५.
१०. गांधी आणि सनातनवादी हिंदू यांच्यात झालेल्या संभाषणाचे तपशीलवार परीक्षण वाचण्यासाठी, पहा: पारेख, *कॉलनिअॅलिजम, ट्रॅडिशन अँड रिफॉर्म,* २३९–४९.
११. या चर्चेची संपूर्ण संहिता येथे आहे तथैव., २४३–४५. त्रावणकोरच्या ब्राह्मणांनी अस्पृश्यतेचा प्रसार करणारी धर्मशास्त्रातील सूत्रे केव्हाच ओलांडली होती, ते अस्पृश्यांच्या जवळदेखील जात नसत. त्यांनी अस्पृश्यांना एखाद्या मंदिरालगतच्या रस्त्यावरून जाण्यास मनाई केली होती. अस्पृश्यांनी १९२४ मध्ये सत्याग्रह पुकारला आणि त्याला एक वर्षाहून अधिक काळ कडवा विरोध होत राहिला. गांधींनी ब्राह्मणांचे 'मन वळवण्याच्या' दृष्टीने त्यांची भेट घेतली. अस्पृश्यताविरोधी मोहिमेतली त्यांची ती सर्वांत कठोर परीक्षा होती.
१२. तथैव., २२८.
१३. तथैव., ३४३n१. खासकरून रेव्हरंड चार्ली अँड्र्युज यांच्याबरोबरच्या मैत्री आणि ख्रिश्चन धर्माचा प्रभाव असल्याच्या आरोपाला त्यांनी उत्तर दिले. रेव्हरंड यांना लिहिलेल्या पत्रात त्यांनी स्वत:वरील एवढ्या आरोपांची खंत वाटत असल्याचे लिहिले आणि म्हटले: 'मी हे कार्य दक्षिण आफ्रिकेत असताना सुरू केले—तेव्हा मी तुमचे नावही ऐकले नव्हते आणि दक्षिण आफ्रिकेत ख्रिश्चन धर्माचे इतर प्रभाव माझ्यावर पडण्यापूर्वी मला अस्पृश्यतेच्या अधर्मी कृत्याबद्दल जाणीव होती. मी अगदी लहान मूल असतानाच मला ह्या सत्याची अनुभूती आली होती. आम्ही भावांनी एखाद्या परक्या माणसाला स्पर्श केला की आम्हाला आंघोळ करायला लावणाऱ्या आमच्या आईवर आम्ही हसत असू.' *सीडब्लूएमजी,* खंड १९, २८८–९०. ख्रिश्चन धर्माचा प्रभाव असल्याच्या आरोपाविरोधात समर्थन आणि त्यांना लहानपणी आलेला अस्पृश्यतेचा अनुभव याविषयी अधिक तपशिलात जाणून घेण्यासाठी, पहा *सीडब्लूएमजी,* खंड १९, ५६९–७५.
१४. तथैव., २८९.
१५. रे, 'गांधीजीज कॅम्पेन अगेन्स्ट अनटचेबिलिटी', २०.
१६. *सीडब्लूएमजी,* खंड ५८, २७५.
१७. रे, 'गांधीजीज कॅम्पेन अगेन्स्ट अनटचेबिलिटी', २१.

१८. आपला राजीनामा सुपूर्द करण्याच्या पातळीपर्यंत नेहरू संतापले होते. पहा नेहरू, ॲन *ऑटोबायॉग्राफी,* १३४. नंतर 'अस्पृश्यतेइतके वाईट जगात दुसरे काहीच नाही' ही गांधींची घोषणा स्वीकारणे त्यांना मूलभूत तत्त्वांच्या दृष्टिकोनातून कठीण गेले. रे, 'गांधीजीज कॅम्पेन अगेन्स्ट अनटचेबिलिटी', २०.

१९. गांधींना सुद्धा ह्या दृष्टिकोनाची जाण होती: 'काँग्रेसने चरख्याचा स्वीकार केला खरा. पण तो त्यांनी स्वेच्छेने केला का? नाही, ते फक्त चरख्याचा वापर सहन करून घेतात... समाजवादी लोक तर त्याची सरळ सरळ टर उडवतात... चरखा ही स्वराज्याची गुरूकिल्ली आहे हे मी त्यांना पटवून देऊ शकलो असतो तर! इतक्या वर्षात मी माझ्या या दाव्याचे समर्थन करू शकलेलो नाही.' *सीडब्लूएमजी,* खंड ७८, ७५.

२०. तुलना करून पहा: डी. सी. आहिर, *गांधी अँड आंबेडकर: अकंपेरेटिव्ह स्टडी* (नवी दिल्ली: ब्लूमून, १९९५), १८२.

२१. बी. आर. आंबेडकर, *मिस्टर गांधी अँड दि इमॅनसिपेशन ऑफ दि अनटचेबल्स* (बॉम्बे: ठाकर अँड कं., १९४३), ४९.

२२. हे संभाषण १४ ऑक्टोबर १९५६ ला झाले. पहा जयश्री बी. गोखले, 'द सोशोपॉलिटिकल इफेक्ट्स ऑफ आयडिऑलॉजीकल चेंज: द बुद्धिस्ट कन्व्हर्जन ऑफ महाराष्ट्रीयन अनटचेबल्स', *जर्नल ऑफ एशियन स्टडीज,* खंड ४५, क्र. २ (फेब्रुवारी १९८६): २६९–९२.

२३. 'याचा अर्थ असा होता की त्याच्या भोवतीची विचारसरणी आणि गुंतागुंतीचे सामाजिक संबंध स्वीकारण्यास दिलेला नकार...[याचे] फक्त एका व्यक्तीसाठी किंवा सामूहिक चेतनेसाठीच फक्त गर्भितार्थ नव्हते तर इतर दलित समुदायांसाठी आणि बाकीच्या समाजासाठीही त्याचे काही छुपे अर्थ होते.' गोखले, 'द सोशोपॉलिटिकल इफेक्ट्स', २६९.

२४. हे प्रदीर्घ उपोषण मॅकडॉनल्ड पुरस्काराच्या विरोधात होते आणि हे उपोषण २० ते २६ सप्टेंबर १९३२ या दरम्यान केले गेले.

२५. आंबेडकर, *व्हॉट काँग्रेस अँड गांधी हॅव डन,* २६६.

भाग इ

सामाजिक आणि धार्मिक क्रांती—दहशतवाद

१३ भारताची दुफळी

हिंदू-मुस्लीम युतीचा उद्देश, ही युती भारताला आणि विश्वाला वरदान ठरावी असा आहे; कारण शांतता आणि सर्वांच्या प्रति सद्‌भावना अशा मनोभूमिकेतून ती कल्पिली गेली आहे. भारतात स्वराज्य साध्य करण्यासाठी या युतीने अहिंसा आणि सत्य ही अनिवार्य अशी साधने म्हणून अंगीकारली आहेत. या युतीचे प्रतीक—चरखा—हे लाखो लोकांसाठी साधेपणाचे, स्वावलंबनाचे, संयमाचे आणि ऐच्छिक सहकार्याचे प्रतीक आहे. अशा युतीने जर जगाला धोका निर्माण होणार असेल, तर मग देव अस्तित्वात नाही किंवा मग देव निद्रिस्त तरी आहे.

—मो. क. गांधी[१]

अस्पृश्यतेच्या समस्येव्यतिरिक्त गांधींना भारताच्या सामाजिक-धार्मिक संदर्भातील आणखी एका तेवढ्याच आव्हानात्मक प्रश्नाशी लढावे लागत होते: बहुसंख्याक हिंदू आणि अल्पसंख्याक मुस्लीम यांच्यामधील तणाव ही त्यांच्या अहिंसेच्या तत्त्वाची सर्वांत कठीण परीक्षा होती. या गोष्टीमुळे त्यांच्यात आणि त्यांच्या सहधर्मीय सहकाऱ्यांमध्ये फारकत आली. ज्या लोकांना संतुष्ट करण्यासाठी ते अतोनात प्रयत्न करत होते त्याच लोकांपासून, याच गोष्टीमुळे ते दुरावले गेले. जातीयवादी तणावाच्या संदर्भात, बदल घडवून आणण्यासाठी त्यांनी केलेल्या प्रयत्नांचे स्वरूप जाणून घेण्यासाठी आधी त्यांना वारशाने मिळालेला इतिहास विचारात घेणे आवश्यक आहे.

शिपायांची बंडाळी आणि हिंदू-मुस्लीम ऐक्य

ब्रिटिशांच्या राजवटीखालील भारतीय उपखंडात अनेक बंडे पुकारण्यात आली: १८०६ मध्ये वेल्लोर येथे, १८२४ आणि १८५२ मध्ये बराकपूर येथे, १८४४ मध्ये वायव्य प्रांतांमध्ये आणि १८४९–५० मध्ये पंजाब येथे. सैनिकांना भरतीच्या संदर्भात जी वचने दिली गेली होती त्यांच्या पायमल्लीच्या निषेधार्थ ही बंडे प्रामुख्याने पुकारली गेली होती. बहुतांशी, ही बंडे उशिरा मिळणाऱ्या किंवा कमी वेतनामुळे झाली होती. तक्रारींची यादी वाढतच गेली आणि मग शेवटी मेरठ येथे अत्यंत प्रक्षुब्ध असा १८५७ चा उठाव झाला.[२]

असे असले तरी, आणखी दोन महत्त्वाच्या उठावांमध्ये–वेल्लोर (१८०६) आणि मेरठ (१८५७)–धार्मिक भावनांनी महत्त्वाची भूमिका बजावली. नोव्हेंबर १८०५ मध्ये मद्रासच्या सैन्याचे सरसेनापती, सर जॉन क्रॅडक यांनी सैन्याच्या तुकड्यांना एकसारखे स्वरूप देण्याच्या उद्देशाने शिरस्त्राण म्हणून पगडी बदलून 'गोल हॅट' घालण्याचे आदेश दिले, दाढी वाढवणे, चेहऱ्यावर रंग लावणे (टिळा) आणि आभूषणे घालणे या गोष्टी हद्दपार केल्या. चेहऱ्यावर लावलेला रंग म्हणजे जातीची खूण होती आणि आभूषणे आणि दाढ्या यांना एक प्रकारचे धार्मिक महत्त्व होते, ही संकल्पना त्यांनी जुमानली नाही. याचा परिणाम असा झाला की हिंदूंना कपाळावर धार्मिक स्वरूपाचा टिळा लावण्यास मनाई करण्यात आली आणि मुस्लिमांना दाढी काढून टाकणे आणि मिशा कापून बारीक ठेवणे आवश्यक झाले. गोल हॅट घालण्याची जी अट लादण्यात आली होती त्याचासुद्धा अर्थ भारतीयांसाठी 'ख्रिश्चन धर्माचे एक प्रतीक' असा होता. धार्मिक श्रद्धांवर केलेल्या या उघड हल्ल्याखेरीज भारतीय समाजात आणखी एक अफवा पसरली होती की हिंदू आणि मुस्लीम धर्म भ्रष्ट करण्याच्या उद्देशाने ईस्ट इंडिया कंपनी साध्या मिठात जाणूनबुजून डुकराचे रक्त मिसळत होती.[३]

'शिपायांची बंडाळी' किंवा 'भारताचे पहिले स्वातंत्र्ययुद्ध' म्हणून अधिक ओळखला जाणारा उठाव मेरठमध्ये सुरू झाला आणि दिल्ली, आग्रा, कानपूर आणि लखनौपर्यंत पसरला. या वादाच्या मुळाशी १८५३ च्या पॅटर्न एनफिल्ड प्रकारच्या लांब नळीच्या बंदुकीसोबत वापरले जाणारे ०.५७७ मेटफर्ड-प्रिचिट नावाचे काडतूस होते. या काडतुसावर प्राण्यांची चरबी चोपडलेली असे आणि हे काडतूस वापरण्याआधी ते दातांनी चावणे अपेक्षित होते. सैनिक आणि त्यांच्या ब्रिटिश प्रमुखांमध्ये तणावाच्या संबंधांची परिस्थिती असताना एक लहानशी अफवादेखील अविश्वास आणि द्वेष यांच्यात भर घालण्यास पुरेशी होती. हे नवीन काडतूस याच गोष्टीचे निमित्त बनले: हिंदूंमध्ये अशी अफवा पसरली होती की गायीची चरबी फासलेले काडतूस चावणे सैनिकांसाठी बंधनकारक होते, गाय हा हिंदूंसाठी एक पवित्र प्राणी होता; मुस्लिमांमध्ये अशी वार्ता पसरली की डुकराची चरबी चोपडलेली काडतुसे सैनिकांना दातांनी चावावी लागणार होती, डुक्कर हा मुस्लिमांसाठी एक अपवित्र प्राणी

असतो. यामुळे ब्रिटिशांना त्यांच्या सैनिकांनी आपला धर्म सोडून द्यावा असे वाटत होते, या शंकेला बळकटी मिळाली. ब्रिटिशविरोधी वारे वाहत असताना जे काही ऐकले त्यावर विश्वास ठेवायला सैनिकांना फारसा वेळ लागत नसे. १० मे १८५७ ला हा उठाव उसळला आणि २० जून १८५८ला ग्वाल्हेरचा पाडाव होऊन संपला. हिंदू आणि मुस्लीम सैनिकांचा हा संयुक्त उठाव ब्रिटिशांनी पराकोटीच्या निर्दयतेने चिरडला.[४] या उठावाने ब्रिटिश ईस्ट इंडिया कंपनीची भारतातील राजवट संपुष्टात आणली आणि भारतीय उपखंडाच्या बऱ्याचशा भागावर ब्रिटिशांचा थेट ताबा शक्य केला.[५]

हिंदू-मुस्लीम वैरभावाची सुरुवात

ब्रिटिश साम्राज्याने १८५७ च्या उठावाचा केलेला बिमोड आणि लगेचच उन्मत्तपणे प्रस्थापित केलेले साम्राज्यवादी नियंत्रण यामुळे भारतीय जनमानसात एक जखम चिघळत राहिली.[६]

हिंदूंपेक्षा मुस्लीम समुदायाच्या लोकांना अधिक कठोरपणे शिक्षा केली जात असे कारण ब्रिटिशांमध्ये अशी समजूत प्रचलित होती की मुस्लिमांचा हिंसेकडे जास्त कल असतो. हिंदूंच्या एका लहान गटाचे असे मत बनू लागले की स्वातंत्र्याला पर्याय म्हणजे फक्त हिंसाच असू शकते. बंगाल, महाराष्ट्र आणि नंतर पुढे पंजाबमध्ये आणि संयुक्त प्रांतांमध्ये गुप्त संघटनांचे पेव फुटले. त्यांचे लिखाण गुप्तपणे पण मोठ्या प्रमाणावर प्रसारित होऊ लागले आणि तरुण युवकांना युद्धकलेचे प्रशिक्षण देण्यासाठी आखाडे उभे केले जाऊ लागले. जमीनदारांनी देऊ केलेल्या जमिनीवर, ग्रामीण क्षेत्रातल्या निर्जन भागांत प्रशिक्षण शिबिरे घेतली जाऊ लागली. दहशतवादाच्या 'अत्याधुनिक पद्धती' शिकण्यासाठी युवकांना फ्रान्स, तिथून पुढे मग रशिया आणि सोव्हिएत युनियनला जाता यावे म्हणून पैसे उभा केला गेला. या दहशतवाद्यांना बॉम्बने भुरळ घातली होती आणि साम्राज्यवादाला योग्य उत्तर म्हणून ते त्याकडे पाहत.[७]

१९ व्या शतकाच्या अंताकडे ब्रिटिश वसाहतवाद्यांना हे कळून येऊ लागले होते की हिंदू दहशतवादी चळवळ खूपच धोकादायक होती आणि तिच्याकडे दुर्लक्ष करून चालणार नव्हते. ब्रिटिश सरकारमधला एक स्पष्टवक्ता आणि प्रामाणिक नागरी सेवक ॲलन ऑक्टेव्हियन ह्यूम याने भविष्य वर्तविले की जिच्याद्वारे हिंदू, मुस्लीम आणि इतर लोकांना त्यांच्यावर कसे राज्य केले जावे याबद्दलची त्यांची मते खुलेपणाने मांडता येतील अशी घटनात्मक मान्यता मिळालेली एक संघटना जर सरकारने त्वरित स्थापन नाही केली तर मग एक 'रौद्र क्रांती' पुढे आपली वाट पाहतच होती. यामुळे इंडियन नॅशनल काँग्रेसची स्थापना झाली आणि तिचे पहिले अधिवेशन बॉम्बेमध्ये १८८५ मध्ये झाले.

हे नमूद करायला हवे, की त्याच दरम्यान, ब्रिटिश सरकार आणि मुस्लिमांमध्ये असलेले एकमेकांबद्दलचे पूर्वग्रह नष्ट होऊ लागले होते. ब्रिटिश अधिकाऱ्यांची मोहमदाच्या या

अनुयायांवर मेहेरनजर होऊ लागली होती. ब्रिटिश अमलाखाली असलेल्या भारताचा २३ टक्के भाग असलेल्या मुस्लिमांकडे आता संभाव्य राजद्रोही म्हणून नव्हे तर संभाव्य मित्र म्हणून पाहिले जात होते.[८]

१९०३ मध्ये ब्रिटिश सरकारने बंगालच्या फाळणीचा प्रस्ताव मांडला कारण त्यांच्या मते हा प्रांत एकाच राज्यपालाने प्रशासन चालवण्याच्या दृष्टीने फार मोठा होता. १६ ऑक्टोबर १९०५ रोजी सरकारने नव्याने सीमारेषा आखल्या, त्यांनी पश्चिम बंगाल प्रामुख्याने हिंदू राहू दिला तर पूर्व बंगाल प्रामुख्याने मुस्लीम बनवला. ही विभागणी म्हणजे हिंदूंसाठी, आतापर्यंत हिंदूंच्या बाजूने असलेले ब्रिटिश धोरण, मुस्लिमांना एक स्वतंत्र इलाखा आणि राजकीय आधार देऊन, हिंदूंच्या अस्तित्वाच्या विरोधात समसमान तोल राखण्याकडे बदलत जात असल्याचे चिन्ह होते. व्हाइसरॉय लॉर्ड कर्झन यांनी फाळणीचे अध्यक्षपद स्वीकारले आणि मुस्लिमांना स्वतंत्र मतदारसंघ दिला.

१९०६ मध्ये सुलतान मोहम्मद शाह आगा खान याच्या नेतृत्वाखालील एक मुस्लीम प्रतिनिधिमंडळ 'खाली सही करणाऱ्या उमरावांच्या, जहागीरदारांच्या, तालुकदारांच्या, वकिलांच्या, जमीनदारांच्या, व्यापाऱ्यांच्या आणि महामहिम सम्राटाच्या मुस्लीम नागरिकांचे प्रतिनिधित्व करणाऱ्या इतर मोठ्या वर्गाच्या वतीने' व्हाइसरॉय लॉर्ड मिंटोना भेटले आणि त्यांनी काही विशेष सवलतींसह स्वतंत्र मतदारसंघांची मागणी केली. लॉर्ड मिंटोंनी उत्तर दिले: 'तुम्ही न्याय्य पद्धतीने दावा करत आहात, की तुमचे स्थान केवळ तुमच्या संख्याबळावर आखले जाऊ नये तर तुमच्या समुदायाची राजकीय महत्ता आणि त्या समुदायाने साम्राज्याची केलेली सेवा यासंदर्भात ते आखले जावे. मी तुमच्याशी पूर्णपणे सहमत आहे.'[९]

मुस्लीम समुदायासाठीच्या वेगळ्या मतदारसंघांना १९०९ च्या 'गव्हर्नमेंट ऑफ इंडिया ॲक्ट' मध्ये मूर्त स्वरूप देण्यात आले. एका ब्रिटिश अधिकाऱ्याच्या मते, 'हे मुत्सद्देगिरीचे काम होते... राजद्रोही विरोधी पक्षाच्या [काँग्रेसच्या] पंक्तीत जाऊन बसण्यापासून ६२ दशलक्ष लोकांना परावृत्त केल्यासारखे ते कृत्य होते'.[१०] मुस्लिमांनी या निर्णयावर आनंद व्यक्त केला.

या घटनेचा निषेध म्हणून बंगालमधल्या हिंदूंनी ब्रिटिशांच्या विरोधात स्वदेशीची चळवळ सुरू केली, जी तीन वर्षे चालली. या उठावाने हिंसक वळण घेतले आणि त्यामुळे जातीय दंगे झाले. अखेर ब्रिटिशांनी त्यांचा आधीचा निर्णय बरखास्त करण्याचे ठरवले. त्यांनी हा प्रांत १९११ मध्ये पुन्हा जोडला. फाळणीचा निर्णय असा उलट फिरवल्याने काही मुस्लीम त्याकडे राजकीय हार म्हणून पाहत होते. मुस्लीम लीगच्या काही तरुण सदस्यांनी लीगचा इंडियन नॅशनल काँग्रेसशी मेळ घालण्याचे प्रयत्न केले. मुस्लीम मध्यमवर्गीयांचा एक खूप मोठा वर्ग इतर मुस्लीम राष्ट्रांवरच्या युरोपीय आक्रमणांनी अधिक अस्वस्थ झाला होता.[११]

१९१९ चा गव्हर्नमेंट ऑफ इंडिया (रिफॉर्म्स) ॲक्ट ज्यापासून बनला, त्या संयुक्त अहवालाचे जनक, लॉर्ड चेम्सफर्ड आणि एडविन माँटेग्यू यांनी वेगळे मतदारसंघ तयार करण्यातला खोडसाळपणा ओळखला होता आणि म्हणून त्यांनी लिहिले:

> जाती आणि संप्रदाय यावर आधारलेली विभागणी म्हणजे एकमेकांच्या विरोधात योजनाबद्ध राजकीय छावण्या बनवणे आणि त्यामुळे माणसे नागरिक म्हणून नाही, तर 'कट्टर अनुयायी' म्हणून विचार करू लागतात; अशा प्रणालीपासून राष्ट्राचे प्रतिनिधित्व करण्यापर्यंतचा बदल कसा काय होईल कोण जाणे. माणसांमध्ये फूट पाडून त्यांच्यावर राज्य करत असल्याचा आरोप बऱ्याचदा ब्रिटिश सरकारवर केला जातो. पण जर हे सरकार या लोकांना स्वयंशासनाच्या रस्त्यावर मार्गस्थ करत असतानाच उगाचच त्यांच्यात फूट पाडू लागले, तर मग ते दुटप्पी नाही आणि दूरदर्शी आहे, असे म्हटलेच जाऊ शकत नाही.[१२]

हिंदू राष्ट्रवाद

१९०५ मधल्या बंगालच्या फाळणीदरम्यान, हिंदूंच्या खोलवर दुखावलेल्या भावनांचा काँग्रेस उच्चार करू शकले नाही, त्यावर प्रतिक्रिया देऊ शकले नाही. सामाजिक समस्यांपासून दूर राहण्याच्या काँग्रेसच्या धोरणामुळे परिस्थिती आणखीनच बिघडली, आणि त्यातून हिंसा आणि सूड यांच्याशी जुळलेली राष्ट्रवादी विचारसरणी नकळत जन्माला आली. या दहशतवादी चळवळीचा प्रभाव वाढत गेला आणि तिचे स्वरूप अधिकाधिक ठाम होत गेले. या चळवळीने हिंदू तत्त्वज्ञानात आपल्या प्रेरणा शोधल्या. साम्राज्यवादावर हल्ला करण्यासाठी त्यांनी राजकीय आणि आर्थिक प्रश्न सोडून नैतिक आणि सांस्कृतिक विषयांकडे मोर्चा वळवला. या प्रक्रियेत, हिंदूंचे सामर्थ्यवान आणि स्वाभिमानी असे आत्मभान पुन्हा जागृत झाले. या काळातल्या हिंदू बंडखोरीतल्या दोन अग्रेसर व्यक्ती म्हणजे टिळक आणि सावरकर.[१३]

बाळ गंगाधर टिळक (१८५६–१९२०) (छायाचित्र ३०: २५०) हे इंडियन नॅशनल काँग्रेसचे सदस्य होते, पण साम्राज्यवादाप्रति असलेल्या काँग्रेसच्या मवाळ आणि शिष्ट दृष्टिकोनामुळे त्यांचा भ्रमनिरास झाला. टिळक चित्पावन ब्राह्मण[१४] होते, आणि हिंदू बंडखोरीचा सर्वांत आधी प्रसार करणाऱ्यांपैकी एक होते. १८८१ मध्ये त्यांनी 'केसरी'ची स्थापना केली. हे एक मराठी वृत्तपत्र होते जे साम्राज्याच्या विरोधातली टिळकांची मते सामान्य माणसापर्यंत पोहोचवण्याचे एक व्यासपीठ होते. त्यांनी सामूहिक निषेधाचा प्रसार केला आणि लोकांना निर्भीड होण्याचे आणि ब्रिटिश मालावर बहिष्कार टाकण्यासाठी संघटित होण्याचे आव्हान दिले. त्यांनी गणेशाच्या पूजेचे एका उत्सवाच्या आधारे पुनरुज्जीवन केले, त्याला नवा अर्थ आणि सामूहिक स्वरूप दिले आणि शिवाजी महाराजांच्या सन्मानाप्रीत्यर्थ आणखी एक उत्सव सुरू केला. हे दोन्ही उत्सव आपल्यावरील राजकीय वट झुगारून

देण्यासाठी जनतेत जे प्रचाराचे तंत्र वापरायचे, त्याचे साधन बनले.[१५] त्यांना राजद्रोहाच्या आरोपाखाली अटक करण्यात आली आणि दोनदा तुरुंगवास झाला. त्यांच्या मंडाले, बर्मा येथील दुसऱ्या तुरुंगवासात त्यांनी त्यांचा अभिजात गणला जाणारा गीतारहस्य हा प्रबंध लिहिला. हा प्रबंध म्हणजे भगवद्गीतेवरील भाष्य होते. त्यामध्ये त्यांनी हे ठासून सांगितले, की गीतेने इतर कशापेक्षाही कर्माची शिकवण अधिक दिली आहे आणि गीतेचे धार्मिक किंवा आध्यत्मिक संदेश हे दुय्यम आहेत. टिळकांनी केलेले भाष्य स्पष्ट होते: दैवी आज्ञा आणि काळाची गरज हीच होती की साम्राज्यवादाच्या विरोधात युद्ध पुकारले जावे. त्यांनी भारतीयांसमोर जे रणशिंग फुंकले ते असे होते: 'स्वराज्य हा माझा जन्मसिद्ध हक्क आहे आणि तो मी मिळवणारच!'[१६]

आणखी एक चित्पावन ब्राह्मण, विनायक दामोदर सावरकर (१८८३–१९६६) (छायाचित्र ३४: २५०), यांनी भारतात आणि इंग्लंडमध्ये शिकत असताना राजद्रोही कृत्ये करण्यास सुरुवात केली. ते टिळकांना स्वतःचा आदर्श मानत आणि भारताला क्रांतिकारी मार्गांनी संपूर्ण स्वराज्य मिळवून देण्याच्या कार्याचा त्यांनी पुरस्कार केला. १८५७ च्या शिपायांच्या बंडाळीवर त्यांनी *द इंडियन वॉर ऑफ इंडिपेंडन्स* हे पुस्तक प्रसिद्ध केले. या पुस्तकावर ब्रिटिश अधिकाऱ्यांकरवी बंदी घालण्यात आली. लॉर्ड कर्झन वायली यांचा मारेकरी मदनलाल धिंग्रा (१८८७–१९०९) हा सावरकरांचा आश्रित होता. अंदमान आणि निकोबारच्या बेटांवर सावरकरांना कारावासात ठेवण्यात आले होते. तिथे त्यांनी हिंदू राष्ट्रवादाचा उघडपणे पुरस्कार करणारा 'हिंदुत्व' हा ग्रंथ लिहिला. क्षमायाचनेच्या पत्रकावर सही केल्यावर त्यांना मुक्त करण्यात आले. त्यांनी (१९११ मध्ये स्थापन झालेल्या) हिंदू महासभेचे सदस्यत्व स्वीकारले. कॉंग्रेस किंवा स्वातंत्र्य लढ्याशी जोडला न गेलेला असा हा पक्ष होता. सावरकर १९३७ मध्ये या पक्षाचे अध्यक्ष बनले आणि पुढे येणाऱ्या वर्षांमध्ये वारंवार अध्यक्ष म्हणून निवडून येत राहिले. हिंदू महासभा ही संघटना हळूहळू 'आक्रमकरीत्या जातीय' स्वरूपाच्या संस्थेत विकसित झाली, तिला 'मुस्लीम लीगसारखी संस्था' मानले जाऊ लागले.[१७] सावरकरांनी भारताची फक्त हिंदूंसाठी असलेले एक हिंदू राष्ट्र म्हणून कल्पना केली होती. १५ मे १९४० रोजी त्यांनी पुण्यात राष्ट्र दल समूह स्थापन केला 'असे मानले जाते'.[१८] या दलाचे नेतृत्व सावरकरांचा जवळचा शिष्य नथुराम गोडसे याच्याकडे होते.[१९]

बंडखोरीकरता ओळखल्या जाणाऱ्या इतर दोन गटांचाही उल्लेख केला पाहिजे. स्वामी दयानंद सरस्वती यांनी मूलतः १८७५ मध्ये स्थापन केलेल्या पंजाबच्या आर्य समाजाची बंडखोर आवृत्ती–जी हिंसक कृत्याची समर्थक होती. त्यामध्ये श्यामजी कृष्ण वर्मा, लाला लजपतराय आणि स्वामी श्रद्धानंद यांच्यासारखे राष्ट्रवादी होते. त्यांनी सुरुवातीला शिष्ट आणि सुधारणावादी असणाऱ्या आर्य समाजाच्या चळवळीला लढाऊ राजकीय संघटनेत परिवर्तित

केले. डेक्का अन्सुइलन समिती ही 'काली' देवीला समर्पित अशी बंगालमधील एक गुप्त संस्था होती. काली देवीला 'भारतमातेची माता' म्हणून पुजले जात असे आणि 'तिला रक्तबंबाळ करणाऱ्या फिरंगी [परदेशी] लोकांच्या रक्ताची' तिची तहान शमवण्यासाठी तिच्या उपस्थितीत शपथा घेतल्या जात.[२०] बंगालमधल्या स्वातंत्र्य लढ्यात या देवीसाठी गायले गेलेले सर्वांत सगळ्यात जास्त देशभक्तीपर गीत म्हणजे 'वंदे मातरम'.[२१] हे गीत बंकिमचंद्र चॅटर्जी यांच्या १८८२ मध्ये प्रकाशित झालेल्या *आनंदमठ* या कादंबरीत आढळून येते.

मुस्लीम विभाजनवाद

मुस्लीम बंडखोरीचा उदय आणि हिंदू राष्ट्रवादाचा विकास बरोबरीनेच झाला. मुस्लिमांना ब्रिटिश अधिकाऱ्यांची मेहेरनजर मिळवून देण्याचे श्रेय अलीगढ कॉलेजचे संस्थापक आणि बुद्धिप्रामाण्यवादी समाजसुधारक सर सय्यद अहमद खान (१८१७–९८) यांचे आहे. त्यांनी इस्लामच्या समाजामध्ये लोकशाहीच्या तंत्राचा पुरस्कार केला आणि त्यांना इंग्रजी भाषा शिकण्यास प्रोत्साहित केले. या दोन गोष्टींची निवड केल्यामुळे मुस्लिमांना कायमचा लाभ होणार होता, हे त्यांना जाणवत होते. मुस्लिमांना ब्रिटनचे इमानदार नागरिक बनवावे, हिंदूंचे वर्चस्व असलेल्या इंडियन नॅशनल काँग्रेसपासून त्यांना अलग करावे आणि, त्यायोगे त्यांना स्वातंत्र्याच्या राष्ट्रीय आंदोलनापासून विलग करावे, अशी आशा ते बाळगून होते. मुस्लिमांमध्ये आधुनिक शिक्षणाच्या महत्त्वाची जाण यावी म्हणून त्यांनी *तहझीब अल-अखलाक* ह्या नियतकालिकाचे प्रकाशन सुरू केले. मुस्लिमांना त्यांच्या राजकीय समस्या मांडण्यासाठी व्यासपीठ मिळावे म्हणून त्यांनी मुहम्मदन एजुकेशनल कॉन्फरन्सची स्थापना केली. भारतीय उपखंडाचे अखेरीस भारत आणि पाकिस्तान अशा दोन देशांमध्ये विभाजन करणाऱ्या 'द्वि-राष्ट्रसिद्धान्ताचे' ते जनक मानले जातात.[२२]

सय्यद खान यांच्या मृत्यूनंतर आठ वर्षांनी ऑक्टोबर १९०६ मध्ये, मुस्लीम नेत्यांचा एक अधिक बंडखोर गट उदयाला आला. त्यांना इस्लाम धर्म धोक्यात आलेला दिसत होता आणि राजकारणापासून दूर राहिल्यामुळे त्यांच्या स्वतःच्या समुदायाचे फार नुकसान होणार होते, हे त्यांना कळले. या नव्या नेत्यांमध्ये आगा खान तिसरे, सर सुलतान मोहम्मद शाह हे प्रमुख होते. निवडणुकीने जागा भरायचे तत्त्व भारतीय विधिमंडळाना लागू करण्याचा प्रस्ताव ऐकताच त्यांनी व्हाइसरॉय लॉर्ड मिंटो यांची सिमला येथे भेट घेतली. या भेटीचा मुख्य उद्देश निवडणुकीने जागा भरण्याच्या तत्त्वाची व्याप्ती विधिमंडळांपर्यंत जाऊ देऊ नये हा (कारण मुस्लीम अल्पसंख्याक असल्याने त्यांचे यामुळे नुकसान होणार होते) किंवा, जर हे शक्य नसेल तर मग मुस्लीम समाजाच्या अल्पसंख्याकत्वाची भरपाई करण्याचा काही मार्ग शोधून काढावा, हा होता. व्हाईसरॉयने प्रतिनिधी-मंडळाचे स्वागत केले आणि 'जेत्या आणि हुकुमती

वंशाचे वंशज' म्हणून त्यांना अभिवादन केले. व्हाइसरॉयने महत्त्वाच्या घटनात्मक विषयांच्या बाबतीत मुस्लिमांना मोठी व्याप्ती असलेल्या काही सवलती विशेष उत्साहाने आणि तत्परतेने दिल्या आणि त्यामुळे असे वाटू शकत होते, की मुस्लिमांना त्यांनी मागितले त्यापेक्षा जास्तच देण्यात आले.[२३]

व्हाइसरॉय आणि त्याच्या सल्लागारांनी या सवलतींच्या अनुषंगाने येणाऱ्या गोष्टींचा नीट विचार केलेला नसतानाही या सवलती देण्यात आल्या होत्या. सिमल्याच्या प्रतिनिधिमंडळाचा एक अनिष्ट परिणाम असा झाला की मुस्लिमांमध्ये ऐक्य आणि सुरक्षिततेची भावना यांना उधाण आले. १९०६ मध्ये आगा खान यांनी ऑल-इंडिया मोहम्मेदन एज्युकेशन कॉन्फरन्सची ढाका येथे एक सभा घेतली. या सभेच्या दरम्यान मुस्लिमांचे हितसंबंध जपणे आणि ब्रिटिश सरकारशी एकनिष्ठता या दुहेरी उद्देशाने ऑल-इंडिया मुस्लीम लीग आकाराला आली. ज्याने व्हाइसरॉयला दाखवायच्या विनंतीअर्जाचा मसुदा तयार केला त्या सय्यद हुसेन बिलग्रामीच्या शब्दांत सांगायचे तर या लीगचा हेतू 'भारतातल्या इतर बोलभांड पक्षांच्या गोंगाटात आणि सातासमुद्रापार इंग्लंडमध्ये आपला आवाज ऐकू जाईल असे पाहणे' आणि 'हिंदुत्वाच्या पुरात बुडून जाण्यास' विरोध करणे हा होता'.[२४] दरम्यान, इंग्रजांच्या बाजूने विचार केल्यास, लीगच्या निर्माणाचे, 'काँग्रेसला प्रभावी उत्तर'[२५] आणि एक स्वागतार्ह घडामोड असे कौतुक झाले, कारण लीगची स्थापना 'ब्रिटिश राज्याशी असलेल्या एकनिष्ठतेच्या सुरक्षित आणि खात्रीच्या शिळेवर केली गेली होती'.[२६]

मुस्लिमांसाठी जातवार मतदारसंघ निर्माण करून ब्रिटिशांनी भारतीय लोकशाहीला तिच्या उगमाकडेच विष पाजले होते.[२७] दोन्ही बाजूंना अतिरेकवादाची वाढ होण्यासाठी रान मोकळे करून दिले गेले होते. भारताच्या काही विशिष्ट गोटांमध्ये जातीवर आधारलेल्या शत्रुत्वाचे छुपे प्रवाह जोरात वाहू लागले होते. आपली साम्राज्यवादी सत्ता टिकवण्यात ज्यांना मुख्यत्वे रस होता ते ब्रिटिश, त्यांच्या भारतातल्या शांत अस्तित्वाचे अतिरिक्त समर्थन करण्याची गरज का नाही, याचे एक रास्त कारण हिंदू आणि मुस्लिमांमधली जातीय अशांतता आहे, हे सप्रमाण दाखवून देताना खूपच खूश झाले होते.

टिपा

१. *सीडब्लूएमजी*, खंड २५, २०.

२. तुलना करून पहा: की, *दि ऑनरेबल कंपनी*, २७३–३३०. की या गोष्टीचा पुरावा सादर करतात की बंगालच्या सैन्यातील सैनिकांनी त्यांच्या युरोपियन समकालीन सैनिकांच्या नंतर उठाव केला. इंग्रज सैन्य आणि भारतीय सैन्य या दोघांनीही वेतन या विषयावरून उठाव केला. इंग्रजांना ज्याचे आश्वासन दिले गेले होते ते वेतन न मिळाल्याने त्यांनी उठाव केला. भारतीय सैन्याने कमी वेतन आणि बोनसचा अभाव या विरोधात उठाव केला.

३. वेल्लोरच्या उठावाचे अधिक तपशीलवार वर्णन वाचण्यासाठी पहा: 'जुलै, १८०६ वेल्लोर', *आऊटलुक*, १७ जुलै २००६. येथे ऑनलाईन उपलब्ध: http://www.outlookindia.com/article.aspx?231918 (१२ मे २००८ रोजी तपासले).

४. 'कैद केलेल्या बंडखोरांना सहसा एका तोफेच्या तोंडाशी घट्ट बांधले जाई आणि मग तोफेने उडवून दिले जाई आणि कानपूरजवळची आख्खीच्या आख्खी गावे जाळली गेली. 'एका राजघराण्याचा संपूर्ण नायनाट' करण्याचा निश्चय केलेल्या कुण्या एका कॅप्टन हॉडसनकडून बहादूर शाहच्या मुलांची थंडपणे हत्या करण्यात आली. खूपसे सर्वसाधारण ब्रिटिश रहिवाशी संतापले होते आणि त्यांनी निष्पाप गावकऱ्यांवर आणि इमानदार घरगड्यांवरदेखील स्वैरपणे हल्ला चढवला.' पारेख, *कॉलनिॲलिझम, ट्रॅडिशन अँड रिफॉर्म*, १५६.

युरोपियनांच्या कत्तलींमुळे ब्रिटिश समाज खूप घातकी पद्धतीने रक्तपिपासू बनला होता. ब्रिटिशांनी 'सूडासाठी ठोकलेल्या आरोळी' बद्दल मॅकॉले यांनी सहानुभूती व्यक्त केली; पहा तथैव. 'सौम्य वागणूक असलेल्या चार्ल्स डिकन्स यांनीही घोषित केले: 'मी जर भारतात सरसेनापती असतो [तर] मी या राजघराण्याचा नाश करण्यासाठी पराकाष्ठेचे प्रयत्न केले असते. तेच हे राजघराणे आहे ज्याच्यावर अलीकडे झालेल्या क्रौर्यकर्मांचा कलंक लागला होता.' रॉबिन्स, 'लूट' (मूळ साहित्यात यावर भर दिला आहे).

५. नंदा, द *मेकिंग ऑफ अ नेशन*, xviii, xix.

६. पारेख, *कॉलनिॲलिझम, ट्रॅडिशन अँड रिफॉर्म*, १५६–५७.

७. तथैव., १५८–५९.

८. नंदा, द *मेकिंग ऑफअ नेशन*, ६८–९३.

९. तथैव., ८४.

१०. मेरी, काऊंटेस ऑफ मिंटो, *इंडिया, मिंटो अँड मोर्ली*, *१९०५–१०* (लंडन: मॅकमिलन, १९३४, ४७–४८), येथे उद्धृत केले आहे: एस. वोलपर्ट, जिना ऑफ पाकिस्तान (न्यू दिल्ली: ऑक्सफर्ड युनिव्हर्सिटी प्रेस, १९८५), २४. हेसुद्धा पहा: इंडिया रिलीफ अँड एज्युकेशन फंड, 'फ्रीडम स्ट्रगल: प्लांटिंग कम्यूनलिझम'. येथे ऑनलाईन उपलब्ध http://iref.homestead.com/Divide.html (१५ सप्टेंबर २००७ रोजी तपासले); आणि आर. गांधी, द *गुड बोटमन*, २६७.

११. तुलना करून पहा: नंदा, *महात्मा गांधी*, १८१.

१२. तथैव., ४०१.

१३. नंदा, द *मेकिंग ऑफ अ नेशन*, ४१–६७. या भागात इतर मातब्बर व्यक्तींपेक्षा टिळक आणि सावरकर यांच्यावर अधिक भर दिला आहे, कारण त्यांचा गांधींच्या जीवनावर खूप मोठा प्रभाव होता.

१४. चित्पावन ब्राह्मण मूळचे महाराष्ट्राच्या पश्चिम किनारपट्टीवरचे आहेत. त्यांनी १७०० सालापासून पेशवेपद (पंतप्रधान) सांभाळले होते आणि त्यामुळे मराठ्यांच्या सामाजिक आणि राजकीय सोपानपरंपरेत त्यांना महत्त्वाचे स्थान मिळाले होते. या समुदायातील इतर अनेक भारतीय राष्ट्रवाद्यांमध्ये गोपाळ कृष्ण गोखले, विनोबा भावे, वि. दा. सावरकर आणि नथुराम गोडसे यांचा समावेश होतो.

१५. 'मराठ्यांची राजवट नष्ट होण्यापूर्वी पेशव्यांची सत्ता असताना गणेशोत्सव खूप लोकप्रिय झाला होता. टिळकांनी त्याचे पुनरुज्जीवन केल्यावर त्यासोबत शिवाजी महाराजांच्या आठवणी जाग्या झाल्या आणि त्यांच्या कर्तृत्वाचे उदात्तीकरण हा या गणेशोत्सवाचा एक भाग बनून गेले. गणपती आणि शिवाजी महाराज यांची विचित्र युती आणि शिवाजी महाराजांना राष्ट्रीय महापुरुष मानणे आणि एका

नव्या राजसूय यज्ञासाठी (एका छत्रपती राजाने इतर सर्व राजांना आपल्या सत्तेखाली आणल्याचे चिन्ह म्हणून दिलेली आहुती) त्यांचे प्रेरणास्थान बनणे या गोष्टी हे दाखवून देतात की हिंदू धर्माला केवढा राजकीय रंग आणि राजकारणाला केवढा धार्मिक रंग देण्यात आला होता.' पारेख, *कॉलनिॲलिझम, ट्रॅडिशन अँड रिफॉर्म*, १६६.

१६. डी. मकेंझी ब्राऊन, 'द फिलॉसॉफी ऑफ बाल गंगाधर तिलक: कर्मा वर्सस ज्ञाना इन द गीता रहस्या', *जर्नल ऑफ एशियन स्टडीज*, खंड १७, क्र. २ (१९५८): २०४.

१७. नेहरूंचे शब्द, यांच्याद्वारे उद्धृत केले गेलेले: जे. कुरूवचिरा, *हिंदू नॅशनलिस्ट्स ऑफ मॉडर्न इंडिया—अ क्रिटिकल स्टडी ऑफ दि इंटलेक्चुअल जिनीऑलॉजी ऑफ हिंदुत्व* (दिल्ली: मीडिया हाउस, २००५), १२०.

१८. तुलना करून पहा: राम पुनियानी, द *सेकंड असॅसिनेशन ऑफ गांधी?* (दिल्ली: मीडिया हाउस, २००३), ९७n२.

१९. तुलना करून पहा: ए. जी. नूरानी, 'सावरकर अँड गांधी', फ्रंटलाईन, खंड २०, क्र. ६, १५२८ मार्च २००३. येथे ऑनलाईन उपलब्ध http://www.frontlineonnet.com/fl2006/stories/20030328003603400.htm (१३ ऑक्टोबर २००६ रोजी तपासले).

२०. यांच्याद्वारे उद्धृत केले गेले आहे: पारेख, *कॉलनिॲलिझम, ट्रॅडिशन अँड रिफॉर्म*, १६७.

२१. 'वंदे मातरम' म्हणजे 'मातेला अभिवादन'. पहा: ए. जी. नूरानी, 'हाऊ सेक्युलर इज द वंदे मातरम', फ्रंटलाईन, खंड १६, क्र. १, २–१५ जानेवारी १९९९. येथे ऑनलाईन उपलब्ध http://www.frontlineonnet.com/fl1601/16010940.htm (१७ ऑक्टोबर २००६ रोजी तपासले).

२२. तथैव.

२३. इतिहासकार बी. आर. नंदा म्हणतात की प्रतिनिधि मंडळाच्या बहुतांश सदस्यांना जर विधानपरिषदांची रचना आणि कार्य स्पष्टपणे कळत होते तर मग हे संशयास्पद आहे. त्यांनी केलेल्या संशोधनाच्या अंती त्यांनी अशी अटकळ बांधली की या सदस्यांना मंत्रिमंडळाच्या राजपत्रित आणि दुय्यम सरकारी खात्यांमध्ये नोकऱ्या मिळवण्याची जास्त चिंता होती. नंदा, द *मेकिंग ऑफ अ नेशन*, ८३.

२४. तथैव., ८६. भारताच्या राष्ट्रवादी चळवळीत 'स्वतंत्र मतदारसंघावर' झालेल्या प्रतिक्रियांचे व्यक्तिगत वर्णन वाचण्यासाठी, पहा: नेहरू, *डिस्कव्हरी ऑफ इंडिया*, ३८९.

२५. *इंग्लिशमन*, १ जानेवारी १९०७, येथे उद्धृत केले आहे: नंदा, द *मेकिंग ऑफ अ नेशन*, ८७.

२६. *टाईम्स ऑफ इंडिया*, एन. डी., येथे उद्धृत केले आहे: नंदा, द *मेकिंग ऑफ अ नेशन*, ८७.

२७. तुलना करून पहा: नंदा, *महात्मा गांधी*, १४७.

१४ गांधींची सामाजिक-धार्मिक क्रांती–दहशतवाद

दक्षिण आफ्रिकेत असताना माझ्या आधीच हे लक्षात आले होते, की मुस्लीम आणि हिंदूंमध्ये खरी मैत्री अजिबात नव्हतीच. एकतेच्या मार्गात येणारे अडथळे दूर करण्याची एकही संधी मी गमावली नाही. आपल्या आत्मसन्मानाची किंमत मोजून किंवा खुशामत करून कुणाला शांत करणे, हे माझ्या स्वभावात बसत नव्हते; पण दक्षिण आफ्रिकेत मला आलेल्या अनुभवांवरून माझी अशी खात्रीच पटली होती की माझ्या अहिंसेच्या तत्त्वाची सर्वांत कठोर परीक्षा हिंदू-मुस्लीम ऐक्याच्या प्रश्नावर होणार आहे आणि हा प्रश्न म्हणजे माझ्या अहिंसेच्या प्रयोगांसाठी सर्वांत मोठे व्यासपीठ आहे. ही खात्री मला अजूनही आहे. आयुष्यातल्या प्रत्येक क्षणी मला कळून येते की देव माझी परीक्षा घेतो आहे.

—मो. क. गांधी[१]

गांधी जी उलथापालथ करत होते त्याच्या सखोलतेवरून त्यांच्या मनाच्या मोठेपणाची व्याप्तीदेखील दिसून येते. बहुसंख्याक हिंदू समाजाचे सद्सद्विवेक बुद्धी सदस्य म्हणून, अल्पसंख्याक मुस्लीम लोकांच्या हृदयांत आणि मनात त्यांच्या स्वतःबद्दल आत्मविश्वास निर्माण करणे, हे त्यांना पवित्र असे कर्तव्य वाटत असे. त्यांनी हिंदू-मुस्लीम एकीकरणासाठी जे प्रयत्न केले, त्या प्रकारचा मनाचा मोठेपणा त्यांच्या सामाजिक जीवनाच्या इतर कोणत्याही क्षेत्रात नव्हता.

सर्वधर्म समभाव, नैतिक धर्म, प्रबुद्ध अराजकता

सत्याग्रह अभियानाच्या अगदी सुरुवातीपासूनच गांधींनी हे स्पष्ट केले होते की त्यांची धर्माची संकल्पना सर्वसमावेशक होती: 'धर्म म्हणजे सांप्रदायिकता नव्हे. विश्वाचा कारभार नियोजनबद्ध आणि नैतिक पद्धतीने चालावा असे मानणे म्हणजे धर्म... [आणि हा असा धर्म] हिंदुत्व, इस्लाम, ख्रिश्चन धर्म या सगळ्यांच्या पलीकडचा असतो. तो या धर्मांवर मात करतो असे नाही. तो ह्या सर्व धर्मांचा मिलाफ घडवून आणतो आणि त्यांना प्रत्यक्ष अस्तित्व बहाल करतो.'[२] गांधींच्या मते 'सर्व धर्म समान होते' (सर्वधर्म समभाव), कारण अनंत अशा परमेश्वरापर्यंत पोहोचण्याचे ते सारे नियत मार्ग आहेत. म्हणून, आपल्याला अटक व्हावी अशी इच्छा बाळगणाऱ्या आणि तुरुंगवासाचे परिणाम धाडसाने भोगणाऱ्या सत्याग्रहींमध्ये धार्मिक भेदभाव केला जाऊ नये असे त्यांना वाटत होते: 'या अभियानात हिंदू, मुस्लीम,

पारशी, ख्रिश्चन, बंगाली, मद्रासी, गुजराती, पंजाबी आणि इतर असा भेदभाव नाही. आपण सगळे भारतीय आहोत आणि भारतासाठी लढत आहोत. ज्यांना हे समजत नाही ते या मातृभूमीचे सेवक नाहीत तर शत्रू आहेत.'[३]

गांधींचा लढा राजकीय असला तरी तो शुद्ध आणि खरा नसेल तर तो पूर्णही होणार नाही आणि यशस्वीसुद्धा होणार नाही, असे ते मानत. आंतरिक सचोटी आणि बाह्य पारदर्शीपणा ह्या पूर्ण स्वराज्यासाठी केल्या जाणाऱ्या लढ्याच्या मूलभूत अटी होत्या. जेव्हा बरेच लोक त्यांना ओळखतही नव्हते, तेव्हा बनारस हिंदू विद्यापीठात दिलेल्या भाषणात त्यांनी तरुण श्रोतृवर्गाला असे आवाहन केले, की त्यांनी राजकीय स्वातंत्र्य मिळवण्याचा प्रयत्न करण्याआधी मनाचा सच्चेपणा अवगत करावा: 'म्हणून प्रकाशाचा झोत मी स्वतःकडे वळवतो आहे.'[४] केवळ राजकीय ताबा ब्रिटिशांकडून भारतीयांकडे येणे एवढाच स्वातंत्र्याचा अर्थ त्यांना अभिप्रेत नव्हता. ज्या भारतीयांना राज्य चालवण्याचा अधिकृत आदेश मिळेल ते पूर्वग्रह, हाव, अप्रामाणिकपणा, द्वेषभाव या गोष्टींपासून मुक्त असल्याशिवाय मिळालेले स्वातंत्र्य अस्सल असणार नाही. 'माझा लढा केवळ राजकीय नाही. तो धार्मिक आहे आणि म्हणून पवित्र आहे.'[५]

ज्यास ते 'नैतिक धर्म' म्हणत त्याचा अवलंब करण्यातील अशा अविचलतेमुळे आणि चिकाटीमुळे, साधेपणा, साधना, प्रार्थना, प्रायश्चित्त, उपास, सर्वसंगत्याग आणि ब्रह्मचार्याचा मार्ग त्यांना सापडला. खरे राजकीय स्वातंत्र्य मिळवायचे असेल तर नैतिक स्वातंत्र्य ही त्यासाठीची पूर्वअट होती. नैतिक स्वातंत्र्याच्या अस्तित्वाने राजकीय नियंत्रण अनावश्यक बनून जाणार होते, कारण प्रत्येक व्यक्ती स्वनियंत्रित आणि सामाजिकदृष्ट्या जबाबदार आणि माणूसजातीच्या प्रगतीसाठी जगणारी बनणार होती. ही 'प्रबुद्ध अराजकतेची' आदर्श अवस्था असणार होती:

> [एक अशी अवस्था] ज्यात प्रत्येक माणूस हा स्वतःच त्याचा राज्यकर्ता असेल. तो त्याची वागणूक त्याच्या शेजाऱ्यांना त्रास होणार नाही अशी ठेवेल. अशा आदर्श राज्यात कुठलीही राजकीय संस्था नसेल आणि म्हणून राजकीय सत्ताही नसेल. म्हणून थोरो ह्याने त्याच्या एका नमुनेदार वक्तव्यात म्हटले आहे की जे कमीतकमी शासन करते ते सरकार सर्वोत्तम होय.[६]

हिंद स्वराज: हिंसेच्या भारतीय पंथास गांधींचा प्रतिसाद

१९०९ मध्ये गांधी इंग्लंडला गेले आणि ते अशा भारतीय तरुण विद्यार्थ्यांना भेटले जे या कल्पनेने झपाटलेले होते की ब्रिटिशांच्या तावडीतून भारताला फक्त हिंसाच सोडवू शकते. मार्गदर्शक गोपाळ कृष्ण गोखले यांना लिहिलेल्या पत्रात त्यांनी काळजी व्यक्त केली आहे आणि असा दावा केला आहे की लंडनमध्ये त्यांना भेटलेले बहुतांश भारतीय कुठल्याही

प्रकारची सुधारणा सुनिश्चित करण्यासाठी एकच पर्याय म्हणून हिंसेकडे पाहत होते.[७] हे बहुतांश भारतीय म्हणजे, एक तरुण क्रांतिकारक विनायक दामोदर सावरकर, यांनी सुरू केलेल्या अभिनव भारत ह्या गटाचे सदस्य होते.[८] गांधींनी ह्या गटाला 'हिंसेचा भारतीय पंथ' असे नाव दिले,[९] कारण त्यांची स्वराज्याची संकल्पना दिशाभूल करणारी होती आणि ते मिळवण्याची साधने आत्मघातकी होती. त्यांचे असे मानणे होते की 'भारताच्या दुखण्यांवर हिंसा हे औषध नव्हते आणि स्व-संरक्षणासाठी भारतीय जनतेने एक वेगळे आणि उदात्त अस्त्र वापरायची गरज होती.'[१०]

या दिशाभूल केल्या गेलेल्या तरुणांचे मतपरिवर्तन करण्याच्या उत्कट इच्छेने, लंडनवरून दक्षिण आफ्रिकेला परतीचा जलप्रवास करत असताना, त्यांनी त्वरेने त्यांचे विचार लिहून काढले. त्यांनी हे अत्यंत परिणामकारक असे लिखाण हिंद स्वराज या नावाने प्रकाशित केले.[११] या पुस्तकाच्या दहाव्या प्रकरणात त्यांनी हिंदू-मुस्लीम विषयासंदर्भात आपली मते मनमोकळेपणाने मांडली आहेत. त्यात राष्ट्रीयता, धार्मिक सहिष्णुता, इंग्रजांचा हस्तक्षेप आणि मुस्लीम मतदारसंघांचा विशेषाधिकार या सर्व गोष्टी समाविष्ट आहेत. त्यांच्या सर्वसमावेशक दृष्टिकोनाने त्यांना भेटलेल्या लढाऊ वृत्तीच्या तरुणांच्या असहिष्णुतेला आणि संकुचित राष्ट्रवादाला आव्हान दिले होते:

> हिंदूंची मुस्लिमांच्या राजवटीत भरभराट झाली आणि मुस्लिमांची हिंदूंच्या राज्यात. प्रत्येक पक्षाने हे ओळखले होते की आपापसात भांडणे करणे आत्मघातकी होते आणि शस्त्रांच्या रेट्याने कुठलाही पक्ष आपला धर्म सोडणार नव्हता. म्हणून दोन्ही गटांनी मिळून मिसळून राहायचे ठरवले. इंग्रजांच्या आगमनाने भांडणांना पुन्हा सुरुवात झाली... बऱ्याच हिंदूंचे आणि मुस्लिमांचे वंशज एकसारखेच होते आणि त्यांच्या नसांतून एकच रक्त वाहते आहे, हे आपण लक्षात ठेवायला नको का? माणसांनी आपला धर्म बदलला म्हणून ते एकमेकांचे शत्रू बनतात का? मुस्लिमांचा देव हिंदूंच्या देवाहून निराळा आहे का? धर्म म्हणजे एकाच बिंदूमध्ये एकवटणारे वेगवेगळे रस्ते आहेत... जेवढे जास्त आपल्याला सत्याचे ज्ञान होईल तेवढे आपल्याला हे चांगले उमगेल की ज्यांचा धर्म आपण पाळत नाही त्यांच्याशी लढण्याची काही गरज नाही...
>
> जर दोघा भावांना गुण्यागोविंद्याने राहायचे असेल तर तिसरी व्यक्ती त्यांच्यात फूट पाडू शकते का? जर ते भाऊ दुष्ट सल्ले ऐकून घेत असतील, तर मग आपण त्यांची गणती मूर्खांमध्ये करू. त्याचप्रमाणे, जर आपण इंग्रजांना आपल्याला अलग करू दिले तर त्याचा दोष त्यांना न देता आपल्याच अविवेकाला द्यावा लागेल...
>
> या दोन समुदायांमध्ये एकमेकांप्रति अविश्वास आहे. त्यामुळे लॉर्ड मोर्ले यांच्याकडे मुस्लीम काही सवलती मागत आहेत. याला हिंदूंचा विरोध का असावा? जर हिंदूंनी विरोध

टाळला तर इंग्रजांनी त्याची दाखल घेतली असती, मुस्लिमांचा हिंदूंवर हळूहळू विश्वास बसू लागला असता आणि त्याची परिणती बंधुत्वाच्या भावनेत झाली असती. आपली भांडणे इंग्रजांकडे घेऊन जाताना आपल्याला लाज वाटली पाहिजे.[१२]

हिंदू-मुस्लीम संघर्षामधील हिंसेचे अवलोकन

कुठल्याही परिस्थितीत काय वागणूक असावी, याचे अहिंसा हे गांधींचे मूलतत्त्व होते. त्यांनी त्या तत्त्वाचा वापर कापडाच्या निर्मितीत सुद्धा केला. त्यांच्या स्वदेशीच्या संकल्पनेत गिरण्यांमध्ये बनवलेल्या कापडाचा अंतर्भाव नव्हता याचे कारण त्या कापडाच्या निर्मितीत असलेला हिंसेचा समावेश हे होते.

स्वराज्याच्या प्राप्तीमध्ये हिंसेच्या प्रश्नावरची गांधींची मते करडी पण स्पष्ट होती. जहालमतवादी लोक तीन चुकांच्या आहारी गेले होते, असे त्यांचे मत होते. पहिली चूक म्हणजे उदात्त ध्येये साध्य करण्यासाठी ते चुकीचे मार्ग वापरत होते. हिंसा हे स्वातंत्र्य मिळवण्याचे साधन असू शकत नाही. जे साध्य करायचे त्यासाठीचे साधन हे योग्य असे निवडले पाहिजे:

> साधन म्हणजे बीज आणि साध्य म्हणजे वृक्ष असे मानता येईल; आणि बीज आणि वृक्षामध्ये जो परस्परसंबंध असतो, तसाच अभेद्य संबंध साधन आणि साध्य यांच्यात असतो. सैतानाला मी दंडवत प्रणाम करत असेन तर देवाची पूजा करून मला त्याचे काहीच फळ मिळणार नाही.[१३]

दुसरे म्हणजे इतर उठावांचे विचार न करता अनुकरण करून, जहालमतवादी, एखादी गोष्ट खूप सोपी करून तिचा विपर्यास करण्याच्या वृत्तीच्या आहारी गेले होते. त्यांना हिंसा म्हणजे भारतासाठी काही खात्रीलायक उपाय शोधण्याचा जवळचा सोपा रस्ता वाटत होता, पण त्यांना हे माहीत नव्हते की भारताच्या समस्या त्याहून खूप अधिक गुंतागुंतीच्या होत्या:

> भारत हा काही तुर्कस्तान, आयर्लंड किंवा रशिया यांसारखा देश नाही आणि या राष्ट्राच्या जीवनमानात सर्वकाळ नाही तरी या टप्प्यावर, कुठल्याही दृष्टीने, क्रांतिकारी कृत्ये ही आत्मघातकीच ठरणार होती. एक असे राष्ट्र जे एवढे अफाट आहे, निराशा निर्माण करण्याएवढे विभक्त आहे आणि ज्या देशाची जनता दारिद्र्याच्या खाईत लोटली गेली आहे आणि दहशतीने भ्यालेली आहे.[१४]

तिसरी चूक म्हणजे जहालमतवाद्यांची हिंसेची निवड त्यांना लागलेली घाई दर्शवित होती; त्यांनी भारतीय समाजाच्या दुरावस्थेकडे कानाडोळा केला होता. भारतभूमीवरून ब्रिटिश साम्राज्याला हुसकावून लावण्याइतकेच भारतीय समाजाची पुन्हा उभारणी करणे महत्त्वाचे

होते आणि या दोन्ही गोष्टी एकाच वेळी, हिंसेच्या आधारे नव्हे तर रचनेच्या आधारे हाताळायला हव्या होत्या. अहिंसेचे शस्त्र–चरखा–म्हणजे तलवारीला पर्याय होता. 'संयमाने केल्या जाणाऱ्या या उभारणीच्या कार्यात सगळ्यांनी आपापला वाटा उचलावा' असे गांधींनी सर्वांना आवाहन केले.[१५] आणि त्यांच्या विशिष्ट विनोदपूर्ण शैलीत स्वातंत्र्यासाठीचा उपाय म्हणजे हिंसा हे असत्य गांधी नाकारतात:

> प्रत्येक युरोपियन गोष्टीचा मी धिक्कार करत नाही. पण चांगल्या उद्देशासाठी जरी केलेल्या असल्या तरी गुप्तपणे केलेल्या हत्यांचा आणि अन्याय्य कार्यपद्धतींचा मी सर्व परिस्थितींमध्ये आणि सर्वकाळ धिक्कार करतो. कुठल्यातरी सैतानी गोष्टीविरुद्ध सशस्त्र कटकारस्थान [जसेच्या तसे उद्धृत केले आहे] करणे म्हणजे सैतानापुढे सैतान उभा करणे. पण माझ्यासाठी एकच सैतान खूप मोठा असल्याने मी त्याचा गुणाकार करून आणखी सैतान निर्माण करणार नाही.[१६]

गांधींचे मुस्लिमांशी संबंध

नेतृत्वाच्या गांधींच्या सर्वसमावेशक संकल्पनेचे मूळ त्यांच्या दक्षिण आफ्रिकेतल्या वास्तव्यात दिसून येऊ शकते. त्यांनी त्यांच्या कारकिर्दीची सुरुवात दक्षिण आफ्रिकेत 'दादा अब्दुल्ला अँड कंपनी' नावाच्या एका मुस्लीम कंपनीमध्ये नोकरी करून केली. त्यांचे बरेच मुस्लीम मित्र होते आणि मुस्लिमांचे मन समजून घेण्याच्या उद्देशाने ते त्यांच्या सान्निध्यात अगत्याने राहत असत.[१७] भारतात गांधींच्या जवळच्या सहकाऱ्यांपैकी काही मुस्लीम होते: अब्बास तय्यबजी (१८५३–१९३६), मौलाना अब्दुल कलाम आझाद (१८८८–१९५८), एम. ए. अन्सारी (१८८०–१९३६), अब्दुल गफार खान (१८९०–१९८८) आणि हुसेन झाकीर (१८९७–१९६९). चर्चा आणि संवादाच्या माध्यमातून जातीयवादी समस्यांचे निराकरण सुकर व्हावे म्हणून बऱ्याचदा 'ऐक्य परिषदा' आयोजित केल्या जात.[१८] असे असले तरी हिंदू-मुस्लीम राजकीय संबंधातली एक प्रमुख व्यक्ती मोहम्मद अली जिना (१८७६–१९४८) यांच्याशी गांधींच्या झालेल्या वाटाघाटी गांधींना हव्या होत्या तेवढ्या मैत्रीपूर्ण झाल्या नाहीत (पहा छायाचित्र १४: २४१).

राजकीयदृष्ट्या, गांधींचे असे मत होते की जातीय फूट मिटवण्यासाठी बहुसंख्याक हिंदू समाजाच्या सद्भावना आणि औदार्य हा एक चांगला मंत्र होता. हे कसे केले जाऊ शकते, हे त्यांनी पहिले पाऊल स्वतः उचलून दाखवून दिले: मुस्लिमांना जिंकून घेण्यासाठी, त्यांनी केलेल्या सर्व मागण्या मान्य करायला ते तयार होते.[१९] हा एक असा दृष्टिकोन होता ज्याने त्यांच्या बऱ्याचशा सहकाऱ्यांना गोंधळात टाकले आणि हिंदू जहालमतवाद्यांना संतप्त केले.[२०] खिलाफत चळवळ ह्याचे उदाहरण म्हणून घेता येईल.[२१] मुस्लिमांची खिलाफतची पुनर्स्थापना

करण्याची मागणी स्वराज्याच्या मागणीसोबत सारख्याच स्थानावर ठेवावी अशी विनवणी गांधींनी काँग्रेसला केली.[२२] हिंदू-मुस्लिमांमधले ऐक्य वाढावे म्हणून फक्त, काँग्रेसने अखेर याला सहमती दर्शवली.[२३] मागे वळून पाहताना, गांधींचे सर्वांत कठोर टीकाकार, आंबेडकर, या धाडसी चालीचे महत्त्वाचे परिणाम उलगडून सांगतात:

> खिलाफतचे उद्दिष्ट हातात घेऊन गांधींनी दुहेरी हेतू साध्य केला. काँग्रेसने मुस्लिमांचे मन जिंकण्याची जी योजना आखली होती ती त्यांनी पूर्णत्वाला नेली. दुसरी गोष्ट म्हणजे, त्यांनी काँग्रेसला राष्ट्राच्या एका सत्तेत परिवर्तित केले, मुस्लिमांना जोडून घेतले नसते, तर हे शक्य झाले नसते. खिलाफतचे ध्येय मुस्लिमांना राजकीय संरक्षणापेक्षा खूप मोठी हाक देत होते, आणि त्यामुळे खिलाफतमध्ये सहभागी नसलेले मुस्लीमदेखील काँग्रेसमध्ये शिरले. हिंदूंनी त्यांचे स्वागत केले. कारण यात त्यांना ब्रिटिशांच्या विरोधात एक सामाईक फळी उभी राहताना दिसली, जे त्यांचे मुख्य ध्येय होते. याचे श्रेय अर्थातच गांधींनाच दिले पाहिजे. कारण हे मोठे धाडसाचे काम होते ह्यात शंकाच नाही.[२४]

दुर्दैवाने, १९२० च्या दशकातला, असहकाराच्या चळवळीत आणि सविनय कायदेभंगामध्ये अगदी विशेषत्वाने दिसून आलेला हिंदू-मुस्लीम सलोखा फार काळ टिकला नाही. १९३१ मध्ये गोलमेज परिषदेमुळे वैरभाव पुन्हा जागृत झाला. आणि १९३७ मध्ये ब्रिटिशांनी जातीय निवाडा कबूल केला.[२५] यामुळे मुस्लिमांच्या संबंधित विवाद शांत होण्याऐवजी आणखी भडकले आणि त्यांनी कळस गाठला. त्यामुळे भारतीय राष्ट्रवाद्यांच्या अर्धे शतकभर संयमाने केलेल्या कार्यावर पाणी फेरले गेले, गांधींनी उराशी बाळगलेल्या आशा उद्ध्वस्त झाल्या आणि त्यांच्या अहिंसेवरच्या विश्वासाची सर्वांत कठीण परीक्षा सुरू झाली.[२६]

१९४६ मध्ये फाळणीच्या वेळी झालेल्या रक्तरंजित दंगलींच्या दरम्यान गांधी, आपला जीव धोक्यात घालून, हिंदू आणि मुस्लिमांच्या कत्तली थांबवण्यासाठी, नौखालीच्या रस्त्यांवरून आणि गावांतून चालले. गावकऱ्यांना ज्याने भारून टाकले होते त्या द्वेषाचे आणि जाळपोळीचे प्रायश्चित्त करण्यासाठी म्हणून ते खडबडीत आणि काट्याकुट्यांनी भरलेल्या रस्त्यांवरून अनवाणी चालले. जेव्हा हिंसाचार ओसरण्याचे नाव घेईना, तेव्हा त्यांनी आमरण उपोषण केले. या त्यागाने त्यांनी या दोन समुदायांना वाटाघाटींपर्यंत एकत्र आणले.

राजकारणाव्यतिरिक्त इतर अनेक उदाहरणे याची ग्वाही देतात की गांधी हिंदू-मुस्लीम ऐक्यासाठी प्रयत्नपूर्वक झटत होते. त्यांच्या धर्मनिरपेक्षतावादाने, जो सर्वधर्मसमभावाच्या (सर्व धर्मांप्रति सारखाच आदर) तत्त्वावर आधारला होता, हिंदूंना त्यांच्या देवाच्या कल्पना विस्तारित करण्याचे आणि त्यांची देवावरील श्रद्धा अधिक गाढ करण्याचे आव्हान दिले, जेणेकरून ते मुस्लिमांच्या प्रार्थनांचा सुद्धा स्वीकार करतील. गांधी स्वतः 'ईश्वर अल्ला तेरे नाम' ('ईश्वर आणि अल्ला ही तुझी नावे आहेत') हे आंतरधर्मीय भजन गात असत आणि

त्याचा प्रचार करत. ते पुष्कळ प्रसंगी मुस्लिमांच्या घरात राहिले, उदाहरणार्थ, मिठाच्या सत्याग्रहाच्या वेळी दांडीला पोहोचल्यावर,[२७] आणि १९४७ च्या दंगलींच्या वेळी.[२८] दांडीयात्रेला निघण्यापूर्वी त्यांनी, त्यांचा मुस्लीम मित्र अब्बास तय्यबजी याला अटक झाल्यास, त्याच्या मागोमाग या यात्रेचे नेतृत्व स्वीकारण्याची योजना आखली होती.[२९]

त्यांनी आपल्या लंगोटात वावरण्याच्या निवडीचा संबंधदेखील हिंदू आणि मुस्लीम यांच्यातील डागाळलेल्या संबंधांचे प्रायश्चित्त—याच्याशी जोडला होता. एकदा एका मुस्लिमाने त्यांच्यावर 'बीभत्स' पोशाख करण्याचा आरोप केल्यावर त्यांनी उत्तर दिले:

> तो [लंगोट] जाईल जेव्हा भारताचे बंधुभगिनी मला तो फेकून द्यायला मदत करतील... मला भारताच्या सर्वांत गरीब लोकांच्यासारखे आयुष्य जगायचे आहे. मला माहीत आहे की इतर कोणत्याही मार्गाने मला देवाचे दर्शन होणार नाहीये. ...जेव्हा हिंदू आणि मुस्लीम भगिनींनी चरखा स्वीकारला असेल आणि खादी हे त्यांना त्यांचे भूषण वाटू लागेल, तेव्हा मला हवे ते सर्व काही मिळाले असे मला वाटेल. तेव्हा मग, मी मला पत्र लिहिणाऱ्याला नक्कीच धोतर आणि लांब शर्ट घालून खूश करीन.[३०]

चरखा: हिंदू-मुस्लीम ऐक्याचे चक्र

गांधींना हिंदू जनसंख्येच्या बहुतांश लोकांना चरख्याचा अंगीकार करण्यासाठी प्रवृत्त करायचे होते कारण ते चरख्याकडे फक्त मेहनती जनतेशी एकजूट दाखवण्याचे प्रतीक म्हणून पाहत नव्हते तर स्वराज्यासाठीचा यज्ञ (त्याग) म्हणून ते त्याकडे पाहत होते. चरख्याची प्रेरणा त्यांना भगवद्गीतेतून मिळाली असा दावा त्यांनी केला: 'यज्ञामुळे वृष्टी होते... जो स्वतःला या वैश्विक चक्राशी जुळवून घेत नाही तो फक्त स्वतःच्या लालसा पूर्ण करण्यासाठी, म्हणजेच दुसऱ्या शब्दांत सांगायचे झाले तर हेतू-हीन असे आयुष्य जगतो.'[३१]

या श्लोकांचा त्यांनी असा 'अर्थ लावला' की लोकांच्या भल्यासाठी केलेले शारीरिक काम हाच एक खरा यज्ञ होय (आणि हा अधिक लोकप्रिय असलेल्या प्राण्यांच्या किंवा फळांच्या नैवद्यापेक्षा वेगळा आहे). सूतकताई म्हणजे तो खरा यज्ञ होता, ते 'वैश्विक चक्र' होते, जे एका लखपती माणसानेदेखील, त्याला हेतूपूर्ण आयुष्य जगायचे असल्यास, राष्ट्राच्या आणि जनतेच्या भल्यासाठी, काही वेळ तरी फिरवायचे होते.[३२]

असे असले तरी, गांधींनी चरख्याच्या पुनरागमनाद्वारे केलेला स्वदेशीचा मोठा प्रचार धार्मिक कल्पनांच्या पलीकडे पर्यंत होता. हिंदू, मुस्लीम आणि इतर धर्मांच्या सर्व भारतीयांना ह्यात सहभागी होण्याची आणि त्यातून अनुभवसमृद्ध होण्याची मुभा होती. गांधींनी अस्पृश्यांसाठी केलेल्या कार्याच्या आमच्या विवरणात, आम्ही एआयएसएने पुरवलेली माहिती पाहिली आहे, ज्यात अशी नोंद आहे की २,७५,१४६ गावकऱ्यांपैकी ५७,३७८

मुस्लिमांना प्रतिमाणशी १२.६६ एवढे उत्पन्न १९४० सालात मिळत होते. त्यामुळे मग, एकूण ९,२०,५८,०९६ मुस्लिमांपैकी जवळजवळ १६ टक्के मुस्लिमांना खादीच्या कामात लाभदायक रोजगार मिळाला होता.[३३]

अनिल नौरिया, लेखक आणि हिंदू-मुस्लीम संबंध या विषयातले तज्ज्ञ, हे नमूद करतात की, मुस्लीम लीगने गांधी आणि काँग्रेसवर त्यांच्या काही कार्यक्रमांच्या संदर्भात हल्ला चढवला असला तरी, तिने खादीच्या उपक्रमावर टीका करण्याचे छुपेपणाने टाळले कारण हजारो मुस्लीम सूतकताई कामगार, विणकर आणि कारागीर यांना त्या उपक्रमापासून थेट फायदा होत होता:

> स्वातंत्र्याच्या कुठल्याही चळवळीने अशा प्रकारचा एवढा मोठा उपक्रम सत्ता मिळण्याच्या आधीच कधीही राबवला नव्हता. सरहद गांधी, म्हणजे खान अब्दुल गफार खान १९३४ मध्ये बॉम्बे काँग्रेस अधिवेशनात त्यांच्या ग्रामीण बंगालच्या दौऱ्याबद्दल बोलताना हे निरीक्षण नोंदवतात की जिथे-जिथे खादीचा उपक्रम पोहोचला होता तिथे-तिथे लोकांचे प्रबोधन झाले होते आणि त्यांना दिवसाला एक वेळचे तरी जेवण मिळणे शक्य झाले होते.[३४]

३१ जुलै १९२१ रोजी विदेशी कापडाच्या पहिल्या होळीच्या वेळी दिलेल्या भाषणात गांधींनी सर्व मुस्लिमांना स्वदेशीमध्ये सहभागी होण्याचे आणि स्वावलंबनाचे सामर्थ्य वाढवण्याचे आवाहन केले:

> मी हे पाहतो आहे की तुर्कस्तानात घडणाऱ्या घटनांनी आपल्या मुस्लीम देशबंधूंना प्रक्षुब्ध केले आहे. खिलाफतच्या बाबतीत त्यांच्यावर झालेल्या अन्यायाने ते अधिर झाले आहेत. मी त्यांना हे सुचविण्याचे धाडस करतो की खिलाफतला साहाय्य्य करण्याचा सर्वांत जवळचा आणि सरळसरळ मार्ग म्हणजे स्वदेशी. कारण स्वदेशीचा अंगीकार केल्याने आपण भारताला सामर्थ्यशाली बनवणार आहोत. आणि भारताचे सामर्थ्य वाढवणे म्हणजे खिलाफतचे रक्षण करण्याची आपली क्षमता वाढवणे.[३५]

शिवाय, सर्वधर्म समभावाच्या वृत्तीने स्वदेशीचे ध्येय बाळगून गांधींनी सर्वधर्मीय भारतीयांसमोर एक आव्हान ठेवले होते. जर ते स्वराज्याचे अंतिम ध्येय साध्य करण्याबाबत खरोखर उत्सुक होते तर मग त्यासाठी सूतकताईच्या शांतीपूर्ण वैश्विकीकरणासाठी हिंदू आणि मुस्लिमांनी एकत्र काम करण्यावाचून दुसरा कुठलाही पर्याय नव्हता–'हिंदू माणसाला खादीच्या उद्दिष्टात मुस्लिमासाठी काम करायला लावावे आणि तसेच मुस्लिमाला हिंदू माणसासाठी'.[३६] चरख्याच्या भोवती केलेला हा हिंदू आणि मुस्लिमांच्या सहकाराचा अहिंसात्मक प्रयोग यशस्वी व्हावा असे गांधींना मनापासून वाटत होते. या प्रयोगाच्या यशात त्यांना मानवजातीला एक शिकवण मिळताना दिसत होती.

राष्ट्रध्वज

चरखा आणि खादी यांच्या एकतेच्या संदर्भातल्या सामर्थ्यावर गांधींचा एवढा विश्वास बसला होता की त्यांना १९२१ मध्ये राष्ट्रध्वजावर ह्याचा सारांश चित्रित केला जावा असे वाटत होते (पहा छायाचित्र ३६: २५१, वर्ष १९२१). भविष्यातल्या भारत राष्ट्राच्या सर्वांत महत्त्वाच्या प्रतीकावर या उपखंडातल्या विविध धर्मांचे प्रतिनिधित्व करणारे रंग असावेत, हे त्यांना अपेक्षित होते,[३७] त्यात पहिल्या क्रमांकावर अल्पसंख्याक (पांढरा रंग), त्यानंतर मुस्लीम (हिरवा रंग) आणि अखेर हिंदू (लाल रंग) असावेत, जेणेकरून 'सर्वांत ताकदवानांनी सर्वांत कमजोरांची ढाल बनावे.'[३८] रंगाची प्रत्येक पट्टी समान आकाराची असणार होती, जेणेकरून 'आपल्यातल्या कनिष्ठांची आपल्यातल्या श्रेष्ठांसोबतची समानतेची भावना दर्शवली जाईल'.[३९] 'जिथवर आमच्या अन्नाचा आणि वस्त्राचा प्रश्न आहे, तिथवर आम्ही बाकीच्या जगावर अवलंबून अजिबात नाही आहोत' हे जगाच्या लक्षात आणून देण्यासाठी चरख्याचे चित्र या तिन्ही रंगांच्या पट्ट्यांवर ध्वजाच्या मध्यभागी अध्यारोपित केले जाणार होते.[४०] भारताचा स्वराज्याचा लढा स्वदेशीच्या माध्यमातून झाला हे प्रतीकात्मकरीत्या दाखवण्यासाठी ध्वजाचे कापड खादीचे असणार होते.[४१]

एआयएसएला ध्वजाचे उत्पादन करण्याचे आणि त्याचे संपूर्ण भारतात विपणन करण्याचे पूर्ण अधिकार देण्यात आले होते. असे या कारणासाठी करण्यात आले होते की ध्वजाच्या निर्मितीमध्ये कुठल्याही बेताल बदलांना प्रोत्साहन मिळू नये. हा ध्वज म्हणजे गांधींसाठी 'जातीय ऐक्य आणि सर्वांचा सहभाग असलेले आणि सर्वांना समान पातळीवर आणणारे श्रम यांचे जिवंत प्रतीक' होता.[४२]

दुर्दैवाने, गांधींच्या या कल्पनेतली पवित्रता फार काळ टिकाव धरू शकली नाही. जेव्हा भारत स्वतंत्र झाला तेव्हा कलकत्ता शहर जळत होते. हिंदू-मुस्लीम दंगलींनी शहराच्या चिंध्या झाल्या होत्या. आपली जिथे सर्वांत जास्त गरज आहे असे त्यांना वाटले, तिथे जाण्याचे गांधींनी ठरवले आणि पुन्हा शांतता प्रस्थापित होईपर्यंत तिथून न निघण्याची शपथ त्यांनी घेतली. कलकत्त्याला आल्यावर त्यांना हिंदूंच्या संतप्त निदर्शनांना सामोरे जावे लागले कारण अशा तणावपूर्ण परिस्थितीतही त्यांनी राहण्यासाठी एका मुस्लीम माणसाचे घर निवडले.[४३] इथेच त्यांनी प्रार्थना, उपास आणि सूतकताई करून स्वातंत्र्यदिन व्यतीत केला.

> त्यांना उत्सव साजरा करावा असे काही वाटले नाही. आनंदाच्या जयघोषाऐवजी त्यांना उन्मादात केलेल्या कत्तलींमध्ये चिरून काढलेल्या स्त्रियांचे आकांत ऐकू येत होते; स्वातंत्र्याच्या घोषवाक्यांऐवजी असाहाय्य निर्वासितांवर गोळ्या झाडणाऱ्या पिसाटलेल्या आक्रमकांच्या आरोळ्या ऐकू येत होत्या, आणि प्रवासात कत्तल झालेल्या प्रेतांनी भरलेल्या आगगाड्यांची स्मशानशांतता ऐकू येत होती; जवाहरलालच्या वचनाची पहाट दिसण्याऐवजी देशाचे दोन तुकडे करणारी एक भयानक काळीकुट्ट भलीमोठी रात्र त्यांच्या नजरेसमोर उभी होती.[४४]

१५ ऑगस्ट १९४७ रोजी पहिल्यांदा राष्ट्रध्वज उभारला गेला तेव्हा त्या दिल्लीतल्या सोहळ्याला गांधी उपस्थित नव्हते. तरीही, कापड, रचना, इतिहास आणि अर्थ या सर्वांद्वारे तो ध्वज त्यांचेच प्रतिनिधित्व करत होता. तो त्यांच्या अहिंसेवरच्या दुर्दम्य श्रद्धेचे प्रतीक होता, या श्रद्धेशिवाय तो ध्वज तिथे असण्याचे काही कारणच नव्हते—उभारलेला, फडकणारा आणि वाऱ्यावर डोलणारा ध्वज.

टिपा

१. *ऑटोबायॉग्राफी,* ४०५.

२. प्रभू अँड राव, द *माईंड ऑफ महात्मा गांधी,* १०३.

३. *सीडब्लूएमजी,* खंड ९, ९७.

४. तथैव., खंड १३, २१५. हे भाषण क्रांतिकारी होते. त्यांना पुढे कार्यरत राहू देण्यास मज्जाव करणाऱ्या श्रोत्यांमधल्या काही ख्यातनाम सदस्यांना त्या भाषणाने अस्वस्थ केले होते.

५. तथैव., खंड ९, १०६. हे शब्द गांधींनी तुरुंगातून आपल्या आजारी पत्नीला लिहिलेल्या पत्रातून घेतले आहेत. आपण आपल्या पत्नीला पुन्हा कधीच भेटू शकणार नाही, असे त्यांना वाटत होते. आपल्या पत्नीला लिहिलेल्या या शेवटच्या पत्रात आपला राजकीय गोष्टींमधला सहभाग आध्यात्मिकदृष्ट्या सच्चा आहे याची खात्री त्यांना तिला पटवून द्यायची होती. त्यांना तिच्यासोबत राहण्याची आस लागून राहिली होती आणि सुटकेची अट म्हणून भरायचा दंड भरला असता तर त्यांना तसे सहज करता आले असते. त्यांनी तसे करणे नाकारले कारण ज्या तत्त्वासाठी त्यांनी तुरुंगवास स्वेच्छेने स्वीकारला होता त्या तत्त्वाच्या ते विरोधात होते. हा शौर्यपूर्ण त्याग त्या दोघांनाही यातना देणारा असला तरीही तो त्याच हेतूशुद्धतेचा आणि पवित्र कृत्यांचा प्रतीक होता ज्याबद्दल ते लिहीत आले होते आणि ज्याचा प्रसार त्यांनी आपल्या अनुयायांमध्ये केला होता.

६. तथैव., खंड ६८, २६५ (अधिक भर दिला आहे).

७. तथैव., खंड ९, ५३२.

८. आर. गांधी, द *गुड बोटमन,* १४८ यात उद्धृत केलेले टी. एस. एस. यांचे पत्र पहा. अहिंसेच्या या पंथात प्राप्त केलेली शिकवण वि. दा. सावरकरांचा आश्रित, नथुराम गोडसे, पुढे एकोणचाळीस वर्षांनी गांधींची हत्या करण्यासाठी वापरणार होता.

९. *सीडब्लूएमजी,* खंड १९, २७७.

१०. तथैव.

११. अँथनी जे. पेरल स्पष्ट करतात: 'हिंद स्वराजच्या तत्त्वज्ञानाच्या मांडणीत सावरकरांचा कितपत सहभाग होता ह्याचा अंदाज लावणे कठीण आहे: गांधी आणि सावरकर या दोघांचेही चरित्रलेखक असलेले डी. कीर तर असा दावा करतात की ते सावरकरांना प्रतिसाद म्हणून लिहिले गेले होते. ही नक्कीच अतिशयोक्ती आहे, पण त्यात काही तथ्य जरूर आहे.' पेरल, 'एडिटर्स इंट्रडक्शन', *हिंद स्वराज,* xxvii.

१२. *हिंद स्वराज,* ५३–५४, ५६–५७. गांधी १९०९ च्या मिंटो-मोर्ले सुधारणांचा उल्लेख करताहेत ज्यामध्ये मुस्लिमांना त्यांच्या विनंतीला अनुसरून वेगळे मतदारसंघ देण्यात आले होते.

१३. तथैव., ८१.

१४. सीडब्लूएमजी, खंड २६, ४९२.

१५. प्रभू अँड राव, द माईंड ऑफ महात्मा गांधी, १३९.

१६. सीडब्लूएमजी, खंड २६, ४८८.

१७. तथैव.

१८. नेहरू, अॅन ऑटोबायॉग्राफी, १४८. हेसुद्धा पहा: नंदा, महात्मा गांधी, ४०२–३.

१९. नेहरू, अॅन ऑटोबायॉग्राफी, १४४.

२०. ऑटोबायॉग्राफी, ४०६–७.

२१. ब्रिटिश राजवटीखालील भारतातील मुस्लिमांनी (ऑटोमॅन सम्राटाच्या नियंत्रणाखालील) 'खिलाफत' नष्ट होऊ नये म्हणून 'खिलाफत' चळवळ सुरू केली होती. पहिल्या महायुद्धात तुर्कस्तानचा सुलतान, त्यांचा कॅलीफ (खलिफा) ब्रिटनच्या सम्राटाच्या विरोधात जर्मनीच्या बाजूने गेलेला पाहून त्यांना दुःख झाले होते. या महायुद्धानंतर व्हर्सायच्या तहात ब्रिटिशांनी खिलाफतचे (खिलाफतीचे) रक्षण करण्याचे वचन दिले. परंतु तुर्कस्तानमधील पाश्चात्यीकरणाच्या प्रभावामुळे खिलाफतीला बराच विरोध झाला आणि ती जवळजवळ नष्ट होण्याच्या मार्गावर होती. भारतीय मुस्लिमांनी ह्याकडे विश्वासघात आणि जगभरच्या मुस्लीम समुदायाच्या ऐक्याला गंभीर स्वरूपाचा धोका म्हणून पाहिले. भारतात, तुर्कस्तानावर झालेला अन्याय व्हाईसरॉय यांनी खासगीत कबूल केला पण साम्राज्यवादी शासनाच्या प्राधान्याच्या धोरणांमध्ये हा विषय येत असल्याने आपण असहाय्य आहोत असे कळकळीने सांगितले. पहा: नंदा, महात्मा गांधी, १८५.

२२. गांधींनी स्वतः केलेले वर्णन वाचण्यासाठी, पहा ऑटोबायॉग्राफी, ४५८–५९. असहकाराच्या संकल्पामुळे काँग्रेसचा चेहरामोहरा कसा बदलला याचे प्रत्यक्षदर्शी वर्णन नेहरू सादर करतात. नेहरू, अॅन ऑटोबायॉग्राफी, ६९–८०.

२३. ऑटोबायॉग्राफी, ४६२.

२४. बी. आर. आंबेडकर, पाकिस्तान ऑर द पार्टिशन ऑफ इंडिया, बॉम्बे, ठाकर्स, १९४५. ऑनलाईन येथे उपलब्ध, कोलम्बिया युनिव्हर्सिटी. http://www.columbia.edu/itc/mealac/pritchett/00ambedkar/ambedkar_partition/index.html#contents (३० नोव्हेंबर २००६ रोजी तपासले).

२५. जातीय निवाडा, ज्याला द मॅक्डॉनल्ड अवॉर्ड असेही म्हटले जाते, तो भारत सरकारने ऑगस्ट १९३२ मध्ये घोषित केला. त्याद्वारे मुस्लीम, शीख आणि दलित यांसारख्या अल्पसंख्याक समुदायांना स्वतंत्र मतदारसंघ देण्यात आले. या निवाड्याला गांधींनी विरोध केला होता.

२६. तुलना करून पहा: नंदा, महात्मा गांधी, ३९८.

२७. गांधींनी घोषित केले की ते दांडी येथे एका मुस्लीम मित्राच्या घरातून मिठाविषयीचा कायदा मोडणार आहेत. तुलना करून पहा: वेबर, 'गांधीज सॉल्ट मार्च अॅज लिविंग सर्मन', ४२६.

२८. कलकत्त्यामध्ये ते एच. एस. सुहरावर्दी यांच्या घरी राहिले आणि पुढे दंगलग्रस्त क्षेत्राच्या अगदी मध्यभागी असलेल्या हायदरी मॅन्शन मध्ये गेले, जिथे त्यांच्या आगमनावर हिंदूंनी संतप्त निदर्शने केली. पहा 'क्रोनॉलॉजी', ११-१३ ऑगस्ट १९४७, सीडब्लूएमजी (सीडी) मध्ये.

२९. वेबर, 'गांधीज सॉल्ट मार्च अॅज लिविंग सर्मन', ४२६.

३०. सीडब्लूएमजी, खंड २४, ४५६–५८.

३१. *भगवद्गीता,* III, १४, १६. हेसुद्धा पहा: *सीडब्ल्यूएमजी,* खंड २१, ३०७ मधले अवतरण: 'रिकामटेकडेपणापेक्षा कर्म हे श्रेष्ठ होय; ...या महान विश्वाची चक्रे फिरत ठेवण्यास जो हातभार लावत नाही, जो आपल्या कामचुकारपणाला फाजील गोंजारत राहतो, तो एक भरकटलेले, लाजिरवाणे आणि व्यर्थ आयुष्य जगतो.'

३२. *सीडब्ल्यूएमजी,* खंड २१, ३०७–८, ३३७.

३३. गांधी, *कन्स्ट्रक्टिव्ह प्रोग्रॅम,* ११.

३४. नौरिया, 'अँटी-कॉंग्रेसिझम.'

३५. *सीडब्ल्यूएमजी,* खंड २०, ४५५.

३६. तथैव., खंड २७, ६८.

३७. तथैव., खंड १९, ३४–३५.

३८. तथैव., ३४.

३९. तथैव.

४०. तथैव., ३४–३५.

४१. भारताच्या ध्वजाच्या निर्मितीत खादीचा वापर अजूनही अनिवार्य आहे. 'भारताचा राष्ट्रध्वज हाताने सूतकताई केलेल्या आणि हाताने विणलेल्या लोकर/सूत/रेशमाच्या खादीच्या पताकेने बनलेला असायला हवा.' भारताची ध्वजविषयक आचारसंहिता, भारत सरकार, २००२, कलम १.२.

४२. *सीडब्ल्यूएमजी,* खंड ६८, ४८.

४३. त्या घराचे नाव हैदरी मॅन्शन असे होते. 'क्रोनॉलॉजी', १३ ऑगस्ट १९४७, *सीडब्ल्यूएमजी,* खंड ८९, ५२८.

४४. शशी थरूर, 'ऑफ ट्रॅक, डेकेड्स लेटर', *हिंदू,* १७ ऑगस्ट २००३. ऑनलाईन येथे उपलब्ध http://tharoor.in/articles/off-track-decades-later/ (८ जून २००६ रोजी तपासले).

१५ वादंग

मला हे जगाला पुन्हापुन्हा सांगायचे आहे की अहिंसेच्या तत्त्वाची किंमत मोजून मी माझ्या राष्ट्राचे स्वातंत्र्य विकत घेणार नाही. माझा अहिंसेशी झालेला परिणय इतका पक्का आहे, की मी माझ्या स्थानावरून ढळण्यापेक्षा आत्महत्यादेखील करीन.

—मो. क. गांधी[१]

गांधींनी त्यांच्या समधर्मीयांना अशी विनंती केली की त्यांची बंधुत्वाच्या भावनेने सर्वांना आपलेसे करण्याची जी वृत्ती आहे, ती त्यांनी अल्पसंख्याकांचा हिंसाचार, सूड न घेता आणि तिरस्कार न करता सहन करून, कसोटीला लावावी. अशा प्रकारची सहिष्णु वृत्ती हा गांधींनी भारतासाठी पाहिलेल्या स्वप्नाचा एक अविभाज्य भाग होती. हिंदू बहुसंख्याकांच्या काही नेत्यांना हे फारसे काही रुचले नव्हते, आणि त्यांच्यापैकी काहींनी त्यांची हत्या करण्याचा कट रचला.

खादी आणि धार्मिक अस्मिता

खादीच्या योजनेत भाग घेतल्याने मुस्लिमांची गरिबी दूर होऊनही त्यांचा राष्ट्रीय पातळीवर खादीला जो अपुरा प्रतिसाद मिळत होता, त्याने गांधी निराश झाले. ते जिथे कुठे जात, तिथल्या स्थानिक खद्दर संस्थेच्या व्यवस्थापकाला ते त्यांच्यासोबत काम करत असलेल्या मुस्लिमांची संख्या विचारत आणि मुस्लिमांची उपस्थिती अगदी कमी असल्याचे कळल्यावर त्यांना दुःख होत असे (ह्याचे कारण कदाचित हे होते, की काही भागांमध्ये खादीच्या कामाचे स्वरूप ऐच्छिक होते, किंवा मग कामाचा मोबदला फारसा आकर्षक नव्हता हे कारण असू शकेल). १९२५ मध्ये गांधींनी हे अगदी जड अंतःकरणानेच लिहिले असावे, 'मी सर्व संबंधितांना मग ते मुस्लीम, ख्रिश्चन, पारशी किंवा ज्यू असोत, असा रास्त इशारा देत आहे की खादी-सेवेची जोपासना जर इतरांच्या प्रयत्न, क्षमता आणि प्रेमाच्या अभावी फक्त हिंदू करू लागले, तर त्याबद्दल त्यांनी नगरपरिषदेला दूषण देता कामा नये.'[२]

राष्ट्राला खादीचा पेहराव चढवण्यामागचे गांधींचे एक ध्येय हे होते, की लोकांना विभक्त करणाऱ्या बंधनांच्या पलीकडे जाऊन त्यांना एकत्र आणावे. सर्व धर्मांच्या भारतीयांनी, विशेषतः हिंदू आणि मुस्लिमांनी मतभेदांना हद्दपार करावे, त्यांना हे कळावे की विदेशी कापड म्हणजे 'आपल्या गुलामगिरीची ओळख दाखवणारा एक बिल्ला' होता आणि त्यांनी एक 'पवित्र पोशाख' धारण करून संघटित व्हावे आणि माझ्या आणि तुमच्या नावाने निर्माण झालेल्या पेशाचा आब राखावा, आणि त्यायोगे असहकाराची ही लढाई म्हणजे स्वयं-

शुचितेची लढाई बनून जावी, हे गांधींना अपेक्षित होते'[३] त्यामुळे मग त्यांनी पांढऱ्या खादीची निवड केली.

असे असले तरी या क्रांतीत भाग घेतलेल्या काही लोकांनी त्यांची धार्मिक ओळख रंगांद्वारे उघड करून दाखवणे पसंत केले: हिंदू स्त्रियांनी त्यांच्या खादीच्या साड्या त्यागाचे प्रतीक म्हणून भगव्या रंगात रंगवल्या आणि मुस्लीम स्त्रियांनी पैगंबर मोहम्मदाचा आवडता रंग म्हणून हिरवा रंग निवडला. आपली धार्मिक ओळख जपण्यासाठी खादी पोशाखाच्या शैलीमध्ये विविधता आणणे ही गोष्ट सुद्धा प्रचलित होती. हिंदू लोक धोतर आणि त्यावर कुर्ता आणि डोक्यावर गांधी टोपी अशा स्वरूपात खादी परिधान करत. तर मुस्लीम कुर्ता-पायजम्याच्या स्वरूपात खादी घालत. १९२१ मध्ये खिलाफत आंदोलनाच्या वेळी मुस्लिमांनी हिंदूंसारखीच गांधी टोपी घातली, पण जेव्हा हा संघर्ष थंडावला, तेव्हा मुस्लिमांनी गांधी टोपीचा त्याग केला आणि त्या जागी तुर्की फेज टोपीसारख्या दिसणाऱ्या टोपीचा अंगीकार केला.[४] काही हिंदूंनी त्यांच्या प्रदेशात उपलब्ध असणारे खादीचे कापड घालणे नाकारले कारण ते मुस्लीम विणकरांनी बनवलेले होते. इतर काही उदाहरणे पाहिली तर असे लक्षात येते की, स्वराज्याबद्दल एक विचित्र कल्पना केल्यामुळे मुस्लीम खादी परिधान करत नव्हते: त्यांना इंग्रजांना या कारणासाठी पिटाळून लावायचे होते, की जेणेकरून जुन्या मुस्लीम राजवटीचे पुनरुज्जीवन करता यावे.[५] शीख लोक त्यांच्या वैशिष्ट्यपूर्ण पगड्या घालत. पारश्यांना आणि ख्रिश्चनांना खादी हे अवनतीचे लक्षण वाटत असे आणि ते त्यांच्या पाश्चात्त्य पेहरावाला धरून राहिले.[६]

'पूर्ण स्वराज्या'ची व्यापक मानवी दूरदृष्टी असूनदेखील गांधी संपूर्ण जातीय सलोखा प्रस्थापित करण्यात अयशस्वी ठरले, त्याचे एक कारण हे होते की त्यांनी जी प्रतीके वापरली त्यापैकी बरीचशी प्रतीके हिंदू धर्माच्या नसलेल्या लोकांना, विशेषतः मुस्लिमांना, केवळ हिंदूंच्या बाजूने आहेत, असे वाटे आणि ते तसाच अर्थ लावत. उदाहरणार्थ, गांधींनी वापरलेली 'रामराज्य' ही संज्ञा मुस्लिमांना फारशी रुचली नाही. गांधींनी ह्या संज्ञेद्वारे 'प्रबुद्ध अराजकतेची' अवस्था परिभाषित केली होती, ज्या अवस्थेत प्रत्येक नागरिकाला त्याचे व्यक्तिगत आणि सामाजिक आयुष्य, नैतिक आणि मुक्त अशा प्रेरणांद्वारे, इतक्या अपवादात्मक पद्धतीने ठरवता येईल, की राजकीय नियंत्रणाचा वापर अगदी अनावश्यक होऊन जाईल. गांधींनी ह्या संज्ञेच्या वापराचे समर्थन केले. त्यांनी हे कबूल केले की ही संज्ञा बहुसंख्य जनतेकरता योग्य होती. त्यांच्या भाषणात ते वापरत असलेला 'राम' हा शब्द क्षणार्धात लाखो हिंदूंच्या हृदयाला स्पर्श करत असे, तर ' 'देव' ह्या शब्दाचा त्यांना अर्थ कळत असला तरी तो हृदयस्पर्शी असा शब्द नव्हता'.[७] त्यांनी हेही स्पष्ट केले की 'राम' या शब्दाचा त्यांनी लावलेला अर्थ सर्वसमावेशक होता:

> माझा राम, आपण ज्या प्रार्थना करतो त्यातला राम हा—इतिहासातला राम, म्हणजे अयोध्याचा राजा दशरथ याचा पुत्र नव्हे. तो शाश्वत आहे, अजात आहे, अद्वितीय आहे... तो अगदी एकसारखेपणाने सगळ्यांचा आहे. त्यामुळे मुसलमानाने किंवा कोणीही त्याच्या नावाला आक्षेप का घ्यावा हे मला कळत नाही. पण कुठल्याही व्यक्तीने देवाला राम या नावाने ओळखावे अशी काही सक्ती नाही. त्या व्यक्तीने निरनिराळ्या ध्वनींच्या एकोप्याला गालबोट लागू नये म्हणून अल्ला किंवा खुदा ही नावे स्वतःशी उच्चारावीत.[८]

मुस्लीम लीगने हळूहळू काँग्रेसला एक 'हिंदू संस्था' मानत स्वतःला काँग्रेसपासून दूर केले. मार्च १९४० मध्ये जेव्हा जिनांना गांधींसोबत बोलणी करण्याचे निमंत्रण देण्यात आले, तेव्हा त्यांनी उपहासाने गांधींना विचारले की 'तुम्ही तुमच्या लोकांचे अभिमानाने प्रतिनिधित्व करत एक हिंदू लोकनायक म्हणून याल का आणि मुस्लिमांचे अभिमानाने प्रतिनिधित्व करत मला तुमची भेट घेऊ द्याल का?'[९]

जिना आणि स्वदेशी

या सर्व घटनांमध्ये गांधींचे आगमन होण्यापूर्वी हिंदू-मुस्लीम ऐक्यासाठी कार्य करणाऱ्या इंडियन नॅशनल काँग्रेसचे मोहम्मद अली जिना (१८७६–१९४८) (छायाचित्र ३२: २५०) हे सुप्रसिद्ध असे सदस्य होते. त्यांनी १९१६ मध्ये काँग्रेस आणि मुस्लीम लीगमध्ये झालेल्या लखनऊच्या कराराला आकार देण्यात मदत केली होती आणि ऑल-इंडिया होम-रूल लीगचे ते नेते होते. परंतु, जेव्हा १९१८ मध्ये मोहनदास गांधी काँग्रेसमध्ये रुजू झाले, तेव्हा, सभ्यपणे केलेली अवज्ञा हा स्वराज्य मिळवण्याचे सर्वोत्तम साधन आहे असे मानणाऱ्या अहिंसात्मक जन-आंदोलनात स्वातंत्र्याचा लढा रूपांतरित झाला. जिना याच्याशी सहमत नव्हते. त्यांचे असे मानणे होते की केवळ घटनाधिष्ठित लढ्यानेच स्वातंत्र्य मिळू शकते. आणि आपण हे पाहिलेच, की गांधींनी 'स्वराज्या'चा आवाका आणि अर्थ एवढा मोठा केला होता की त्यामध्ये सामाजिक समस्यांचादेखील अंतर्भाव होत होता. याबाबतीतसुद्धा पुन्हा जिनांनी गांधींना विरोध दर्शवला. स्वदेशीवर लक्ष केंद्रित केल्याने राजकीय स्वातंत्र्याकडे जी मुसंडी मारली जात होती तिला धोका होता असे त्यांना वाटत होते.

त्याशिवाय जिना म्हणजे इंग्रजी शिक्षण घेतलेला एक भारतीय माणूस होता ज्याने मरेपर्यंत आपल्या इंग्रजाळलेल्या जीवनशैलीचा अभिमानच बाळगला.[१०] ते रुबाबात राहत, सिगार ओढत, मुख्यतः इंग्रजीतून बोलत आणि सूट आणि टाय असा पोशाख करत. त्यांच्या मित्रवर्गाच्या आवडीनिवडीदेखील अशाच होत्या. नेहरू हे नमूद करतात की 'खादी परिधान केलेल्या आणि हिंदुस्थानी भाषेत भाषणाचा आग्रह धरणाऱ्या जमावामध्ये जिनांना अगदी अस्वस्थ वाटे', आणि बाहेर लोकांचा उत्साह पाहिला, की ही एखादी उन्मत्त झुंड आहे असे त्यांना भासे.'[११] खादीचा

वापर आणि इंग्रजीऐवजी भारतीय भाषेचा आग्रह धरणे याला जिनांचा पाठिंबा नव्हता. गांधीसुद्धा जे लंगोटात वावरत आणि राजकारणाला आध्यात्मिक रंग देत, त्याचीसुद्धा जिनांना चीड येत असे. जिना मुस्लीम असले तरी त्यांनी गांधींनी खिलाफतच्या आंदोलनाचा जो प्रचार केला, त्यावर टीका केली. जिनांना ते धर्मवेडेपणाचे समर्थन वाटे. १९२० मध्ये जेव्हा जिनांनी काँग्रेसच्या सदस्यत्वाचा राजीनामा दिला तेव्हा त्यांनी बजावले की गांधींच्या जन-आंदोलनाच्या कार्यपद्धतीमुळे हिंदू-मुस्लीम यांच्यातली फूट आणखी वाढणार होती.

त्याच वर्षी ते मुस्लीम लीगचे अध्यक्ष बनले आणि ब्रिटिशांच्या बाजूने असलेल्या आणि काँग्रेसच्या बाजूने असलेल्या गटांमधून निवड करण्याचे मोठे अवघड काम त्यांच्यासमोर उभे ठाकले. भावी संविधानाचा विषय दोन प्रश्न उभे करत होता: मुस्लिमांसाठी वेगळ्या मतदारसंघाला पाठिंबा द्यावा का (याला मुस्लीम लीगचा पाठिंबा होता) की सर्व समुदायांसाठी मिळून सामाईक मतदारसंघांना पाठिंबा द्यावा (याला काँग्रेसचा पाठिंबा होता). त्यांनी दुसऱ्या पर्यायाला पाठिंबा दिला, पण त्यासोबत पुष्कळ शिफारशी केल्या, ज्या काँग्रेसकडून नाकारण्यात आल्या. लंडनमधील गोलमेज परिषदेत चर्चांना आलेले अपयश आणि लीगमध्ये एकतेचा झालेला भंग यामुळे ते वैफल्यग्रस्त होऊन इंग्लंडला निघून गेले.

१९३४ मध्ये जेव्हा ते परतले तेव्हा त्यांनी मुस्लीम लीगला पुन्हा जोडण्याचे आणि लीगचे नेतृत्व करण्याचे प्रयत्न सुरू केले आणि वेगळ्या मतदारसंघांसाठी वाटाघाटी करणे चालू ठेवले, पण त्यांना त्यात फारसे यश आले नाही. त्यांचे मन मुस्लिमांकरता स्वतंत्र राज्याच्या कल्पनेकडे वळवण्यात आले (या कल्पनेचा प्रसार त्यांचे सहकारी सर मुहम्मद इकबाल करत होते). त्यांच्या मते हिंदू आणि मुस्लीम यांच्या संबंधांतली दरी कधीही भरून निघणार नव्हती; विभक्त होणे हा एकच उपाय होता. या दृष्टिकोनाला 'द्वि-राष्ट्रसिद्धान्त' म्हटले गेले, या सिद्धान्तानुसार, हिंदू आणि मुस्लीम ही कुठल्याही व्याख्येनुसार दोन वेगवेगळी राष्ट्रे होती. या सिद्धान्तामुळे, जिथे मुस्लीम बहुसंख्याक होते त्या प्रदेशांमध्ये मुस्लिमांसाठी स्वतंत्र मायदेश निर्माण करण्यात यावा, या गोष्टीचे समर्थन होत होते. असा मायदेश, जिथे त्यांना इस्लामच्या शिकवणुकीनुसार जगता येईल. १९४७ मध्ये पाकिस्तानचे निर्माण हा त्याचा अटळ परिणाम होता.

सावरकर आणि स्वदेशी

हिंदू महासभेचे तरुण नेते आणि हिंदुत्वाच्या विचारधारेचे प्रणेते विनायक दामोदर सावरकर हे बंगालच्या स्वदेशी अभियानाचे आणि १९०५ मध्ये या प्रांताच्या फाळणीविरुद्ध जो राजकीय लढा चालला होता त्याचे जोरदार समर्थक होते. त्यांनी पुण्यामध्ये महाविद्यालयीन विद्यार्थ्यांना स्वदेशी मालाच्या प्रसारात आणि विदेशी उत्पादनांच्या बहिष्कारात आणि त्या उत्पादनांच्या

होळीत सहभागी होण्यासाठी संघटित केले. पण गांधींनी जेव्हा १९२१ मध्ये भारतव्यापी स्वदेशीची चळवळ सुरू केली तेव्हा मात्र त्यांनी असा उत्साह दाखवला नाही.

भारतात आणि इंग्लंडमध्ये शिकत असताना त्यांनी विद्यार्थ्यांच्या संघटना उभारल्या आणि त्यांच्याद्वारे क्रांतिकारी मार्गांनी भारताला संपूर्ण स्वातंत्र्य मिळवून देणे या संकल्पनेचा प्रचार केला. त्यांनी बॉम्बनिर्मितीच्या प्रशिक्षणाला सक्रियपणे प्रोत्साहनसुद्धा दिले.[१२] १९०९ मध्ये जेव्हा त्यांची गांधींशी भेट झाली तेव्हा त्या भेटीने चाळवले जाऊन गांधींनी हिंद स्वराज नावाची पुस्तिका लिहून त्वरित प्रतिसाद दिला. त्यामध्ये गांधींनी असे प्रस्तावित केले होते की, भारताला स्वातंत्र्य मिळवून देण्याचा मार्ग सत्याग्रह हा आहे, हिंसा हा नव्हे.[१३] ते असे मानत की ब्रिटिशांपासून मुक्तता मिळवण्यासाठी एखादा हिंसात्मक लढा यशस्वी झालाच, तर त्यामुळे स्वातंत्र्यासाठी लढलेल्या काही मोजक्या भारतीयांच्या हातात सत्ता केवळ हस्तांतरित होईल आणि त्यांच्या देखरेखीखाली, बहुसंख्याकांचे वर्चस्व गाजविणे हे बहुधा तसेच चालू राहील.[१४] त्यांची अशी खात्री पटलेली होती की हिंसेचा स्वीकार करणे म्हणजे हार मानणे; आणि सर्व लोकांची नैतिकदृष्ट्या योग्य मुक्ती ही फक्त स्वदेशीच्या मार्गाने शक्य होती.

पण सावरकरांच्या विचारांची धाटणी वेगळीच होती. पहिले म्हणजे, त्यांचे ध्येय फक्त स्वराज्य हे नव्हते, तर केवळ हिंदूराष्ट्र हे त्यांचे ध्येय होते: सर्व मुस्लिमांना हे राष्ट्र सोडून जावे लागणार होते. दुसरे म्हणजे, त्यांनी हिंसेला दिलेल्या मान्यतेमुळे ते खादीला कमजोर मानू लागले.[१५] त्यामुळे त्यांनी स्वातंत्र्याच्या राष्ट्रीय लढ्यात गांधीना आणि काँग्रेसला पाठिंबा देण्यास नकार दर्शवला. ते गांधींना 'मुस्लीमाधर्जिणे' म्हणून संबोधत.[१६] 'मी हिंदू मतदारांना हजाराव्यांदा [जसेच्या तसे उद्धृत केले आहे] स्पष्टपणे बजावतो आहे की त्यांनी ह्या दिखाऊ राष्ट्रवादी नेत्यांकडून आपल्या राज्याची धुरा हिरावून घेतली नाही: तर मग हे गांधीवादी भारतीयत्व मुस्लिमांना भारतात प्रवेश देईल आणि हे मुस्लीम सैन्यात, पोलीसखात्यात, सरकारात मोक्याची पदे बळकावतील.'[१७]

जेव्हा हिंदू-मुस्लीम या विषयावरच्या चर्चांना यश आले नाही आणि फाळणी अटळ दिसू लागली, तेव्हा त्यांनी त्यासाठी इंडियन नॅशनल काँग्रेसवर जोरदार टीका केली.[१८] सावरकरांच्या केवळ वादाने गांधी दुःखी झाले: 'मी त्यांची आणि त्यांच्या मित्रांची मनधरणी करण्याचे प्रयत्न केले आहेत. मी सावरकरांच्या घरी गेलो आहे. त्यांचे मन जिंकण्यासाठी मी माझी वाट सोडून चाललो आहे. पण मला यश आलेले नाही.'[१९] हिंदू-मुस्लीम संबंधांच्या भविष्यावरचे सावरकरांचे स्वतःचे मत, १९४० मध्ये लाहोरच्या अधिवेशनात जिना आणि मुस्लीम लीगने मांडलेल्या द्वि-राष्ट्र सिद्धान्ताच्या बाजूने होते. पण सावरकरांनी भारताच्या फाळणीचा विरोध केला. त्यांनी सुचविले की परकीय मुस्लिमांनी त्यांचा स्वतःचा मायदेश कुठेतरी दुसरीकडे जाऊन शोधावा.[२०]

सावरकरांचा आश्रित, नथुराम गोडसे, याने ३० जानेवारी १९४८ रोजी गांधींची हत्या केली.[२१] या हत्येत सावरकर सह-आरोपी म्हणून गणले गेले, पण पुरेशा पुराव्याअभावी त्यांना निर्दोष ठरवण्यात आले.[२२] प्रत्यक्षदर्शी पत्रकार विन्सेन्ट शीअन हे नमूद करतो की '[महात्म्याने] घातलेली खादी रक्ताने माखून गेली होती'.[२३]

राष्ट्रध्वजाची उत्क्रांती

१९३१ पासून पुढच्या तणावपूर्ण जातीय परिस्थितीमुळे राष्ट्रध्वजाच्या संदर्भातल्या निर्णयांवरदेखील परिणाम झाला (पहा छायाचित्र ३६: २५१) राष्ट्रध्वजावर पांढऱ्या, हिरव्या आणि लाल रंगाच्या पट्ट्या योजून प्रतीकात्मकरीत्या भारताची धार्मिक सहिष्णुता दर्शविण्याचा गांधींचा प्रयत्न सगळ्याच काँग्रेस सदस्यांना आवडला नाही. बऱ्याच जणांच्या मते, ध्वजाचा धार्मिक अर्थ आणि विविध धार्मिक समुदायांना दिलेला विशेषाधिकार समाधानकारक नव्हता. त्या आधी १९२४ मध्ये, कलकत्त्यामध्ये झालेल्या ऑल-इंडिया संस्कृत कॉंग्रेसला, लाल ऐवजी भगवा रंग पसंत होता आणि गांधींच्या चरख्याच्या ठिकाणी त्यांना 'गदेचे' (विष्णू ह्या देवतेच्या हातात असलेली गदा) चिन्ह समाविष्ट करायचे होते. दरम्यान, आपले प्रतिनिधित्व करणारा पिवळा रंग ध्वजात समाविष्ट करावा, अशी शिखांनी याचना केली.

एप्रिल १९३१ मध्ये काँग्रेस कार्यकारी समितीने, मांडण्यात आलेले मुद्दे विचारात घेऊन, राष्ट्रध्वजाची पुनर्रचना करण्यासाठी एक राष्ट्रध्वज समिती नेमली. या समितीने, विचित्रपणे, ध्वजाच्या दांडीकडच्या वरच्या अर्ध्या भागात चरख्याचे चिन्ह असणारा संपूर्ण भगवा ध्वज प्रस्तावात मांडला. हा ध्वज रंगाच्या निवडीच्या बाबतीत अगदी उघडउघड हिंदूंच्या बाजूने असल्याने इंडियन नॅशनल काँग्रेसने तो अमान्य केला. त्याच वर्षीच्या ऑगस्टमध्ये काँग्रेसची कराचीमध्ये सभा झाली आणि थोडेफार फेरफार करून त्यांनी तिरंगा ध्वज स्वीकारला. त्यामध्ये तीन आडव्या पट्ट्या होत्या. वरच्या पट्टीचा रंग भगवा, मध्ये पांढरी पट्टी आणि खाली हिरव्या रंगाची पट्टी होती. या पट्ट्यांचा अर्थ आता असा होता: भगवा म्हणजे शौर्य, सत्य आणि शांतीसाठी पांढरा रंग आणि हिरवा रंग म्हणजे श्रद्धा आणि समृद्धी. या रंगांना कोणताही जातीय अर्थ देण्यात आला नव्हता. गांधींच्या सन्मानार्थ, आणि भारताचे आर्थिक पुनर्निर्माण आणि भारतीय लोकांचा उद्यमशील स्वभाव प्रतीकात्मक पद्धतीने दर्शवण्यासाठी ध्वजाच्या मध्यभागी चरख्याची योजना करण्यात आली होती.

काँग्रेस या ध्वजाची निश्चिती करण्याच्या प्रक्रियेत असतानाच सुभाषचंद्र बोस यांच्या नेतृत्वाखालील इंडियन नॅशनल आर्मीने (आयएनए)[२४] एका वेगळ्या रचनेचा प्रस्ताव मांडला. त्यांच्या प्रस्तावानुसार तिरंग्या ध्वजात 'आझाद हिंद' (मुक्त भारत) हे शब्द समाविष्ट

होते आणि चरख्याच्या जागी झेप घेणारा वाघ होता. ही ध्वज-रचना म्हणजे हिंसेच्या मार्गाने स्वातंत्र्य मिळवण्याच्या 'आयएनए'च्या विचारधारेचा सारांश होती.

ध्वजाच्या रचनेवरून वेगवेगळ्या जाती करत असलेल्या कुरबुरी आणि राष्ट्रध्वजाच्या आपल्या संकल्पनेचे लावले गेलेले चुकीचे अर्थ हे पाहून गांधींना दुःख झाले. १९३८ मध्ये त्यांनी शोकाकुल होऊन म्हटले की १९२० च्या असहकाराच्या चळवळीच्या दरम्यान ऐक्याचे शक्तिशाली प्रतीक असलेला हा ध्वज आता 'केवळ एक तिरंगी कापड—जे नेहमी खादीचे असेलच असे नाही—बनून गेला होता. आता हा ध्वज जातीय ऐक्य आणि सर्वांचा सहभाग असलेले आणि सर्वांना समान पातळीवर आणणारे श्रम यांचे मूर्तिमंत प्रतीक नव्हता.'[२५]

ध्वजाच्या मध्यभागी चरखा योजण्याची गांधींच्या कल्पनांमधले दोष पुढे दाखवण्यात आले. कॉंग्रेसच्या अधिक पुरोगामी सदस्यांमध्ये चरख्याच्या ध्वजावरील हजेरीबाबत अस्वस्थता होती, कारण वाढत्या औद्योगिकीकरणाच्या काळात तो जुनाट भूतकाळाकडे होणारी पीछेहाट दर्शवत होता. भारताच्या स्वातंत्र्याचा ठरलेला दिवस, १५ ऑगस्ट, जसजसा जवळ येऊ लागला, तसे मग संविधान समितीची, नव्या भारताचा राष्ट्रध्वज निवडण्यासाठी, एकदाची आणि शेवटची बैठक झाली.[२६] ती समिती शेवटी एका निर्णयाप्रत आली. तिने असे ठरवले की या ध्वजाचे कोणतेही जातीय ध्वनितार्थ असू नयेत आणि चरख्याच्या जागी महान शांतीदूत सम्राट अशोक याच्या स्तंभावरून घेतलेले धर्म-चक्र किंवा 'सदाचरणाचे चक्र' असेल.[२७] प्रतीकात्मकतेमध्ये केल्या गेलेल्या ह्या महत्त्वाच्या बदलाला (स्वराज्यासाठीच्या स्वदेशी चळवळीचे प्रतीक असणाऱ्या चरख्यापासून वैश्विक धार्मिक सदाचरणाचे रूपक असणाऱ्या चक्रापर्यंत) गांधींनी दिलेला प्रतिसाद, पुन्हा एकदा त्यांची जुळवून घेण्याची वृत्ती दाखवतो:

> या चक्राकडे पाहून शांतिदूत सम्राट अशोक, एका साम्राज्याचा सम्राट, ज्याने सत्ता त्यागली, त्याची काहींना आठवण होईल. तो सर्व धर्मांचे प्रतिनिधित्व करायचा; तो करुणेचे मूर्तिमंत स्वरूप होता. त्याच्या चक्रात चरखा दिसला की चरख्याचा महिमा वाढतो. अशोकचक्र हे चिरकाल टिकणाऱ्या अहिंसेच्या दैवी नियमाचे प्रतीक आहे.[२८]

गांधींनी सम्राटाचे केलेले कौतुक हे नकळतच त्यांच्या स्वतःच्या व्यक्तिमत्त्वाचे सूचक होते—ज्याने सत्तेचा त्याग करून एका साम्राज्याशी लढा दिला, सर्व धर्मांचे प्रतिनिधित्व केले आणि करुणेचे मूर्तिमंत रूप बनला; जो धर्मवेडेपणा आणि धर्मांधता यांनी मुक्त करून दिलेल्या द्वेषाशी, अजूनही, अहिंसेला हाताशी धरून लढत होता.

खादीने विणलेला ध्वज पहिल्यांदा फडकावला गेल्याच्या जेमतेम पाच महिने आणि सोळा दिवसांनंतर, गोळ्यांनी चाळण केलेला त्या महात्म्याचा गतप्राण देह गुंडाळण्यासाठी तो

ध्वज वापरण्यात आला आणि दिल्लीच्या रस्त्यांवरून काढलेल्या अंत्ययात्रेतून, यमुनेच्या काठावर अंत्यसंस्कार करण्यासाठी नेण्यात आला. त्या ध्वजाच्या मध्यभागी असलेले ते 'सदाचरणाचे चक्र', त्या 'लंगोटातल्या लहानखुऱ्या माणसाला', 'त्या राष्ट्रपित्याला', जगासाठी पाठवलेल्या 'त्या अहिंसेच्या प्रेषिताला' एक तेजोमय श्रद्धांजली वाहत होते.

टिपा

१. येथे उद्धृत केले आहे: कृष्ण कृपलानी, आवृ., *ऑल मेन आर माय ब्रदर्स* (न्यूयॉर्क: कंटीन्युअम, २००५), ८६.
२. *सीडब्लूएमजी*, खंड २८, ३०८–९.
३. तथैव., खंड १९, ५३९.
४. तुलना करून पहा: टार्लो, *क्लोदिंग मॅटर्स*, ११०–१४.
५. तुलना करून पहा: *सीडब्लूएमजी*, खंड २४, ४२६.
६. उदाहरणार्थ, बॉम्बेच्या कॅथलिक ईस्ट इंडियन समुदायाच्या स्त्री-पुरुषांच्या पोशाखाचे तपशीलवार वर्णन येथे पहा: बाप्टिस्टा, *द ईस्ट इंडियन्स*, १००–१०१.
७. *सीडब्लूएमजी*, खंड ३०, ५५७.
८. तथैव., खंड ८३, ३६४.
९. एस. एस. पीरजादा आवृ., *फाउंडेशन्स ऑफ पाकिस्तान: ऑल इंडिया मुस्लीम लीग डॉक्युमेंट्स*, खंड II (कराची: नॅशनल पब्लिशिंग हाउस, १९६९), ३३२–३३, येथे उद्धृत केले आहे: आशा कौशिक, *पॉलिटिक्स, सिम्बल्स अँड पॉलिटिकल थिअरी: रीथिंकिंग गांधी* (जयपुर: रावत, २००१), १६५.
१०. अगदी सुरुवातीपासूनच जिनांची कपड्याविषयीची निवड गांधींच्या निवडीच्या अगदी विरुद्ध होती. गांधींच्या मागून चार वर्षानंतर इंग्लंडमध्ये शिक्षणाकरता आल्यावर जिनांनी ताबडतोब त्यांचा काठियावाडी कोट आणि पगडी यांचा त्याग करून रुबाबदार असे सूट पोशाख म्हणून निवडले. जिनांमध्ये घडून आलेले परिवर्तन केवळ कपड्यांच्या बाबतीतले नव्हते; त्यांचा इंग्रजाळलेपणा समग्र स्वरूपाचा आणि अनिर्बंध होता, गांधींचे तसे नव्हते; जिनांनी आपल्या आयुष्याच्या अंतापर्यंत उच्च-वर्गीय इंग्रज गृहस्थाची जीवनशैली पाळली. इंग्लंडहून निघण्याआधी त्यांनी त्यांच्या नावाचेदेखील आधुनिकीकरण केले. आपले ' 'मोहम्मद अली जिनाभाई' हे नाव बदलून 'एम. ए. जिना' असे केले.' नंदा, *इन सर्च ऑफ गांधी*, ५३.
११. सुरुवातीला मुस्लीम लीगला काँग्रेसच्या जवळ आणण्याचे श्रेय मोठ्या प्रमाणात मोहम्मद अली जिना यांचे होते. पुढे पाकिस्तानच्या निर्मितीचे ते पुरस्कर्ते होते.
१२. 'तरुण क्रांतीवाद्यांकडून बॉम्ब बनवण्याचे [प्रशिक्षण] काही ठिकाणी अधूनमधून होत असे. [रशियन सरकार ज्याच्या शोधात होते अशा एका हद्दपार झालेल्या रशियन माणसाने] भारतीय क्रांतीवाद्यांना स्फोटकांचे शास्त्र आणि त्याचा क्रांतिकारी कार्यात कसा उत्तम प्रकारे वापर करावा हे शिकवले. सर्व प्रकारचे बॉम्ब आणि त्यांचा उपयोग याचे वर्णन करणारी आणि सचित्र माहिती देणारी एक अधिकृत पुस्तिका [त्याने] क्रांतीवाद्यांना दिली—आणि त्याचा मोबदला म्हणून काहीच पैसे घेतले नाहीत. पोलीस हे ठासून सांगतात की ती बॉम्बची माहितीपुस्तिका नंतर सावरकर आणि त्यांच्या सहकाऱ्यांनी

इंडिया हाउसमध्ये सायक्लोटाईपवर छापली आणि भारतात वितरित केली. ही धोकादायक पुस्तिका भारतात छापत आणि वितरित करत असतानाच लंडन आणि पॅरिस मधल्या अभिनव भारतच्या निवडक सदस्यांना बॉम्ब निर्माण करण्याचे धडे नियमितपणे दिले जात होते. पोलिसांचा अहवाल हे निश्चित सांगतो की सावरकर स्वतः काही वेळा हे बॉम्बनिर्मितीचे प्रयोग करत असत आणि पॅरिसमधल्या इंडिया हाउसमध्ये दुपारच्या वेळी बॉम्बनिर्मितीचे धडे गुप्तपणे देत असत आणि मग एका मिनिटाचीही विश्रांती न घेता काळी फ्री इंडिया सोसायटीच्या हॉलमध्ये येऊन इतिहास, राजकारण, अर्थशास्त्र आणि यांसारख्याच इतर विषयांवर खचाखच भरलेल्या भारतीय श्रोत्यांसमोर खुली भाषणे देत असत.' व्ही. एस. पटवर्धन, 'सावरकर्स इकॉनॉमिक थिंकिंग', *पॉलिटिकल थिंकर्स ऑफ मॉडर्न इंडिया,* खंड १४, आवृ., वेरिंदर ग्रोव्हर (नवी दिल्ली: दीप अँड दीप, १९९२), २१५.

१३. तुलना करून पहा: *सीडब्लूएमजी,* खंड ९, ४९९.

१४. रामगुंडम स्पष्ट करून सांगतात: 'सरकारी यंत्रणेवर ताबा मिळवण्यासाठी हिंसक मार्ग अवलंबला तर मग त्याच्या अनुषंगाने, या हिंसेत भाग न घेणारे बहुसंख्याक हिंसक अल्पसंख्याकांच्या पायाशी कायमचे लीन होणारच होते. हिंसक मार्ग अवलंबल्याने गुलामगिरी आणि दुर्दशा केवळ अधिक शाश्वत बनणार होती. जे हिंसेचा पुरस्कार करत त्यांना त्यांच्या [स्वतःच्या] मध्ये सत्तेचे केंद्रीकरण व्हायला हवे होते... 'आमच्या अहिंसेच्या प्रयोगाने आम्ही गरिबालादेखील हे दाखवून देतो की, जर त्यांनी ठरवले तर ते एखाद्या सम्राटाइतकीच ताकद त्यांच्यातले सत्त्व वापरून दाखवू शकतात.' रामगुंडम, *गांधीज खादी,* ९४. अवतरणचिन्हांमध्ये असलेले विधान गांधी, *सीडब्लूएमजी,* खंड २३, ९ यातले आहे.

१५. तुलना करून पहा: नूरानी, 'सावरकर अँड गांधी'.

१६. कुरूवचिरा, *हिंदू नॅशनलिस्ट्स,* १२०.

१७. व्ही. डी. सावरकर, 'नेहरूज नाईटमेअर', १७१, येथे उद्धृत केले आहे: कुरूवचिरा, *हिंदू नॅशनलिस्ट्स,* १२१.

१८. गांधींनी नमूद केले: 'मला वृत्तपत्रांतून कळले की सर्वत्र काँग्रेसला विरोध करणे हा हिंदू महासभेने त्यांचा धर्म मानला आहे... सिंधमध्ये हिंदू महासभेचे सदस्य काय करताहेत त्याचे वर्णन सर राधाकृष्णन यांनी त्यांच्या कराचीमधल्या भाषणात केले आहे... त्यांनी म्हटलेले आणि मी जे ऐकत आलो आहे, ते सगळे खरे असेल तर असल्या गोष्टी ना हिंदू धर्माला तारणार आहेत ना भारताला.' *सीडब्लूएमजी,* खंड ८२, २६.

१९. *सीडब्लूएमजी,* खंड ७०, २४८. हे 'मित्र' म्हणजे चिमणलाल सेतलवाड, कावसजी जहांगीर, व्ही. एन. चंदावरकर (उदारमतवादी), एन. सी. केळकर आणि डॉ. बी. आर. आंबेडकर ज्यांनी सावरकरांसोबत मिळून बॉम्बे येथून २ ऑक्टोबरला एक विधान जाहीर केले, ज्यात त्यांचा असा दृष्टिकोन व्यक्त करण्यात आला होता की 'काँग्रेस आणि मुस्लीम लीग हे संपूर्णच काय भारताच्या मुख्य भागांचेदेखील प्रतिनिधित्व करत नाहीत आणि सरकार आणि काँग्रेस आणि मुस्लीम लीग यांच्यात झालेला कोणताही घटनात्मक किंवा प्रशासकीय करार भारतीय जनतेवर बंधनकारक असणार नाही.' तथैव., खंड ८२, २६. याआधी गांधींनी वि. दा. सावरकर आणि त्यांचा भाऊ गणेश दामोदर यांची तुरुंगातून सुटका व्हावी अशी इच्छा त्या दोघांच्या ब्रिटिश राजवटीप्रति असलेल्या निष्ठेच्या बळावर व्यक्त केली होती. ही निष्ठा ह्या दोघा भावांनी एक निवेदन प्रकाशित करून 'निःसंदिग्धपणे' व्यक्त केली होती. तुलना करून पहा: तथैव., खंड १७, ४६२. सावरकरांशी पूर्वी

केलेल्या पत्रव्यवहारात संवादाचा ओघ कायम ठेवण्यासाठी 'सावरकरांच्या घरी गेल्याचा' गांधींनी केलेला उल्लेख आढळून येतो. १९२७ मध्ये त्यांनी लिहिले, 'आपल्यांत असलेल्या मतभेदाच्या सर्व मुद्द्यांच्या बाबतीत तुम्ही माझ्याशी पत्रव्यवहार केलेला मला आवडेल. आणि त्याहूनही अधिक काही आपण बोलू शकतोच. ...गरज पडली तर ह्या गोष्टींवर आपल्या दोघांसाठी समाधानकारक अशी चर्चा करण्यासाठी वेळ काढून तुमच्याबरोबर दोन तीन दिवस राहायलाही माझी हरकत नाही.' *सीडब्लूएमजी*, खंड ३३, १३६.

२०. कुरूवचिरा, *हिंदू नॅशनॅलिस्ट्स*, १२५–२६.

२१. नूरानी, 'सावरकर अँड गांधी'.

२२. *रिपोर्ट ऑफ द कमिशन ऑफ इन्क्वायरी इनटू द कॉन्स्पिरसी टू मर्डर महात्मा गांधी यामधून घेतलेला उतारा*, ९६–९९, येथे उद्धृत केला आहे: पुनियानी, द सेकंड असॅसिनेशन ऑफ गांधी, ९७–९८.

२३. विन्सेन्ट शीअन, *लीड, काईंडली लाईट* (न्यूयॉर्क: रँडम हाउस, १९४९), २१८, येथे ऑनलाईनसुद्धा उपलब्ध, आयविटनेस टू हिस्टरी, 'दि असॅसिनेशन ऑफ गांधी, १९४८', २००५. http://www.eyewitnesstohistory.com/gandhi.htm (२३ मे २०१० रोजी तपासले). विन्सेन्ट शीअन हा अमेरिकन पत्रकार आणि गांधींचा अनुयायी होता. तो गांधींची हत्या झाली त्या नेमक्या क्षणाला बीबीसीचा एक पत्रकार रॉबर्ट स्टिमसन याच्यासह बिर्ला हाउसमध्ये उपस्थित होता.

२४. आयएनए ही एक भारताच्या मुक्ततेसाठीची स्वतंत्र चळवळ होती आणि त्याला जपानी लोकांचा पाठिंबा होता.

२५. *सीडब्लूएमजी*, खंड ६८, ४८.

२६. १९५० ते १९६२ मध्ये स्वतंत्र भारताचे पहिले राष्ट्रपती राहिलेल्या राजेंद्र प्रसाद (१८८४–१९६३) यांच्याकडे ह्या समितीचे मुख्यपद होते.

२७. अशोक मौर्य (इसवी सन पूर्व ३०४–२३२) हा मौर्य राजवंशाचा एक सम्राट होता. मूळच्या हिंदू असलेल्या ह्या सम्राटाने बौद्ध धर्माचा अंगीकार केला आणि अफगाणिस्तान, पर्शियाचा काही भाग आणि सद्यकालीन भारताचा बहुतांश भाग इथवर पसरलेल्या आपल्या विस्तीर्ण राज्यातल्या नागरिकांमध्ये शांती आणि समृद्धी नांदावी अशी इच्छा तो बाळगून होता.

२८. *सीडब्लूएमजी*, खंड ८८, ४३९–४०. 'अशोकचक्रामध्ये [अशोकाच्या सदाचरणाची शिकवण देणाऱ्या चक्रामध्ये] चरखा पाहिला की चरख्याचा [एक प्रतीक म्हणून] महिमा आणखी वाढतो.' इथे गांधी दोन शब्दांच्या सारखेपणावरून शाब्दिक कोटी करतात आणि त्याच वेळी सदाचरणी आयुष्याचे साधन म्हणून चरख्याचे महत्त्व अधोरेखित करतात.

भाग फ

खादीच्या माध्यमातून गांधींच्या क्रांतीची तत्त्वमीमांसा

१६ गांधींच्या क्रांतीची पायाभूत तत्त्वे

ज्या माणसाला ऐंद्रिय सुख, धनदौलत, आराम किंवा प्रशंसा किंवा पदोन्नती या सगळ्यांची अजिबात पर्वा नाही; पण जो, त्याला जे योग्य वाटते ते निग्रहाने करतो, अशा माणसाला हाताळताना सत्तेतल्या माणसांनी फार सावध राहायला हवे. हा माणूस म्हणजे एक धोकादायक आणि त्रासदायक शत्रू आहे, कारण त्याचे शरीर तुम्ही केव्हाही जिंकून घेऊ शकता, पण त्या जिंकलेल्या शरीराने तुम्ही त्याचा आत्मा विकत घेऊ शकत नाही.

—सर गिल्बर्ट मरे[१]

माझी अशी आशा आहे की याआधीच्या भागांमध्ये अनेक ज्ञानशाखांच्या अनुषंगाने जो अभ्यास करण्यात आला त्यामुळे गांधींच्या पोशाखाच्या निवडीची ताकद आणि प्रभाव यांवर प्रकाश पडला असेल. इतिहासाची उलथापालथ करण्याचा त्यांचा जो निग्रह होता तो सप्रमाण दाखवण्यासाठी म्हणून 'आधी आणि नंतर' अशा स्वरूपाचे तंत्र वापरण्यात आले. तेव्हाच्या परिस्थितीला उलथून टाकणाऱ्या कृत्यांना आधार देणाऱ्या अशा काही श्रद्धा होत्या ज्या आर्थिक-राजकीय, मानसिक-सांस्कृतिक किंवा सामाजिक-धार्मिक घटकांच्या पलीकडल्या आणि सखोल होत्या. त्यांचे कोणत्याही परिस्थितीत सत्याला नेटाने धरून राहणे हे सूचित करते की त्यांचे तत्त्वज्ञानविषयक सिद्धान्त त्यांच्या कृतींना एक प्रामाणिक स्वरूप देत होते आणि मार्ग दाखवीत होते.[२]

गुंतागुंतीची परिस्थिती

एकमेकांपासून खूपच भिन्न असणाऱ्या चार परस्परविरोधी गोष्टी आपल्याला दिसून येतात ज्यांचे तेव्हाच्या परिस्थितीवर वर्चस्व होते आणि ज्यामध्येच गांधींनी कार्य केले (पहा

आकृती १६.१). सर्वांत पहिली आणि सर्वांत महत्त्वाची गोष्ट म्हणजे भारताला आपल्या मुकुटातला एखादा मणी समजणाऱ्या ब्रिटिश साम्राज्याचे कधीही न ढेपाळणारे आणि एखाद्या परोपजीवी प्राण्यासारखे अस्तित्व. तर त्याच्या परस्परविरोधात होती इंडियन नॅशनल काँग्रेस जिच्यात अजिबात ऐक्य किंवा नेतृत्व गुण नव्हते आणि जिच्याकडे साम्राज्याला योजनाबद्ध रीतीने तोंड देण्यासाठी जनतेचे पाठबळ नव्हते.

आकृती १६.१: गांधींच्या संदर्भानुसार गुंतवणुकीचा समक्रमित अभ्यास

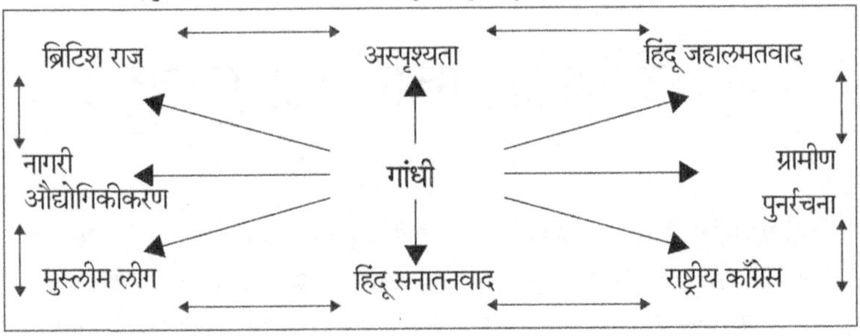

स्रोत: लेखक.

दुसरी परस्परविरोधी गोष्ट म्हणजे हिंदू-मुस्लीम जहालमतवाद: एकीकडे आक्रमणशील हिंदूंना असे वाटत होते की हिंसा हे एकमेव साधन होते ज्याच्या आधारे ब्रिटिश वर्चस्वाची जागा त्यांचा हिंदू राष्ट्रवादी कार्यक्रम घेऊ शकेल; तर दुसरीकडे, मुस्लीम जहालमतवाद्यांचे असे मत होते की सर्व मुस्लिमांचा उद्धार साधण्याचा स्वतंत्र इस्लाम राष्ट्र हा एकमेव मार्ग होता.

तिसरी गोष्ट म्हणजे, शहरी-ग्रामीण विभाजनाची समस्या होती: औद्योगिकीकरणामुळे आणि ब्रिटिश त्यांची तरफदारी करत असल्याने शहरी उच्चभ्रूंचा फायदा होत होता आणि ते भारताच्या ७००,००० गावांकडे कानाडोळा करत होते,[३] या गावांना वर्षानुवर्षे छळणाऱ्या गरिबी आणि उपेक्षेतून त्यांची तातडीने मुक्तता करण्याची गरज होती.

चौथी गोष्ट म्हणजे अस्पृश्यतेची प्रथा जी हिंदुत्वावरचा एक कलंक होता आणि त्यामुळे ब्रिटिश राजवटीपासून स्वातंत्र्य मिळावे, अशी मागणी करणे हे दुटप्पीपणाचे वाटत असे. त्या प्रथेनेच अस्पृश्यांना हिंदू धर्माचा त्याग करण्यास आणि स्वतंत्र राजकीय मतदारसंघांची मागणी करण्यास प्रवृत्त केले. याउलट सनातनवादी हिंदूंनी अस्पृश्यतेची चाल बंद करण्याचे नाकारले कारण त्यांच्या मते ही प्रथा हिंदू धर्माच्या प्राचीन काळापासून चालत आलेल्या धार्मिक आणि सामाजिक संरचनेचा स्वाभाविक भाग होती.

या आठ तोंडी राक्षसाच्या तावडीत असणे, आपल्याच मृत्यूकडे जाणीवपूर्वक चालत जाणे, 'गांधी असणे' हे एक अभद्र पण लक्षात येण्याजोगे आव्हान होते.

परिस्थितींचा ऐतिहासिक हेकेखोरपणा

गांधींनी स्वतःला ज्या आव्हानांमध्ये झोकून दिले होते त्यांचे एककालिक, भूपृष्ठाला समांतर असे नकाशारेखन केले तर ती आव्हाने म्हणजे एक चुर्रर आवाज करणारी तापलेली कढई होती, आणि त्या आव्हानांचा कालसापेक्ष, जमिनीशी काटकोनात असणारा हेकेखोरपणा तर आणखीनच आपत्तीसूचक होता. पुन्हा सांगायचे तर, विविध ज्ञानशाखांच्या अनुषंगाने, या पुस्तकात केला गेलेला, इतिहासावर आधारलेला अभ्यास, गांधींच्या उच्चाटनाच्या कार्याचा निव्वळ बिनधास्तपणा उघड करून दाखवतो.

आकृती १६.२ गांधींच्या संदर्भांचा विविध ज्ञानशाखांच्या अनुषंगाने केलेला अभ्यास

उत्पत्तीचे वर्ष	ख्रि.पू. १५००	इसवी सन १०००	१६००	१८५८	१८५० चा सुमार	१८८५	१९०६	१९११
	जातिव्यवस्था	मुस्लीम आक्रमणे	ईस्ट इंडिया कंपनी	ब्रिटिश राज	भारतीय शहरांचे औद्योगिकीकरण	इंडियन नॅशनल काँग्रेस	मुस्लीम लीग	हिंदू जहालमतवाद्यांच्या चळवळी

स्रोत: लेखक.

या आठ समस्यांपैकी प्रत्येक समस्येचा एक इतिहास होता जो गांधींचे आगमन होण्याच्या आधीपासूनचा होता; त्यातल्या पाच समस्या तर त्यांच्या जन्माच्या अगोदरपासून होत्या. त्या परंपरेचे थर चढवलेल्या व्यवस्था होत्या, बदल घडून येत असताना त्या पोलादासारख्या भक्कम उभ्या राहणाऱ्या होत्या, आणि त्यांचे जतन करण्यासाठी कट्टर माणसे मारायला आणि मरायलासुद्धा तयार असायची. तरीही गांधींनी हे आव्हान स्वीकारले.

जातिव्यवस्था आणि अस्पृश्यता या गोष्टी जवळजवळ ३५०० वर्षे जुन्या होत्या. ११ व्या शतकापासून १७ व्या शतकापर्यंत भारतीय उपखंडात इस्लामने मुलूख जिंकले तेव्हापासून हिंदू-मुस्लिमांच्या वैभवाला कलंकित इतिहासाची झालर होती. १६०० मध्ये ईस्ट इंडिया कंपनीच्या स्थापनेसह ब्रिटिशांकडून होणारी पिळवणूक सुरू झाली; २५८ वर्षांनंतर साम्राज्यवादी नियंत्रणाखाली ही पिळवणूक संपूर्ण भारतीय द्वीपकल्पापर्यंत पसरली. ज्या

विखुरलेल्या गावांना याचा सर्वांत जास्त जोरदार फटका बसला होता ती ब्रिटिशांच्या महसुलाच्या धोरणांमुळे एवढी दमून गेली होती आणि जेरीस आली होती की ती प्रतिकार करू शकली नाहीत. १९१५ मध्ये जेमतेम ३० वर्षांच्या असलेल्या इंडियन नॅशनल काँग्रेसने कष्टकरी जनतेच्या आशा-आकांक्षांपासून अलिप्त, इंग्रजी भाषा बोलणाऱ्या भारतीय उच्चभ्रूंचे एक शहरी मंडळ, हे शंकास्पद बिरुद आधीच मिळवले होते. १९०६ मध्ये स्थापना झाल्याच्या क्षणापासूनच मुस्लीम लीगने अनन्यवादी कार्यसूची स्वीकारली होती. १९११ मध्ये हिंदू महासभेच्या स्थापनेसह सुरू झालेल्या हिंदू जहालमतवादी चळवळींना कसेही करून हिंदू राष्ट्र स्थापन करायचे होते.

गांधींची उच्चाटनाची कार्यपद्धती म्हणजे वळू अंगावर घेण्यासारखे होते. ती कार्यपद्धती इथेच आणि आताच मूर्त व्हायची, ती फक्त गांधींच्या कल्पनेतच नव्हती किंवा कुठल्यातरी अद्भुतरम्य भविष्यकाळावर लिहिलेल्या किंवा म्हटलेल्या त्यांच्या विचारांतच नव्हती. गांधींनी अत्यंत महत्त्वाच्या अशा मूल्याचा धरलेला आग्रहच उदाहरणादाखल घ्या: ते मूल्य म्हणजे अहिंसा. त्यांनी हे जाहीररीत्या घोषित केले की '[ते मूल्य] म्हणजे परग्रहावरची गोष्ट नाही. जर ती तशी असेल तर मग मला त्याचा काहीच उपयोग नाही. मी पृथ्वीवरचा माणूस आहे आणि अहिंसा ही खरोखरच उपयुक्त अशी गोष्ट असेल, तर तसे मला इथे या पृथ्वीवर, मी जिवंत असतानाच कळावे अशी माझी इच्छा आहे.'[४] त्यानुसारच त्यांनी कार्यही केले: त्यांनी स्वतः जन्माला घातलेली आणि वाढवलेली १९२२ ची देशव्यापी असहकाराची चळवळ—हजारो लोकांचे मत ती थांबवण्याच्या विरोधात असतानाही—निश्चयाने थांबवली कारण फक्त एवढेच की त्या चळवळीने चौरी चौराच्या फक्त एका घटनेने त्यांच्या अहिंसेवरील भरवशाचा भंग केला होता. इतिहास जणू थिजला, सगळ्या भारतीयांना, जर त्यांच्यात गांधींना साथ देऊन भारताला बदलून दाखवण्याची धमक असेल तर, गांधींच्या चरणांशी येऊन पुन्हा एक नवीन सुरुवात करण्यासाठी बोलावण्यात आले.

म्हणजे मग असला माणूस परंपरागत अन्याय्य प्रथांचे जतन आणि संवर्धन यांच्याकरिता नक्कीच खूपच धोकादायक होता. त्याच्या क्रांतिकारी कल्पनांनी या प्रथांचा पाया हलवून सोडला होता आणि त्यांची जनमानसावरची पकड खिळखिळी केली होती. हा माणूस लोकांची मने वळवत होता, त्यांचे हृदयपरिवर्तन करत होता, समाजांचा चेहरामोहरा बदलत होता आणि नेहमीची घडण उलथून पाडत होता—तो हे काम फक्त, लोकांना ते कशाकडे अभिमुख आहेत, हे तो स्वतः जगत असलेल्या मूल्यांच्या आधारे पुन्हा एकदा तपासायला सांगून करत होता. मग संस्था नष्ट होण्यापेक्षा एक माणूसच मेलेला बरा नव्हता का?

गांधींना ते केवढे मोठे धोके पत्करत होते, याची जाणीव होती; त्यांना मारण्याचा सहा वेळा झालेला प्रयत्न हा याचा पुरेसा पुरावा होता. पण तरीही ते चिकाटी आणि विनयशीलतेने

बदलाची बाजू मांडत राहिले, अशी चिकाटी आणि विनयशीलता याआधी इतर कोणत्याही समाजसुधारकाने दाखवली नव्हती. सामान्य क्रांतिकारक संभाव्य घटना घडून येण्याआधीच पळून गेले असते.

गांधी: एक वेगळे क्रांतिकारी

जेव्हा मोहनदास गांधी शाळेत शिकत होते तेव्हा त्याच्यात लक्षवेधी असे काहीच नव्हते. त्याच्या शिक्षकांना तो सुमार विद्यार्थी वाटायचा, जो खूप लाजाळू आणि अंतर्मुख होता. तो ठेंगणा होता, त्यांची कांती गहूवर्णीय होती, कान किटलीच्या कानासारखे होते, आणि त्याच्यात विशेष असे काहीच गुण नव्हते. तो सोबत्यांमध्ये क्वचितच मिसळायचा आणि त्याला खूप कमी मित्रमैत्रिणी होते. तो सार्वजनिक ठिकाणी बोलणे टाळत असे आणि मोठ्या श्रोतृवर्गाची त्याला भीती वाटायची. एखाद्या खोलीत फक्त सहा माणसे जरी असली तरी तो 'मूक होऊन जायचा'.[५]

पण या वरवरच्या दिसण्याखाली ताकदीचा गाभा होता. तो जेव्हा पंचवीस एक वर्षांचा असताना दक्षिण आफ्रिकेत होता तेव्हा हा गाभा वर आला.[६] वसाहतवादाच्या अमलाखाली त्याला आलेल्या वर्णद्वेषाच्या कटू अनुभवाने त्याच्यात एक संकल्प निर्माण केला; ज्यायोगे तो साम्राज्यवादाला टप्प्याटप्प्याने विरोध करणार होता. त्याने स्वतःत बदल घडवण्यापासून सुरुवात केली, आरामदायक जीवनशैलीकडे असलेला कल बाजूला सारून तो 'त्याला जगात जो बदल पाहायचा होता तो बदल स्वतःतच घडवून आणण्यास तयार झाला',[७] साम्राज्यवादाचा पाया खिळखिळा करण्याची ताकद आपल्यात आली असे वाटेपर्यंत तो हे करणार होता. त्याने त्याच्या क्रांतीच्या कार्यपद्धतीला सत्याग्रह किंवा 'सत्याची प्रेरणा' हे नाव दिले.

आंग्ल-भारतीय लिखाणाच्या आद्यप्रवर्तकांपैकी एक, भाबनी भट्टाचार्य, हा प्रवास रूपकांच्याद्वारे वर्णन करून सांगतात:

> ही प्रक्रिया आपोआप होणारी, विनासायास अजिबात नव्हती. त्या प्रक्रियेने गांधींना सर्वांत जास्त शाश्वत आणि सर्वांत जास्त यातनामय स्वतःत बदल घडवून आणण्याच्या आंतरिक लढ्यात सहभागी केले. ...हातात सुरा घेऊन त्यांनी त्यांच्या अस्तित्वाच्या तळापर्यंत जाऊन, कमजोरपणाचा प्रत्येक घटक, विरोधाचे गुंतागुंत झालेले प्रत्येक जाळे छाटून टाकले. एखादा ओबडधोबड दगड आपल्या छिन्नीने हळूहळू तासत काम करणाऱ्या एखाद्या कलाकाराच्या सारख्या उत्कृष्ट अशा संपूर्ण संयमाने आणि अत्यंत उत्कट तळमळीने त्यांनी स्वतःला एका साच्यात ढाळले. आणि त्यांनी जो शिल्पकृतीचा नमुना कोरून-कोरून बनवला त्यापेक्षा जास्त कल्पक काहीच नव्हते—ती शिल्पकृती म्हणजे ते स्वतःच होते.[८]

मला हे रूपक जर आणखी पुढे न्यायचे झाले तर गांधींनी जो सुरा वापरला तो म्हणजे सत्याग्रहाचे आचरण, सत्यवृत्ती, अहिंसा आणि तपस्या यांच्या प्रेरणा. आपल्या स्वतःच्या शारीरिक आणि ऐहिक अंतःप्रेरणांना उलथून टाकण्याची ही जी कठोर शिस्तबद्धता होती; तीच प्रामुख्याने त्यांना हिंसक साम्राज्ये आणि अन्याय्य सामाजिक संरचना उलथून टाकण्यासाठी आवश्यक निर्भीडता आणि निग्रह बहाल करणार होती. राजकारण शास्त्रज्ञ लॉईड आणि सुझॅन रुडॉल्फ याला सहमती दर्शवतात:

> त्यांच्या सर्वसंग परित्यागामुळे त्यांना जी शांतता लाभली... ती एका जन-आंदोलनाचा नेता म्हणून त्यांचा सर्वांत प्रबळ गुणविशेष होता, ह्या चळवळीने काही वेळा उत्कट भावना उद्दीपित केल्या आणि हिंसक वैरभाव जागृत केला... पेचप्रसंगी सुज्ञपणे वागणे, इतर लोकांच्या उन्मादामुळे आपल्या मार्गावरून भरकटण्यापासून स्वतःला रोखणे, ह्या गोष्टी त्यांच्या क्षमतेच्या मुळाशी होत्या.[९]

गांधींनी आयुष्याच्या अगदी अंतापर्यंत निष्ठेने पाळलेल्या सत्याग्रहाच्या प्रथेने त्यांना उच्चाटनाच्या शिस्तबद्ध प्रकारचा उत्तम आदर्श म्हणून मान्यता दिली, हे उच्चाटनाचे कार्य त्यांनी दक्षिण आफ्रिकेत ११ सप्टेंबर १९०६ ला सुरू केले होते. त्यांच्या मृत्यूच्या पंधरा महिने आधी त्यांनी त्यांच्या निष्ठेचा पुनरुच्चार केला: 'माझा सल्ला आहे की सगळ्याच्या आधी सत्याग्रह आणि सगळ्यात शेवटी सुद्धा सत्याग्रहच. स्वातंत्र्याकडे जाणारा इतर कुठलाही किंवा याहून अधिक चांगला मार्ग नाही.'[१०]

गांधींचे सर्वसमावेशक तत्त्वज्ञान

गांधींना ज्या सामर्थ्याची आवश्यकता होती ते सामर्थ्य त्यांना, तात्त्विक स्वरूपाच्या मूलभूत तत्त्वांना, कठोर आणि शिस्तबद्ध पद्धतीने धरून राहण्यासाठी आवश्यक असलेल्या आंतरिक ताकदीतून मिळत असे. या तत्त्वांचा प्रभाव त्यांचे दृष्टिकोन, मनोवृत्ती, कृती आणि पोषाखाची निवड या सर्वांवर झाला. उच्चाटनाचे प्रतीक म्हणून गांधींनी जी खादीची निवड केली ती अधिक चांगल्या प्रकारे समजून घेण्यासाठी या तत्त्वांपैकी काही तत्त्वांविषयी आपण (पुढील प्रकरणात) थोडक्यात बोलू.[११]

देव आणि वास्तव

गांधी ज्या वैष्णव धर्मात[१२] वाढले त्याची पाळेमुळे विशिषाद्वैतात म्हणजे 'विशेष अद्वैतात' होती—यासाठी पाश्चात्त्य तत्त्वज्ञानविषयक संज्ञा वापरायची तर पॅनेनथीईझम—जे असे मानते की सर्व काही देवाने व्यापलेले आहे आणि तरीही देव हा सर्व गोष्टींहून श्रेष्ठ आहे. 'तो आपल्यात आहे आणि तरीही आपल्यापेक्षा श्रेष्ठ आणि आपल्या पलीकडचा आहे.'[१३] देव हा विश्वात

सर्वव्यापी आहे आणि तो सर्वांत भरून राहिला आहे. आणि तरीही तो सगळ्याच्या पलीकडचा आणि सगळ्याहून श्रेष्ठ आहे.[१४] 'ब्रह्म' हे आत्मा आणि जड वस्तू ह्यांच्यापेक्षा मूलतः वेगळे आहे, तरीही आत्मा आणि जड वस्तू यांना 'ब्रह्मा'शिवाय काही अस्तित्व नाही.[१५]

माणसांसाठी देव समजून घेण्याचा सर्वोत्तम मार्ग म्हणे तत्त्वमसि नावाची गूढ ऐक्य काय आहे, हे समजून घेणे.[१६] हे ऐक्य म्हणजे 'तू ते आहेस' ही जाणीव, आपले अस्तित्व देवामध्ये असल्याचे जाणणारी बोधावस्था, हा साक्षात्कार की सगळे वास्तव जे आहे ते म्हणजे देव आहे. ही जाणीव म्हणजे सत्-ज्याचा परम अर्थ म्हणजे परिपूर्ण, मूळ वास्तव आणि परिपूर्ण, मूळ सत्य. सत्य हे वास्तव आहे आणि वास्तव हे सत्य आहे. बाकी सर्व भ्रम (माया) आहे. 'हा साक्षात्कार होणे हे परमज्ञान आहे, भावाचे हे परम ऐक्य आहे, हे परमोच्च असे मानक आहे ज्याच्या आधारे इतर सर्व काही मोजले गेले पाहिजे.'[१७]

या भक्कम पायापासून गांधींचा आयुष्याबाबतचा सर्वसमावेशक दृष्टिकोन सुरू होतो. हा एक असा दृष्टिकोन आहे जो सर्व जिवांचे 'असण्या' मधले ऐक्य कबूल करतो आणि त्याच वेळी त्या प्रत्येक जीवाच्या स्वतंत्र व्यक्तित्वाचा, वास्तवाचा एक आवश्यक घटक म्हणून आदर करतो. 'मला या गोष्टीची पुसटशी कल्पना आहे की माझ्या सभोवतालचे सगळे काही सतत बदलत असले, सतत मृत्यू पावत असले, तरी या बदलांच्या मुळाशी एक जिवंत शक्ती आहे जी न बदलणारी आहे, जी सगळ्याला एकत्र बांधून ठेवते, जी निर्माण करते, बरखास्त करते आणि पुन्हा निर्माण करते. ती प्रकाशमय शक्ती किंवा चैतन्य म्हणजे देव.'[१८]

या पहिल्या तत्त्वाच्या अनुषंगाने गांधींची उच्चाटनाची कार्यपद्धती, सत्याग्रह, समजून घेतली पाहिजे. सत्याग्रह म्हणजे कुठल्या शत्रूच्या विरोधातली लढाई नव्हती. 'मला सर्व मानवजातीबद्दल सारखेच प्रेम वाटते आणि याला अपवाद नाही. ते [एक असे प्रेम आहे जे] अन्योन्यतेची मागणी करत नाही. माझा पृथ्वीतलावर कोणीही शत्रू नाही. आणि हेच माझे ब्रीदवाक्य आहे.'[१९] ते सगळ्या जीवजंतूना ब्रह्माचा अंश मानत असत आणि यात सोबतीच्या त्या माणसांचादेखील समावेश होता जे लोभापोटी, मानवजातीच्या दुर्बल वर्गांवर त्यांच्या स्वतःच्या फायद्यासाठी जुलूमजबरदस्ती करत. ह्या माणसांमध्ये, त्यांच्याकडून प्रमाद घडत असूनसुद्धा, दैवी स्फुल्लिंग होते. म्हणूनच त्यांना समोर अनुकंपेच्या योगे सामोरे जाणे, हे त्यांना आपले कर्तव्य वाटत असे. आपल्या विरोधकांशी संबंध टाळण्याऐवजी ते संबंध बदलावेत आणि शुद्ध व्हावेत असे त्यांना वाटत होते.

> सत्याग्रहाच्या शस्त्रागारातले असहकार हे एक प्रमुख शस्त्र असले; तरी हे विसरता कामा नये की अखेरीस, सत्य आणि न्याय यांच्या सुसंगत साहाय्याने विरोधकाचे सहकार्य मिळवण्याचे ते फक्त एक साधन आहे. अहिंसेच्या तंत्राचे सार हे आहे की त्या तंत्राला विरोधभाव तोडून काढायचा असतो विरोधकांनाच तोडायचे नसते.[२०]

गांधींची समावेशी तत्त्वमीमांसा त्यांच्या उच्चाटनाच्या कार्यपद्धतीला इतर पद्धती, ज्या अनन्यवादी तत्त्वज्ञानावर आधारलेल्या होत्या, त्यांच्याहून वेगळे बनवते. ह्या अनन्यवादी कार्यपद्धती बऱ्याच वेळा जात्याच बंदिस्त असतात,[२१] आणि विविधता म्हणजे त्यांना आपल्या अस्तित्वाला धोका वाटत असतो. उच्चाटन ही विरोधकांना नमवण्यासाठी, त्यांचा वापर करून घेण्यासाठी किंवा त्यांना काढून टाकण्यासाठीचीसुद्धा युक्ती मानली जाते. त्याउलट गांधींचे उच्चाटन हे सत्याकडे एकत्रितपणे वाटचाल करत असताना, वैविध्याचे स्वागत करते आणि त्याचा आदरदेखील करते. युद्ध पुकारण्याचा हा सर्वांत तत्त्वनिष्ठ मार्ग आहे, कारण मानवजातीला माहीत असेल अशी सर्वसमावेशक युद्धाची संकल्पना फक्त हीच एकुलती एक आहे.

माणसे आणि देवाचा शोध

गांधींचा विशिष्टाद्वैतातला तत्त्वज्ञानविषयक पाया, त्यांच्या 'माणूस आणि खरे तर सर्व जीवजंतू यांच्या अत्यावश्यक अशा एकतेवरच्या' श्रद्धेला पाठिंबा देणारा होता.[२२] देवाच्या असण्यात या विश्वातले जे सगळे जीव सहभाग घेतात त्यापैकी मनुष्य हा सर्वांत महत्त्वाचा आहे कारण त्याला आत्म-बोधावस्था, बुद्धिमत्ता आणि इच्छाशक्तीचे देणे मिळाले आहे. या शक्तींमुळे मनुष्य सर्वांहून निराळा ठरतो आणि ब्रह्मामध्ये अस्तित्वात असणाऱ्या सर्व ऐहिक वास्तवाच्या अग्रस्थानी येतो. मानवी जीवनाचे जे अनिवार्य मूल्य आहे; त्याच्या बाबतीतल्या गांधींच्या आशावादाचा हा आधारस्तंभ आहे[२३]—हे एक असे तत्त्व आहे ज्याचे प्रतिबिंब त्यांना भेटलेल्या सर्व माणसांशी झालेल्या त्यांच्या वागणुकीत दिसून येते, मग ती माणसे संघर्षात विरोधी बाजूची का न असोत. ती एक अशी मनोवृत्ती होती जिने त्यांच्या सहकाऱ्यांना गोंधळात टाकले आणि विरोधकांना मवाळ केले. तो त्यांच्या समतावादी कार्याचा पायदेखील होता. लिंग, वंश, जमात, संस्कृती, राष्ट्र, संप्रदाय, वर्ग, जात, वर्ण, विचारधारा किंवा आवड या सगळ्या गोष्टींचा विचार न करता, सर्व मानवजातीची विविधतेतली एकता हे एक असे दैवी गूढ होते, जे प्रत्येकाने अंगीकारायचे होते.

> आत्मा अजात आणि अविनाशी असतो. व्यक्तिमत्त्वाचा नाश होतो आणि नाश होणारच. स्वतंत्र व्यक्तित्व असते आणि नसतेसुद्धा, तसेच, जसे महासागरातला प्रत्येक थेंब स्वतंत्र असतो आणि नसतोसुद्धा. त्याला महासागराशिवाय वेगळे अस्तित्व नसते म्हणून असे नसते. ते तसे असते, कारण जर थेंबाला त्याचे स्वतंत्र अस्तित्व नसेल तर महासागराचे अस्तित्व उरणार नाही. ते परस्परांवर अगदी सुंदर तऱ्हेने अवलंबून असतात. आणि हे जर भौतिक नियमांच्या बाबतीत खरे असेल तर मग ते आध्यात्मिक विश्वाच्या बाबतीत याहून कितीतरी अधिक खरे असेल![२४]

या 'असण्याशी' तादात्म्य पावल्याने सर्व मनुष्यांना त्याच्या पूर्णत्वाकडे जाण्याची आस असते. पूर्णत्वासाठी झटण्याच्या या कृतीची अभिव्यक्ती धर्माद्वारे होते. असे असले तरी, माणसांमधल्या विविधतेमुळे ती या अनिवार्य आवेगाची विविध प्रकारे अभिव्यक्ती करतात. म्हणून सर्व धर्म हे एकाच ध्येयाकडे जाणारे वेगवेगळे मार्ग आहेत: म्हणजेच सर्वधर्म समभाव. मानवी मन जी असंख्य सत्ये अंगीकारते, आणि त्यात देवाच्या अगणित व्याख्यांचा समावेश होतो, त्या सत्यांप्रति गांधींना आदर आणि कौतुक होते. 'मी आश्चर्य आणि आदरयुक्त भीतीने सद्‌गदित होतो आणि एका क्षणाला तर थक्क होतो.'[२५]

तरीही धर्म या संकल्पनेत ज्यांचा शिरकाव झाला आहे त्या चुका आणि हानिकारक अंधश्रद्धात्मक प्रथा यांच्या अस्तित्वाची त्यांना जाणीव नव्हती असे नाही. 'माणूस त्याच्या स्वतःच्या मनाच्या मर्यादांसहच फक्त देवाची कल्पना करू शकतो.'[२६] देवाचा शोध घेण्याचे सर्व मानवी प्रयत्न आणि त्याच्याकडे जाणाऱ्या मार्गांचा केलेला उच्चार या सगळ्याचे, तर्क, अनुकंपा आणि नैतिकता यांच्या सान्निध्यात शुद्धीकरण होण्याची गरज आहे. या युक्तिवादाच्या आधारे गांधींनी सनातनवादी हिंदूंनी हिंदुत्वाच्या प्रतिष्ठेला लागलेला 'शाप' सोडवावा याबाबतीत त्यांचे मन वळवण्याचा प्रयत्न केला.[२७]

सत्य आणि देव

गांधी *आत्मा* या संकल्पनेचे उत्साही वारकरी होते जणू. त्यांना स्वतःमध्ये सत्याचा साक्षात्कार झालेला पाहायची आस होती, जेणेकरून ब्रह्मज्ञानाच्या वाटेवर त्यांना निश्चिंतपणे वाटचाल करता येईल. संघर्षपूर्ण परिस्थितींतून जात असताना बरीच वर्षे आत्म्याचा शोध घेतल्यानंतर ते असे म्हणू शकले: 'जर माणसाच्या वाणीला देवाचे संपूर्ण वर्णन करता येणे शक्य असेल, तर मी अशा निष्कर्षाप्रत आलो आहे, की माझ्यासाठी, देव म्हणजे सत्य आहे.'[२८]

पण देवाचे वर्णन सत्य म्हणून करणेच पुरेसे नव्हते. शब्दांचे रूपांतर सत्यनिष्ठ दैनंदिन कृतींमध्ये होणे आवश्यक होते. आपल्या आत्मचरित्रात गांधी असा दावा करतात की त्यांना वयाच्या अठराव्या वर्षीच ही नैतिक आज्ञा समजून आली होती:[२९] 'एक गोष्ट माझ्या आत खोलवर, मुळापर्यंत रुजली—आणि ती म्हणजे हा दृढ विश्वास, की नैतिकता ही सर्व गोष्टींचा पाया असते, आणि सर्व प्रकारच्या नैतिकतेचे सार सत्य हे आहे. सत्य हे माझे एकमेव उद्दिष्ट बनले. येणाऱ्या दिवसागणिक त्याचा आवाका वाढत गेला आणि मी त्याची केलेली व्याख्यासुद्धा तेव्हापासून रुंदावतच गेली आहे.'[३०]

एखाद्याने सत्य ही संकल्पना कशी समजून घ्यावी? हा प्रश्न कठीण आहे हे गांधी कबूल करतात पण ते त्याचे उत्तर देण्याचा प्रयत्न करतात आणि हे उत्तर म्हणजे त्यांनी स्वतः केलेल्या शोधाचे फळ आहे. सत्य म्हणजे 'आतला आवाज'.[३१] दैवी शक्ती मानवी

आत्म्याद्वारे बोलत असाव्यात तशी जणू नैतिक आज्ञा अंतःकरणात तयार होते. पण मतभेद आणि लोकांची परस्परविरोधी सत्ये कशी स्पष्ट करून सांगावीत? याला गांधी एक तर्कशुद्ध प्रतिसाद सादर करतात. जी असंख्य सत्ये/आवाज ऐकले जाण्यासाठी एकमेकांशी स्पर्धा करत असतात, त्यांच्यातून नेमके 'सत्य'/'आवाज' याचा भेद कसा जाणावा यासाठी त्यांनी काही अटी मांडल्या.

> मानवी मन हे अगणित माध्यमांतून काम करत असते आणि मानवी मनाची उत्क्रांती प्रत्येकासाठी सारखीच नसते; हे पाहिल्यावर मग हे लक्षात येते की एखाद्यासाठी जे सत्य आहे ते दुसऱ्या व्यक्तीसाठी असत्य असू शकते आणि म्हणून ज्यांनी हे प्रयोग केले आहेत ते या निष्कर्षाप्रत आले आहेत की हे प्रयोग करण्यासाठी काही विशिष्ट अटी आहेत. जसा विज्ञानासाठी एक अनिवार्य असा अभ्यासक्रम सर्वांसाठी एकच असतो, तसे आध्यात्मिक क्षेत्रात प्रयोग करू इच्छिणाऱ्या व्यक्तींच्या बाबतीतदेखील आहे—त्यांनी काही विशिष्ट अटींना स्वतःला समर्पित केलेच पाहिजे... आमच्या अखंड अनुभवावर आधारलेला आमचा असा विश्वास आहे की जे सत्याचा—म्हणजे देवाचा—परिश्रमपूर्वक शोध घेणार असतील त्यांनी ह्या शपथा घ्यायलाच हव्यात: सत्याची शपथ—सत्य बोलणे आणि सत्याचाच विचार करणे, ब्रह्मचर्याची, अहिंसेची, निष्कांचनपणाची, अपरिग्रहाची शपथ. जर तुम्ही ह्या पाच शपथा घेतल्या नाहीत तर मग तुम्ही सत्याच्या प्रयोगाच्या प्रवासाला निघू नये.[३२]

असे बरेच लोक आहेत, की जे सत्य प्राप्त केल्याचा दावा, त्या सत्याकडे पोहोचण्यासाठी कोणत्याच अटींचे पालन केलेले नसताना करतात, असे दुःख गांधी व्यक्त करतात[३३]—हे जवळजवळ तसेच झाले की विज्ञाननिष्ठ स्वभाव जोपासला नसताना लोकांनी ते शास्त्रज्ञ आहेत, असा दावा करावा. तसेच ते ह्या प्रवृत्तीबद्दलही खेद व्यक्त करतात, ज्यामध्ये, बरेच लोक कशाला तरी सत्य मानतात म्हणून ते सत्य असल्याचा दावा केला जातो. 'एखादी चूक तिचा गुणाकार करून प्रसारित केली म्हणून सत्य बनत नाही, आणि कुणाला दिसत नाही म्हणून सत्यसुद्धा चूक ठरत नाही. जनतेचा आधार नसला तरी सत्य उभे राहतेच. सत्य हे स्वतःच्याच जोरावर कायम टिकून राहत असते.'[३४] सत्याच्याही आधी विनयशीलता हा एक असा सर्वव्यापी गुण आहे जो सत्यशोधकांनी जोपासायलाच हवा. जसजसे ते जीवनाच्या मार्गावर प्रवास करत पुढे जातील तसतशी त्यांना त्यांच्या स्वतःच्या मर्यादांची जाणीव होईल. ते आपल्या सद्सद्विवेकबुद्धीचा आवाज ऐकून आणि जागरूक राहून स्वयंशिस्तीला शरण जातील. ते सत्यासाठी झटतील. फक्त शाब्दिक सत्यासाठी नव्हे, किंवा केवळ सत्यतेच्या आभासासाठी नव्हे, तर त्यांच्या हृदयाच्या आणि मनाच्या कोपऱ्याकोपऱ्यात सत्य वसावे म्हणून ते झटतील. 'गांधी काय होते' आणि 'गांधी इतरांच्या उपस्थितीत कसे दिसायचे' यामध्ये सुसंगतता आणण्यासाठी गांधींनी स्वतः जो प्रवास केला त्याचा आधार हे सत्याचे

तत्त्व होते. ज्यांनी सत्याग्रहाचा मार्ग निवडला त्यांच्याकडून कठोर अशा मागण्या करण्याचे कारणही तेच होते.

सत्याचा शोध, दुष्टांशी लढा आणि धर्माची स्थापना

सत्याच्या शोधकांचे खरे ध्येय, मग ते शोधक आपण धार्मिक आहोत की नाहीत हे स्पष्टपणे सांगोत किंवा न सांगोत, 'संपूर्ण सत्य' असते, ज्याला आस्तिक 'देव' असे संबोधतात आणि ज्याला नास्तिक त्यांच्या स्वतःच्या दृष्टिकोनातून रास्तपणे नाकारतात'.[३५] कुठलाही मनुष्य असा दावा करू शकत नाही की त्याच्या कल्पनेतले सापेक्ष सत्य हे संपूर्ण सत्य आहे. मानवी सत्ये म्हणजे 'संपूर्ण सत्य' परिपूर्णतेकडे जात असताना उडालेली मात्र स्फुल्लिंगे असतात. प्रवाहात पुढे जात राहिले पाहिजे, कुठल्याही किमतीत संपूर्ण सत्याकडे होणारा प्रवास चिकाटीने चालू ठेवला पाहिजे हे यातले आव्हान आहे. गांधी त्यांचे स्वतःचे प्रयत्न खालील शब्दांत वर्णन करून सांगतात:

> मी देवाला केवळ सत्य म्हणूनच पूजतो. मला तो अजून सापडलेला नाही, पण मी त्याचा शोध घेतो आहे. या शोधाचा पाठपुरावा करताना मला प्राणप्रिय असलेल्या गोष्टींचा त्याग करायला मी तयार आहे. जर हा त्याग म्हणजे माझेच स्वतःचे आयुष्य असेल, तर मी अशी आशा करतो की तेही देण्यासाठी मी तयार असेन. पण जोपर्यंत मला ह्या संपूर्ण सत्याचा साक्षात्कार होत नाही तोपर्यंत मी स्वतः कल्पिलेले सापेक्ष सत्य मी धरून ठेवले पाहिजे. मग यादरम्यान, ते सापेक्ष सत्य माझा दीपस्तंभ, माझे चिलखत आणि माझी ढाल बनायला हवे.[३६]

सत्यतेच्या बाबतीत चिकाटी बाळगणे म्हणजे जे सत्य नाही अशा कुठल्याही आभासी वस्तूचा त्याग करणे. म्हणजेच निरागसांना नासवणाऱ्या आणि सत्यशोधक आणि समाज यांच्यातील सुसंवाद नष्ट करणाऱ्या दुष्ट लोकांशी लढणे. दुष्टपणा हे एक गूढ आहे कारण तेसुद्धा सत्याच्या सार्वत्रिकतेमध्ये सामावलेले आहे. 'सैतान वरचढ झाला असे वाटते तेव्हासुद्धा देवाचा अंमल चालूच असतो, कारण सैतान देवाच्या दुःख सहन करण्याच्या क्षमतेवर उभा असतो.'[३७]

दुष्टाचा प्रतिकार करणे, ही सत्याग्रह्याची जीवनशैली बनते. ह्या प्रामाणिक लढ्याला गाढ आत्मिक शांतीचे इनाम मिळते. गांधींनी कबुली दिली: 'मी जितका शुद्ध होण्याचा प्रयत्न करतो, तेवढाच अधिक मी देवाच्या जवळ गेलो असे मला भासते.'[३८] सज्जनपणा, शांती आणि न्याय यांचे राज्य फक्त रामराज्यासाठीच्या लढ्यातच येईल.[३९] ज्या सामाजिक आणि राजकीय वातावरणात सत्याग्रही राहत असतो, त्यावर, त्याचा सत्यासाठीचा लढा प्रभाव टाकतो आणि धर्माचे पुनरुज्जीवन करतो.

विश्वस्त पद

मनन करू शकणे, बुद्धिमत्ता आणि इच्छाशक्ती ही आपल्याला लाभलेली देणी वापरताना माणसे मोठीच जबाबदारी वाहत असतात कारण या देणीच्या आधारेच धर्माचे नियम एकतर आदराने पाळले जातात किंवा त्यांचा अस्वीकार केला जातो. म्हणून मग, वास्तविकतावादानुसार हक्कांच्या आधी कर्तव्ये येतात.

या नैतिक आज्ञेचा संबंध गांधी त्यांनी भगवद्गीतेच्या लावलेल्या भावार्थाशी जोडतात: अर्जुनाने या जगातल्या दुष्ट प्रवृत्तींशी लढावे हे पवित्र कर्तव्य कृष्णाला अर्जुनाकडून, म्हणजे एका धर्माचरणी सैनिकाकडून अपेक्षित आहे.[४०] तरीही हेच कर्तव्य बजावत असताना त्या कृत्यांच्या फायद्यांपासून आणि फळांपासून त्याने अलिप्त राहावे, असा सल्ला त्याला देण्यात आला आहे. त्याला निष्काम कर्माची मनोवृत्ती जोपासायची आहे, म्हणजे त्याचा अर्थ असा की कर्तव्य हेच आपले इनाम आहे असे मानणे; कर्तव्य बजावण्यातूनच आपण आपले अधिकार मिळवत असतो असे मानणे.[४१] सदाचरणी कर्तव्याला सुसंगत असे कृत्य जेव्हा केले जाते तेव्हा त्याला, सत्याच्या स्थापनेचा आणि प्रसाराचा, दैवी आज्ञेचे पालन करण्याचा, रामराज्य वाढवत नेण्याचा विशेषाधिकार आधीच मिळालेला असतो.[४२] म्हणून जे अन्यायापासून मुक्ती मिळावी म्हणून लढतात, त्यांनी आधी जुलूमशहाच्या अन्याय्य नियमांमधून गेलेले असले पाहिजे, जेणेकरून नंतर ते त्या नियमांविरुद्ध लढा उभारू शकतील. साम्राज्याच्या कर्तव्यदक्ष नागरिकांनाच फक्त त्या सविनय कायदेभंग करण्याचा अधिकार होता.[४३]

शिवाय व्यक्तींच्या विविध कुवतींमुळे आणि ह्या कुवतींची देणगी त्यांची स्वतःची प्रगती करून घेण्यासाठी वापरायच्या त्यांच्या क्षमतेमुळे समाज हा आर्थिकदृष्ट्या आणि राजकीयदृष्ट्या असमान राहणारच. म्हणून मग, जेव्हा एखाद्या व्यक्तीकडे गरजेपेक्षा जास्त असते, तेव्हा तो किंवा ती त्या अतिरिक्त संपत्तीचे विश्वस्त बनतात... इतर गरजूंसाठी.[४४] धनाढ्य माणसे ही गरिबांची विश्वस्त असतात कारण प्रत्येक व्यक्ती, निराळी असली, तरी वास्तविकतावादानुसार इतर व्यक्तींशी 'ब्रह्मा'द्वारे जोडलेली असते. विश्वस्त पद्धती ही सत्याच्या सार्वभौमत्वावर आणि त्याच्या पूर्णत्वासाठी केलेल्या अविरत कष्टांवर स्थापन केली गेली आहे. याउलट मालकीचा सिद्धान्त अनन्यवादी दृष्टिकोनात मोडतो. ह्या सिद्धान्ताचे हिंसक परिणाम होऊ शकतात कारण तो व्यक्तीच्या गरजेपेक्षा जास्त अव्वाच्या सव्वा संपत्ती साठवून ठेवण्याला प्रोत्साहन देतो—मग त्याची किंमत इतरांना दारिद्र्यात लोटणे ही असली तरी चालेल. मालकीमुळे धर्माचा समतोल ढळण्याचा धोका असतो. प्रत्येक व्यक्ती आपल्यात बंदिस्त होऊन जाते आणि साकल्य-दृष्टीने आपल्या अस्तित्वाकडे पाहण्याचे नाकारते. विश्वस्त पद्धतीचा सिद्धान्त हे सर्वसमावेशक, अहिंसक असे तत्त्वज्ञान आहे जे प्रत्येक व्यक्तीला एक सक्रिय, सहभागी हस्तक मानते, जी सर्वांच्या उन्नती आणि प्रगती करता कार्य करते.

असे असले तरी, हा सिद्धान्त साध्य तेव्हाच होऊ शकतो जेव्हा तो लोकांना वैश्विक प्रेम किंवा अहिंसा शोधून दाखवून देतो. 'प्रेमामागची प्रेरणा ही आत्म्याच्या किंवा सत्याच्या प्रेरणेसारखीच असते',[४५] कारण 'जिथे प्रेम आहे तिथे देव सुद्धा आहे'.[४६] अवघे जग आणि समाजाचे सर्व घटक यांचा गांधी अशा एका क्षेत्रात समावेश करतात जिथे सत्य आणि प्रेमाची प्रेरणा यांचे आविष्करण व्हायला हवे. प्रेमाच्या प्रसाराचा धर्म[४७] हा पाया आहे आणि त्याला राजकारणापासून वेगळे केले जाऊ शकत नाही पण धर्माने राजकारणासोबत चालावे कारण धार्मिक असणे म्हणजे रामराज्य वास्तवात उतरवणे.[४८]

> वैश्विक आणि सर्वव्यापी अशी सत्यवृत्ती अगदी जवळून धारण करण्यासाठी, आपण स्वतःवर जेवढे प्रेम करतो तेवढेच प्रेम सृष्टीच्या अगदी क्षुद्र अशा रचनेवरही करता आले पाहिजे. आणि ज्या माणसाची ही महत्त्वाकांक्षा असते तो जीवनाच्या कोणत्याही क्षेत्रापासून स्वतःला अलग ठेवू शकत नाही. म्हणून माझी सत्याची उपासना मला राजकारणाच्या क्षेत्रात घेऊन आली आहे; आणि मी हे जराही न बिचकता, आणि तरीही अत्यंत विनम्रपणे म्हणू शकतो, की जे लोक असे म्हणतात की धर्माचे राजकारणाशी काही देणेघेणे नाही, त्यांना धर्म म्हणजे काय हे माहीत नाही.[४९]

धर्म आणि रामराज्य यांच्यासाठीची लढाई (रामराज्य: अर्जुनाला सोपवलेले देवांचे राज्य) ...अर्जुन–सत्याचा प्रातिनिधिक योद्धा, सत्याग्रही–जोपर्यंत दुष्ट माणसे अस्तित्वात आहेत तोपर्यंत चालूच ठेवावी लागेल. या लढाईत सत्याग्रही एकटा नाही. देवाचा अंतरात्मा, जो एक मित्र आणि सोबती या स्वरूपात कृष्णाच्याद्वारे दाखवला गेला, आणि एक प्रकाशमय शक्ती जी अस्तित्वात असलेल्या सर्व वस्तूंमध्ये आणि त्यापलीकडे भरून राहिलेली असते त्या स्वरूपात तो त्याच्या आशेचा आधार बनून राहतो: 'कारण मी पाहतो की मृत्यू होत असतानासुद्धा जीवन टिकून राहते, असत्याने घेरलेले असताना सत्य टिकून राहते, अंधार पसरला असताना प्रकाश टिकून राहतो. म्हणून मी हे जाणतो की देव म्हणजे जीवन, सत्य आणि प्रकाश आहे. तो प्रेम आहे. तो परमोत्कृष्ट आहे.'[५०]

टिपा

१. गिल्बर्ट मरे, द सोल ॲज इट इज, अँड हाऊ टू डील विद इट, द *हिबर्ट जर्नल* (जानेवारी १९१८): १९१–२०५, येथे उद्धृत केले आहे: नंदा, *गांधी अँड हिज क्रिटिक्स*, १६.
२. गांधींचे सर्वसमावेशक असे तत्त्वज्ञान सादर करणे हा माझा हेतू नाही. राजकीय बदल घडवून आणण्यासाठी त्यांनी पोशाखाच्या द्वारे जी उलथापालथ घडवून आणली त्यावर ज्या तात्त्विक विचारांचा प्रभाव होता त्यापैकी काही महत्त्वाचे विचार अधोरेखित करावेत ही फक्त माझी इच्छा आहे.
३. तुलना करून पहा: *सीडब्लूएमजी*, खंड ६२, २९८.

४. तथैव., खंड ७८, ७५.

५. *ऑटोबायॉग्राफी*, ५७.

६. १८९४ या वर्षात गांधींच्या आयुष्याला कलाटणी मिळाली. त्यांनी नाताल इंडियन कॉंग्रेसची स्थापना केली आणि बायबल, कुराण आणि लिओ टॉलस्टॉयचे द *किंगडम ऑफ गॉड इज विदिन यू* वाचले ज्यामुळे ते भारावून गेले आणि त्यातल्या गाढ नैतिकतेने त्यांच्यावर शाश्वत छाप सोडली.

७. आपल्या सभोवताली घडणारा अन्याय पाहून जे युवक अस्थिर झाले होते त्यांना हा सल्ला त्यांनी नंतर पुन्हा सांगितला.

८. भाबनी भट्टाचार्य, *गांधी* द रायटर (नवी दिल्ली: नॅशनल बुक ट्रस्ट, २००२), ५–६.

९. लॉईड आय. रुडॉल्फ आणि सुझॅन होबर रुडॉल्फ, द *मॉडर्निटी ऑफ ट्रॅडिशन: पॉलिटिकल डेव्हलपमेंट इन इंडिया* (शिकागो: युनिव्हर्सिटी ऑफ शिकागो प्रेस, १९६७), २४९.

१०. *सीडब्लूएमजी*, खंड ८५, २८२.

११. गांधींच्या तत्त्वज्ञानविषयक सर्व मूलभूत तत्त्वांबद्दल बोलणे, ह्या पुस्तकाच्या आवाक्याबाहेरचे आहे. या विषयावर सध्या उपलब्ध असलेली ही काही पुस्तकांची उदाहरणे आहेत: भिकू पारेख, *गांधीज पॉलिटिकल फिलॉसफी: अ क्रिटिकल एक्झामिनेशन* (नोट्र डाम: युनिव्हर्सिटी ऑफ नोट्र डाम प्रेस १९८९); डी. एम. दत्ता, *फिलॉसफी ऑफ महात्मा गांधी* (मॅडिसन: युनिव्हर्सिटी ऑफ विसकॉनसिन प्रेस, १९५३); ग्लिन रिचर्ड्स, द *फिलॉसफी ऑफ गांधी* (सरी: कर्झन प्रेस लिमिटेड, १९९१); गोपीनाथ धवन, *पॉलिटिकल फिलॉसफी ऑफ महात्मा गांधी* (अहमदाबाद: नवजीवन पब्लिशिंग हाउस, १९५१); जालंधर पाल, *मॉरल फिलॉसफी ऑफ गांधी* (नवी दिल्ली: ग्यान पब्लिशिंग हाउस, १९९८); जोन वॅलरी बांडुरंट, *कॉन्क्वेस्ट ऑफ व्हॉयलन्स: द गांधीयन फिलॉसफी ऑफ कॉन्फ्लिक्ट*, सुधारित आवृत्ती (न्यू जर्सी: प्रिन्स्टन युनिव्हर्सिटी प्रेस, १९५८); के. एस. भारती, द *सोशल फिलॉसफी ऑफ महात्मा गांधी* (नवी दिल्ली: कॉन्सेप्ट पब्लिशिंग कंपनी, १९९१); मोहित चक्रबर्ती, द *गांधीयन फिलॉसफी ऑफ मॅन* (नवी दिल्ली: हार्पर कॉलिन्स, १९९५); एम. एस. पटेल, *दि एज्युकेशनल फिलॉसफी ऑफ महात्मा गांधी* (अहमदाबाद: नवजीवन पब्लिशिंग हाउस, १९५८); एस. के. किम, *फिलॉसफीकल थॉट्स ऑफ महात्मा गांधी* (नवी दिल्ली: विकास पब्लिशिंग हाउस, १९९६).

१२. वैष्णव लोक हे वैष्णव पंथाचे सदस्य असतात. हा एक हिंदू-धर्मीय संप्रदाय आहे जो भगवान विष्णूला देव मानतो.

१३. *सीडब्लूएमजी*, खंड २६, २२४.

१४. तथैव., खंड ३७, ३४८–५०.

१५. विशिष्टाद्वैत किंवा विशिष्ट अद्वैताची अवस्था ही वेदान्त संप्रदायाची एक शाखा आहे, दुसरी शाखा आहे अद्वैत किंवा अविभाजित अवस्था. रामानुजन यांनी पहिल्या अवस्थेचा पुरस्कार केला तर शंकराचार्यांनी दुसऱ्या. गांधींचे तत्त्वज्ञान हे शंकराचार्यांच्या अद्वैतापासून वेगळे आहे. शंकराचार्यांचे अद्वैत सांगते की वास्तव फक्त एकच आहे. सगळे काही म्हणजे ब्रह्म आहे.

१६. तत्त्वमसि याचा शब्दशः अर्थ होतो, 'ते तू आहेस.' ही वेदान्त संप्रदायातली एक अभिव्यक्ती आहे जी संक्षिप्त पण स्पष्ट स्वरूपात हा साक्षात्कार वर्णन करून सांगते, की व्यक्तीच्या आत्म्याची परमात्म्याशी कशी युती होत असते.

१७. *सीडब्लूएमजी*, खंड २६, २६५. गांधी सत्याजवळ पोहोचण्यासाठीचा मार्ग म्हणून तर्क या संकल्पनेचे समर्थन करतात. त्याउलट ते पवित्र ग्रंथांमध्ये सांगितलेल्या हुकमांवर अंधपणे श्रद्धा

ठेवण्याचे समर्थन करत नाहीत. त्यायोगे ते हे दाखवून देतात की हिंदू धर्मग्रंथांमध्ये अस्पृश्यतेला मंजुरी दिलेली नाही.

१८. तथैव., खंड ३७, ३४९–५०.

१९. प्रभू अँड राव, *द माईंड ऑफ महात्मा गांधी,* ३२३. शिवाय, 'तुम्हाला [इंग्रजांना] मी म्हणजे एक सोपा प्रस्ताव वाटेन, पण जर तुम्ही मला माझ्या वाटेवरून मागे सारलेत, तर मी मागे जाईन, पण मनात कटुता घेऊन नव्हे, तर या जाणिवेसह की मी तुमच्या हृदयांत घर करू शकण्याइतका पवित्र नव्हतो.'

२०. तथैव., १८१.

२१. गांधींना त्यांचा हिंदू धर्म सर्वसमावेशक वाटत असे: 'हिंदू धर्म हा काही अनन्य असा धर्म नाही. त्यामध्ये जगातल्या सर्व प्रेषितांची पूजा करायला मुभा आहे.' तथैव., ९२.

२२. *सीडब्लूएमजी,* खंड २५, ३९०. संपूर्ण अवतरण पुढीलप्रमाणे आहे: 'मला असे वाटत नाही...की एका व्यक्तीला अध्यात्म प्राप्त व्हावे आणि त्याच्या सभोवतालच्या लोकांना यातना व्हाव्यात. मी अद्वैत ही संकल्पना मानतो, मी असे मानतो की माणूस जातीत ऐक्य असणे आणि खरे तर सर्वच जिवंत गोष्टींमध्ये ऐक्य असणे अत्यंत महत्त्वाचे आहे. म्हणून मला असे वाटते की जेव्हा एका माणसाला अध्यात्म लाभते, तेव्हा ते त्याच्यासोबत पूर्ण जगाला लाभते, आणि एका माणसाचे जर अधःपतन झाले तर संपूर्ण जगाचे तेवढ्याच प्रमाणात अधःपतन होते. मला स्वतःला आणि माझ्या सहकाऱ्यांना मदत केल्याशिवाय मी विरोधकांना त्याच वेळी मदत करत नाही.'

२३. 'मी मानवी स्वभावावर संशय घेण्याचे नाकारतो. हा स्वभाव कुठल्याही उदात्त आणि मैत्रीपूर्ण कृतीला प्रतिसाद देतोच आणि देईलच.' प्रभू अँड राव, *द माईंड ऑफ महात्मा गांधी,* ४२१.

२४. *सीडब्लूएमजी,* खंड ४४, १३१.

२५. *ऑटोबायॉग्राफी,* प्रस्तावना, xiii.

२६. एम. के. गांधी, *ट्रूथ इज गॉड,* संपादक, आर. के. प्रभू (अहमदाबाद: नवजीवन, १९५५), ४५; म्हणून सत्य हाच देव आहे.

२७. प्रभू अँड राव, *द माईंड ऑफ महात्मा गांधी,* १०७.

२८. *सीडब्लूएमजी,* खंड ४८, ४०४.

२९. गांधींनी त्यांचे आत्मचरित्र ते अंदाजे छपन्न वर्षांचे असताना लिहिलेले असल्यामुळे त्यांची अठराव्या वर्षी जी धारणा होती त्याची अभिव्यक्ती परिष्कृत झाली असावी अशी शंका उत्पन्न होऊ शकते. पण ज्या सुसंगतीने गांधी ही धारणा जगले ती मात्र निश्चित आहे आणि ती आत्मचरित्राच्या पानापानात दिसून येते. *सीडब्लूएमजी*मध्ये त्यांच्या लिखाणाच्या संकलनात या सुसंगतीला पुष्टी मिळताना दिसून येते.

३०. *ऑटोबायॉग्राफी,* ३२.

३१. प्रभू अँड राव, *द माईंड ऑफ महात्मा गांधी,* ३१–३४, ४२.

३२. *सीडब्लूएमजी,* खंड ४८, ४०५–६.

३३. 'सत्य म्हणजे काय?' या प्रश्नाचे आपले उत्तर बरोबर आहे अशी गांधींना स्वतःला खात्री आहे कारण ते उत्तर म्हणजे त्यांच्या स्वतःच्या आणि त्यांच्या अनुयायांच्या वर्षानुवर्षे केलेल्या शिस्तबद्ध आणि स्व-समीक्षणात्मक प्रवासाचे सार्थक आहे—ते त्याला विनम्रपणे 'सत्याचे प्रयोग' असे संबोधतात.

३४. *ट्रूथ इज गॉड,* ९४.

३५. तुलना करून पहा: *यंग इंडिया,* ३१ डिसेंबर १९३१.

३६. *ऑटोबायॉग्राफी,* xiii.

३७. तेंडुलकर, *महात्मा,* खंड ७, १४७.

३८. *सीडब्लूएमजी,* खंड ३७, ३४९–५०.

३९. रामराज्य म्हणजे देवाचे राज्य किंवा साम्राज्य.

४०. *भगवद्गीते* मध्ये कृष्ण हा अर्जुनाचा रथसारथी आणि विष्णूचा अवतार आहे. तो अर्जुनाला युद्धात उडी घेण्याचा सल्ला देतो. हे लक्षात घेण्यासारखे आहे की टिळक आणि सावरकर यांच्यासारख्या लढाऊ राष्ट्रवाद्यांनी या संहितेचा शब्दशः अर्थ लावला. त्यांनी या मजकुराला पवित्र युद्धाला दिलेली दैवी मंजुरी असे मानले.

४१. कर्तव्यांच्या ऐवजी हक्कांना प्राधान्य देण्याच्या पाश्चात्त्य उदारमतवादी संकल्पनेच्या विरोधातली गांधींची मते होती. ही उदारमतवादी संकल्पना तीच होती जिच्यामुळे १९४८ मध्ये, आधी मूलभूत कर्तव्यांची प्रस्थापना केल्याशिवायच मूलभूत हक्कांचा वैश्विक जाहीरनामा स्वीकारण्यात आला. या जाहीरनाम्याने गांधींच्या देव-केंद्रित समुदायवादी प्रतिष्ठानाला डावलून व्यक्तिगत स्वैर अशा प्रतिष्ठानाला मान्यता दिली. पन्नास वर्षांनंतर, सप्टेंबर १९९७ मध्ये, व्हिएन्ना येथे झालेल्या उच्च पातळीवरील तज्ज्ञ लोकांच्या समूहाच्या सभेमध्ये 'इंटर ॲक्शन काउन्सिल' ने हे कबूल केले की ज्यावर मानवी हक्क उभे राहू शकतील असे वैश्विक नैतिक प्रतिष्ठान स्थापन करण्याची गरज होती.

४२. प्रभू ॲंड राव, *द माईंड ऑफ महात्मा गांधी,* २५७–६३. मानवी हक्कांची पाश्चात्त्य संकल्पना ज्यामध्ये या हक्कांना वैश्विक समता, ऐक्य आणि शांतता यांचा पाया मानले जाते, ती अप्राप्य आहे, जोपर्यंत तिचे कार्यक्षेत्र हे खूप जास्त असमानतेने भरलेले आहे. जेव्हा श्रीमंत लोक मालमत्तेचे केवळ विश्वस्त बनतील आणि गरिबांच्या प्रति असलेले त्यांचे कर्तव्य निभावतील तेव्हाच शांती साध्य होईल. तेव्हाच खरे 'मानवी हक्क' असतील, कारण एकाचे मानवी हक्क म्हणजे सर्वांचेच मानवी हक्क असतील. पहा ॲंथनी जे. पेरल, आवृ., *गांधी, फ्रीडम ॲंड सेल्फ-रूल* (ऑक्सफर्ड: लेक्सिंगटन, २०००), १००.

४३. 'एखाद्या विशिष्ट कायद्याचा किंवा आदेशाचा आज्ञाभंग करण्याचा विशेषाधिकार फक्त त्याच व्यक्तीला मिळतो जो त्याच्यासाठी तयार केलेल्या कायद्यांचे ऐच्छिक आणि ठाम पद्धतीने आज्ञापालन करतो.' तेंडुलकर, *महात्मा,* खंड ५, ९९.

४४. *हरिजन,* २३ फेब्रुवारी १९४७, ३९.

४५. *हिंद स्वराज,* ८९.

४६. गांधी, *सत्याग्रह इन साऊथ आफ्रिका.*

४७. गांधींच्या मते धर्म ही नैतिक जबाबदारी आहे, केवळ उपदेश, कट्टरपणा, दैवते, कर्मकांड आणि मंदिरे नव्हेत. पहा एम. के. गांधी, *एथिकल रिलिजन* (मद्रास: एस. गणेशन, १९३०).

४८. देवाचे राज्य यावे म्हणून केलेली ही याचना जगातल्या सर्व प्रमुख धर्मांमध्ये स्पष्ट दिसून येते.

४९. *ऑटोबायॉग्राफी,* ४६३.

५०. *सीडब्लूएमजी,* खंड ३७, ३४९–५०.

१७ खादीची तत्त्व-मीमांसा

सभ्यता, संस्कृती आणि आत्मसन्मान यांची सर्वांत खरी कसोटी म्हणजे शील होय, पेहराव नव्हे.

—मो. क. गांधी[१]

गांधींचे असे मानणे होते की धर्म आणि राजकारण यांना अलग करण्याच्या मानवी प्रवृत्तीमुळे 'भावशून्य' राजकारण आणि दुटप्पीपणाची शिकवण निर्माण झाली होती. सत्तेच्या हव्यासामुळे राजकारण भ्रष्ट झाले आहे आणि त्याचे शुद्धीकरण फक्त सत्यवृत्ती, प्रामाणिकपणा, त्याग आणि अहिंसेनेच होऊ शकते–हे सर्व 'नैतिक धर्म' या त्यांच्या संकल्पनेचे घटक होते. राजकीय बदल आणण्यात कार्यरत असलेले राजकारणी आणि इतर व्यक्ती यांनी या गोष्टींचा पाठपुरावा करताना आपली जबाबदारी सोडून वागू नये.

खरे सत्याग्रही म्हणजे नैतिक धर्म आणि राजकारण यांच्यामध्ये असलेल्या एका निकोप बंधाचे उदाहरण आहेत. ते समाजात करत असलेली वीरकृत्ये म्हणजे लोकांच्या सद्सद्विवेकबुद्धीला दिलेली हाक आहे आणि स्वातंत्र्य आणि निःस्वार्थ सेवा यांच्याशी आपल्याला जोडणारा दुवा आहे. त्यांच्या समर्पित वृत्तीमुळे विचारांमध्ये, शब्दांमध्ये, कृत्यांमध्ये आणि पेहरावात सत्याचा प्रभाव कायम राहतो आणि त्यामुळे समाज अधिक सत्यवादी बनतो आणि धर्माच्या जवळ जातो.

गांधी पुढे हे ठामपणे सांगतात की धर्माचा समतोल सत्याद्वारे साधला जाऊ शकतो; आणि सत्याकडे जाण्याचा मार्ग म्हणजे अहिंसा. त्यांनी अहिंसा या शब्दाचा शब्दशः अर्थ, 'हिंसा न करणे', हा विस्तारित केला आणि त्यामध्ये दया आणि त्याच्याशी संबंधित इतर सगळे नैतिक सद्गुण जसे की, विनम्रता, क्षमाशीलता, प्रेम, औदार्य, निःस्वार्थीपणा, निर्भीडता, सामर्थ्य, विरक्ती, लीनता आणि निरागसता समाविष्ट केले. त्यांचे असे मानणे होते की सत्य आणि अहिंसा यांचा अजोड परस्परसंबंध होता: सत्यातून अहिंसा सूचित होते आणि अहिंसेत सत्य गृहीत धरलेले असते; सत्य ह्या साध्याचे अहिंसा हे साधन आहे. अहिंसेची एखाद्याने ज्या प्रमाणात जोपासना केली आहे त्यावरून त्याच्यात सत्याचे प्रमाण किती आहे, हे दिसून येते.

सत्य आणि अहिंसेमधला हा संबंध गांधींच्या स्वराज्य आणि स्वदेशीच्या संकल्पनेस समांतर आहे. धर्माचा समतोल साधण्याचा स्वराज्य हा मार्ग आहे आणि स्वराज्याकडे जाण्याचा मार्ग स्वदेशीतून जातो. स्वराज्य म्हणजे स्वयंशासन होय, नुसतेच राजकीय स्वातंत्र्य नव्हे. त्याचप्रमाणे स्वदेशी ही संज्ञा देशभक्तीहून खूप अधिक काही आहे. तिचा अर्थ

स्वावलंबन असादेखील होतो. हे सगळे अर्थ एकत्रितपणे पाहिले की त्यातून हे सूचित होते की एखाद्या राष्ट्राचे जेवढे स्वयंशासन आणि स्वयंपूर्तता असेल तेवढ्याच समप्रमाणात त्या राष्ट्राच्या नागरिकांचा स्वतःवर ताबा असेल आणि स्वतःचा निग्रह असेल. स्वदेशीची जेवढी जास्त जोपासना केली जाईल तितके अधिक स्वराज्य साध्य होईल.[२]

म्हणजे मग आता स्वराज्याची प्रेरणा सत्याच्या तत्त्वावर आधारलेली आहे. स्वातंत्र्य म्हणजे सत्यावर अवलंबून राहणे. गांधी स्वातंत्र्याच्या कल्पनेची स्थापना अगदी ठामपणे त्यांच्या पहिल्या तत्त्वावर करतात, आणि ते म्हणजे सत्य म्हणजे देव ही त्यांची धारणा. स्वातंत्र्य म्हणजे अराजक नव्हे तर दैवी योजनेनुसार आयुष्य जगणे होय. म्हणून धर्माच्या पालनासाठी अत्यावश्यक असलेली दोन साध्ये, म्हणजे सत्य आणि स्वराज्य, ही अहिंसा आणि स्वदेशी या दोन साधनांनी प्राप्त होत असतात. स्वराज्यासाठी स्वदेशीचे जे महत्त्व आहे, तेच महत्त्व सत्यासाठी अहिंसेचे आहे (आकृती १७.१).

दुर्दैवाने, ज्यांना स्वराज्य हवे होते त्या सगळ्यांनीच गांधींच्या या तात्त्विक चौकटीची अविभक्त अशी एकरूपता स्वीकारली नाही; किंवा मग त्यांनी अहिंसा-सत्य आणि स्वदेशी-स्वराज्य यांमधला परस्परसंबंध कमी लेखला. काहींचे असे मानणे होते की यांतले साध्य लाखो लोकांसाठी एवढे महत्त्वाचे होते की ते प्राप्त करण्यासाठी कुठलेही साधन वापरले तरी ते समर्थनीय होते. काँग्रेसच्या काही माणसांना वेळखाऊ रचनात्मक कार्य केल्याशिवायच आणि स्वदेशीची प्रवृत्ती जोपासल्याशिवायच स्वराज्य मिळवायची घाई झाली होती. 'हिंसेच्या पंथाला' अहिंसेच्या सिद्धान्ताचा अस्वीकार करून स्वराज्य मिळवायचे होते. बाकीच्यांनी स्वदेशीमध्ये वरवरच, त्यातली अंतर्गत तपस्या न जगताच भाग घेतला होता.

आकृती १७.१: साधने आणि साध्ये यांचे ऐक्य

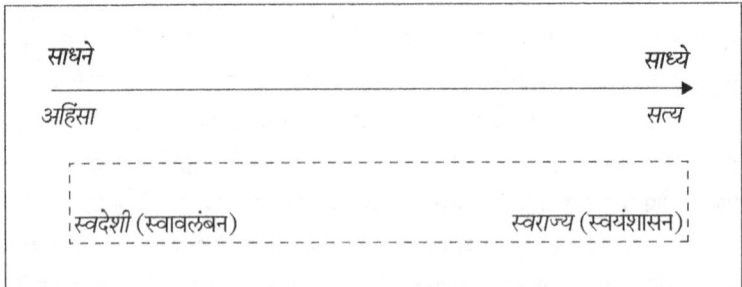

स्रोत: लेखक.

आणखी काही लोक ब्रिटिशांपासून स्वराज्य मिळवण्यासाठी म्हणून स्वदेशीसाठी काम करायला उत्सुक होते, पण त्यांच्या खालच्या जातीतल्या शेजाऱ्यांशी अहिंसेने वागायला मात्र ते तयार नव्हते. सरकारशी असहकार पुकारलेल्यांपैकी काही लोक आपापसातच सहकाराने वागत नव्हते; आणि सविनय कायदेभंग करण्याचे ज्यांनी ठरवले होते ते त्यांनीच ठरवलेले जे नियम होते, ते पाळत नव्हते. गांधींच्या अनुसार हे दाखले असत्याचे आणि हिंसेचे होते आणि ते धर्माच्या आदेशाच्या विरोधात होते. उदात्त साध्ये हवी असताना त्यासाठी वापरलेली साधने मात्र थिटी होती. ते जणू काही 'सैतानाला साष्टांग नमस्कार घालून देवाकडे कृपेची भीक मागण्यासारखे होते'.[३]

खादी परिधान करण्याबाबत: कपड्यांच्या बाबतीतल्या सचोटीपासून बदल घडवून आणणाऱ्या उत्प्रेरकापर्यंत

जॉर्ज ऑरवेल असे मानत की गांधींचे 'अखंड आयुष्य म्हणजे एक प्रकारची तीर्थयात्रा होती आणि त्यातले प्रत्येक कार्य महत्त्वाचे होते.'[४] गांधींनी त्यांचे नेहमीचे स्वत्त्व अग्निपरीक्षांना सामोरे जाऊन पोलादासारखे घट्ट बनवले; इतके की, त्यांच्या शारीर कृती ह्या त्यांच्या आत्म्याच्या अजिंक्य अशा खंबीरपणाची अभिव्यक्ती होत्या.[५] अधिक शुद्ध अशा आत्मप्रेरणेच्या या शोधाच्या दृष्टिकोनातून त्यांनी त्यांच्या पोषाखाची निवड केली होती— आणि या निवडीचे, आपण जसे विस्ताराने पाहिले, तसे गंभीर आर्थिक-राजकीय, मानसिक-सांस्कृतिक आणि सामाजिक-धार्मिक ध्वन्यर्थ होते.

देवाची 'सत्य' म्हणून पूजा करावी यासाठी गांधी सातत्याने झटत असताना, त्यांच्या निर्णयांमधून, त्या निर्णयांच्या मुळाशी असणारा त्यांचा शोध दिसून यावा, यासाठी त्यांनी प्रयत्न केले. ते असे मानत की खरेपणाने वागण्याचे आपले सर्व प्रयत्न म्हणजे सत्यामध्ये सहभागी होण्याचे मार्ग होते. हे आपले खरे स्वत्त्व कोणते याचा शोध घेण्यासारखे होते म्हणजे आपल्यातल्याच कैवल्यात सहभागी होण्यासारखे. म्हणून भौतिक जगातल्या सर्व वस्तूंना अर्थ होता आणि त्या उपयुक्तही होत्या; एक मात्र खऱ्या वास्तवामध्ये सहभागी होण्याचे प्रयोजन म्हणून. या एकाग्र विचाराशिवाय, कुठलेही निर्णय म्हणजे फक्त एक प्रकारचा भ्रम (माया) होते. स्वतःच्या देशातल्या संसाधनांचा वापर करून उत्पादित केलेले कापड आणि अस्मिता, समता आणि प्रगती यांना चालना देणाऱ्या प्रक्रियेत आपल्या माणसांचा सहभाग ही धर्माचा आदर करणारी कृत्ये होती. साधने आणि साध्य यांचा तिथे उत्तम मिलाफ झाला होता. तर त्याच्या अगदी उलट, साम्राज्यवादी पर्याय—साम्राज्याची हावरी भूक मिटवण्यासाठी आपल्या देशातली संसाधने हळूहळू लुटून नेणाऱ्या कापडाचे उत्पादन आणि वापर—म्हणजे धर्माची धडधडीत पायमल्ली होती. इथे, साधने हिंसक होती आणि साध्यसुद्धा खोटे होते.

योग्य, न्याय्य आणि प्रतिष्ठित पद्धतीने पोशाख करणे–मग ते फक्त एक धोतर का असेना–हे सत्याशी इमान राखणारे कृत्य होते. त्यानुसार मग, अस्मिता आणि पेहराव यांच्यामध्ये सर्वोत्कृष्ट अशी सुसंगती आणण्यासाठी दररोज झटावे, यासाठी खादीच्या विणकरांना आव्हान दिले गेले. व्यक्तिगत सचोटी हीच वस्त्रातील सचोटी होती आणि वस्त्राविषयीची सचोटी हीच व्यक्तिगत सचोटी होती. राजाला भेटायला लंडनला जायला निघण्याआधी गांधींनी एका पत्रकाराला जे उत्तर दिले त्यात या सगळ्याचे सार दिसून येते. गांधी राजाला त्यांच्या नेहमीच्या धोतरात भेटणार होते का? आधी उद्धृत केल्याप्रमाणे, गांधी म्हणाले: 'इतर कोणत्याही पोशाखात मी सगळ्यात जास्त असभ्य वाटेन कारण तेव्हा मी कृत्रिम असेन.' पोशाखाच्या बाबतीतली सचोटी म्हणजे आपल्या अंगावर घातलेल्या कापडाद्वारे आपल्या अस्तित्वाचे सत्य जाहीर करणे. स्वतःशी प्रामाणिक राहणे हे मानवी जीवनाचे गतिशील आंतरिक चक्र बनायला हवे होते, ज्याचा प्रभाव भौतिक जगाशी होणाऱ्या मानवाच्या देवाणघेवाणीमध्ये दिसून येणाऱ्या सर्व प्रकारच्या आवश्यक अशा प्रतीकांमध्ये दिसून यायला हवा होता. स्वातंत्र्याच्या लढ्यात गांधींनी त्यांच्या देशबंधू आणि भगिनी यांना केलेले खादीच्या निवडीचे आवाहन म्हणजे एक आत्मनिष्ठ माणूस म्हणून जगताना 'खरे' देखील असण्याचे निमंत्रण होते आणि तसे असण्यानेच शरीराच्या बाबतीत जागरूक असूनही स्वराज्याचे अस्सल प्रतीक 'बनता' येणार होते.

तरीही, गांधींना याची चांगलीच जाण होती की पोशाखाच्या बाबतीतसुद्धा लबाडी केली जाण्याची शक्यता असते. त्यांना हे माहीत होते की बरीच माणसे कपड्यांच्या आड लपून जगत असतात आणि त्याद्वारे आपला फसवेपणा लपवत असतात. दुहेरी आयुष्य जगणाऱ्या ह्या माणसांचे पोशाख त्यांच्या प्रत्यक्ष अस्तित्वापेक्षा जास्त उठून दिसत असतात. त्यांना हे ठाऊक होते की बरीच माणसे खादीचा नेमक्या ह्याच प्रकारे गैरवापर करत होती–स्वतःच्या व्यक्तिगत फायद्यासाठीची एक संधी म्हणून, संतांच्या गळ्यात माळा घालायला ज्याला आवडते अशा उच्च-नीच श्रेणींच्या स्तराने बनलेल्या समाजात 'नैतिक महानायक' म्हणून आपले स्थान उंचावण्यासाठी ते खादीला पसंती देत होते. जाहीर सभा आणि प्रार्थनेच्या बैठकीच्या वेळी केलेल्या अनेक संमेलनांमधून त्यांनी नेत्यांना सच्चे आयुष्य जगण्याचे आवाहन केले; त्यांनी या नेत्यांना 'प्रकाशाचा झोत स्वतःकडे वळवायला' सांगितले; त्यांनी या नेत्यांना त्यांच्या अस्तित्वाच्या तळाकडे पुन्हा जायला सांगितले आणि मानवजातीच्या कुटुंबातली समता आणि प्रतिष्ठा ओळखण्यास उद्युक्त केले. कलहाच्या मधोमध असताना जगलेली अहिंसा, जिचा अर्थ फक्त हिंसेचा अभाव एवढाच नाही, तर चैतन्याने केलेले दयार्द्र प्रेम असा होता, ती त्यांनी अनुभवावी असे आव्हान त्यांनी या नेत्यांना दिले.

ते अशा अनुकंपेची मागणी करत होते जिची व्याप्ती अगदी विरोधकांपर्यंतदेखील असेल—
एक अशा प्रकारचे प्रेम जे विरोधकांना आपण पाहत असलेले सत्य कवटाळण्याची संधी देऊ
करील. अनुकंपा म्हणजे पापी माणसाला आणि त्याचे पाप माफ करणे नव्हे. अनुकंपा म्हणजे
पापी माणसाचे पाप आपल्या माथी घेऊन त्याला पश्चात्तापाच्या भावनेची जाणीव करून देणे.
'मतपरिवर्तन ही माझी कार्यपद्धती आहे, सक्ती ही नाही; त्यामध्ये आपण त्रास सोसायचा
असतो, जुलूमशहाला त्रास द्यायचा नसतो.'[६] जर न्याय मिळवायचा असेल तर तो अशा
प्रेमाद्वारे मिळवायला हवा होता जे अन्याय करणाऱ्याला झटका देणार नाही, आणि स्वतः त्रास
सोसून आणि आत्मशुद्धीकरणातून मिळवला जाईल.[७] अशा कार्यपद्धतीची अभिव्यक्ती
उपोषणातून आणि तुरुंगवास स्वीकारण्यातून, तसेच पेहरावाच्या पद्धतीतून होत होती. या
कृतींच्या माध्यमातून जुलूम करणाऱ्याच्या मनात लाज आणि मतपरिवर्तनाची इच्छा निर्माण
करणे अभिप्रेत होते. साम्राज्यवादाच्या ताब्यात असलेल्या जागांमध्ये, जाहीररीत्या, हाताने
सूतकताई करून बनवलेला फक्त एक लंगोट नेसून उपस्थित राहणे, हा गांधींचा निर्णय म्हणजे
त्यांच्या विरोधकांना स्वतःत आंतरिक बदल घडवून आणण्याचे आवाहन होते. एका मगरूर
आणि उद्दाम साम्राज्याला या निर्णयाने अपराधी भावनेची जाणीव या आशेने करून दिली
होती; जेणेकरून हे साम्राज्य परिवर्तित आणि मग निवृत्त होईल. भारतातच होणाऱ्या अन्याय्य
गोष्टींवरचा पडदा या निर्णयाने बाजूला सारला होता, समग्र स्वातंत्र्य मिळावे यासाठी जी
निश्चित स्वरूपाची बोली लावली जाणार होती त्यामध्ये सर्व भारतीयांनी संपूर्ण जबाबदारी
घेऊन सामील व्हावे, असे निमंत्रण या निर्णयाने दिले होते.

म्हणून, खादीची निवड करणे म्हणजे दिसण्यापेक्षा अस्तित्वावर जास्त भर देणे,
आकारापेक्षा सत्त्वाला अधिक महत्त्व देणे, 'कपड्यांपेक्षा शील अधिक महत्त्वाचे मानणे'.[८]
व्यक्तिगत प्रामाणिकपणातून कपड्यांच्या बाबतीतला अस्सलपणा निर्माण व्हायला हवा होता
आणि त्यातून मग राजकीय जबाबदारी निर्माण होणे गरजेचे होते. जे लोक आपल्या जगण्यात
हा बांधेसूदपणा आचरणात आणत होते तशा प्रकारचे लोक गांधींना असहकाराच्या
चळवळीसाठी, सविनय कायदेभंगासाठी आणि संरचनात्मक कार्यक्रमांसाठी स्वयंसेवक
म्हणून हवे होते. श्रीमंत आणि गरीब दोघेही या एका खादीच्या चळवळीत एकमेकांना पूरक
अशी भूमिका बजावत होते, ही चळवळ म्हणजे उलथापालथीची एक मिरवणूक होती जणू.
दररोज अर्धा तास सूतकताई करण्याचे आवाहन श्रीमंतांना करताना ते 'भारताच्या गारद
झालेल्या आणि भुकेलेल्या मानवजातीच्या हितासाठी' म्हणून केले गेले';[९] 'भुकेलेल्या
मानवजातीसमोर' नष्ट होण्यापासून वाचण्याचा मार्ग म्हणून सूतकताई हा पेशा म्हणून सादर
केला गेला. अशा रीतीने, भारताच्या जनसंख्येच्या सर्व वर्गांना, स्वराज्याचे स्वप्न वास्तवात
आणण्यासाठी, साम्राज्यवादाने त्यांना ते स्वराज्य राजकीय आणि कायद्याच्या दृष्टीने बहाल

करण्यापूर्वीच, एकत्र येण्याचे आवाहन केले गेले होते. आर्थिक-सामाजिक, मानसिक-सांस्कृतिक आणि सामाजिक-धार्मिक अन्यायाने ज्या समाजाची चाळण झाली होती त्या समाजात या वर्गांना अहिंसा-सत्य, स्वदेशी-स्वराज्य यांच्या मूलभूत साखळीला धरून राहायचे होते. ह्या साखळीला दृश्य स्वरूप देण्याचे काम खादीचे कापड करणार होते. हे कापड परिधान करणाऱ्याला त्या कापडातून प्रतिनिधीत होणाऱ्या उदात्त आदर्शांना धरून जगण्याचे आव्हान मिळणार होते, एकाच वेळी हे कापड रोजगाराची संधी, गरिबांशी एकजूट, वैविध्याचा गणवेश, शील दाखवून देणारे वस्त्र, चिथावणीखोर हस्तक आणि बदल घडवून आणणारा मध्यस्थ या सर्वांचे प्रतिनिधित्व करत होते. अशा प्रकारे प्रतीकात्मक पातळीवर अत्यंत बोलका असल्यानेच खादी हा भारताचा 'स्वातंत्र्य गणवेश' म्हणून दावेदार बनणार होता.

आदर्श सत्याग्रही: कृतिशील गांधीवादी उच्चाटक

गांधींच्या सत्याग्रहातील स्वयंसेवकांना उदासीनतेच्या, प्रतिकाराच्या आणि कलहाच्या परिस्थितींतून रोजच्या रोज जावे लागत असतानाही, शरीर, मन आणि आत्मा यांचा अंतःस्थ समतोल शक्य तितका सांभाळण्याचे, आंतरिक संतुलन सांभाळण्याचे कठीण काम करावे लागे. त्यांनी परिधान केलेली खादी त्यांना दररोज कराव्या लागणाऱ्या ह्या तपस्येची आठवण करून देत असे. जगणे आणि पेहराव यामध्ये एकवाक्यता आणण्याचा त्यांचा प्रयत्न पावित्र्य आणि पूर्णत्व ह्या ध्येयांनी भारलेला असायला हवा होता. गांधी एक कठोर प्रशिक्षक होते आणि त्यांना या स्वयंसेवकांच्या स्वतःशी असलेल्या प्रामाणिकपणाबद्दल वाटणारी पर्वा त्यांनी या अत्यावश्यक गोष्टी विस्ताराने सांगून व्यक्त केली.[१०]

१. सत्याग्रह्याचा देवावर आत्यंतिक विश्वास असलाच पाहिजे, देव हाच त्याचा खरा वाली असतो.
२. त्याने सत्य आणि अहिंसा ह्या आपल्या श्रद्धा गणल्याच पाहिजेत आणि म्हणून त्याचा मानवी स्वभावातल्या अंगभूत चांगुलपणावर विश्वास असला पाहिजे आणि स्वतः दुःख सोसून व्यक्त केलेल्या सत्य आणि प्रेमाद्वारे हा अंगभूत चांगुलपणा त्याने जागृत करावा, असे अभिप्रेत असते.
३. त्याने सदाचरणी आयुष्य जगले पाहिजे आणि आपल्या कार्यासाठी आपले आयुष्य आणि मालमत्ता यांचा त्याग करण्यास तयार आणि इच्छुक असले पाहिजे.
४. त्याला खादी परिधान करण्याची आणि सूतकताईची सवय असली पाहिजे. हे भारतासाठी अत्यावश्यक होते.
५. तो निर्व्यसनी असला पाहिजे आणि इतर मादक द्रव्यांच्या वापरापासून लांब राहिला पाहिजे जेणेकरून त्याची तर्कशक्ती नेहमी स्वच्छ आणि मन स्थिर राहील.

६. शिस्तीबद्दलच्या वेळोवेळी ठरवल्या गेलेल्या नियमांचे पालन त्याने मनापासून आणि स्वेच्छेने केले पाहिजे.

७. तुरुंगाचे नियम, त्याच्या आत्मसन्मानाला धक्का लावण्यासाठी मुद्दामहून तयार केले गेले नसतील, तर त्याने या नियमांचे पालन करावे.

गांधींची उच्चाटनाची 'शस्त्रे' म्हणजे सत्य, अहिंसा आणि तपस्या ह्या सगळ्या अंतःस्थ समर्पित वृत्ती होत्या. त्याची बाह्य चिन्हे–खादीचे कपडे आणि सूतकताई–ह्यांची जोरदार शिफारस केली गेली. दोन्हींचा मुक्तपणे आणि प्रामाणिकपणे विनियोग करणे आवश्यक होते. त्यामुळे आदर्श सत्याग्रही म्हणजे जणू उच्चाटनाची चालतीबोलती प्रतीके होती: ते स्वतःच्या अहंकाराचे उच्चाटन करत असत आणि पूर्ण स्वराज्याच्या दिशेने आगेकूच करण्याच्या मोठ्या आव्हानासाठी स्वतःला मुक्त करत (तक्ता १७.१).

हा मृत्यूपासून जीवनापर्यंतचा मार्ग होता आणि तो फक्त धाडसी माणसांसाठी होता. त्यात सगळ्यांनीच भाग घेतला असे नाही. ज्यांनी भाग घेतला त्यातल्या प्रत्येकाने शुद्ध हेतूने भाग घेतला असेही नाही. पण जे या बाबतीत प्रामाणिक होते, त्यांनी गांधींचे आव्हान स्वीकारल्यामुळे त्यांच्यात आणि त्यांच्या सभोवताली उत्तम बदल घडून आला. ते ज्या मार्गावरून प्रवासाला निघाले होते तो लांबचा आणि खडतर मार्ग होता–तो मार्ग उदासीनतेकडून सहभागाकडे, उपरेपणापासून अस्मितेकडे, विभाजनाकडून ऐक्याकडे, हिंसेकडून अहिंसेकडे, गुलामगिरीतून स्वातंत्र्याकडे, ढोंगीपणाकडून पारदर्शकतेकडे, गरिबी आणि बेरोजगारीकडून स्वतःला टिकवून ठेवू शकणाऱ्या समुदायांपर्यंत, काठावर उभे राहण्यापासून सर्वसमावेशकतेकडे, उथळपणाकडून सत्याच्या प्रेरणेकडे आणि भीतीकडून निर्भयतेकडे जाणारा होता.

आदर्श सत्याग्रह: कृतिशील गांधीवादी उच्चाटन

सत्याग्रहाचा आविष्कार ही गांधींची सर्वांत जास्त उल्लेखनीय कृती होती यात शंकाच नाही. जवळजवळ तीन शतकांनंतर, फक्त तीस वर्षांच्या कालावधीत ब्रिटिश साम्राज्याची भारतातून झालेली हकालपट्टी हा त्याचा सर्वांत ठोस पुरावा होता. ह्या सत्याग्रहाला जे प्रचंड यश मिळाले त्याचे एक मोठे कारण म्हणजे गांधींची धोरणात्मक तत्त्वांच्या बाबतीतली अंतःप्रेरणात्मक आकलनशक्ती. सत्याचा पाठपुरावा करताना, एका मागोमाग एक संघर्षांचा सामना करत असताना, ह्या सत्यशोधाच्या तळाशी जाऊन त्यांनी यातले एकेक तत्त्व तयार केले होते आणि सूत्ररूपात मांडले होते. सत्याग्रहाचा अर्थ खूप व्यापक आहे हे जरी त्यांच्यामुळे आपल्याला कळले असले, तरी तो अर्थ सुसूत्र पद्धतीने आणि सैद्धान्तिक स्वरूपात लिहून ठेवण्यासाठी त्यांना वेळ मिळाला नाही. १९३९ मध्ये कृष्णलाल श्रीधरानी[११] यांनी सर्वप्रथम या

तक्ता १७.१ सत्याग्रहामधल्या सहभागाचे मुक्तताविषयक पैलू

उदासीनतेकडून उदासीन बघ्यापासून किंवा शंकेखोर व्यक्तीपासून,...	सहभागापर्यंत *...आस्था, सहानुभूती, समावेश आणि हौतात्म्यापर्यंतचा प्रवास*
उपरेपणापासून निरर्थक निवड-वादाकडून आणि भारताच्या वास्तवाशी विसंगत असलेल्या दुहेरी जीवनशैलीकडून,...	अस्मितेकडे *...भारताच्या तत्त्वज्ञान, संस्कृती आणि संस्कृती-गुणविशेषांच्या मूलभूत अशा अर्थबोधाला पाठिंबा दर्शवत*
विभाजनापासून ब्रिटिशांच्या 'फूट पाडा आणि राज्य करा' या धोरणाला धुडकावून देत...	ऐक्याकडे *...एक जनता, एक आवाज, एक ध्येय यांच्या एकजुटीचे चिन्ह म्हणून साधा पेहराव करण्याद्वारे वैविध्यपूर्ण आणि विस्कळीत जनतेच्या एकत्रीकरणाला पाठिंबा दर्शवत*
हिंसेकडून साम्राज्याच्या वर्णद्वेषाला, भेदभावाला, दडपशाहीला, आणि हिंसाचाराला तिलांजली,...	अहिंसेकडे *शस्त्रांच्या वापराशिवाय, फक्त सत्य अहिंसा आणि स्वदेशीच्या आधारे केलेला उठाव... त्याला पाठिंबा दर्शवत*
गुलामगिरीपासून शतकानुशतके चालत आलेली गुलामी आणि परकीय राजवटीने वश करणे याचा धिक्कार,...	स्वातंत्र्याकडे *आपल्या स्वतःच्या भूमीत आणि आपल्या स्वतःच्या स्वायत्त राष्ट्रात 'भारतीय नागरिक' म्हणून जगण्याचे स्वातंत्र्य आणि प्रतिष्ठा यांना पाठिंबा दर्शवत...*
ढोंगीपणापासून भारताच्या शतकांपासून चालत आलेल्या जुन्या प्रथा ज्यांनी अन्यायाचा आणि समाजातल्या काही वर्गांप्रती भेदभावाचा प्रसार केला त्यांच्या विरुद्ध लढा...	पारदर्शकतेकडे *प्रायश्चित्त, क्षमाशीलता, समता, स्वतःशी प्रामाणिक राहणे आणि देशाच्या प्रती जबाबदारी यांना पाठिंबा दर्शवत...*
गरिबी आणि बेरोजगारीपासून मोठ्या प्रमाणावर होणारे औद्योगिकीकरण आणि माणूस यंत्राचा गुलाम बनत जाणे हे सगळे नाकारणे...	स्वयंपूर्ण समुदायांपर्यंत *...स्वतःचा, कुटुंबाचा, समुदायाचा आणि राष्ट्राचा टिकाव लागावा म्हणून 'जगण्यासाठी कष्ट करणे' या संकल्पनेला आणि कल्पक विश्वस्त पद्धती आणि स्वतःच्या कामाचा अभिमान या गोष्टींना पाठिंबा दर्शवत...*

(तक्ता १७.१ पुढे चालू...)

(तक्ता १७.१ पुढे चालू...)

लोकांना काठावरच राहू देण्यापासून मागासलेल्या लोकांना परिघावरच सोडायचे– स्त्रिया, गावकरी, खालच्या जातीतले आणि जातिबाह्य...	तिथपासून सर्वसमावेशकतेपर्यंत ...मुक्तीच्या लढ्यात त्यांना बदल घडवून आणणारे हस्तक बनवून त्यांना आत्मसन्मान आणि प्रतिष्ठा मिळवून देण्यापर्यंत
उथळपणाकडून उथळ गोष्टींना, अल्पायुषी, अभिनिवेशपूर्ण आणि घमेंडी गोष्टी नाकारणे...	सत्याच्या प्रेरणेकडे वेगळ्या धर्माच्या आपल्या देशबंधू आणि भगिनींसह देवावर विश्वास ठेवून आणि अहंमन्य जगणे आणि सत्याचा प्रामाणिक शोध याला पाठिंबा दर्शवत...
भीतीपासून वेदना, दुःख, तुरुंगवास आणि मृत्यू ओलांडून	निर्भयतेपर्यंत न्याय्य कार्यासाठी त्याग आणि हौतात्म्य यांना पाठिंबा दर्शवत...

स्रोत: लेखक.

अहिंसात्मक लढ्यातल्या धोरणांची चौकट स्पष्ट करून सांगणारे, त्यांचे व्यक्तिगत अनुभव, संशोधन आणि गांधींच्या सत्याग्रह अभियानांचे विश्लेषण यांवर आधारित लिखाण प्रसिद्ध केले.[१२] त्यांच्या मते गांधीवादी सत्याग्रहाचे उत्तम उदाहरण म्हणजे दांडीयात्रा होय. बी. आर. नंदा याच्याशी सहमती दर्शवतात. ते आपले लक्ष सविनय कायदेभंगाकडे वळवतात जे १२ महिने चालले आणि खूप जोरदार होते. या अभियानाचा शेवट मार्च १९३१ मध्ये गांधी-आयर्विन करार होऊन झाला होता.[१३]

डिसेंबर १९२९ मध्ये लाहोरमध्ये झालेल्या इंडियन नॅशनल काँग्रेसच्या अधिवेशनात संपूर्ण स्वातंत्र्याची घोषणा करण्यात आली आणि त्याचा पाठपुरावा करण्यासाठी म्हणून सविनय कायदेभंगाचे एक अभियान मंजूर करण्यात आले. या अभियानाला अधिकृतपणे 'भारताच्या स्वातंत्र्याची घोषणा' असे संबोधले गेले आणि त्याचा आराखडा गांधींनी तयार केला होता, तो जवाहरलाल नेहरूंनी जाहीर केला आणि भारताच्या जनतेने त्याला २६ जानेवारी १९३० रोजी मान्यता दिली.[१४] भारताच्या स्वातंत्र्याच्या स्वप्नासंदर्भात केलेले ते एक धाडसी विधान होते. त्या आराखड्यात आणि त्यापुढे लॉर्ड आयर्विन यांना लिहिलेल्या पत्रात गांधींचे तत्त्वज्ञान हळूहळू अमलात येणार असे दिसत होते:

स्वातंत्र्य असणे आणि आपल्या श्रमांची फळे मिळणे आणि जीवनावश्यक गरजा पूर्ण होणे, जेणेकरून त्यांना विकासाची पूर्ण संधी मिळेल; हा भारतीय जनतेचा इतर कुठल्याही जनतेप्रमाणे अनिवार्य हक्क आहे, असे आमचे मत आहे.

आम्ही असेदेखील मानतो की जर एखादे सरकार जनतेला ह्या हक्कांपासून वंचित ठेवत असेल आणि तिच्यावर दडपशाहीचा अवलंब करत असेल तर जनतेला असे सरकार पालटण्याचा किंवा रद्द करण्याचा अधिकारसुद्धा आहे. भारतातील ब्रिटिश सरकारने भारतीय लोकांना नुसतेच त्यांच्या स्वातंत्र्यापासून वंचित ठेवले असे नाही तर या सरकारचा पाया हाच जनतेच्या शोषणाने बनला आहे आणि या सरकारने भारताचा आर्थिकदृष्ट्या, राजकीय, सांस्कृतिक आणि आध्यात्मिकदृष्ट्या ऱ्हास केला आहे.

म्हणून, आमचे असे मानणे आहे की भारताने ब्रिटिशांशी असलेले संबंध तोडले पाहिजेत आणि पूर्ण स्वराज्य किंवा संपूर्ण स्वातंत्र्य मिळवले पाहिजे.[१५]

दोन महिन्यांनंतर गांधींनी व्हाईसरॉय लॉर्ड आयर्विन यांना एक निर्वाणीचा इशारा देणारे पत्र लिहिले ज्यात त्यांनी सरकारला, भारताला भक्ष्य बनवणे थांबवावे आणि या राष्ट्राला मुक्त करावे असे लिहिले होते. ब्रिटिशांच्या विरोधात वाढत चाललेला संताप गांधींनी त्यांच्या लक्षात आणून दिला आणि अशी आशा बाळगली की दांडी यात्रेत दिसून आलेल्या त्यांच्या अहिंसेवरच्या गाढ श्रद्धेमुळे ब्रिटनचे लोक भारताला लवकरात लवकर स्वातंत्र्य द्यायला प्रवृत्त होतील:

ह्या दुष्ट वृत्तीचा नायनाट करण्याचा मार्ग खुला करण्याचे मी तुम्हाला आदराने निमंत्रण देतो, त्यायोगे समसमान व्यक्तींमध्ये मग खऱ्या विचारविनिमयाचा मार्ग मोकळा होईल... पण जर तुम्हाला या दुष्ट वृत्तींना हाताळणे शक्य वाटत नसेल आणि माझ्या पत्राने तुमचे काहीच हृदयपरिवर्तन झाले नसेल, तर मग या महिन्याच्या ११ तारखेला, माझ्या आश्रमातील बरोबर घेता येण्यासारख्या सहकाऱ्यांना घेऊन मी पुढचे पाऊल उचलेन आणि मिठाच्या कायद्यातील अटी झुगारून देईन. एका गरीब माणसाच्या दृष्टिकोनातून पाहिल्यास हा कर सर्वांत जास्त पातकी आहे. ही स्वातंत्र्याची चळवळ प्रामुख्याने दीनदरिद्री लोकांसाठी असल्याने, तिची सुरुवात ह्या पापकर्माने होईल... तुम्हाला उगाचच खजील करण्याची माझी इच्छा नाही... पण, या पत्रामध्ये सांगितल्या गेलेल्या साराशी जुळवून घेण्याचा मार्ग तुम्हाला दिसत नसेल तर मग मेहेरबानी करून मला माझ्या मार्गावरून हटवू नका... ह्या पत्राचा उद्देश धमकी देणे हा अजिबात नाहीये तर हे पत्र म्हणजे सभ्यपणे अवज्ञा करणाऱ्या एका व्यक्तीकडून एक साधे आणि पवित्र निर्णायक पत्रक आहे.[१६]

कायद्याचे उल्लंघन करण्याचा गांधींचा कृती-क्रम पाहून व्हाईसरॉय यांनी नुसता खेद व्यक्त केला असला,[१७] तरी इतर सरकारी अधिकाऱ्यांना एका साम्राज्याचा सम्राटला एका किटलीतल्या समुद्राच्या उकळत्या पाण्याने पदच्युत केले जाणार होते, या सूचनाने आश्चर्य आणि गंमत वाटत होती.[१८]

१२ मार्च १९३० रोजी साबरमती आश्रमातल्या सहवाशांमधून निवडले गेलेल्या अठ्ठ्याहत्तर सत्याग्रह्यांसोबत, सविनय कायदेभंगाची चळवळ सुरू झाली. त्यांच्यात

विद्यार्थी, वृत्तपत्र संपादक आणि विणकर होते. अहमदाबादपासून दांडीपर्यंत, समुद्र किनारपट्टीवरच्या २४१ मैलांच्या या यात्रेचा माग काढत हजारो लोक आले. नेहरूंनी या घटनेचे अचूक वर्णन केले, 'त्यांच्या बाजूने जाणाऱ्यावर त्यांची मोहिनी पडली नाही असे होतच नाही, आणि एकाच मातीत जन्मलेली माणसे जणू चैतन्याने उजळून निघतात'.^{१९} गांधींची ही कृती एवढी प्रभावी होती की त्याने देशभरची जनता एकत्र आली. मे महिन्याच्या सुरुवातीला गांधींना झालेल्या तुरुंगवासामुळे लाखो लोक या सविनय कायदेभंगास जोडले गेले आणि तुरुंगवास भोगायला तयार झाले. धरासनेच्या मिठागराकडे चालून येणाऱ्या पदयात्रींवर पोलिसांनी केलेल्या हल्ल्याचे पत्रकारांनी छापलेले चित्रदर्शी वृत्तान्त आंतरराष्ट्रीय स्तरावर मथळे बनून गेले.^{२०} १९३० मध्ये हाउस ऑफ कॉमन्सला या परिस्थितीचा वृत्तान्त देणाऱ्या सर सॅम्युएल होअर यांनी घोषित केले की प्रत्येक दहा गावांमागे फक्त एका गावाने या सविनय कायदेभंगात भाग घेतला होता. म्हणून मग, त्यांच्या 'अधिकृत अंदाजा'नुसार, ५०,००० गावांनी किंवा पाच दशलक्षपेक्षा जास्त ग्रामीण भारतीयांनी यात सहभाग घेतला होता.^{२१}

सरकारने जोरदार पावले उचलली आणि काँग्रेसची गळचेपी करण्यासाठी, त्यांना मिळणारे अर्थसाहाय्य रोखण्यासाठी, त्यांचे प्रचाराचे मार्ग बंद करून टाकण्यासाठी आणि त्यांच्या सदस्यांना कैद करण्यासाठी वटहुकमांची एक मालिकाच जाहीर केली. ६०,००० पेक्षा अधिक सत्याग्रह्यांना तुरुंगवासात टाकण्यात आले. असंख्य सरकारी नोंदींमध्ये या राष्ट्रीय उद्रेकाने उडालेली घबराट दिसून येते. उदाहरणार्थ, बॉम्बेमधल्या लोकसंख्येचा खूप मोठा भाग 'या उन्मादासारख्या वाटणाऱ्या उत्साहाच्या लाटेसोबत' वाहत चालला होता असे म्हटले गेले आणि व्हाइसरॉयच्या कार्यकारी प्रशासकीय मंडळाच्या एका सदस्याने 'काँग्रेसच्या चळवळीची ताकद आणि तिचे यश' पश्चात्तापदग्ध अवस्थेत कबूल केले'.^{२२}

१९३० च्या सविनय कायदेभंगाचा सुती मालावर काय परिणाम झाला? ग्रेट ब्रिटनची भारताला होणारी सर्वांत मोठी निर्यात ५३,००,००,००० यार्डांनी घसरली आणि लँकशायरच्या सुती उद्योगांमधील ६,००,००० कर्मचाऱ्यांपैकी अर्ध्या जणांनी नोकऱ्या गमावल्या.^{२३}

गांधींच्या सत्याग्रहाच्या वेळी सरकारमध्ये महत्त्वाच्या पदावर बसलेले असताना कसे वाटत असेल? १९२१ मध्ये बॉम्बेचे गव्हर्नर असलेले सर जॉर्ज लॉईड, ज्यांनी सत्याग्रहाची अफाट ताकद यापूर्वीच्या असहकाराच्या चळवळीच्या वेळी अनुभवली होती, ते आपली साक्ष देतात:

एक शिडशिडीत, काटकुळा, यःकश्चित माणूस तर होता गांधी म्हणजे! पण त्याने तीनशे एकोणीस दशलक्ष लोकांना हलवून जागे केले आणि आपले इशारे आणि आवाहने यांच्याशी बांधून ठेवले. ...भारताचे आदर्श आणि नीतिमत्ता याव्यतिरिक्त आणखी कशाचाही उपदेश

> त्याने दिला नाही. एखादे राष्ट्र आदर्शांवर चालवणे शक्य नसते! पण तरीही तीच एक गोष्ट होती जिने या माणसाला जनतेवर पकड दिली. तो त्यांचा देव होता... त्याने आम्हाला घाबरवून सोडले होते! या चळवळीने तुरुंगाच्या तुरुंग भरले गेले. पण तुम्ही लोकांना कायम अटकच करत राहू शकत नाही, हो की नाही?—आणि तेव्हा, जेव्हा त्या लोकांची संख्या ३१९,०००,००० एवढी असते. आणि ह्या लोकांनी त्या गांधींचे ऐकून पुढचे पाऊल उचलले असते आणि कर भरायला नकार दिला असता तर! तर मग आमची हालत काय झाली असती देवच जाणे![२४]

वेगळ्या शब्दांत सांगायचे झाले तर: जर १९२१ मध्ये लाखो लोकांनी गांधींच्या 'एका वर्षात स्वराज्य' या ब्रीदवाक्यावर विश्वास दाखवला असता[२५] जर त्यांनी संयमाने आणि चिकाटीने, सत्याग्रहाच्या सच्च्या हेतूने सहकार्य केले असते—सत्याग्रह, जी गांधींची खादीच्या द्वारे उच्चाटन करण्याची कार्यपद्धती होती—तर मग ब्रिटिश साम्राज्यवादापासून भारताला त्याचे स्वातंत्र्य ऑगस्ट १९४७ या तारखेच्या चांगले पंचवीस वर्षे आधी नक्कीच मिळाले असते!

टिपा

१. *सीडब्लूएमजी,* खंड २६, २५८.

२. जेवढा स्व-निग्रह अधिक असेल (स्व-देश, स्वावलंबन) तेवढे त्या व्यक्तीला अधिक स्वातंत्र्य मिळेल. (स्वराज).

३. *हिंद स्वराज,* ८१.

४. ऑरवेल, 'रिफ्लेक्शन्स ऑन गांधी'.

५. या आधीच्या प्रकरणाच्या सुरुवातीला दिलेल्या वाचनात उद्धृत केलेले गिलबर्ट मरे यांचे अवतरण पहा, ते रश्मी-सुधापुरी यांच्या 'गांधीज मौन: स्प्रिंग्ज ऑफ स्ट्रेंथ', *गांधी मार्ग,* खंड २३, क्र. १ (जानेवारी-मार्च २००२): ४१५.

६. तेंडुलकर, *महात्मा,* खंड २, ३२.

७. तथैव., खंड ३, २२१.

८. *सीडब्लूएमजी,* खंड २४, २९२.

९. तथैव., खंड २७, ७.

१०. तथैव., खंड ६९, ६९–७०. सत्याग्रहीसाठी आवश्यक पात्रता कोणत्या आहेत हे १९२१ (तथैव., खंड २२, १००–१०१) मध्ये सर्वप्रथम लिहिले गेले. गांधी इथे त्याचा पुनरुच्चार करतात कारण 'असे वाटते की त्यांना विसर पडलाय... आणि बऱ्याच कार्यकर्त्यांमध्ये जे खोटे समज पसरलेले दिसून येतात तेही दूर करायचे आहेत', आणि १९३९ च्या दृष्टीने अहिंसेच्या तत्त्वाची आवश्यकता अधोरेखित करायची झाली तर 'अहिंसेने भारलेले वातावरण' सुद्धा दूर करायचे आहे. मूळ पुरुषी भाषा कायम ठेवण्यात आली आहे.

११. कृष्णलाल श्रीधरानी (१९११–६०) हे गुजरात विद्यापीठात शिकले. हे विद्यापीठ गांधींनी १९२० मध्ये स्थापन केले होते, आणि कृष्णलाल गांधींच्या १९३० च्या मिठाच्या सत्याग्रहात सामील झाले

होते. त्यांनी युनायटेड स्टेट्समध्ये एक दशकाहून अधिक काळ एक विद्यार्थी म्हणून आणि गांधीवादाचा अर्थ स्पष्ट करून सांगणारे म्हणून व्यतीत केला. गांधी आणि सत्याग्रहावरची त्यांची पुस्तके, *वॉर विदाऊट व्हॉयलन्स आणि द महात्मा अँड हिज वर्ल्ड* (न्यूयॉर्क: डूअल, स्लोअन अँड पिअर्स, १९४६), ही मार्टिन लूथर किंग जुनिअर यांच्यावर प्रभाव टाकणारी होती आणि नागरी हक्कांच्या चळवळीत सत्याग्रहाच्या धोरणांचाही अवलंब केला. (१९५५–६८). तुलना करून पहा: विजय प्रशाद, 'प्रॉपागांधी अहिंसा इन ब्लॅक अमेरिका', डिपार्टमेंट ऑफ आफ्रिकन-अमेरिकन स्टडीज, युनिव्हर्सिटी ऑफ बफेलो. येथे ऑनलाईन उपलब्ध http://www.electricprint. com/academic/department/AandL/AAS/ANNOUNCE/vra/king/phil_ gandhi_black.html (३ ऑगस्ट २००६ रोजी तपासले).

१२. श्रीधरानी, *वॉर विदाऊट व्हॉयलन्स.*

१३. नंदा असे मत व्यक्त करतात की जिला सगळे दांडी यात्रा म्हणून ओळखतात 'ती गांधींच्या सत्याग्रहाच्या कल्पनेच्या सर्वांत जवळ जाणारी होती'. चौरी चौरा मध्ये अचानक हिंसेचा उद्रेक झाल्याने १९१९ आणि १९२० ची अभियाने रद्द करावी लागली. १९४२ चे चले जाव आंदोलन पुढे सरकू शकले नाही कारण ते सुरू करण्याआधीच गांधींना अटक करण्यात आली. पहा नंदा, इन *सर्च ऑफ गांधी*, ८०–८१.

१४. २६ जानेवारी हा दिवस आता भारताचा प्रजासत्ताक दिन म्हणून साजरा केला जातो.

१५. *सीडब्लूएमजी*, खंड ४२, ३८४.

१६. तथैव., खंड ४३, ७–८.

१७. 'लेटर टू लॉर्ड आयर्विन' खालील तळटीप पहा, तथैव., ७.

१८. नंदा, महात्मा गांधी, २९४.

१९. तथैव., २०७.

२०. धारासना मिठागरामध्ये आयोजित केलेल्या ह्या सत्याग्रहाचे प्रत्यक्षदर्शी वर्णन अमेरिकेचा पत्रकार वेब मिलर यांनी प्रसिद्ध केले: 'अचानक तोंडी आज्ञेवरून स्थानिक पोलीस पुढे चालत येणाऱ्या सत्याग्रहींवर धावून गेले आणि त्यांच्या डोक्यांवर स्टीलचे आवरण असलेल्या काठ्यांनी भरपूर आघात केले. त्यातल्या एकाही सत्याग्रहीने हे आघात परतवून लावण्यासाठी आपला हातदेखील उचलला नाही. बोलिंग या खेळात वापरल्या जाणाऱ्या प्याद्यांसारखे ते खाली कोसळले. मी जिथे उभा होतो तिथून मला उघड्या डोक्यांवर काठ्यांचे केले जाणारे, शिसारी येणारे आघात ऐकू येत होते. केल्या जाणाऱ्या प्रत्येक आघातासोबत बघ्यांची गर्दी विव्हळत होती आणि सहानुभूतीपूर्ण यातनेने आपला श्वास रोखून धरत होती...

'मग पुढारी लोक यांना आपल्या वरचा ताबा कायम ठेवायची विनंती करत असताना आणखी एक तुकडी तयार झाली. ते हळूहळू पोलिसांकडे कूच करू लागले. जरी प्रत्येकाला हे माहीत असले की काही मिनिटांतच त्याला बेदम मार दिला जाणार आहे, किंवा कदाचित ठार केले जाणार आहे, तरीही त्यांपैकी कुणीही मला डगमगताना किंवा घाबरताना दिसले नाही. त्यांची मान उंचावलेली होती, ते हळूहळू पुढे कूच करत येत होते, त्यांना प्रोत्साहित करण्यासाठी कोणतेही संगीत वाजत नव्हते किंवा त्यांचा कुणी जयघोष करत नव्हते किंवा त्यांना गंभीर इजा किंवा त्यांचा मृत्यू होण्यापासून ते वाचतील अशीही काही शक्यता दिसत नव्हती. पोलीस धावत बाहेर आले आणि त्यांनी या दुसऱ्या तुकडीला पद्धतशीरपणे आणि यांत्रिक वाटावे अशा तऱ्हेने मारून खाली बसवले. तिथे लढाई दिसत नव्हती,

झगडा दिसत नव्हता: सत्याग्रही त्यांना मारून खाली पाडले जाईपर्यंत फक्त पुढे चालत जात राहिले. त्यांनी आरडाओरडा केला नाही, फक्त खाली पडल्यावर ते विव्हळत होते. जखमी झालेल्यांना तिथून घेऊन जाण्यासाठी पुरेशी स्ट्रेचर्स नव्हती; मी पाहिले की अठरा जखमी लोकांना एकाच वेळी तिथून उचलून नेले जात होते आणि बेचाळीस लोक अजूनही स्ट्रेचर्स घेऊन येणाऱ्यांची वाट पाहत जमिनीवर रक्तबंबाळ अवस्थेत पडलेले होते. स्ट्रेचर्स म्हणून वापरली जाणारी घोंगडी रक्ताने पूर्ण भिजून गेली होती.

'प्रतिकार न करणाऱ्या माणसांना पद्धतशीरपणे मारून झोडून त्यांचा रक्ताळलेला लगदा बनवून सोडणारे ते दृश्य पाहून कुठल्यातरी क्षणाला मला इतके असह्य झाले की मला तिथून मागे फिरावे लागले. एखाद्या पाश्चात्त्य माणसाच्या मनाला प्रतिकार न करण्याची संकल्पना समजायला कठीण जाते. जी माणसे प्रतिकार न करता मार खाऊन घेत होती त्यांच्याबद्दलसुद्धा मला तेवढाच अगतिक संताप आणि तिटकारा वाटत होता जेवढा लाठ्या चालवणाऱ्या पोलिसांबद्दल वाटत होता. आणि मी जेव्हा भारतात आलो तेव्हा गांधींच्या कार्याबद्दल मला सहानुभूती वाटलेली असतानाही मला असे वाटत होते.' वेबर, *ऑन द सॉल्ट मार्च* यात पुन्हा छापले आहे, ४४४–४५.

२१. श्रीधरानी, *वॉर विदाऊट व्हॉयलन्स,* १४८n२. 'गांधींच्या चाणाक्ष नजरेने हे ओळखले होते की भारतात ७,००,००० हून अधिक गावे आहेत आणि त्यापैकी दोन तृतीयांश ब्रिटिशांचा थेट अंमल असलेल्या प्रदेशात आहेत. भारताची एकाहत्तर टक्के लोकसंख्या, म्हणजे अंदाजे २२,४०,००,०० भारतीय या लहान वस्त्यांमध्ये राहतात. सत्याग्रहाला एका जन-आंदोलनाचे स्वरूप देण्यासाठी काँग्रेसला ग्रामीण भारताच्या एकनिष्ठतेवर खूप अवलंबून राहावे लागणार होते. काँग्रेसचे कार्यालय असलेली नक्की किती गावे आज अस्तित्वात आहेत याचा अंदाज लावणे कठीण आहे पण गांधींनी १९२० मध्ये केलेल्या आवाहनाला या क्षेत्रांतून जो भरभरून प्रतिसाद मिळाला, त्याने असे दिसून येते की लहान खेड्यांपैकी तीन मधल्या कमीतकमी एका खेड्यावर सत्याग्रहाची धर्मतत्त्वे बिंबवली गेली होती आणि त्या खेड्याचे स्वतःचे काँग्रेस कार्यालयही होते.'

२२. नंदा, *इन सर्च ऑफ गांधी,* ८०.

२३. श्रीधरानी, *वॉर विदाऊट व्हॉयलन्स,* २४–२५.

२४. कर्बी पेज, *इज महात्मा गांधी द ग्रेटेस्ट मॅन ऑफ दि एज?* (न्यूयॉर्क, १९३०), १४, श्रीधरानी, *वॉर विदाऊट व्हॉयलन्स,* ३५ यात उद्धृत केले आहे (अधिक भर दिला आहे). १९२१ चे अभियान संपल्यावर मिस्टर ड्रू पीअर्सन यांना दिलेल्या मुलाखतीतले हे गव्हर्नर ऑफ बॉम्बे सर जॉर्ज लॉयड यांचे शब्द आहेत. 'पुढचे पाऊल' असा ज्याचा गांधींनी उल्लेख केला ते गांधींच्या असहकाराची चळवळ रद्द करण्याच्या निर्णयासोबत मागे घेतले गेले. कारण चौरी चौरा मध्ये हिंसाचार उसळला होता.

२५. तुलना करून पहा: 'स्वराज विदिन वन इयर' हा *यंग इंडिया* मधला गांधींचा लेख, २२ सप्टेंबर १९२०. गांधींनी हे वचन बऱ्याचदा दिले पण, नंतर त्याच्या पूर्ततेची तारीख ३१ डिसेंबर १९२१ अशी बदलली. शंकर घोष, *महात्मा गांधी* (अलाईड पब्लिशर्स: बॉम्बे १९९१), १३८.

निष्कर्ष

या संपूर्ण पुस्तकातून आपण परस्परनिगडित अशा तीन मुद्द्यांचा विचार केला: वस्त्राच्या अर्थवैज्ञानिक आणि राजकीय पैलूंबाबत विकसित होत गेलेली गांधींची जाणीव; जीवनाच्या महत्त्वाच्या आयामांमधील क्रांतीचे रूपक म्हणून खादीचा निश्चयपूर्वक केलेला वापर; सामाजिक-राजकीय परिवर्तनाच्या स्पष्ट नीतीमध्ये अंतर्भूत तत्त्वे आणि मूल्यांशी असलेली त्यांची बांधीलकी.

वस्त्रक्रांतींच्या तात्कालिक परिणामांना इतिहास साक्षी आहे: वसाहतवादी सत्तांच्या सभ्यतानिर्मितीच्या मोहिमेच्या मिथकाला त्यामुळे सुरुंग लागला; जगातील सर्वांत मोठ्या लोकशाहीचा जन्म झाला; जगाच्या पाठीवर साम्राज्यवादाचा अंत होण्यास साहाय्य झाले. हे परिणाम गांधींना अभिप्रेतच होते, असे म्हटले तर त्यात आश्चर्य वाटायला नको: माझी महत्त्वाकांक्षा स्वातंत्र्यापेक्षा [स्वराज्य] अधिक मोठी आहे. भारताच्या मुक्तीमधून मला पाश्चिमात्य शोषणापासून जगातल्या तथाकथित दुर्बळ वंशांची मुक्ती साध्य करायची आहे, ज्या शोषणात इंग्लंड सर्वांत मोठा भागीदार आहे.[१]

त्यामुळे, गांधींच्या सत्याग्रह नामक व्यापक योजनेत खादी किती महत्त्वपूर्ण होती? गांधींच्या वस्त्रविषयक संप्रेषणाने जे ऐतिहासिक असेसामाजिक आणि राजकीय परिवर्तन घडवून आणले, ते स्वदेशीविना शक्य झाले असते का?

स्वदेशी या संकल्पनेचा ढोबळमानाने विचार करता, मूलतः सत्याग्रहामध्ये तिचा अंतर्भाव नव्हता. इतिहासात हे सिद्ध झाले आहे की भारताबाहेर स्वदेशी चळवळीविनादेखील सत्याग्रहाच्या तत्त्वांचे उपयोजन अन्यायाच्या प्रसंगी झालेले आहे.[२]

तरीही, भारतीय स्वातंत्र्यसंग्रामात स्वदेशी हा एक महत्त्वाचा घटक होता,[३] प्रथमच राष्ट्रीय स्तरावर केलेल्या सत्याग्रहाचे पडसाद आंतरराष्ट्रीय स्तरावर उमटले होते. परंतु, जेवढे उघडपणे दिसते, त्यापेक्षाही त्याचे महत्त्व अधिक आहे. माझे मत असे आहे की, भारताच्या संदर्भात ध्येय (स्वराज्य), माध्यम (स्वदेशी) आणि मार्ग (सत्याग्रह) यांमधील अंतर्निहित दुव्याचे स्पष्टीकरण गांधींच्या वास्तवाचे आकलन करण्याच्या विलक्षण पद्धतीमध्ये सापडते. समस्या सोडवण्याचा त्यांचा विशिष्ट दृष्टिकोन यातून दिसतो. त्यांनी समस्येचे मूळ शोधले आणि त्याला स्वतंत्र बनवणाऱ्या कृतीचे मर्मस्थान बनवले. वस्त्र आणि पेहरावांसंदर्भात त्यांनी भविष्याचे सूचन करणारे प्रतिपादन केले: 'जी गोष्ट आपल्या गुलामीचे कारण झाली तीच गोष्ट आपल्या मुक्तीचे द्वार उघडेल.'[४]

आशियाई विषयांचे हंगेरियन-फ्रेंच अभ्यासक टायबर मेंदे यांनी एकदा नेहरूंना विचारले की गांधींना 'सामायिक छेदक शोधणारा प्रतिभावान' म्हणता येईल का? गांधींनी त्यांचे गंभीर

निर्णय किती कठोर संघर्षाच्या परिस्थितीत घेतलेले होते याची जाणीव असलेल्या नेहरूंनी उत्तर दिले: 'त्याहीपेक्षा अधिक काही म्हणता येईल. त्यांची प्रतिभा होती... शत्रूची सर्वाधिक कमजोर बाजू हेरण्यात, त्याची आघाडीची फळी भेदण्यात.'[५] गांधींचा मावळत्या साम्राज्याचे रूपांतर करण्याचा मार्ग होता त्या साम्राज्याने केलेली जखम जगाच्या सहानुभूतीपूर्ण नजरेसमोर उघडी करणे.[६] खादी क्रांती आणि त्यांची स्वत:ची अर्धनग्नता ही साम्राज्यवादाच्या टाचेखाली पिचणाऱ्या त्या लोकांच्या प्रतीके होती; ज्यांनी एके काळी सगळ्या जगाला वस्त्र पुरवले होते.[७]

व्यापक वास्तवाकडे डोळेझाक न करता समस्येचे मूळ शोधणे आणि योग्य प्रतीकाद्वारे ते सर्जकपणे अभिव्यक्त करणे, यासाठी ऐतिहासिक आणि सत्ताशास्त्राच्या परिप्रेक्ष्यातून वास्तवाचे आकलन करून घेणे आवश्यक असते. गांधींच्यात 'हा परिप्रेक्ष्य तेव्हा विकसित होऊ लागला' जेव्हा दक्षिण आफ्रिकेत त्यांचा वंशवादाशी सामना झाला. गांधी ऐतिहासिक आणि धार्मिक साहित्याचे खंदे वाचक होते आणि त्यांचे वाचन कधीच केवळ उपचार म्हणून नसे. असं म्हणतात की आर. सी. दत्तांचे 'रेप ऑफ इंडिया' वाचून ते अक्षरश: रडले होते. आपल्याला माहीत आहे की जैन, हिंदू, इस्लामिक आणि ख्रिश्चन तत्त्वज्ञानांमध्ये मांडल्या गेलेल्या काही मुद्द्यांनी त्यांना सत्याच्या कठोर शोधासाठी प्रेरित केले. आपण हेही पाहिले आहे की रस्किन आणि टॉलस्टॉय वाचून साधी जीवनशैली अंगीकारण्यास ते कसे प्रवृत्त झाले होते.

गांधींच्या वाचनाने त्यांना कट्टरपंथी जहाल देशभक्त किंवा अध्यात्ममार्गी संन्यासी बनवले नाही, तर मानवी मनाच्या तळाशी असलेल्या ऐतिहासिक संघर्षांची मुळे शोधावयाचे आव्हान त्यांच्यासमोर ठेवले. त्यांना खात्री होती की केवळ असा दृष्टिकोनच त्यांना अभिप्रेत असलेले समग्र उत्तर देऊ शकेल. त्यांना असा ठाम विश्वास वाटू लागला की, मानवी मनात, द्वेषातून हिंसेला जन्म देणाऱ्या आदिम प्रवृत्तीवर विजय मिळवण्याची; आयुष्यातील अनेक आव्हानांना संवेदनशीलतेने आणि निर्धाराने तोंड देण्याची; शाश्वत आणि एकात्मिक जीवनमार्ग अवलंबण्याची; स्वत:ला आपल्या इच्छेनुरूप घडवण्याची; आपल्याला जे परिवर्तन जगात आणायचे आहे ते स्वत:त घडवून आणण्याची ताकद आहे. तरीही, गांधींच्या उदात्त आदर्शांच्या पदरी निराशाच आली. त्यांचे राष्ट्रवासी आपली मूलभूत निवडक्षमताच विसरून गेले. 'नाही' म्हणण्याची क्षमता आणि त्याबरोबर स्वत:चा आत्मसन्मानदेखील गमावून बसले.[८] ते जगातल्या सर्वाधिक शक्तिशाली साम्राज्याच्या दयेवर अवलंबून असणारे 'बिचारे राष्ट्र'[९] बनून गेले होते.

व्यापक स्तरावर, साम्राज्यवादाने मानवतेचे वांशिक पातळीवर, युरोप आणि इतर जग, वसाहतवादी आणि वासाहतिक, औद्योगिकीकरण झालेला आणि पारंपरिक पद्धतीचा समाज, नागरी आणि ग्रामीण जनता, मूठभर उच्चभ्रू आणि बहुसंख्य गरीब, असे ध्रुवीकरण केले. या विभाजनाच्या आधारावर साम्राज्यवाद फोफावला. गांधींना ही शासनप्रणाली मूलत:च दोषपूर्ण

वाटत होती. ती मानवताविरोधी होती, कारण तिच्यात जगाच्या एका भागाच्या जिवावर दुसरा भाग पोसला जात होता. शस्त्रबळाच्या माध्यमातून तिचे औद्धत्य, हिंसकता आणि भयप्रद नीती ठळकपणे दिसत होत्या.[१०] तसे नसते, तर केवळ २ लाख शिपाई, ६० हजार ब्रिटिश सैनिक, १० हजार अधिकारी आणि दोन हजार प्रशासकीय कर्मचाऱ्यांच्या जिवावर, तीस कोटी लोकसंख्या असलेल्या इतक्या मोठ्या प्रदेशावर जवळजवळ तीन शतके हुकमत ठेवणे ब्रिटिशांना कसे साध्य झाले असते?[११] अशा तऱ्हेने, युरोपीय वसाहतवाद्यांच्या स्पर्धेत आघाडीवर असलेले ब्रिटिश साम्राज्य पुढील काही शतके भारतावर राज्य करायला सिद्ध झाले होते.

'आणि अशात गांधींचा उदय झाला.'[१२] शाही कुर्निसात ते सविनय कायदेभंग अशा मार्गाने ते प्रगल्भ होत गेले. साम्राज्यवादाच्या औचित्यावरच त्यांनी प्रश्नचिन्ह उपस्थित केले. हे आव्हान फक्त एकट्या साम्राज्यालाच नव्हते तर त्या साम्राज्याची नम्र प्रजा बनून राहण्यास सरावलेल्या भारतवासीयांनाही होते. गांधींनी त्यांना वसाहतवाद जाणण्याचा, आणि स्वतःलाही जाणण्याचा एक नवा मार्ग दाखवला. त्यांनी त्यांच्या दैवशरणतेवर हल्ला चढवला: 'मँचेस्टरला कशाला दोष द्यायचा? आम्ही मँचेस्टरचे कपडे घालतो आणि म्हणून मँचेस्टर ते तयार करते.'[१३] त्यांनी विचार केला, आपल्यावर कोणी आणि कसे राज्य करावे याच्या निवडीसाठी एक होण्याची; जीवनावश्यक गरजा पुरवण्याच्या प्रक्रियांचा ताबा त्यांच्या हातात असावा की परकीयांच्या हातात असलेल्या अशा प्रक्रियांनी त्यांना ताब्यात ठेवावे, हे ठरवण्याची लोकांची क्षमता हे स्वातंत्र्याचे मोजमाप आहे.

स्वदेशीमधून, गांधींनी आपल्या देशवासीयांना त्यांनी पूर्वी कधीही न अनुभवलेली ताकद दिली. घाव मुळावर बसला. साम्राज्यवादाचे ढोंग उघडे पडले. 'स्थानिकांना सभ्यता शिकवण्याची मोहीम' या बुरख्याखाली अनेक शतके जी लूट सुरू होती, तो बुरखा अखेर फाटला. इंग्रजांना भारतावरची किंवा त्यांनी व्यापलेल्या अन्य प्रदेशांवरची सत्ता कायम ठेवून वर नैतिक वर्चस्वाचा दावा कायम ठेवता आला नाही.[१४] स्वराज्यासाठी सत्याग्रहाच्या माध्यमातून गांधींच्या स्वदेशीने जो वार केला त्याहून अधिक खोलवर वार दुसरा शक्य नव्हता.

मात्र तरीही, स्वदेशी पूर्णपणे यशस्वी होण्यासाठी परकीय वर्चस्वाच्या भारतीय आवृत्त्या मागे ठेवून ब्रिटिशांनी भारत सोडला तरी ते पुरेसं नव्हतं. सत्याच्या प्रखर प्रकाशझोतात दक्षिण आशियाई संस्कृतीच्या गुणवैशिष्ट्यांची छाननी होणेही गरजेचे होते. एक एकसंध ओळख गरजेची होती, एक असे माध्यम ज्यामुळे सर्व भारतीय जातिपंथ विसरून एकत्र येतील; एक अशी नीती जिच्यामुळे 'उच्च' आणि 'नीच', 'आम्ही' आणि 'ते' असे सर्वव्यापी भेदभाव दूर होतील. खऱ्या स्वातंत्र्याच्या शोधाची सुरुवात प्रत्येक भारतीयाच्या आत्म्यातून सुरू होणे गरजेचे होते. त्यात मनाच्या आणि हृदयाच्या शुद्धीकरणाचा अंतर्भाव असावयास हवा होता.

विलगतावादी मनोवृत्ती आणि नष्टप्राय परंपरांना जितके जास्त चिकटून बसावे तितके सत्याला आत्म्यामध्ये प्रवेश करणे जास्त कठीण जात होते. गांधींचा परदेशी वस्त्रदहन आणि खादी वस्त्रधारण विधी हा एका उदात्त कार्यासाठी व्यक्तिगत आणि समूहगत अभिमान नाकारण्याचे एक समर्थ प्रतीक होता. प्रत्येक भारतीयाला स्वयंशुद्धीकरणाच्या यज्ञात सहभागी होण्याचे, प्रत्येक भारतीयाला सन्मानाने वागविण्याचे, सर्व अल्पसंख्याक आणि प्रवाहाबाहेरील लोकांना समान मानण्याचे आणि विनाअपवाद सर्वांना समाजाच्या मुख्य प्रवाहात सामील होण्यास पात्र समजण्याचे आवाहन केले गेले होते.

खरोखरच, सामान्य छेदक शोधण्याची आणि त्याला शत्रूचा कच्चा दुवा बनवण्याची गांधींची क्षमता दिसली ती सामान्य वस्तूंना असामान्य महत्ता प्रदान करण्याच्या त्यांच्या क्षमतेतून. वस्त्र, पेहराव, टोपी, चरखा, परदेशी वस्त्रांची होळी, दांडीयात्रा, खाजगी मीठनिर्मिती- ही सर्व सामाजिक आणि राजकीय परिवर्तनासाठी वैयक्तिक परिवर्तनाची वैशिष्ट्यपूर्ण प्रतीके बनली. या सर्व कृती आंतरराष्ट्रीय वार्ताहर आणि छायाचित्रकारांच्या समोर केल्या गेल्यामुळे, निषेधाच्या अशा नैतिकदृष्ट्या प्रतिष्ठित कृतीसमोर ब्रिटिशांची दडपशाही विचित्र दिसली असती. त्या एकट्या माणसाने इतक्या विविधता असलेल्या लोकांसह, साध्या मुद्द्यांवर आधारलेल्या वरवर निरूपद्रवी वाटणाऱ्या डावपेचाच्या साहाय्याने इतक्या मोठ्या साम्राज्याशी टक्कर घेतली. जेव्हा ते म्हणाले, 'चरख्याचा संदेश त्याच्या परिघापेक्षा कितीतरी अधिक मोठा आहे.'[१५] तेव्हा त्यांच्या समकालीनांचाही विश्वास बसला नाही. तो परीघ जग व्यापणारा असेल, अशी साधी कल्पनाही अनेकांना आली नसेल. कार्ल सॅगन याची साक्ष देतात: 'गांधींच्या अतिरेकी अहिंसक असहकाराने एक चतुर्थांश जगाला साम्राज्यवादापासून मुक्त केले. ...त्यांनी साम्राज्यवादाचा रम्य सोनेरी सजावटीचा मुखवटा ओरबाडून काढला आणि ते निव्वळ चौर्य असल्याचे दाखवून दिले. त्यांनी अन्य राष्ट्रांसाठी त्यांचे स्वातंत्र्य मिळवणे सुलभ केले.'[१६] इतिहास याची साक्ष देतो की भारत स्वतंत्र झाल्यानंतरच्या केवळ सदतीस वर्षांच्या कालखंडात, पूर्वी ब्रिटिशव्याप्त असलेल्या प्रदेशातून चव्वेचाळीस राष्ट्रे निर्माण झाली.[१७]

चर्चिल यांची क्षमा मागून, त्यांनी 'अर्धनग्न फकीर' म्हणून हेटाळणी केलेल्या माणसाबद्दल असे म्हणणे अतिशयोक्तीचे ठरणार नाही: 'मानवी संघर्षांच्या क्षेत्रात याआधी कधीच इतकी सारी माणसे एवढ्या मोठ्या प्रमाणात फक्त एका माणसाची ऋणी नव्हती.'[१८]

आजही, शोषितांच्या 'अहिंसक जागृती'[१९] मध्ये गांधींचे योगदान लक्षणीय आहे. २००५ मध्ये, आंतरराष्ट्रीय विचारगट फ्रीडम हाउसने अशा ६७ देशांचा अभ्यास केला जिथे एकाधिकारशाही ते लोकशाही असे स्थित्यंतर घडले होते. दुसऱ्या महायुद्धानंतर घडलेल्या या स्थित्यंतरांमधून दिसून आले की,

> सामान्यत: वाटते त्यापेक्षा कितीतरी जास्त वेळा, परिवर्तनाचा कारक हा व्यापक, अहिंसक नागरी प्रतिकार असतो—ज्यामध्ये एकाधिकारशहांना पदच्युत करण्यासाठी आणि त्यांना पाठिंबा मिळण्याचे स्रोत, अगदी त्यांच्या सशस्त्र रक्षकांची निष्ठादेखील, नष्ट करण्यासाठी बहिष्कार, निदर्शने, मोर्चे, संप, आणि सविनय कायदेभंग यांसारखे मार्ग अवलंबले जातात.[२०]

गांधींना जरी या निषेधाच्या राजमान्य मार्गांचं श्रेय दिलं जात नसलं, तरी त्यांच्या क्रांतीच्या प्रारूपाचे—जर व्यवस्थित पालन केलेतर—एका चांगल्या जगाच्या स्थापनेसाठी मानवतेमधील जे सर्वोत्तम आहे ते त्यायोगे नक्की बाहेर येईल.

भारतीय स्वातंत्र्याचा पाठपुरावा करणाऱ्या ज्यांनी 'मुक्तीसाठी वस्त्राचा'—हेतू आणि उद्देशांमधील सूक्ष्म आणि ढोबळ फरकांचा विचार न करता—स्वीकार केला, ते जगण्याच्या स्वदेशी मार्गाने भारले गेले आणि महात्म्याच्या नेतृत्वावर त्यांचा प्रगाढ विश्वास बसला.[२१] त्याने सत्याग्रहींसमोर एकनिष्ठेच्या तपस्येसाठी मळलेली वाट सोडून चालण्याचे आव्हान ठेवले. त्याचा अर्थ होता स्वराज्य आणि भवितव्य यांसाठी वेळ, कुटुंब आणि सामाजिक सुविधांचा त्याग करणे.

यापूर्वी कधीच काटकुळ्या कष्टकऱ्यांच्या घामेजलेल्या पाठीवरच्या चिंध्या इतक्या पवित्र प्रतिकाराने भारलेल्या नव्हत्या. यापूर्वी कधीच चरख्यावर हाताने विणलेल्या एका बारीक धाग्याने पृथ्वीवरच्या सर्वांत महान साम्राज्याच्या औद्योगिकीकरण झालेल्या वस्त्राची वीण उसवली नव्हती.

खादीचा पंचा नेसलेल्या एका लहानखुऱ्या काळ्या माणसाने हा इतिहास घडवला.

टिपा

१. तेंडुलकर, *महात्मा,* खंड २, ३२७
२. श्रीधरानी यांनी सत्याग्रहाच्या तंत्रांचे 'सैद्धान्तिक सूत्रीकरण आणि सामान्यीकरणे' असे वर्गीकरण केले आहे. *वॉर विदाऊट व्हायोलन्स,* xxix. गांधींना जगाला काय जाणवून द्यायचे होते, हे त्यांच्या पुस्तकातून स्पष्ट होते—अहिंसक सत्याची शक्ती जगाच्या पाठीवर कुठेही, कोणत्याही संघर्षात, कोणत्याही काळात उपयोगात आणता येते आणि कोणत्याही वंशाचे, संस्कृतीतले, धर्माचे, लिंगाचे आणि वयाचे लोक ती उपयोगात आणू शकतात. पहा प्रभू आणि राव, *द माइंड ऑफ महात्मा गांधी,* ४५४
३. मागील प्रकरणात सांगितलेल्या सत्याग्रहींच्या आदर्शांतील चौथ्या तत्त्वात, गांधी स्पष्टपणे सांगतात की खादी परिधान करणे आणि तयार करणे हे भारतासाठी अत्यावश्यक आहे. पहा *सीडब्ल्यूएमजी,* खंड ६९, ६९–७०.
४. डिसेंबर १९४१ मधील ऑल इंडिया स्पिनर्स असोसिएशन मधील भाषण, तथैव, खंड ७५, १७६. अस्पृश्यतेशी थेट लढा देण्यासाठी गांधींनी शोधलेल्या कच्च्या दुव्याचे आणखी एक उदाहरण. नेहरूंनी जेव्हा गांधींना विचारले की ते जातिव्यवस्थेवरच प्रहार का करत नाहीत, तेव्हा गांधींनी उत्तर

दिले: 'अस्पृश्यतेशी लढून मी तिला पूर्ण नष्ट करतोय. अस्पृश्यता नष्ट झाली, तर जातिव्यवस्थाही नष्ट होईल.' नंदा, *गांधी अ‍ॅन्ड हिज क्रिटिक्स,* २६.

५. आर. गांधी, द *गुड बोटमन,* २४१.

६. पहा जेने शार्पनी दिलेले उदाहरण: 'धारासना येथील मिठागरांवरील मोर्चे... हे गांधींनी जाणीवपूर्वक योजले होते; त्यांना माहीत होते की हे पूर्ण ताकदीनिशी दडपले जातील. त्यांना ही दडपशाही अपेक्षितच होती, ज्यायोगे ब्रिटिश शासनाची प्रतिमा बिघडेल, आणि ब्रिटिशांना कमकुवत करतानाच भारताची स्थिती भक्कम होईल. या संदर्भात जे.सी. कुमारप्पा लिहितात: ' "धारासना येथील सत्याग्रह फक्त मिठासाठी नव्हता, ते केवळ एक माध्यम होते. आम्हाला हे हवे होते की नि:शस्त्र जनतेवर सरकारने शस्त्र चालवावे... आमचे मुख्य उद्दिष्ट होते ते या शासनाच्या विषारी दातांची आणि नख्यांची कुरूपता आणि भयावहता जगाला दाखवून देणे. यात आम्ही अपेक्षेपेक्षाही जास्त यशस्वी झालो." ' जेने शार्प, *द पॉलिटिक्स ऑफ नॉनव्हायोलन्ट अ‍ॅक्शन* (बोस्टन: पोर्टर सार्जंट, १९७३), ६८७.

७. सुती आणि रेशमी वस्त्रांची निर्यात करणारा प्रमुख देश म्हणून प्राचीन भारताच्या जागतिक स्थानाचा मी संदर्भ देत आहे. याची चर्चा चौथ्या प्रकरणात आली आहे.

८. प्रभू आणि राव, द *माइंड ऑफ महात्मा गांधी,* १८२.

९. नेहरू, *डिस्कव्हरी ऑफ इंडिया,* ३९१.

१०. '[ईस्ट इंडिया] कंपनीचे सैन्य म्हणजे २००००–३०००० ब्रिटिश अधिकारी आणि तुकड्यांचा समावेश असलेली स्थानिक तैनाती फौज होती. आशियातील ती सर्वांत आधुनिक आणि कार्यक्षम फौज होती. १८५७ च्या उठावानंतर, ब्रिटिश सैनिकांची संख्या एकूण संख्याबळाच्या एक तृतीयांश इतकी वाढवण्यात आली होती आणि सगळे अधिकारी ब्रिटिश होते. १९२० च्या सुमारास हाताच्या बोटावर मोजण्याइतक्या भारतीयांची अधिकारी म्हणून नेमणूक होईपर्यंत ही स्थिती कायम होती. सामान्यपणे, लष्कराचे एकूण संख्याबळ सुमारे दोन लाख होते. मुघल भारताच्या तुलनेत ही फौज फारच छोटी होती, मात्र अधिक चांगल्या प्रकारे प्रशिक्षित आणि सुसज्ज होती, आणि रेल्वेच्या जाळ्यामुळे (जे काही अंशी लष्करी कारणांसाठीच निर्माण केले गेले होते) तिला अधिक गतिशीलता, अधिक रसद, आणि अधिक खबरी मिळत होत्या.' मॅडिसन, क्लास स्ट्रक्चर अ‍ॅन्ड इकॉनॉमिक ग्रोथ, ३८–३९.

११. कॅथरिन क्लेमंट, *गांधी फादर ऑफ ए नेशन: न्यू होरायझन्स,* अनुवाद- रुथ शर्मन (लंडन: थेम्स अ‍ॅन्ड हडसन, १९९६), १३.

१२. हा नेहरूंचा शब्दप्रयोग आहे—गांधीवादी विचारसरणी आणि ब्रिटिश साम्राज्याच्या अंताची सुरुवात यांमुळे घडलेल्या आमूलाग्र स्थित्यंतराची ही बोलकी साक्ष आहे: 'आणि गांधींचा उदय झाला. ते जणू ताज्या हवेचा झोत होते जो मुक्तपणे श्वासात भरून घ्यावा; ते अंधाराला भेदून जाणारा प्रकाशकिरण होते ज्याने आमच्या डोळ्यांवरची झापडे दूर केली; ते एक वादळ होते ज्याने अनेक गोष्टींमध्ये उलथापालथ घडवली, पण खासकरून लोकांच्या मनोव्यापारांत.' नेहरू, *डिस्कव्हरी ऑफ इंडिया,* ३९२.

१३. *हिंद स्वराज,* ६३.

१४. अगदी १९४७ मध्येही, इतिहासकार डी. डब्ल्यू. ब्रोगन यांनी ब्रिटिश साम्राज्याच्या दर्शनी निरंतरतेचे गुणगान पुढील शब्दांत केले होते: 'असे असले तरी, सर्वसामान्यपणे, जेव्हा दैवी आदेशाने इंग्रजांनी जगाच्या एखाद्या भागावर राज्य केले आहे, तेव्हा तो भाग अनेकदा पूर्ण स्वेच्छेने, देवाने ठेवले तशा स्थितीत राहिला आहे. आणि या वस्तुस्थितीचा विचार करता, मार्क ट्वेन म्हणतो ते पटण्यासारखे आहे:

इंग्रजांचा उल्लेख बायबलमध्ये आहे.' डी. जॉर्ज बॉईस यांच्या *डीकॉलनायझेशन ॲन्ड द ब्रिटिश एम्पायर,* १७७५–१९९७ (लंडन: मॅकमिलन, १९९९), २५६ मध्ये उद्धृत.

१५. मूळ अवतरण असे आहे: 'चरख्याचा संदेश त्याच्या परिघापेक्षा कितीतरी अधिक व्यापक आहे. त्याचा संदेश साधेपणाचा, मानवतेच्या सेवेचा, इतरांना हानी न पोचवता जगण्याचा आहे, श्रीमंत आणि गरीब, भांडवलदार आणि कामगार, राव आणि रंक यांच्यात एक अतूट बंध निर्माण करण्याचा आहे. हा व्यापक संदेश साहजिकच सर्वांसाठी आहे.' *सीडब्ल्यूएमजी,* खंड २८, १८८.

१६. कार्ल सेगन, *वर्ल्ड विदाऊट व्हायोलन्स* मधील 'मेल्टिंग द हार्ट ऑफ स्टोन', संपा. अरुण गांधी, (नवी दिल्ली: न्यू एज इंटरनेशनल, १९९४), ५९.

१७. भारतीय स्वातंत्र्यापूर्वीच्या व ब्रिटिश साम्राज्याच्या उदयादरम्यानच्या ३६० वर्षांत केवळ ११ नवीन राष्ट्रे निर्माण झाली. याच्या तुलनेत, १९४७ नंतर ४४ नवीन राष्ट्रांची निर्मिती झाली यावरून त्याचा विलक्षण वेग स्पष्ट होतो. पहा परिशिष्ट V, 'इंडिपेन्डन्स फ्रॉम द 'ब्रिटिश एम्पायर' बिफोर ॲन्ड आफ्टर गांधी'. पहा बॉईस, *डीकॉलनायझेशन ॲन्ड द ब्रिटिश एम्पायर,* ७०–१०७.

१८. ब्रिटनच्या लढ्याच्या महत्त्वाच्या काळात, विन्स्टन चर्चिल २० ऑगस्ट १९४० रोजी हाउस ऑफ कॉमन्समधील भाषणात म्हणाले: 'मानवी संघर्षांच्या क्षेत्रात याआधी कधीच इतके सारे लोक एवढ्या मोठ्या प्रमाणात इतक्या थोड्यांची ऋणी नव्हते.' पहा द चर्चिल सेंटर ॲन्ड म्युझियम, लंडन. http://www.winstonchurchill.org/learn/speeches/speeches-ofwinston-churchill/1940-finest-hour/113-the-few वर उपलब्ध. (१८ फेब्रुवारी २०११ रोजी तपासले)

१९. हे विधान पेग, 'गांधीज कॉन्ट्रिब्युशन टु ग्लोबल नॉनव्हायोलन्ट अवेकनिंग' मधून घेण्यात आले आहे.

२०. ॲड्रियन कारात्निकी आणि पीटर एकरमन, *हाऊ फ्रीडम इज वन: फ्रॉम सिव्हिक डिसओबिडिअन्स टु ड्युरेबल डेमोक्रसी* (फ्रीडम हाउस, २००५), ४. http://www.freedomhouse.org/uploads/special_report/29.pdf वर उपलब्ध. (२४ सप्टेंबर २००७ रोजी तपासले)

२१. लीडरशिप गुरू आणि हार्वर्ड बिझनेस स्कूलचे डीन नितीन नोहरिया म्हणतात की, गांधींच्या सर्जक नेतृत्वात कधीही तोचतोचपणा नव्हता: 'चरख्याशी बसून स्वत:चे कपडे स्वत: विणणे, हे ग्रेट ब्रिटनपासून भारताला औद्योगिक स्वातंत्र्य मिळण्याच्या शक्यतेचे त्यांनी तयार केलेले प्रतीक होते. त्यांनी लाखो लोकांना गतिशील बनवले. नेत्यांकडे नेहमी आईनस्टाईनसारखी असेलच असे नाही, पण ते त्यांची कल्पकता वापरून इतरांना कार्यप्रवण करतात.' डेबोरा ब्लाग आणि सुझान यंग, व्हॉट मेक्स ए गुड लीडर, *हार्वर्ड बिझनेस स्कूल बुलेटिन ऑनलाईन,* फेब्रुवारी २००१. http://www.alumni.hbs.edu/bulletin/2001/february/leader.html वर उपलब्ध. (१० मे २०१० रोजी तपासले).

छायाचित्रे आणि प्रतिमा

छायाचित्र क्र. १
मोहनदास, वयाच्या सातव्या वर्षी, १८७६
© विठ्ठलभाई झवेरी/दिनोदिया

छायाचित्र क्र. २
बंधू लक्ष्मीदास यांच्यासोबत, १८८६
© विठ्ठलभाई झवेरी/दिनोदिया

छायाचित्र क्र. ३
लंडनमध्ये कायद्याचे विद्यार्थी असताना, १८९०
© विठ्ठलभाई झवेरी/दिनोदिया

छायाचित्र क्र. ४
दक्षिण आफ्रिकेत वकील असताना, १८९५
© विठ्ठलभाई झवेरी/दिनोदिया

छायाचित्र क्र. ५
जोहान्सबर्ग येथून लंडन
भेटीसाठी निघताना, १९०६
© विठ्ठलभाई झवेरी/दिनोदिया

छायाचित्र क्र. ६
दक्षिण आफ्रिकेतील पहिल्या सत्याग्रह
चळवळीच्या काळात, कस्तुरबांसोबत १९१३
© विठ्ठलभाई झवेरी/दिनोदिया

छायाचित्र क्र. ७
काठेवाडी पगडीत, १९१५
© विठ्ठलभाई झवेरी/दिनोदिया

छायाचित्र क्र. ८
'गांधी टोपी' असे नाव मिळालेली टोपी घालून.
अहमदाबाद, १९२०
© विठ्ठलभाई झवेरी/दिनोदिया

छायाचित्र क्र. ९
साबरमती आश्रम, अहमदाबाद येथे 'लंगोट' नेसून सूतकताई करताना, १९२५
© विठ्ठलभाई झवेरी/दिनोदिया

छायाचित्र क्र. १०
दक्षिण आफ्रिकेत कस्तुरबा गांधी त्यांच्या मुलांसोबत, १९००
© विठ्ठलभाई झवेरी/दिनोदिया

छायाचित्र क्र. ११

मोतीलाल नेहरूंसोबत पुत्र जवाहरलाल, इंग्लंडहून परत आल्यानंतर, १९१२

© एनएमएमएल

छायाचित्र क्र. १२
गांधींच्या संपर्कात आल्यानंतर, मोतीलाल नेहरू (१९२४) आणि जवाहरलाल नेहरू (१९२७)
© एनएमएमएल

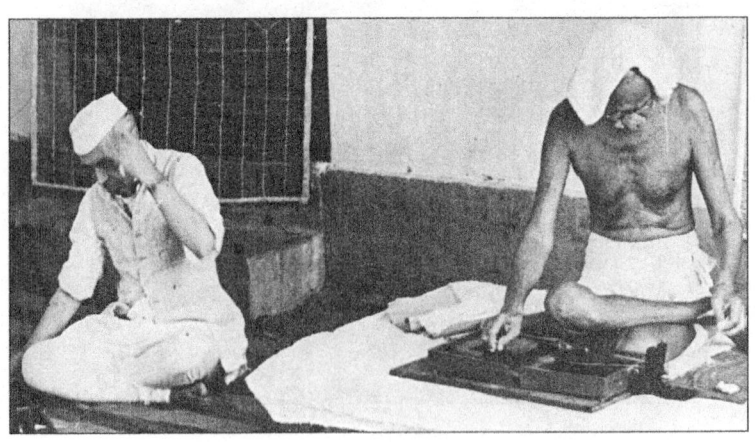

छायाचित्र क्र. १३
नवी दिल्लीच्या हरिजन वसाहतीमध्ये नेहरू आणि गांधी, १९४६
© एनएमएमएल

छायाचित्र क्र. १४
बॉम्बेमध्ये गांधी आणि जिना, १९४४
© *विठ्ठलभाई झवेरी/दिनोदिया*

छायाचित्र क्र. १५
एका खादी प्रदर्शनात गांधी, १९२६
© *एनएमएमएल*

छायाचित्र क्र. १६
गांधींचे दर्शन घेण्यासाठी एका रेल्वेस्थानकावर झालेली गर्दी, १९४४
© विठ्ठलभाई झवेरी/दिनोदिया

गांधी सतत प्रवास करीत असत. भारताचा कानाकोपरा त्यांनी प्रवास करून पिंजून काढला होता. याचे स्पष्टीकरण देताना ते सांगत: 'जनसमूहाला मला भेटावंसं वाटतं अशी माझी धारणा आहे, म्हणून मी प्रवास करतो. मला निश्चितच त्यांना भेटावेसे वाटते. मी काही मोजक्या शब्दांत त्यांना माझा साधासा संदेश देतो आणि त्यामुळे ते आणि मी अशा दोहोंचे समाधान होते. जनसमूहाच्या मनात तो हळूहळू पण खात्रीने रुजतो'१. १९२९ पूर्वी गांधींनी जे दौरे केले त्यामध्ये त्यांनी-खादी, हिंदू-मुस्लीम एकता आणि अस्पृश्यतेचे निराकरण— या विधायक कार्यक्रमाचा पुरस्कार केला. १९२९ नंतर त्यांनी प्रत्यक्ष राजकीय कृतीसाठी लोकांची तयारी केली.२ अशा प्रकारे जनसमूहाशी संपर्क निर्माण करण्याचे परिणाम मिठाच्या सत्याग्रहातील आणि भारत छोडो आंदोलनातील प्रचंड समुदायाच्या सहभागातून दिसून आले.

१. चंद्रा, इंडियाज स्ट्रगल फॉर इन्डिपेन्डन्स, २६५.
२. पहा, तथैव.

छायाचित्र क्र. १७
बेळगावच्या परिषदेत भाषण करताना गांधी, १९२४
© विठ्ठलभाई झवेरी/ दिनोदिया

छायाचित्र क्र. १८
गांधींनी विणलेले सूत, दिल्ली येथील गांधी मेमोरियल येथे प्रदर्शनार्थ मांडले आहे.
छायाचित्र: लेखक

छायाचित्र क्र. १९

खादीचे मोझेक: सहभागी जनसमुदाय गांधींच्या सभोवती, गणदेवी, सुरत, १९२५

© एनएमएमएल

छायाचित्र क्र. २०

सत्याग्रह चळवळीदरम्यान बॉम्बे येथे निघालेला महिला मोर्चा, १९४०

© विठ्ठलभाई झवेरी/दिनोदिया

छायाचित्र क्र. २१
भारत छोडो चळवळीत आंदोलन करताना तीन महिला
© विठ्ठलभाई झवेरी/दिनोदिया

छायाचित्र क्र. २२
बॉम्बे टाऊन हॉल समोर दारूच्या विरोधात धरणे आंदोलन करणाऱ्या महिला, १९२५.
मराठीत लिहिलेल्या फलकावर, 'दारू मनुष्याला पशू बनविते' असे लिहिले आहे.
© विठ्ठलभाई झवेरी/दिनोदिया

छायाचित्र क्र. २३

मनप्पराई रेल्वे स्थानकावर सूतकताईच्या कौशल्याचे प्रदर्शन करणाऱ्या महिला, १९४६

सौजन्य: गांधी संग्रहालय, मदुराई

छायाचित्र क्र. २४

आझाद मैदान, बॉम्बे येथे भारत छोडो चळवळीतील आंदोलकांना मारहाण करणारे ब्रिटिश पोलीस, १९४२

© विठ्ठलभाई झवेरी/दिनोदिया

छायाचित्र क्र. २५
सत्याग्रहादरम्यान ब्रिटिशांच्या वस्तूंवरील बहिष्काराचा प्रसार करणारे स्वयंसेवक, १९३०
© विठ्ठलभाई झवेरी/दिनोदिया

छायाचित्र क्र. २६
गांधींनी उपोषण थांबवावे अशी आर्जवे करणारे विद्यार्थी, १९४२
© विठ्ठलभाई झवेरी/दिनोदिया

छायाचित्र क्र. २७

साबरमती आश्रमात प्रदर्शित केलेले एक छायाचित्र. त्याखालील मथळ्यात असे म्हटले आहे:
'लंगोटाशिवाय इतर कोणता वेश केल्यास ते राजेसाहेबांसाठी अपमानकारक ठरेल असे विधान
महात्मा गांधींनी केले होते. त्या अनुषंगाने, गांधी ज्या वेशात जाणार नाहीत त्या वेशात
अमेरिकन कॅमेऱ्याच्या करामतीने केलेले त्यांचे चित्रण. यू.पी.एस.' १९३१

छायाचित्र: लेखक

Yes, the bomb has given us a new image. But, do we like it?

छायाचित्र क्र. २८

'होय, बॉम्बमुळे आपली एक नवीन प्रतिमा बनली आहे. पण आपल्याला ती आवडते आहे का?'
भारताने पोखरण येथे केलेल्या अणुबॉम्ब चाचणीस विरोध करणाऱ्या मोहिमेत, भारताकडे असलेल्या
अहिंसेच्या मूळ पर्यायावर भर देण्यासाठी उपरोधाचा वापर केला गेला.
छायाचित्र: या प्रतिमेचा मूळ स्रोत अज्ञात आहे. हे छायाचित्र लेखकांनी
एका रस्त्यावरील फलकावरून घेतले आहे.

छायाचित्र क्र. २९
गोपाळकृष्ण गोखले
(१८६६-१९१५)

छायाचित्र क्र. ३०
बाळ गंगाधर टिळक
(१८५६-१९२०)

छायाचित्र क्र. ३१
रवींद्रनाथ टागोर
(१८६१-१९४१)

छायाचित्र क्र. ३२
मोहम्मद अली जीना
(१८७६-१९४८)

छायाचित्र क्र. ३३
डॉ. भीमराव रामजी आंबेडकर
(१८९१-१९५६)

छायाचित्र क्र. ३४
वि. दा. सावरकर
(१८८३-१९६६)

२९ ते ३४ क्रमांकाच्या प्रतिमा सार्वजनिक अधिकारक्षेत्राखाली येतात (भारतीय स्वामित्व अधिकार कायदा १९५७).

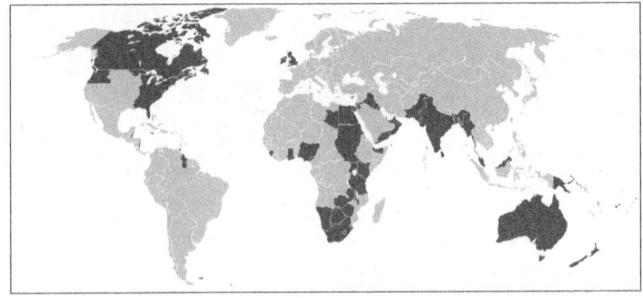

छायाचित्र क्र. ३५
१९२१ मध्ये परमोत्कर्षाला पोहोचलेले ब्रिटिश साम्राज्य,
प्रतिमा क्रिएटिव्ह कॉमन्स यांच्याकडून (सीसी बीवाय-एसए २.५)

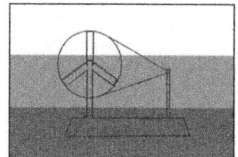

१९२१: हा *स्वदेशी* ध्वज होता, जो असहकार चळवळीदरम्यान मोठ्या प्रमाणात वापरला गेला. याची रचना पिंगळी वैंकेय्या यांनी केली होती आणि त्यामध्ये गांधींनी काही बदल सुचवले होते. पांढरा आणि हिरवा (मध्यभागी असलेला) हे दोन रंग अल्पसंख्याक धर्मांच्या लोकांचे प्रतीक आहेत. त्यांना सांभाळण्याचे काम हिंदू बहुसंख्याकांनी करायचे होते. त्या हिंदू बहुसंख्याकांचे प्रतीक म्हणून लाल रंगाचा समावेश केला आहे (तळाच्या बाजूस). *चरख्या* चे चिन्ह भारताची स्वतंत्र राहण्याची क्षमता सूचित करते.

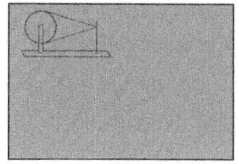

एप्रिल १९३१: केशरी रंगाचा हा ध्वज अखिल भारतीय काँग्रेस समितीच्या कराची येथील सत्रादरम्यान सुचविण्यात आला होता. *स्वदेशी* ध्वजामधील तीन रंगांमुळे जे वादंग निर्माण झाले त्याचा परिणाम म्हणून हा ध्वज तयार केला गेला. यामध्ये सामूहिक अन्वयार्थ लावण्यावर भर देण्यात आला होता. या ध्वजास मंजुरी मिळाली नाही. त्याउलट, भारताचे राष्ट्रीय प्रतीक म्हणून तिरंगी ध्वज स्वीकारण्याचा महत्त्वाचा ठराव पारित केला गेला.

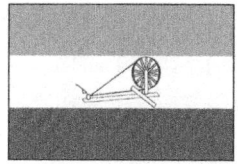

६ ऑगस्ट, १९३१ रोजी भारतीय राष्ट्रीय काँग्रेसने औपचारिकपणे हा तिरंगी ध्वज स्वीकारला, ज्यामध्ये गडद केशरी (सर्वांत वरच्या बाजूस), पांढरा आणि हिरवा रंग व मध्यभागी निळ्या *चरख्या* चा समावेश आहे. ३१ ऑगस्ट, १९३१ रोजी हा ध्वज सर्वप्रथम फडकविण्यात आला.

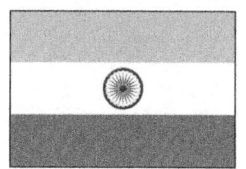

भारताच्या स्वातंत्र्यदिनी म्हणजे १५ ऑगस्ट, १९४७ रोजी भारताचा अधिकृत राष्ट्रीय ध्वज फडकवला गेला. त्यामध्ये चरख्याची जागा अशोकचक्राने घेतली होती. भारताचा ध्वजविषयक संकेत असे सांगतो की सदर ध्वज 'हातमागावर सूत कातून हातमागावर विणलेली लोकर/ सूत/रेशमाच्या खादीच्या कापडापासून बनवलेला असावा'

छायाचित्र क्र. ३६
भारताच्या राष्ट्रीय ध्वजाचा झालेला विकास

परिशिष्ट

परिशिष्ट क्रमांक १: बादशहा जहांगीर याने राजा जेम्स पहिला याला पाठवलेले पत्र (१६१७)

या पत्रातील वादग्रस्त परिच्छेद असा आहे:

आपणांस राजदरबाराविषयी वाटणाऱ्या प्रेमाच्या हमीखातर, इंग्लिश राष्ट्रातील सर्व व्यापाऱ्यांना आमचे स्नेही समजून त्यांचे स्वागत करावे असा सर्वसाधारण आदेश आम्ही आमच्या अमलाखाली असलेल्या सर्व राज्यांना आणि बंदरांना दिलेला आहे; तसेच ते जिथे कुठे राहणे पसंत करतील तिथे त्यांना कुठल्याही निर्बंधाशिवाय राहण्याची मुभा असावी; आणि ज्या बंदरावर त्यांचे आगमन होईल तिथे पोर्तुगीज किंवा अन्य कोणीच त्यांच्या शांततेचा भंग करण्याची हिंमत करणार नाही; आणि ज्या शहरात त्यांचे वास्तव्य असेल तिथे त्यांना स्वतःच्या मर्जीने खरेदी, विक्री आणि स्वतःच्या देशात वस्तू पाठविण्याचे स्वातंत्र्य द्यावे, ज्यासाठी त्यांना कोणालाही उत्तर द्यावे लागणार नाही, असे आदेश मी माझे सर्व कारभारी आणि सरदारांना दिलेले आहेत. आपल्या उभयतांमधील प्रेम आणि मैत्री यांची पुष्टी करण्यासाठी, आपण आपल्या व्यापाऱ्यांना त्यांच्या जहाजांमधून आमच्या राजमहालास शोभतील अशा हरत-ऱ्हेच्या दुर्मीळ आणि उंची वस्तू आणण्याचे आदेश द्यावेत अशी आमची इच्छा आहे; आणि आपण संधी मिळेल तेव्हा प्रत्येक वेळेस आपली शाही पत्रे आनंदाने आम्हास पाठवावीत, जेणेकरून आपले आरोग्य आणि भरभराटीविषयी जाणून आम्हांस आनंद होईल; त्यामुळे आपल्यात मैत्रीची देवाणघेवाण होईल आणि ही मैत्री चिरंतन टिकेल.[१]

परिशिष्ट क्रमांक २: आर्थिक नुकसान

भारत आणि भारतातील लोकांचे जे आर्थिक नुकसान झाले त्याच्या तपशिलांमध्ये शिरणे या पुस्तकाच्या आवाक्याबाहेरचे काम आहे. ब्रिटिशांच्या शासनव्यवस्थेची लुटारू वृत्ती दाखविणारी काही उदाहरणे पुढे दिलेली आहेत.

१. नबेंदु सेन यांच्या संशोधनातून[२] दिसून येते की १८६० आणि १९१४ मध्ये व्यापक प्रमाणात झालेल्या दुष्काळांमध्ये ब्रिटिश सत्तेने भारतीयांप्रति कोणताही दयाळूपणा दाखवला नाही. महसुलांमध्ये झालेली घट ही सहसा युद्धकाळात किंवा दुष्काळी वर्षांमध्ये झाली असली तरी, 'आम्हाला अशी घट फक्त एक वर्ष (१९०८–०८), आभासी समतोलाची दोन वर्षे आणि बाकीच्या सर्व वर्षांमध्ये मोठ्या प्रमाणात

आधिक्य असल्याचे आढळले'.[३] 'भारताचा आर्थिक विकास' (पहा तक्ता क्रमांक २.१: २५३ आणि २.२: २५४) यामध्ये दिलेली महसुलाची मोठी आकडेवारी पाहता इथे चर्चेत असलेल्या चाळीस वर्षांच्या काळास सोळा दुष्काळांच्या मालिकेमुळे खीळ बसली होती या गोष्टीवर एखाद्याचा क्वचितच विश्वास बसेल (तक्ता क्रमांक २.६: २५७).

तक्ता क्रमांक २.१

वर्ष	१८७१–७२	१८८१–८२	१८९१–९२	१९०१–०२	१९११–१२
एकूण कर महसूल कोटी ₹ मध्ये	३४.७	४२.२	४९.२	६०.०	६८.५

२. वसूल झालेला महसूल खर्च करण्याची सरकारची पद्धत पाहून, भारतीय लोकांच्या दैन्यावस्थेबाबत सरकारकडे असलेली उदासीनता दिसू शकते. सेन यांनी ज्या काळाचा अभ्यास केला त्याच काळात संरक्षणासाठी मोठ्या प्रमाणात आणि शैक्षणिक व वैद्यकीय सेवांसाठी नगण्य प्रमाणात केलेल्या खर्चातील सातत्य दिसून येते. उदाहरणार्थ, १९१२ मध्ये संरक्षणासाठी केलेला खर्च एकूण खर्चाच्या २९.३ टक्के इतका होता, तर शैक्षणिक खर्च ३ टक्के आणि वैद्यकीय व स्वच्छता व्यवस्थेचा खर्च १.७ टक्के इतका होता. याउलट आपण जर शेतकऱ्यांची मजुरी पाहिली तर शासनाची उदासीनता भयंकर असल्याचे दिसते. मोनी मुखर्जी यांनी केलेले संशोधन[४] ज्यामध्ये त्यांनी शरीराने धडधाकट असलेल्या शेतमजुरांच्या जिल्हानिहाय वार्षिक मजुरीच्या सरासरीचा अभ्यास केला त्यामध्ये १८७३ च्या दरानुसार १८७३ ते १९०० या काळाचा विचार केला होता. त्या अभ्यासात मजुरीतील खुंटलेपण उघड होते: १८७३ मध्ये मजुरांना ₹३६ आणि आठ वर्षांनंतर ₹३४ इतकी मजुरी दिली जात होती. याच काळात मजुरीच्या दरात झालेले चढउतार १८८१ व १८८२ मधील सर्वाधिक ₹४३ आणि १८७८ मधील सर्वांत कमी ₹२७ इतक्या मजुरीची नोंद करतात.[५] अखिल भारतीय दरडोई उत्पन्न जे १८७५ पासून १९२१ ₹३२ च्या सरासरीवर थांबून राहिले त्याच्याशी ही आकडेवारी सुसंगत ठरते (तक्ता क्रमांक २.४: २५६).[६]

३. १८५७ मध्ये भारतात उठाव झाल्यानंतर ब्रिटिश सैन्यतुकडीचे भारतीय सैन्यतुकडीशी असलेले प्रमाण दुप्पट झाले. म्हणजे १८५६ मध्ये ते १:५ इतके होते, जे १८६० ते १९१४ या काळात १:२ असे स्थिर राहिले. यामुळे संरक्षण खर्चामध्ये प्रचंड वाढ झाली. भारतात तैनात केलेल्या ब्रिटिश सैन्य तुकड्या (१८६० च्या सैन्य एकत्रीकरण योजनेमुळे) ब्रिटिश सैन्याचा एक भाग बनल्या आणि त्यांना ब्रिटनमधील ब्रिटिश सैन्य तुकड्यांना मिळणारे वेतनविषयक सर्व लाभ प्राप्त झाले. त्याउलट, भारतीय सैनिक

तक्ता क्रमांक २.२ शासनाचा महसूल (कोटी ₹ मध्ये)[७]

वर्ष	कर महसूल							करेतर महसूल		
	एकूण	निवडक शीर्षकं						एकूण	त्यापैकी अफूचे	
		जमीन महसूल	जकात	अबकारी	मीठ	उत्पन्न कर	प्रादेशिक दर		ढोबळ	निव्वळ
(१)	(२)	(३)	(४)	(५)	(६)	(७)	(८)	(९)	(१०)	(११)
१८७१–७२	३४.७	२०.५	२.६	२.४	६.०	०.८	–	१३.२	९.२	७.६
१८८१–८२	४२.२	२१.९	२.४	३.४	७.४	०.५	२.९	१९.६	९.८	७.८
१८९१–९२	४९.२	२४.०	१.७	५.१	८.६	१.६	३.५	१६.४	८.०	६.१
१९०१–०२	६०.०	२७.४	५.७	६.१	८.९	२.०	४.१	२०.८	७.२	४.८
१९११–१२	६८.५	३१.१	९.७	११.४	५.१	२.५	०.८	३०.९	८.८	७.८

टीप: स्तंभ क्रमांक ३ मध्ये कोष्टकात दिलेली आकडेवारी म्हणजे स्तंभ क्रमांक २ मधील आकड्यांचे टक्केवारीतील प्रमाण आहे.

तितके भाग्यवंत नव्हते. फ्रेड अॅटकिन्सन यांनी जमवलेल्या अधिकृत माहितीत दिसून येते की युरोपियन सैनिकाचे सरासरी मासिक वेतन १८७५ मध्ये ₹२४ इतके होते, तर भारतीय सैनिकाचे वेतन ₹६.६ होते. वीस वर्षांनंतर या संख्या अनुक्रमे ₹३१ आणि ₹७.६ अशा बदलल्या (तक्ता क्रमांक २.५: २५०).[८] मात्र दुःखद बाब अशी की या सैनिकांचे वेतन भारतात प्राप्त झालेल्या महसुलातून दिले जात होते, कारण ब्रिटिशकालीन भारतास ब्रिटिश युद्ध कचेरीस (इंग्लंडमधील) ब्रिटिश सैन्य तुकड्यांची भरती व प्रशिक्षणाचा खर्च तसेच साम्राज्यविस्तारासाठी अफगाणिस्तानात, ब्रह्मदेश आणि इजिप्तमध्ये केल्या जाणाऱ्या मोहिमांचा खर्च द्यावा लागत होता.

तक्ता क्रमांक २.३ शरीराने धडधाकट असलेल्या शेतमजुरांच्या जिल्हानिहाय वार्षिक मजुरीची सरासरी, स्थिर (१८७३) दरानुसार, १८७३–१९००[९]

वर्ष	*मजुरी*	*वर्ष*	*मजुरी*
१८७३	३६	१८८७	४०
१८७४	३३	१८८८	३८
१८७५	३७	१८८९	३८
१८७६	४०	१८९०	३८
१८७७	३०	१८९१	३६
१८७८	२७	१८९२	३२
१८७९	३३	१८९३	३३
१८८०	३८	१८९४	३६
१८८१	४३	१८९५	३५
१८८२	४३	१८९६	३७
१८८३	४३	१८९७	३१
१८८४	३९	१८९८	४२
१८८५	४०	१८९९	३७
१८८६	४१	१९००	३४

स्रोत: मोनी मुखर्जी, पृ. क्र. ८९.

टीप [इरफान हबीब यांनी दिलेली]: हा तक्ता ज्यावर आधारित आहे त्या *प्राइसेस अँड वेजेस* शृंखलेमध्ये अनेक कच्चे दुवे आहेत. पण आधीच्या काळातील चुकीच्या वेतन दरपत्रकांशी त्यांचा संबंध जोडणे चुकीचे आहे, जे मोनी मुखर्जी यांनी पृ. क्र. ९१ वर दिलेले आहे.

तक्ता क्रमांक २.४ दरडोई उत्पन्न: ॲटकिन्सन आणि शिवसुब्रमण्यन, संलग्न श्रेणी (₹ मध्ये, १८७५ च्या किमतींनुसार)[१०]

वर्ष	₹	वर्ष	₹
१८७५	३०.५	१९१०–११	३४.९
१८९५	३१.७	१९१५–१६	३४.६
१९००–०१	३०.१	१९२०–२१	३१.४
१९०५–०६	३२.०		

टीप [इरफान हबीब यांनी दिलेली]: मोनी मुखर्जी यांच्या दर निर्देशांकानुसार १९००–९१ पर्यंतच्या दरडोई आकडेवारीमध्ये घट झाली आहे; शिवसुब्रमण्यन यांनी चालू दराचे स्थिर दरामध्ये केलेल्या रूपांतरानुसार या आकडेवारीमध्ये १९०५–०६ पासून पुढे घट झाली आहे.

तक्ता क्रमांक २.५ युरोपियन आणि भारतीय सैनिकांचे १८७५ आणि १८९५ मधील वेतन[११]

	युरोपियन सैनिक			*भारतीय सैनिक*		
	संख्या	*प्रति महिना सरासरी वेतन*	*प्रतिवर्षीचे एकूण वेतन*	*संख्या*	*प्रति महिना सरासरी वेतन*	*प्रतिवर्षीचे एकूण वेतन*
१८७५	६४,५००	₹२४	₹१८,५७६,०००	१३४,०००	₹६.६	₹१०,६१२,८००
१८९५	६६,५००	₹३१	₹२४,७३८,०००	१४१,०००	₹७.६	₹१२,८५९,२००
	प्रति व्यक्ती सरासरी मिळकत वृद्धी: २९ टक्के			प्रति व्यक्ती सरासरी मिळकत वृद्धी: १५ टक्के		

गांधींनी औपचारिकपणे राजकारणात प्रवेश करण्यापूर्वी जो भारत दौरा केला त्यानंतर त्यांनी पुढील जाहीर वक्तव्य केले: 'भारत हा दुष्काळी प्रदेश आहे. इथल्या स्त्री-पुरुषांनी दगड फोडावेत हे उत्तम किंवा (त्यांनी) विणकराचे काम करावे? ओरिसामध्ये दीर्घकाळापासून असलेल्या दुष्काळाच्या स्थितीमुळे तेथील लोकांवर भीक मागण्याची वेळ आली आहे. आता त्यांना काम करायला लावणे हीदेखील सर्वांत अवघड गोष्ट आहे. ते हळूहळू नष्ट होत आहेत. त्यांच्यासाठी हातमागाचे पुनरुज्जीवन ही एकमेव आशा आहे.'[१२]

तक्ता क्रमांक २.६ मध्ये ब्रिटिशकालीन भारतातील मोठ्या दुष्काळांच्या विषण्ण करणाऱ्या नोंदी दिलेल्या आहेत.

तक्ता क्रमांक २.६ मोठे दुष्काळ, १८५८–१९१४[१३]

वर्ष	*दुष्काळग्रस्त प्रदेश*	*जीवितहानी (मृत्यूमुखी पडलेल्यांची अंदाजे संख्या)*	*शेरे*
१८६०	उत्तर-पश्चिम प्रांत (एनडब्ल्यू पी; नंतर उत्तर प्रदेश) आणि दक्षिण-पूर्व पंजाब (हरियाणा)	२००,०००	
१८६५–१८६६	ओरिसा आणि लगतचे प्रदेश	१,३००,०००	
१८६६	बिहार आणि बंगाल	१३५,०००	
१८६६–१८६७	मद्रास प्रांत	४५०,०००	
१८६८–१८६९	अजमेर-मेरवाडा पश्चिम राजपुताना राज्ये	१०५,००० उपलब्ध नाही	मारवाड आणि बिकानेरमध्ये फार मोठ्या प्रमाणात जीवितहानी झाल्याची नोंद केली गेली.
१८६८–१८६९	उत्तर-पश्चिम प्रांत	६००,०००	
१८६९–१८७०	पंजाब मध्यवर्ती प्रांत बॉम्बे प्रांत	६००,००० २५०,००० उपलब्ध नाही	
१८७६–१८७८	मद्रास प्रांत बॉम्बे दख्खन म्हैसूर आणि हैद्राबाद राज्ये	३,५००,००० ८००,००० उपलब्ध नाही	
१८७७-१८७८	उत्तर पश्चिम प्रांत पंजाब आणि काश्मीर	१,२५०,००० उपलब्ध नाही	
१८८८–८९	गंजम ओरिसातील मांडलिक राज्ये उत्तर बिहार	१५०,००० उपलब्ध नाही उपलब्ध नाही	प्रचंड जीवितहानी कमी जीवितहानी
१८९०–९२	मद्रास प्रांत	४५,०००	
१८९६–९७	उत्तर-पश्चिम प्रांत, दख्खन (बॉम्बे व मद्रास), केंद्रीय प्रांत, पंजाब, बर्मा	४,५००,०००	

(तक्ता २.६ पुढे चालू...)

(तक्ता २.६ पुढे चालू...)

वर्ष	*दुष्काळग्रस्त प्रदेश*	*जीवितहानी (मृत्यूमुखी पडलेल्यांची अंदाजे संख्या)*	*शेरे*
१८९८	उत्तर-पश्चिम प्रांत, दख्खन (बॉम्बे व मद्रास), केंद्रीय प्रांत, पंजाब, बर्मा	६५०,०००	अनुकूल हंगाम, पण भूकबळी चालू राहिले.
१८९९–१९००	केंद्रीय प्रांत विदर्भ बॉम्बे प्रांत पंजाब अजमेर-मेरवाडा आणि राजपुताना	१८८,००० १२६,००० ७४५,००० १२६,००० उपलब्ध नाही	दुष्काळामुळे झालेली एकूण जीवितहानी अंदाजे १.२५ दशलक्ष होती.
१९०५–०६	बॉम्बे-दख्खन बुंदेलखंडातील जिल्हे (उत्तर पश्चिम प्रांत)	२३५,०६२ उपलब्ध नाही	प्रचंड जीवितहानी
१९०७–०८	उत्तर प्रदेश (जुने एनडब्ल्यूपी)	उपलब्ध नाही	कमी जीवितहानी

तक्ता क्रमांक २.७ १९२१ मधील मजुरांचे व्यवसायनिहाय वर्गीकरण[१४]

प्राथमिक क्षेत्र	शेतकरी, शेतमजूर, पशुधन, वनीकरण, वृक्षारोपण इत्यादींचा समावेश असलेले क्षेत्र	७६.००%
दुय्यम क्षेत्र	खाणकाम, दगडाचे खाणकाम, बांधकाम, गृहोपयोगी वस्तू आणि इतर उद्देशांनी केल्या जाणाऱ्या उत्पादनाचा समावेश असलेले क्षेत्र	१०.५०%
तृतीय क्षेत्र	व्यापार, वाणिज्य, वाहतूक, इतर सेवा उद्योगांचा समावेश असलेले क्षेत्र	१३.५०%

परिशिष्ट क्रमांक ३: भारताची समुदायनिहाय लोकसंख्या, १९४०[१५]

तक्ता क्रमांक ३.१

समुदाय	*ब्रिटिशकालीन भारत*	*भारतीय राज्ये आणि एजन्सीज/प्रतिनिधी संस्था*	*एकूण*
१. हिंदू	१५०,८९०,१४६	५५,२२७,१८०	२०६,११७,३२६
२. मुस्लीम	७९,३९८,५०३	१२,६५९५९३	९२,०५८,०९६
३. अनुसूचित जाती*	३९,९२०,८०७	८,८९२,३७३	४८,८१३,१८०
४. अनुसूचित जमाती/ आदिवासी	१६,७१३,२५६	८,७२८,२३३	२५,४४१,४८९
५. शीख	४,१६५,०९७	१,५२६,३५०	५,६९१,४४७
६. ख्रिश्चन			
(i) भारतीय ख्रिश्चन	१,६५५,९८२	१,४१३,८०८	३,०६९,७९०
(ii) अँग्लो इंडियन्स	११३,९३६	२६,४८६	१४०,४२२
(iii) अन्य	७५,७५१	७,७०८	८३,४५९
७. जैन	५७८,३७२	८७०,९१४	१,४४९,२८६
८. बौद्ध	१६७,४१३	६४,५९०	२३२,००३
९. पारशी	१०१,९६८	१२,९२२	११४,८९०
१०. ज्यू	१९,३२७	३,१५३	२२,४८०
११. अन्य	३७१,४०३	३८,४७४	४०९,८७७
एकूण	२९४,१७१,९६१	८९,४७१,७८४	३८३,६४३,७४५

टीप: * भारत शासन अधिनियम, १९३५ या कायद्यान्वये अस्पृश्यांना देण्यात आलेले हे संवैधानिक नाव आहे.

परिशिष्ट क्रमांक ४: गांधींच्या अटकेच्या व तुरुंगवासाच्या घटना (१९०८–४८)[१६]

तक्ता क्रमांक ४.१

दक्षिण आफ्रिकेत					
क्रमांक	*दिनांक*	*स्थळ*	*कारण*	*भाष्य*	*सुटका*
१.	१९०८, १० जानेवारी	ट्रान्सवाल	एशियाटिक रजिस्ट्रेशन ॲक्ट नुसार नोंद करण्यात किंवा ट्रान्सवाल सोडून जाण्यात अपयश आल्याने	दोन महिन्यांची साधी कैद	
	१९०८, ३० जानेवारी	प्रिटोरियाला नेण्यात आले	जनरल स्मट्स यांच्या भेटीसाठी	भारतीयांनी स्वेच्छेने नोंद केल्यानंतर सदर कायदा रद्द केला जाईल असे आश्वासन स्मट्स यांनी गांधींना दिले. गांधींनी ते मान्य केले. स्मट्स यांनी त्यांचा शब्द पाळला नाही.	३० जानेवारी (त्याचदिवशी)
२.	१९०८, ७ ऑक्टोबर	व्होल्क्सरस्ट	ट्रान्सवालमध्ये नोंदणी प्रमाणपत्राशिवाय प्रवेश केल्याबद्दल (शासनाने यासंदर्भातील समझोता मान्य करायचे नाकारल्यानंतर गांधींनी ते प्रमाणपत्र जाळून टाकले); त्यांनी अंगठ्याचा ठसा देण्यास व जामिनास नकार दिला.	दोन महिन्यांचा सश्रम कारावासाची शिक्षा सुनावण्यात आली.	डिसेंबर
३.	१९०९, २५ फेब्रुवारी	व्होल्क्सरस्ट	नोंदणी प्रमाणपत्र देऊ न शकल्यामुळे		
	३ मार्च	नंतर प्रिटोरियाला नेण्यात आले.		हातात बेड्या घालण्यात आल्या.	२४ मे

(तक्ता ४.१ पुढे चालू...)

(तक्ता ४.१ पुढे चालू...)

दक्षिण आफ्रिकेत					
क्रमांक	*दिनांक*	*स्थळ*	*कारण*	*भाष्य*	*सुटका*
४.	१९१३, ६ नोव्हेंबर	व्होल्क्सरस्टपासून ८ मैल अंतरावर असलेल्या पामफोर्ड येथे अटक करण्यात आली.	बोथा-स्मट्स यांनी दिलेल्या शब्दाचे पालन केले नाही म्हणून त्या विरोधात २०३७ पुरुष, १२७ महिला व ५७ लहान मुलांसह व्होल्क्सरस्ट येथे मोर्चा काढला. भारतीय स्थलांतरितांना द्याव्या लागणाऱ्या ३ पौंड कराविरुद्ध संपासाठी चिथावणी दिली.		कॅलनबाख या स्नेहींनी भरलेल्या जामिनावर सुटका करण्यात आली.
५.	१९१३, ७ नोव्हेंबर	स्टॅन्डर्टन		पुन्हा अटक केली	जामिनावर सुटका करण्यात आली.
६.	१९१३, ९ नोव्हेंबर	टिकवर्थ		पुन्हा अटक केली आणि नऊ महिन्यांच्या सश्रम कारावासाची शिक्षा सुनावण्यात आली. १४ नोव्हेंबर रोजी व्होल्क्सरस्ट येथे सुनावणीसाठी आणले गेले. आरोप मान्य केला.	
		व्होल्क्सरस्ट		आणखी तीन महिन्यांच्या कारावासाची शिक्षा सुनावण्यात आली.	अनपेक्षितपणे १८ डिसेंबर रोजी प्रिटोरिया येथे सुटका करण्यात आली.

(तक्ता ४.१ पुढे चालू...)

(तक्ता ४.१ पुढे चालू...)

भारतात					
क्रमांक	*दिनांक*	*स्थळ*	*कारण*	*भाष्य*	*सुटका*
७.	१९१७, १६ एप्रिल	चंपारण्य	पोलीस अधीक्षकांनी मोतीहारी येथे चंपारण्य तत्काळ सोडून जाण्याची अधिकृत नोटीस बजावली. गांधींनी तिचे पालन न करण्याचे ठरवले. न्यायालयात त्यांनी दोषी असल्याचे मान्य केले. पण त्यांना जामिनाशिवाय सोडून देण्यात आले.	त्यांच्यावरील खटला मागे घेण्यात आला आणि त्यामुळे भारतातील सविनय कायदेभंगाचे ते पहिले यश ठरले.	
८.	१९१९, १० एप्रिल	पलवल स्थानक	दिल्लीस जात असताना वाटेत अटक करण्यात आली आणि पुन्हा बंदोबस्तात बॉम्बेला नेऊन तिथे सोडून देण्यात आले.		११ एप्रिल
९.	१९२२, १० मार्च	साबरमती	*यंग इंडिया*[१७] मध्ये तीन लेख लिहिल्याबद्दल राजद्रोहाचा आरोप करण्यात आला.	न्यायाधीश ब्रूमफिल्ड यांनी सहा वर्षांच्या कारावासाची शिक्षा सुनावली.	५ फेब्रुवारी, १९२४ रोजी एका शस्त्रक्रियेनंतर येरवडा तुरुंगातून सुटका करण्यात आली.
१०.	१९२९, ४ मार्च	कलकत्ता	पोलीस आयुक्तांचे आदेश धुडकावून मिर्झापूर पार्क येथे परदेशी कपड्यांची होळी केल्याबद्दल	त्याच रात्री सुटका करण्यात आली आणि ते ब्रह्मदेशाच्या दौऱ्यासाठी निघून गेले. तिथून परत आल्यावर गांधींवर कलकत्ता येथे त्यांच्यावर खटला चालवला आणि २६ मार्च रोजी त्यांना रु. १/- इतका दंड भरण्याची शिक्षा सुनावली. हा दंड कोणीतरी त्यांच्या अपरोक्ष आणि काही न बोलता भरला.	

(तक्ता ४.१ पुढे चालू...)

(तक्ता ४.१ पुढे चालू...)

भारतात					
क्रमांक	*दिनांक*	*स्थळ*	*कारण*	*भाष्य*	*सुटका*
११.	१९३०, ४-५ मे	कराडी	५ मार्च रोजी दांडी येथे मिठाचा कायदा मोडल्याबद्दल. येरवडा तुरुंगात नेण्यात आले.	खटला चालला नाही. काहीही शिक्षा झाली नाही.	कुठल्याही अटीशिवाय १६ जानेवारी, १९३१ रोजी सुटका करण्यात आली.
१२.	१९३२, ४ जानेवारी	बॉम्बे	इंग्लंडहून परत आल्यानंतर त्याच रात्री अटक करण्यात आली.	गांधींनी २१ दिवसांचे आत्मशुद्धिकरण उपोषण सुरू केल्यानंतर २० सप्टेंबर १९३२ रोजी कुठल्याही अटींशिवाय सोडून देण्यात आले.	
१३.	१९३३, ३१ जुलै/ १ ऑगस्ट	बॉम्बे	अनुयायांसोबत रास च्या दिशेने मोर्चा घेऊन निघाल्याबद्दल मध्यरात्रीनंतर अटक केली गेली.		४ ऑगस्ट रोजी सोडून देण्यात आले आणि येरवडा गाव सोडून पुण्यात राहण्याचा सक्तीचा आदेश देण्यात आला.
१४.	१९३३, ४ ऑगस्ट	पुणे	सक्तीचा आदेश धुडकावल्यानंतर त्याच दिवशी अटक करण्यात आली.	एक वर्षाची कारावासाची शिक्षा सुनावण्यात आली.	१६ ऑगस्ट रोजी उपोषण सुरू केल्यानंतर २३ ऑगस्ट रोजी बिनशर्त सोडून देण्यात आले.
१५.	१९४२, ९ ऑगस्ट	पुणे	'भारत छोडो' चा ठराव मंजूर केल्याबद्दल पहाटे अटक करण्यात आली आणि पुण्यातील आगा खान पॅलेस येथे ठेवण्यात आले.	तिथे त्यांचे सचिव महादेव देसाई यांचे १५ ऑगस्ट रोजी हृदयविकाराने निधन झाले आणि त्यांची पत्नी कस्तुरबा यांचे फेब्रुवारी १९४४ मध्ये निधन झाले. सहा आठवड्यांनंतर गांधींना तीव्र मलेरियाने ग्रासले.	६ मे १९४४ रोजी बिनशर्त सुटका करण्यात आली. त्यांचे कारावासात निधन होऊन देशात असंतोष निर्माण होऊ नये असे ब्रिटिश सरकारला वाटत होते.

परिशिष्ट क्रमांक ३: 'ब्रिटिश साम्राज्याकडून' स्वातंत्र्यप्राप्ती, गांधींच्या आधी आणि नंतर[१८]

भारताला स्वातंत्र्य मिळाल्यानंतर ब्रिटिश वसाहतींना ज्या गतीने स्वातंत्र्य दिले गेले ती गती लक्षवेधक होती: त्याआधी अंदाजे ३६० वर्षांच्या काळात (ब्रिटिश साम्राज्याच्या उदयापासून ते भारताच्या स्वातंत्र्यापर्यंत) ११ देशांना स्वातंत्र्य मिळाले होते, त्या तुलनेत ३७ वर्षांत ४४ देशांना नवजीवन मिळाले.

तक्ता क्र. ५.१

१७७६—यूनायटेड स्टेट्स (ग्रेट ब्रिटनकडून)	१९६२—त्रिनिदाद आणि टोबॅंगो
१८४०—न्यूझीलंड	१९६३—केनिया
१८६७—कॅनडा	१९६४—मलावी
१९०१—ऑस्ट्रेलिया (राष्ट्रकुल स्थापित)	१९६४—माल्टा
१९०७—न्यूझीलंड	१९६४—झांबिया
१९१०—दक्षिण आफ्रिका (सार्वभौम दर्जा)	१९६५—द गांबिया
१९१९—अफगाणिस्तान (अफगाण परराष्ट्र व्यवहारांतून)	१९६५—मालदीव
१९२१—आयर्लंड (ब्रिटनकडून, तह करून)	१९६६—बार्बाडोस
१९२२—इजिप्त	१९६६—बोत्सवाना
१९३२—इराक	१९६६—लेसोथो
१९४६—ट्रान्सजॉर्डन	१९६७—अदेन
१९४७—भारताला स्वातंत्र्य मिळाले—वसाहतवादाच्या इतिहासात पहिलीच अशा प्रकारची घटना घडली[१९]—आणि ब्रिटिश साम्राज्याकडून स्वतंत्र होण्याचा मार्ग अनेकांसाठी[२०] मोकळा झाला.	१९६८—मॉरिशस १९६८—स्वाजीलॅंड १९७०—फिजी १९७०—टोंगा १९७१—बाहरीन १९७१—ओमान १९७१—संयुक्त अरब अमिरात
१९४७—पाकिस्तान	१९७१—कतार
१९४८—म्यानमार	१९७३—बहामाज
१९४८—श्रीलंका	१९७४—ग्रेनडा
१९५६—सुदान (इजिप्त आणि यूके कडून)	१९७६—सेशेल्स
१९५७—घाना	१९७८—डोमिनिका

(तक्ता ५.१ पुढे चालू...)

(तक्ता ५.१ पुढे चालू...)

१९५७—मलेशिया	१९७८—सोलोमन द्वीप
१९६०—सायप्रस	१९७९—किरिबाती
१९६०—नायजेरिया	१९७९—सेंट लुसिया
१९६०—सोमाली प्रदेश	१९७९—सेंट विन्सेट आणि ग्रेनेडाइन्स
१९६१—कुवेत	१९८०—झिम्बाब्वे
१९६१—सिएरा लिओन	१९८१—बेलीज
१९६१—टांझानिया	१९८३—सेंट किट्स आणि नेविस
१९६२—जमेका	१९८४—ब्रुनेई

टिपा

१. इंडियन हिस्ट्री सोर्सबुक: इंग्लंड, भारत आणि इस्ट इंडीज, १६१७ ख्रिस्तयुग http://www.fordham.edu/halsall/india/1617englandindies.html येथे ऑनलाईन उपलब्ध. (२ मार्च, २००६ रोजी तपासले).

२. सेन, *इंडिया इन इंटरनॅशनल इकॉनॉमी*, ४३–४५.

३. तथैव., ४७ आणि पृष्ठ क्र. ७५, तक्ता क्रमांक ३.११ प्रमाणे. वर्ष १९०८–०९ मध्ये -५.६ कोटींची घट दिसते. १९०१–०२ या वर्षीच्या अभ्यासकाळातील सर्वाधिक अधिशेष +७.४ इतका होता.

४. हे पहा. मोनी मुखर्जी, 'राष्ट्रीय उत्पन्न' *इकॉनॉमिक हिस्टरी ऑफ इंडिया १८५७–१९५६*, संपादन, व्ही. बी.सिंग (बॉम्बे: संलग्न, १९७५), ६६१–७०३.

५. हबीब यांनी उदाहरण दिलेले, *इंडियन इकॉनॉमी*, ७२–७३.

६. हबीब, *इंडियन इकॉनॉमी*, ८.

७. सेन, *इंडिया इन द इंटरनॅशनल इकॉनॉमी*, ४५.

८. फ्रेड जे.अटकिन्सन, 'अ स्टॅटिस्टिकल रिव्ह्यू ऑफ द इन्कम अँड वेल्थ ऑफ ब्रिटिश इंडिया', *जर्नल ऑफ द रॉयल स्टॅटिस्टिकल सोसायटी*, खंड ६५, भाग २ (जून १९०२), हबीब यांनी उदाहरण दिलेले *इंडियन इकॉनॉमी*, ७२–७३.

९. हबीब, *इंडियन इकॉनॉमी*, ७२–७३, मुखर्जी यांचा निबंध *इकॉनॉमिक हिस्टरी ऑफ इंडिया १८५७–१९५६*, संपादन, व्ही.बी. सिंग (बॉम्बे: संलग्न, १९७५), ६६१–७०३ मध्ये प्रसिद्ध झाला.

१०. हबीब, *इंडियन इकॉनॉमी*, ८

११. २८, प्रमाणे.

१२. *सीडब्ल्यूएमजी*, खंड २५, २१.

१३. हबीब, *इंडियन इकॉनॉमी*, ८३.

१४. यशवंत पंडितराव, *कॉटेज अँड व्हिलेज इंडस्ट्रीज इन इंडियन इकॉनॉमी* (बॉम्बे: मणीभवन गांधी संग्रहालय,२००३), २३

१५. आंबेडकर, 'पाकिस्तान ऑफ द पार्टिशन ऑफ इंडिया'. आंबेडकर लिहितात: 'ब्रिटिशांच्या अखत्यारीतील भारत आणि भारतीय राज्ये या दोन्हींमधील अनुसूचित जातींविषयीच्या

आकडेवारीतील एकूण संख्या अचूक लिहिलेली नाही. ब्रिटिशांच्या अखत्यारीतल्या भारतातील अजमेर व मेरवाडा व ग्वाल्हेर राज्यातील आकडेवारीचा समावेश एकूण संख्येत केलेला नाही. १९४० मधील जनगणना अहवालातही ही आकडेवारी नाही.'

१६. पहा, के.पी. गोस्वामी यांनी संकलित केलेले *महात्मा गांधी: अ क्रोनोलॉजी* (नवी दिल्ली: प्रकाशन विभाग, भारत सरकार, १९९४), २४३–४४.

१७. शासनाने राजद्रोहात्मक ठरविलेल्या लेखांच्या यादीकरिता पहा, गोस्वामी, *क्रोनोलॉजी*, २४४.

१८. *वर्ल्ड फॅक्ट्स अँड फिगर्स*, इन्डिपेन्डन्स, २००१ मधून योग्य फेरफारासह घेतलेले. येथे ऑनलाईन उपलब्ध-http://www.worldfactsandfigures.com/country_independence (२४ मे २००७ रोजी तपासले).

१९. वसाहतवाद आणि राजकीय बदलांच्या इतिहासात भारताचे स्वातंत्र्य ही पहिलीच अशा प्रकारची घटना होती. एतद्देशीय लोकांनी युरोपियन साम्राज्याविरुद्ध केलेला हा पहिला यशस्वी उठाव होता. अहिंसक सविनय कायदेभंगावर आधारित असलेल्या या उठावामध्ये लक्षावधी लोक ऐच्छिकपणे सहभागी झाले होते आणि त्यांचे नेतृत्व एका व्यक्तीने एकखांबीपणे केले होते.

२०. ब्रिटिशांचे वसाहतींवर आधारित साम्राज्य कोसळण्यास कारणीभूत ठरलेल्या घटकांपैकी एक म्हणजे गांधींची यशस्वी सामाजिक चळवळ जी वसाहतींच्या ताकदीविषयीच्या दृष्टिकोनातील मूलभूत बदलाने प्रेरित झाली होती. पहा डस्टिन आर. तुरिन, 'डिकॉलनायझेशन अँड द कोलॅप्स ऑफ ब्रिटिश एम्पायर', स्टुडंट पल्स, १९ ऑक्टोबर, २००९. येथे ऑनलाईन उपलब्ध- http://www.studentpulse.com/articles/५/decolonization-and-the-collapse-of-the-british-empire (८ नोव्हेंबर २०१० रोजी तपासले.)

संस्कृत आणि भारतीय शब्दांची[१] सूची

१८९३ मधील रुपयाचे मूल्य: १ रुपया म्हणजे १५ पेन्स; १ पाऊंड म्हणजे १५ रुपये[२]

अतिशूद्र: अस्पृश्य, बहिष्कृत

अद्वैत: द्वैतावर विश्वास न ठेवणारी हिंदू तत्त्वज्ञानाची विचारधारा. ही वेदान्त विचारधारेची एक शाखा असून दुसरी शाखा म्हणजे विशिष्टद्वैत ही होय.

अवतार: मर्त्यलोकात देवाने (विष्णुनी) प्रकट होणे.

अहिंसा

आत्मन्: आत्मा

आश्रम: पर्णकुटी किंवा मठ, परंपरेनुसार हिंदू ऋषी मुनींचे निसर्गसान्निध्यात राहण्याचे ठिकाण.

उपवास: काहीही न खाणे, उपोषण

ऋषी: वैदिक ऋचा लिहिण्यास प्रेरणा मिळालेला द्रष्टा सिद्धपुरुष किंवा साधू

कर्म: कृत्य, कृती

काम: इच्छा, वासना

खादी, खद्दर: हाताने कातलेल्या सुताचे वस्त्र

चक्र: चाक; भारतीय ध्वजावरील चक्र सम्राट अशोकाच्या नावाने 'अशोकचक्र' म्हणून ओळखले जाते.

चरखा: सूत कताईचे चाक

चादर: डोके आणि खांदे झाकणारे वस्त्र

जाती: परंपरागत काम, धर्म किंवा टोळ्यांशी संबंधित असलेल्या भारतीय जमाती किंवा उपजमाती

टोपी: डोक्यावरील वस्त्र, खासकरून गांधी टोपी

तख्पोष: बसायचे बैठे लाकडी आसन

दरबार: स्थानिक राजाला किंवा ब्रिटिश व्हॉईसरॉयला भेटण्याचा अधिकृत कक्ष

दर्शन: देवाला किंवा संतांना पाहणे आणि त्यांचे आशीर्वाद घेणे.

द्विज: 'दोनदा जन्मलेला', पहिल्या तीन वर्णांमध्ये जन्मलेला सदस्य. त्याने नेहमीच जातीने धर्माचे आचरण करावे.

धर्म: सदाचरण, दैवी योजना, नैतिक नियम

धोती: पुरुषांचे कटिवस्त्र

नवजीवन: 'नवीनजीवन', १९१९ साली गांधींनी सुरू केलेल्या वृत्तपत्राचे नाव

निष्काम कर्म: फळाची अपेक्षा न करता केलेले काम

पूर्ण स्वराज्य: सर्व प्रकारच्या वैयक्तिक आणि सामाजिक दुष्ट प्रवृत्तींपासून स्वातंत्र्य

बनिया: वाणी, ज्या जातीत महात्मा गांधी जन्मले.

ब्राह्मण: जातिरचनेच्या उतरंडीमधील सर्वोच्च जात, हे लोक विद्वान आणि धार्मिक विधी करणारे असतात.

भगवद्गीता: 'देवाचे गीत', हिंदूंचा एक पवित्र ग्रंथ

महात्मा: महान आत्मा

मोक्ष: आत्म्याची जन्ममरणाच्या फेऱ्यातून मुक्तता, शाश्वत परमानंद

मौन: न बोलणे, शांतता

यज्ञ: विधीपूर्वक आहुती देणे

यज्ञोपवित: पहिल्या तीन जातीतील पुरुषांनी गळ्यात घालायचा पवित्र धागा म्हणजे जानवे.

रामराज्य: देवाचे साम्राज्य

वर्ण: जात

वर्णव्यवस्था: जातिव्यवस्था- परंपरेनुसार चार जाती आहेत: ब्राह्मण, क्षत्रिय, वैश्य आणि शूद्र

विशिष्टाद्वैत: अद्वैतावर श्रद्धा असलेली हिंदू विचारधारा. वेदान्त विचारधारेची ही एक शाखा असून दुसरी शाखा म्हणजे अद्वैत.

वेद: ख्रिस्तपूर्व सन २५०० ते ६०० या कालावधीतील हिंदूंचे सर्वांत पुरातन धर्मग्रंथ

वैश्य: जातिरचनेच्या उतरंडीतील तिसरा समूह, ते शेतकरी, कारागीर, आणि व्यापारी असतात.

शूद्र: जातिरचनेच्या उतरंडीतील चौथ्या क्रमांकाचा आणि शेवटचा समूह; ते कारागीर आणि कामगार असतात.

संन्यास: काम आणि मोहाचा परित्याग

संन्यासी: ज्याने संन्यासाचा मार्ग स्वीकारला आहे असा

सत्: असणे किंवा सत्य

सत्य: खरेपणा

सत्याग्रह: सत्याचा आग्रह

सत्याग्रही: सत्याग्रहास समर्पित असलेला स्वयंसेवक

सर्वोदय: सर्वांप्रति करुणा

सांख्यिक एकक: एक लाख म्हणजे १,००,०००; एक करोड म्हणजे १०,०००,०००

साडी: भारतीय स्त्रियांचे नेसण्याचे वस्त्र

स्वदेश: स्वतःचा देश, स्वदेशी (विशेषण) उदा: स्वदेशी कापड

स्वराज्य: स्वतःचे राज्य, स्वतःच्या देशाचे राज्य, स्पष्टपणे सांगायचे तर ब्रिटिशांच्या राजवटीतून मुक्ती

हरताळ: संप

हरिजन: 'देवाची मुले', गांधींनी दलितांना दिलेले नाव. पुढे १९३३ मध्ये याच नावाचे त्यांनी वृत्तपत्र सुरू केले.

हिंसा

क्षत्रिय: जातिरचनेच्या उतरंडीतील दुसऱ्या क्रमांकाचा समूह. ते लढवय्ये आणि प्रशासक असतात.

टिपा

१. बरेचसे शब्द एकवचनी आहेत. गरजेनुसार इंग्रजी अनेकवचनी प्रत्यय लावला आहे.

२. रुपयाचा विनिमय दर बी ई. दादाचंदजी यांच्या *हिस्टरी ऑफ इंडियन करन्सी ॲड एक्सचेंज* (बाँबे: डी. बी. तारापोरवाला सन्स आणि कं., १९३४), १५ या पुस्तकातून घेतला आहे.

गांधी आणि स्वदेशी चळवळीचा घटनाक्रम

गांधींच्या आधी	१६००	ब्रिटिश ईस्ट इंडिया कंपनीस (बीईआयसी) पहिल्या एलिझाबेथ राणीकडून राजसनद मंजूर केली गेली.
	१६०८	सूरतमध्ये जहाजांचे आगमन. सूरत हे व्यापारी वाहतुकीचे प्रमुख केंद्र बनले.
	१६१२	सूरतमध्ये आणि नंतर मद्रास, बॉम्बे व कलकत्त्यामध्ये एकत्रीकरण
	१६७०	चार्ल्स दुसरा याने पारित केलेल्या कायद्यांमुळे बीईआयसी ला अनेक हक्क प्राप्त झाले (एखाद्या प्रदेशावर ताबा मिळवणे, नाणी पाडणे, सैनिकी तुकडींना आदेश देणे, युती करणे, युद्ध करणे...)
	१६७८	भारतीय सुती उत्पादनांची आयात करण्याविरोधात इंग्लंडमध्ये निदर्शने
	१६८०	बीईआयसीने स्थानिक लोकांचे सैन्य तयार केले.
	१६८९	बीईआयसीचे रूपांतर होऊन भारतीय उपखंडात 'राष्ट्र'असा दर्जा दिला गेला आणि बंगाल, मद्रास व बॉम्बे प्रांतावर स्वतंत्र राज्य सुरू झाले.
	१७००	इंग्लंडमध्ये काही मनाई हुकूम काढले गेले, ज्यांनुसार भारतीय रेशमाचा देशांतर्गत वापर करण्यास बंदी केली गेली: दंड २०० पौंड
	१७१७	फुरुखसियार राजाने कंपनीला बंगालमध्ये जकात शुल्क माफ केले.
	१७३६	मॅंचेस्टर कायद्याने भारतातील सर्व कापड उत्पादनांवर इंग्लंडमध्ये बंदी आणली.
	१७५७	प्लासीची लढाई; सिराज-उद-दौलाचा पराभव झाला.
	१७६०	लॅंकशायरच्या जॉन के याने फ्लाइंग शटलचा शोध लावला.
	१७६४	हॅरग्रीव्हज याने स्पिनिंग जेनीचा शोध लावला.
	१७६८	जेम्स वॅटने वाफेचे इंजीन तयार केले.
	१७७८	स्पिरीडियन रोमा यांनी काढलेले चित्र बीईआयसीच्या मुख्यालयात बसविण्यात आले.
	१७८४	पिट्स इंडिया ॲक्ट: बीईआयसीचे कार्यकारी व्यवस्थापन नियामक मंडळाकडे हस्तांतरित केले गेले. या नियामक मंडळाचे उत्तरदायित्व ब्रिटिश संसदेप्रति होते.
	१७८५	कॅंटराइट यांनी विजेवर चालणारे विणकामाचे यंत्र शोधले.
	१८०६	वेल्लोर येथे शिपायांचे पहिले बंड.
	१८३३	संपूर्ण ब्रिटिश साम्राज्यातून गुलामगिरीचे उच्चाटन
	१८३४	विल्यम बेन्टिन्क यांनी वरिष्ठांना लिहिलेल्या पत्रात भारतीय विणकरांच्या दुःस्थितीचे वर्णन केले.

१८५३	रेल्वे आणि टेलिग्राफ सेवेची सुरुवात केली गेली.
१८५४	कावसजी नानाभॉय दावर यांनी बॉम्बे येथे पहिली भारतीय सूत गिरणी स्थापन केली.
१८५७	शिपायांचे बंड (किंवा भारताचा पहिला स्वातंत्र्यलढा)
१८५८	बीईआयसी बरखास्त, ब्रिटिश राजसत्तेने भारताचा कारभार ताब्यात घेतला.
१८६९, २ ऑक्टोबर मोहनदास करमचंद गांधी यांचा जन्म	
१८७०	स्वतःच्या सत्तेचे विकेंद्रीकरण करण्यासाठी ब्रिटिश साम्राज्याने करांच्या माध्यमातून स्थानिक महसूलनिर्मिती सुरू केली.
१८७६–७८	बॉम्बे, मद्रास, हैद्राबाद आणि म्हैसूरसह दक्षिण भारतात दुष्काळ पडला.
१८७७	इंग्लंडच्या राणीला भारताची सम्राज्ञी म्हणून घोषित केले गेले; लॉर्ड लिटन यांनी दिल्लीमध्ये भव्य दरबार भरवून हा प्रसंग साजरा केला.
१८७८	शस्त्रविषयक कायद्यान्वये भारतीयांना शस्त्रे बाळगण्यास मनाई केली.
१८८१	कारखाना कायदा: मोठ्या प्रमाणात होणाऱ्या स्थलांतरामुळे निर्माण झालेला रोजगार व मजुरीचे नियमन करण्यासाठी.
१८८२	इंग्लंडमधून येणारे सूत व सुती उत्पादनांवरील आयात शुल्क पूर्णपणे काढून टाकले.
१८८३	इल्बर्ट विधेयक
१८८५	भारतीय राष्ट्रीय कॉंग्रेसची पहिली बैठक
१८८८	गांधी कायद्याचे शिक्षण घेण्यासाठी इंग्लंडला गेले.
१८९१	गांधी भारतात परत आले आणि त्यांना बारमध्ये बोलावण्यात आले.
१८९२	भारतीय परिषद अधिनियम: भारतीयांना कायदेमंडळाचे सदस्य बनण्याची परवानगी मिळाली.
१८९३	गांधी कायदेशीर सल्लागार म्हणून दक्षिण आफ्रिकेला गेले; तिथे वांशिक भेदभावाला सामोरे जावे लागल्याने त्यांनी तिथेच राहून या भेदभावाविरुद्ध लढायचा निर्णय घेतला.
१८९६	दक्षिण आफ्रिकेतील भारतीयांसाठी समर्थन प्राप्त करण्याकरिता गांधी भारतात परत आले आणि पत्नी व मुलांसह दक्षिण आफ्रिकेस परत गेले.
१८९७	गांधींनी ब्रिटिश अधिकाऱ्यांना दक्षिण आफ्रिकेतील पक्षपाती कायदे रद्द करण्याची विनंती केली; बॉम्बे येथे प्लेगची साथ; दुष्काळ आयोगाची स्थापना.
१८९९	गांधींनी दक्षिण आफ्रिकेतील बोअर युद्धादरम्यान भारतीय रुग्णवाहिका तुकडीची स्थापना केली; लॉर्ड कर्झन भारताचे गव्हर्नर जनरल आणि व्हॉईसरॉय बनले.

	१९००–०४	भारतीय गिरण्यांमधील कापडावर जकात लादण्यात आली. (१८८२ पासून इंग्लिश मालावरील आयात शुल्क रद्द केले होते त्या पार्श्वभूमीवर या घटनेकडे पाहायला हवे).
	१९०५	बंगालच्या पहिल्या फाळणीमुळे स्वदेशी चळवळीची ठिणगी पडली.
	१९०६	गांधींनी आयुष्यभरासाठी ब्रह्मचर्याचे व्रत स्वीकारले; ट्रान्सवाल एशियाटिक लॉ या कायद्याच्या विरोधात निष्क्रिय विरोध (ज्याला नंतर सत्याग्रह म्हटले गेले) करण्यास सुरुवात झाली; भारतात मुस्लीम लीगची स्थापना झाली.
	१९०९	मॉर्ली-मिन्टो सुधारणांमुळे केंद्रीय आणि प्रांतिक अशा दोन्हीं विधिमंडळांमध्ये भारताचे प्रतिनिधित्व वाढले; गांधींनी हिंद स्वराज किंवा इंडियन होम रूल नामक पुस्तक लिहिले.
	१९११	बंगालची फाळणी रद्द झाली आणि बंगाल प्रांताची स्थापना केली गेली; किंग जॉर्ज भारतभेटीस आले.
	१९१२	ब्रिटिश साम्राज्याची राजधानी कलकत्त्याहून दिल्लीमध्ये स्थलांतरित झाली.
	१९१३	गांधींनी दक्षिण आफ्रिकेत हिंदू विवाह कायद्याच्या विरोधात सत्याग्रहाची मोहीम सुरू केली; डरबान येथील जाहीर सभेत वेठबिगार भारतीयाच्या वेशात उपस्थित राहिले.
गांधींचे भारतात आगमन	१९१५	गांधींनी काठेवाडी वेशात बॉम्बेमध्ये प्रवेश केला; अहमदाबादमध्ये सत्याग्रह आश्रमाची स्थापना केली; डिफेन्स ऑफ इंडिया कायदा पारित झाला.
	१९१६	गांधींनी बनारस हिंदू विश्वविद्यापीठातील संपत्तीच्या ओंगळवाण्या प्रदर्शनाबाबत नापसंती व्यक्त केली.
	१९१७	चंपारण्यातील मजुरांच्या नीळ लागवडीविषयीच्या हक्कांसाठी सत्याग्रह चळवळ.
	१९१८	गांधींनी अहमदाबाद येथील वस्त्रोद्योग मजुरांच्या संपाचे नेतृत्व केले आणि भारतात प्रथमच उपोषण केले; खेडा येथील सत्याग्रह मोहिमेचे नेतृत्व केले.
	१९१९	रौलेट कायदा; गांधींनी भारतातील पहिली देशव्यापक सत्याग्रह चळवळ सुरू केली; *यंग इंडिया* चे संपादकपद स्वीकारले; जालियनवाला बाग हत्याकांड झाले.
	१९२०	गांधी ऑल इंडिया होम रूल लीगचे अध्यक्ष म्हणून निवडून आले; खादीचे व्रत स्वीकारले; खिलाफत आणि असहकार चळवळ सुरू झाली.
	१९२१	गांधींनी खादी विक्री करणाऱ्या पहिल्या दुकानाच्या उद्घाटनप्रसंगी अध्यक्षपद भूषविले; बॉम्बे येथे परदेशी कपड्यांच्या होळीचे अध्यक्षपद भूषविले; केवळ धोतर नेसून रहायचे असा निर्णय मधुरा येथे घेतला; सामूहिक सविनय कायदेभंग चळवळीत हजारोंना तुरुंगवास झाला; पहिले हस्तलिखित वर्तमानपत्र काढण्याची चळवळ करण्याचा प्रयत्न केला गेला. परंतु तुरुंगवासाच्या वेदनेने भाषणस्वातंत्र्य दडपण्यात आले.

१९२२	चौरीचौरा येथे झालेल्या हिंसेमुळे गांधींनी असहकार चळवळ मागे गेतली आणि आत्मक्लेषासाठी बारडोली येथे पाच दिवसांचे उपोषण केले; *यंग इंडिया*मध्ये राजद्रोही लिखाण केल्याच्या आरोपाखाली साबरमती येथे अटक; दोषी असल्याचे मान्य केले; येरवडा तुरुंगात सहा वर्षांचा तुरुंगवास.
१९२५	अखिल भारतीय विणकर संघटनेची स्थापना (ऑल इंडिया स्पिनर्स असोसिएशन)
१९२७	भारतीय नौसेना कायदा; सायमन आयोगाची नेमणूक
१९२८	सायमन आयोगाचे भारतात आगमन; सर्व पक्षांकडून बहिष्कार.
१९२९	कलकत्ता येथे परदेशी कापडांची होळी केल्याबद्दल गांधींना अटक आणि एक रुपयाचा दंड; लॉर्ड आयर्विन यांनी भारताला सार्वभौमत्व देण्याचे वचन दिले.
१९३०	मिठासाठी दांडी यात्रा; पहिली गोलमेज परिषद
१९३१	आयर्विन-गांधी करार; गांधी दुसऱ्या गोलमेज परिषदेस हजर राहिले.
१९३२	गांधींनी अस्पृश्यांसाठीच्या स्वतंत्र मतदारसंघाच्या विरुद्ध प्राणांतिक उपोषण सुरू केले; पुणे करार.
१९३३	*हरिजन*चे प्रकाशन सुरू झाले. अस्पृश्यता निवारणासाठी देशाच्या कानाकोपऱ्यात दौरा
१९३४	सविनय कायदेभंगाची चळवळ मागे घेतली; बिहारमध्ये भूकंप
१९३७	प्रांतिक स्वायत्ततेचा आरंभ
१९३९	काँग्रेसच्या मंत्र्यांनी राजीनामे दिल्यामुळे भारतात राजकीय कोंडी
१९४२	क्रिप्स आयोग, भारत छोडो आंदोलन, आझाद हिंद सेना.
१९४४	पाकिस्तानच्या विषयावरील गांधी-जिनांची चर्चा फिसकटली.
१९४६	अंतर्गत सरकारची स्थापना झाली, निर्वाचित संसदेची पहिली बैठक; गांधींनी शांततेसाठी अनवाणी यात्रा करणाऱ्या यात्रेकरूच्या भूमिकेतून दंगे झालेल्या भागांना भेट दिली.
१९४७, १५ ऑगस्ट	भारताला स्वातंत्र्य मिळाले पण देशाची भारत आणि पाकिस्तान अशी फाळणी झाली.
१९४८, १३–१८ जानेवारी	सामाजिक शांततेसाठी गांधींचे शेवटचे उपोषण
१९४८, ३१ जानेवारी	महात्मा गांधींची हत्या.

स्रोत: के.पी. गोस्वामी, कॉम्प., *महात्मा गांधी, अ क्रोनोलॉजी* (दिल्ली: प्रकाशन विभाग, भारत सरकार, १९९४); आणि जे. रिडिक, द *हिस्ट्री ऑफ ब्रिटिश इंडिया: अ क्रोनोलॉजी* (वेस्टपोर्ट, सीटी: प्राएगर, २००६).

निवडक ग्रंथसूची

I Primary Sources (Printed and Web Versions)

A Mohandas Karamchand Gandhi

GANDHI, M. K., 'The Caste System', *Young India*, vol. 19, 8 December 1920, 83–85.

_____, *Satyagraha in South Africa*, Ahmedabad, Navajivan, 1928. Online version by Yann Forget, 2003. http://www.forget-me.net/en/Gandhi/satyagraha.pdf (retrieved on 12 April 2007).

_____, *Ethical Religion*, Madras, S. Ganesan, 1930.

_____, *Socialism of My Conception* (ed. Anand T. Hingorani), Bombay, Bharatiya Vidya Bhavan, 1966.

_____, *Collected Works of Mahatma Gandhi*, vols 1–90, New Delhi, Publications Division, Government of India, 1994.

_____, *Hind Swaraj and Other Writings* (ed. Anthony J. Parel), New Delhi, Foundation Books, 2004.

_____, *An Autobiography or the Story of My Experiments with Truth*, Ahmedabad, Navajivan, 2005 [1927].

_____, *The Constructive Programme, Its Meaning and Place*, Ahmedabad, Navajivan, 2005 [1941].

B Compilations of Gandhi's Writings

GANDHI, M. K., *Cent Per Cent Swadeshi or the Economics of Village Industries*, Ahmedabad, Navajivan, 1938.

_____, *Economics of Khadi*, Ahmedabad, Navajivan, 1941.

_____, *Swaraj through Charka* (ed. R. K. Prabhu), Sevagram, All-India Spinners' Association, 1945.

_____, *Khadi: Why and How* (ed. Bharatan Kumarappa), Ahmedabad, Navajivan, 1955.

_____, *Truth is God* (ed. R. K. Prabhu), Ahmedabad, Navajivan, 1955.

_____, *My Socialism* (ed. R. K. Prabhu), Ahmedabad, Navajivan, 1959.

_____, *Making of a Great Communicator: Gandhi* (ed. Bharati Narasimhan), New Delhi, National Media Centre, 1997.

GANDHI, M. K., *Village Swaraj* (ed. H. M. Vyas), Ahmedabad, Navajivan, 2002 [1962].

GOSWAMI, K. P., *Mahatma Gandhi: A Chronology*, New Delhi, Publications Division, Government of India, 1994 [1971].

HINGORANI, ANAND, and GANGA HINGORANI, *The Encyclopaedia of Gandhian Thoughts*, New Delhi, All-India Congress Committee, 1985.

PRABHU, R. K., and U. R. RAO, *The Mind of Mahatma Gandhi*, Ahmedabad, Navajivan, 2002 [1945].

RÜHE, PETER (comp.), *Gandhi: A Photo Biography*, London, Phaidon Press, 2001.

C Testimonies of Gandhi's Contemporaries

AMBEDKAR, B. R., *Mr. Gandhi and the Emancipation of the Untouchables*, Bombay, Thacker & Co., 1943.

_____, *Pakistan, or The Partition of India*, Bombay, Thackers, 1945. Available online at Columbia University. http://www.columbia.edu/itc/mealac/ pritchett/00ambedkar/ambedkar_partition/index.html#contents (retrieved on 10 October 2006).

_____, *What Congress and Gandhi Have Done to the Untouchables*, Bombay, Thacker & Co., 1946. Available online at Ambedkar.org, Dr Babasaheb Ambedkar, Writings and Speeches. http://www.ambedkar.org/ambcd/41A. What%20Congress%20and%20Gandhi%20Preface.htm (retrieved on 14 March 2007).

_____, *The Annihilation of Caste*, Bombay, Government Central Press, 1979. Available online at Columbia University. http://ccnmtl.columbia.edu/projects/mmt/ ambedkar/web/index.html (retrieved on 10 October 2006).

_____, *Writings and Speeches*, Bombay, Thackers and Education Department, Government of Maharashtra, 1990. Available online at Columbia University. http://www.columbia.edu/itc/mealac/pritchett/00ambedkar/ambedkar_ partition/index.html (retrieved on 10 October 2006).

_____, 'Waiting for a Visa', in *Writings and Speeches* (ed. Vasant Moon), vol. 12, Bombay, Education Department, Government of Maharashtra, 1993, Part I, pp. 661–91. Available online at Columbia University. http://www.columbia.edu/itc/ mealac/pritchett/00ambedkar/txt_ambedkar_waiting.html (retrieved on 6 April 2007).

ANDREWS, CHARLES F., *Mahatma Gandhi: His Life and Ideas*, Mumbai, Jaico, 2005.

ATHALYE, D. V., *The Life of Mahatma Gandhi*, Poona, Swadeshi, 1923.

BHATTACHARYA, SABYASACHI (ed.), *The Mahatma and the Poet: Letters and Debates between Gandhi and Tagore 1915–1941*, New Delhi, National Book Trust, 1997.

BOLTON, J. R. G., *Tragedy of Gandhi*, London, George Allen and Unwin, 1934.

BOSE, SUBHAS CHANDRA, *Swadeshi and Boycott*, Calcutta, 1981.

DESAI, MAHADEV, *Day to Day with Gandhi*, vols 1–9 (ed. Narhari D. Parikh, trans. Hemantkumar G. Nilkanth), Varanasi, Sarva Seva Sangh Prakashan, 1968. http://www.forget-me.net/en/Gandhi/ (retrieved on 5 June 2007).

DOKE, J. J., *M. K. Gandhi: An Indian Patriot in South Africa*, Madras, The London Indian Chronicle, 1909.

FISCHER, LOUIS, *The Life of Mahatma Gandhi*, New York, HarperCollins, 1997 [1951].

FISCHER, LOUIS, *Mahatma Gandhi: His Life and Times*, Mumbai, Bharatiya Vidya Bhavan, 2003.

GANDHI, MANUBEHN, *Bapu—My Mother*, Ahmedabad, Navajivan, 1949.

_____, *The Miracle of Calcutta* (trans. Gopalrao Kulkarni), Ahmedabad, Navajivan, 1959. http://www.forget-me.net/en/Gandhi/miracle.pdf (retrieved on 30 April 2006).

GANDHI, PRABHUDAS, *My Childhood with Gandhiji*, Ahmedabad: Navajivan Press, 1957.

HOLMES, JOHN HAYNES, *Mahatmaji: Reincarnation of Christ*, Madras, C. S. Raja and Company, 1922.

_____, *World's Greatest Man of Today: Mahatma Gandhi*, Madras, National Publicity Company, 1922.

_____, *My Gandhi*, London, George Allen and Unwin, 1954.

KALARTHI, MUKUL, *Ba and Bapu*, Ahmedabad, Navajivan, 1962.

KALELKAR, KAKASAHEB, *Stray Glimpses of Bapu*, Ahmedabad, Navajivan, 1950.

KAR, P. C., *Romantic Gandhi: A Search for Mahatma's Originality*, Calcutta, W. Newman, 1933.

KRIPALANI, J. B., *Incidents of Gandhi's Life* (ed. C. S. Shukla), Bombay, 1949.

_____, *Gandhi, His Life and Thought*, New Delhi, Publications Division, Government of India, 1970.

KUMARAPPA, J. C., *Economy of Permanence*, Varanasi, Sarva Seva Sangh Prakashan, 1947.

MARY, COUNTESS OF MINTO, *India, Minto and Morley, 1905–10*, London, Macmillan, 1934.

MAZUMDAR, H. T., *Gandhi the Apostle: His Trial and His Message*, Chicago, Universal Publishing Company, 1923.

NEHRU, JAWAHARLAL, *Mahatma Gandhi: Reflection on His Personality and Teachings*, Bombay, Bharatiya Vidya Bhavan, 1989.

_____, *An Autobiography*, New Delhi, Penguin, 2004.

_____, *The Discovery of India*, New Delhi, Penguin, 2004.

ORWELL, GEORGE, 'Reflections on Gandhi', *Partisan Review*, vol. 16, no. 1, January 1949, 85–92. http://www.readprint.com/work-1260/Reflections-On-Gandhi-George-Orwell (retrieved on 21 October 2010).

PAYNE, R., *The Life and Death of Mahatma Gandhi*, New York, E. P. Dutton, 1969.

POLAK, HENRY, ET AL., *Mahatma Gandhi*, London, Odhams, 1949.

POLAK, MILLIE, *Mr. Gandhi: The Man*, Bombay, Vora, 1950.

PRABHU, R. K. (ed.), *Truth Is God*, Ahmedabad, Navajivan, 1955.

PRABHU, R. K., and R. KELEKAR (eds), *Truth Called Them Differently: Tagore Gandhi Controversy*, Ahmedabad, Navajivan, 1961.

PYARELAL, *Mahatma Gandhi: The Last Phase*, Allahabad, Navajivan, 1956 [Part I] and 1958 [Part II].

_____, *Towards New Horizons*, Ahmedabad, Navajivan, 1959.

_____, *Mahatma Gandhi: The Early Phase*, Allahabad, Navajivan, 1965.

RADHAKRISHNAN, SARVEPALLI, ET AL., *Mahatma Gandhi and One World*, New Delhi, Publications Division, Government of India, 1994.

_____, *Mahatma Gandhi: Essays and Reflections on His Life and Work*, Mumbai, Jaico, 2004.

RAJENDRAPRASAD, *Satyagraha in Champaran*, Ahmedabad, Navajivan, 1949 [1928].

_____, *At the Feet of Mahatma Gandhi*, Bombay, Hind Kitab, 1955.

ROLLAND, R., *Mahatma Gandhi: The Man Who Became One with the Universal Being* (trans. Catherine D. Groth), New York, The Century Co., 1924.

ROYDEN, MAUDE, 'An Englishwoman's Faith', in Sarvepalli Radhakrishnan, *Mahatma Gandhi—Essays and Reflections*, Mumbai, Jaico, 2004.

SHEEAN, V., *Lead, Thy Kindly Light: Gandhi and the Way to Peace*, New York, Random House, 1949.

SHIRER, W. L., *Gandhi: A Memoir*, New York, Simon & Schuster, 1979.

SHRIDHARANI, KRISHNALAL, *War without Violence: A Study of Gandhi's Method and Its Accomplishments*, New York, Brace Harcourt, 1939.

_____, *The Mahatma and the World*, New York, Duell, Sloan and Pearce, 1946.

TENDULKAR, D. G., *Mahatma*, vols 1–8, New Delhi, Publications Division, 1960 [1951–54].

TIME, 'Loin Cloth Logic', 29 June 1931. http://www.time.com/time/magazine/article/0,9171,741901,00.html (retrieved on 12 February 2008).

WALKER, R. O., *Sword of Gold: A Life of Mahatma Gandhi*, London, Indian Independence Union, 1945.

II SECONDARY SOURCES

A Books and Documents

ADAM, BARRY D., *The Survival of Domination: Inferiorization and Everyday Life*, New York, Elsevier, 1978.

AHIR, D. C., *Gandhi and Ambedkar: A Comparative Study*, New Delhi, Blumoon, 1995.

AMIN, SHAHID, *Event, Metaphor, Memory: Chauri Chaura 1922–1992*, New Delhi, Oxford University Press, 1995.

ARYA, P. P., and B. B. TANDON (eds), *Multinationals versus Swadeshi Today*, New Delhi, Deep and Deep, 1999.

BAINES, EDWARD, *History of the Cotton Manufacture in Great Britain: A Description of the Great Mechanical Inventions*, London, H. Fisher, R. Fisher and P. Jackson, 1835.

BAKSHI, RAJNI, *Bapu Kuti: Journeys in Rediscovery of Gandhi*, New Delhi, Penguin, 1998.

BAKSHI, S. R., *Gandhi and the Ideology of Swadeshi*, New Delhi, Reliance, 1987.

BAYLY, C. A., *The Raj: India and the British 1600–1947*, London, National Portrait Gallery, 1990.

BAYLY, SUSAN, *Caste, Society and Politics in India from the Eighteenth Century to the Modern Age* (The New Cambridge History of India, vol. II), Cambridge, Cambridge University Press, 1999.

BHATTACHARYA, BHABANI, *Gandhi the Writer*, New Delhi, National Book Trust, 2002.

BHATTACHARYYA, SAILENDRA NATH, *Mahatma Gandhi the Journalist*, Bombay, Asia Publishing House, 1965.

BONDURANT, JOAN VALERIE, *Conquest of Violence: The Gandhian Philosophy of Conflict* (new revised edition), New Jersey, Princeton University Press, 1988.

BOYCE, D. GEORGE, *Decolonisation and the British Empire, 1775–1997*, London, Macmillan, 1999.

BROCKINGTON, JOHN, *The Sanskrit Epics*, Handbuch der Orientalistik, Zweite Abteilung, Indien, vol. 11, Leiden, Brill, 1998.

BROWN, JUDITH, *Gandhi: Prisoner of Hope*, London, Yale University Press, 1989.

BURGH, JAMES, *Political Disquisitions: Or, an Enquiry into Public Errors, Defects, and Abuses*, New York, Da Capo Press, 1971 [London, 1774–75].

CHAMBERS, ROBERT, *Rural Development: Putting the Last First*, London, Longman, 1983.

CHANDRA, BIPAN, *Freedom Struggle*, New Delhi, National Book Trust, 1972.

_____, *India's Struggle for Independence*, New Delhi, Penguin, 1989.

CHATTERJEE, PARTHA (ed.), *Wages of Freedom: Fifty Years of the Indian Nation-State*, New Delhi, Oxford University Press, 1998.

_____, *The Nation and Its Fragments: Colonial and Postcolonial Histories*, New Delhi, Oxford University Press, 2001.

CHAUDHARI, MUHAMMAD ALI, *The Emergence of Pakistan*, New York, Columbia University Press, 1967.

CHAUDHARY, BHUPEN, *Indian Caste System: Essence and Reality*, New Delhi, Global Vision, 2006.

CHAUDHAURI, S. B., *Theories of the Indian Mutiny, 1857–1859*, Calcutta, World Press, 1965.

CHAUDHURI, NIRAD C., *Culture in the Vanity Bag: Clothing and Adornment in Passing and Abiding India*, Bombay, Jaico, 1976.

_____, *The Autobiography of an Unknown Indian*, Mumbai, Jaico, 2000.

CHOMSKY, NOAM, *Year 501: The Conquest Continues*, Cambridge, South End Press, 1993.

CHOUDHURY, DEEP K. L., *Telegraphic Imperialism: Crisis and Panic in the Indian Empire, c. 1830–1920*, Hampshire, Palgrave Macmillan, 2010.

CLAIRMONTE, FREDERICK, *Economic Liberalism and Underdevelopment: Studies in the Disintegration of an Idea*, New York, Asia Publishing House, 1960

CLÉMENT, CATHERINE, *Gandhi Father of a Nation: New Horizons* (trans. Ruth Sharman), London, Thames and Hudson, 1996.

COHN, BERNARD S., *Colonialism and Its Forms of Knowledge: The British in India*, New Jersey, Princeton University Press, 1996.

COMPTON, HERBERT, *Indian Life in Town and Country*, 1904. http://www.kellscraft.com/IndianLife/IndianLifeContentPage.html (retrieved on 11 June 2007).

COOMARASWAMY, ANANDA, *Art and Swadeshi*, Delhi, Munshiram Manoharlal, 1994.

COPLEY, ANTONY, *Gandhi against the Tide*, New Delhi, Oxford University Press, 1987.

DAVIS, RICHARD (ed.), *Picturing the Nation: Iconographies of Modern India*, New Delhi, Orient Longman, 2007.

DELUCA, ANTHONY R., *Gandhi, Mao, Mandela, and Gorbachev: Studies in Personality, Power, and Politics*, Westport, CT, Praeger, 2000.

DEVINE, ELIZABETH (ed.), *Thinkers of the Twentieth Century: A Biographical, Bibliographical and Critical Dictionary*, London, Macmillan, 1983.

DIRKS, NICHOLAS, *Castes of Mind: Colonialism and the Making of Modern India*, New Jersey, Princeton University Press, 2001.

DUTT, NRIPENDRA KUMAR, *Origin and Growth of Caste in India*, vols I–II, Calcutta, Firma K. L. Mukhopadhyay, 1965.

DUTTA, KRISHNA, and ANDREW ROBINSON, *Rabindranath Tagore: An Anthology*, London, Macmillan, 1997.

EDNEY, MATTHEW H., *Mapping an Empire: The Geographic Construction of British India, 1765–1843*, Chicago, University of Chicago Press, 1997.

ERIKSON, ERIC, *Gandhi's Truth: On the Origins of Militant Nonviolence*, New York, Norton, 1969.

GANDHI, ARUN, ET AL., *The Forgotten Woman: The Untold Story of Kastur Gandhi, Wife of Mahatma Gandhi*, Arizona, Ozark Mountain, 1997.

GANDHI, RAJMOHAN, *The Good Boatman: A Portrait of Gandhi*, New Delhi, Penguin, 1995.

GANDHI, TUSHAR, *Let's Kill Gandhi: A Chronicle of His Last Days, the Conspiracy, Murder, Investigation and Trial*, New Delhi, Rupa, 2007.

GARDNER, HOWARD, *Creating Minds: An Anatomy of Creativity Seen through the Lives of Freud, Einstein, Picasso, Stravinsky, Eliot, Graham, and Gandhi*, New York, Basic Books, 1994.

GEETA, V. (ed.), *Soul Force: Gandhi's Writings on Peace*, Chennai, Tara Publishing, 2004.

GHOSE, SANKHAR, *Mahatma Gandhi*, Bombay, Allied, 1991.

GHURYE, G. S., *Caste and Race in India*, Mumbai, Popular Prakashan, 2004 [1969].

GOLWALKAR, M. S., *We or Our Neighbourhood Defined*, Nagpur, Bharat, 1939.

GONSALVES, PETER, *Clothing for Liberation: A Communication Analysis of Gandhi's Swadeshi Revolution*, New Delhi, SAGE, 2010.

GOSWAMI, MANU, *Producing India: From Colonial Economy to National Space*, New York, University of Chicago Press, 2004.

GOULD, HAROLD, *Sikhs, Swamis, Students, and Spies: The India Lobby in the United States, 1900–1946*, California, SAGE, 2006.

GOVERNMENT OF INDIA, *The Khadi Industry*, New Delhi, Publications Division, 1962.

GROSECLOSE, BARBARA, *British Sculpture and the Company Raj: Church Monuments and Public Statuary in Madras, Calcutta and Bombay to 1858*, London, University of Delaware Press, 1995.

GUHA, RANAJIT, *Elementary Aspects of Peasant Insurgency in Colonial India*, New Delhi, Oxford University Press, 1997.

_____ (ed.), *A Subaltern Studies Reader 1986–1995*, New Delhi, Oxford University Press, 1998.

_____, *Dominance without Hegemony: History and Power in Colonial India*, New Delhi, Oxford University Press, 1998.

HABIB, IRFAN, *Indian Economy 1858–1914* (A People's History of India, No. 28), Aligarh Historians Society; New Delhi, Tulika, 2006.

HARTMANN, BETSY, and JAMES BOYCE, *A Quiet Violence: View from a Bangladesh Village*, London, Zed, 1983

IMHASLY, BERNARD, and CHRISTIAN SCHMIDT ET AL., *Khadi—Textile of India*, Zürich, Kontrast AG, 2002.

JAMES, ROBERT RHODES, *Churchill: A Study in Failure 1900–1939*, London, Pelican, 1973.

_____ (ed.), *Winston S. Churchill: His Complete Speeches, 1897–1963*, vol. 5, New York, Chelsea House, 1974.

JAYAPALAN, N., *Indian Society and Social Institutions*, New Delhi, Atlantic, 2001.

JEFFREYS F. R. S., JULIUS, *The British Army in India: Its Preservation by an Appropriate Clothing, Housing, Locating, Recreative Employment, and Hopeful Encouragement of the Troops*, London, Longman, 1858.

JORDENS, J. T. F., *Gandhi's Religion: A Homespun Shawl*, New York, Palgrave, 1998.

JOSHI, NANDINI, *Development without Destruction: Economics of the Spinning Wheel*, Ahmedabad, Navajivan, 1992.

JUERGENSMEYER, MARK, *Fighting with Gandhi: A Step-by-Step Strategy for Resolving Everyday Conflicts*, San Francisco, Harper & Row, 1984.

_____, *Gandhi's Way: A Handbook of Conflict Resolution*, Berkeley, University of California Press, 2002.

KARATNYCKY, ADRIAN, and PETER ACKERMAN, *How Freedom Is Won: From Civic Resistance to Durable Democracy*, Freedom House, 2005. http://old.freedomhouse.org/uploads/special_report/29.pdf (retrieved on 24 September 2007).

KAUSHIK, ASHA, *Politics, Symbols and Political Theory: Rethinking Gandhi*, Jaipur, Rawat, 2001.

KEAY, JOHN, *The Honourable Company: A History of the English East India Company*, New York, HarperCollins, 1993.

KRIPALANI, KRISHNA, *Gandhi: A Life*, New Delhi, National Book Trust, 1982.

_____ (ed.), *All Men Are My Brothers*, New York, Continuum, 2005.

KUMAR, DHARMA, *The Cambridge Economic History of India, 1757–1970*, New Delhi, Orient Longman, 1982.

KURUVACHIRA, J., *Hindu Nationalists of Modern India—A Critical Study of the Intellectual Genealogy of Hindutva*, Delhi, Media House, 2005.

_____, *Roots of Hindutva: A Critical Study of Hindu Fundamentalism and Nationalism*, Delhi, Media House, 2005.

LAGO, MARY, *India's Prisoner*, Columbia, MO, University of Missouri Press, 2001.

LANNOY, RICHARD, *The Speaking Tree: A Study of Indian Culture and Society*, New Delhi, Oxford University Press, 1999.

LELYVELD, JOSEPH, *Great Soul: Mahatma Gandhi and His Struggle with India*, New York, Knopf, 2011.

LEMIRE, BEVERLY, *Fashion's Favourite: The Cotton Trade and the Consumer in Britain, 1660–1800*, Oxford, Oxford University Press, 1991.

MADDISON, ANGUS, *Class Structure and Economic Growth: India and Pakistan since the Moghuls*, Oxon, Routledge, 2006 [1971].

MAHAJAN, SUCHETA, *Independence and Partition: The Erosion of Colonial Power in India* (SAGE Series in Modern Indian History), New Delhi, SAGE, 2000.

MALLIKARJUN, B., *Languages of India according to the 1991 Census*, vol. 1, 7 November 2001.

MANSERGH, NICHOLAS (ed.), *The Transfer of Power, 1942–1947*, vol. III, London, Her Majesty's Stationery Office, 1971.

MARKOVITS, CLAUDE, *The Un-Gandhian Gandhi: The Life and Afterlife of the Mahatma*, New Delhi, Permanent Black, 2004.

MCKENZIE, JOHN M., *Propaganda and Empire: The Manipulation of British Public Opinion, 1880–1960*, Manchester, Manchester University Press, 1984.

MEHTA, VED, *Mahatma Gandhi and His Apostles*, New Delhi, Indian Book Company, 1976.

MENDELSOHN, OLIVER, and MARIKA VICZIANY, *The Untouchables: Subordination, Poverty, and the State in Modern India*, Cambridge, Cambridge University Press, 1998.

MUJAHID, ABDUL MALIK, *Conversion to Islam: Untouchables' Strategy for Protest in India*, Pennsylvania, Anima Books, 1989.

NAG, JAMUNA, *Raja Ram Mohan Roy* (trans. Satyendra Nath Sarkar), Bombay, Hind Pocket Books, 1972.

NANDA, B. R., *Gandhi and His Critics*, Oxford, Oxford University Press, 1985.

_____, *The Making of a Nation: India's Road to Independence*, New Delhi, HarperCollins, 1998.

_____, *Mahatma Gandhi: A Biography*, New Delhi, Oxford University Press, 2002.

_____, *In Search of Gandhi: Essays and Reflections*, New Delhi, Oxford University Press, 2002.

NANDY, ASHISH, *The Intimate Enemy: Loss and Recovery of Self under Colonialism*, New Delhi, Oxford University Press, 1983.

_____, *The Illegitimacy of Nationalism*, New Delhi, Oxford University Press, 1994.

OLIVELLE, PATRICK, *Manu's Code of Law: A Critical Edition and Translation of the Mānava-Dharmaśāstra*, Oxford, Oxford University Press, 2005.

OOMMEN, T. K., *Citizenship and National Identity: From Colonialism to Globalism*, New Delhi, SAGE, 1997.

_____, *Nation, Civil Society and Social Movements: Essays in Political Sociology*, New Delhi, SAGE, 2004.

PAIGE, GLENN D., 'Gandhi's Contribution to Global Non-violent Awakening', in Richard L. Johnson (ed.), *Gandhi's Experiments with Truth*, New York, Lexington Books, 2005, 351–64.

PANDEY, JANARDAN (ed.), *Gandhi and Voluntary Organizations*, Bhagalpur, M. D. Publications, 1998.

PANDITRAO, YASHWANT, *Cottage and Village Industries in the Indian Economy*, Mumbai, Mani Bhavan Gandhi Sangrahalaya, 2003.

PAREKH, BHIKHU, *Gandhi's Political Philosophy: A Critical Examination*, Notre Dame, University of Notre Dame Press, 1989.

_____, *Colonialism, Tradition and Reform: An Analysis of Gandhi's Political Discourse*, New Delhi, SAGE, 1999.

PAREL, ANTHONY J. (ed.), *Gandhi, Freedom, and Self-Rule*, Oxford, Lexington, 2000.

_____, *Gandhi's Philosophy and the Quest for Harmony*, New York, Cambridge University Press, 2006.

PARULEKAR, RAMCHANDRA V., *Literacy in India*, Bombay, Macmillan, 1939.

PATIL, V. T., *Studies on Gandhi*, New Delhi, Sterling, 1983.

PIRZADA, S. S. (ed.), *Foundations of Pakistan: All India Muslim League Documents*, Karachi, National Publishing House, 1969.

POCOCK, D., *Mind, Body and Wealth: A Study of Belief and Practice in an Indian Village*, Oxford, Basil Blackwell, 1973.

PRABHU, R. K., and U. R. RAO (comps and eds), *The Mind of Mahatma Gandhi*, Ahmedabad, Navajivan, 1967.

PUNIYANI, RAM, *The Second Assassination of Gandhi?* Delhi, Media House, 2003.

RAMAGUNDAM, RAHUL, *Gandhi's Khadi: A History of Contention and Conciliation*, New Delhi, Orient Longman, 2008.

RAMANATHAN, S., ET AL., *The Superstition of Khadi, A Discussion*, Erode, Kudi Arasu Publishing House, 1931.

RANA, VIJAY, *Mahatma Gandhi: Images and Ideas for Non-Violence*, London, NRIfm, 2007.

RIDDICK, JOHN F., *The History of British India: A Chronology*, Westport, CT, Praeger, 2006.

ROBINS, NICK, *The Corporation That Changed the World*, Hyderabad, Orient Longman, 2006.

ROY, RAMASHRAY, *Self and Society: A Study of Gandhian Thought*, New Delhi, SAGE, 1984.

_____, *Gandhi: Soundings in Political Philosophy*, Delhi, Chanakya, 1984.

_____ (ed.), *Contemporary Crisis and Gandhi*, Delhi, Discovery Publishing House, 1986.

RUDOLPH, LLOYD I., and SUSANNE HOEBER RUDOLPH, *The Modernity of Tradition: Political Development in India*, London, University of Chicago Press, 1967.

RUDOLPH, SUSANNE HOEBER, and LLOYD I. RUDOLPH, *Gandhi, The Traditional Roots of Charisma*, Chicago, University of Chicago Press, 1983.

_____, *Postmodern Gandhi and Other Essays: Gandhi in the World and at Home*, Chicago, University of Chicago Press, 2006.

SCHUMACHER, E. F., *Small Is Beautiful: Economics as if People Mattered*, New York, Perennial Library/Harper and Row, 1973.

SEN, AMARTYA, *Choice of Techniques*, New Delhi, Oxford University Press, 1962.

_____, *Development as Freedom*, New York, Anchor, 2000.

_____, *The Argumentative Indian*, London, Penguin, 2005.

SEN, NABENDU, *India in the International Economy 1858–1913: Some Aspects of Trade and Finance*, Calcutta, Orient Longman, 1992.

SEN, SUDIPTA, *Empire of Free Trade: The East India Company and the Making of the Colonial Marketplace*, Philadelphia, University of Pennsylvania Press, 1998.

SHARMA, SUNIL (ed.), *Journalist Gandhi: Selected Writings of Gandhi*, Bombay, Gandhi Book Centre, 1960.

SHARP, GENE, *Gandhi as a Political Strategist*, Boston, Porter Sargent, 1969.

_____, *The Politics of Nonviolent Action*, Boston, Porter Sargent, 1973.

SINGH, JYOTSNA, *Colonial Narratives/Cultural Dialogues: Discoveries of India in the Language of Colonialism*, London, Routledge, 1996.

SINGH, RADHEY SHYAM, *The Constructive Programmes of Mahatma Gandhi (1920–1939)*, New Delhi, Commonwealth Publishers, 1991.

SINGH, V. B. (ed.), *Economic History of India 1857–1956*, New Delhi, Allied, 1975.

SINHA, MRINALINI, *Colonial Masculinity: The 'Manly Englishman' and the 'Effeminate Bengali' in the Late 19th Century*, New York, Manchester University Press, 1995.

SOFRI, GIANNI, *Gandhi and India*, Gloucestershire, Windrush Press, 1999.

SUCHAK, KAVITA, *Rural Industrialisation with Special Reference to 'Khadi'*, Mumbai, Yogesh Suchak, 1999.

TARLO, EMMA, *Clothing Matters: Dress and Identity in India*, Chicago, University of Chicago Press, 1996.

THAKKAR, USHA, and JAYSHREE MEHTA, *Understanding Gandhi: Gandhians in Conversation with Fred J. Blum*, New Delhi, Sage, 2011.

THAKORE, DILIP J., *Gandhian Era in Gujarati Literature*, Bombay, 1955.

THAROOR, SHASHI, *India: From Midnight to the Millennium*, New Delhi, Penguin, 2000.

THOMAS, P. J., *Mercantilism and the East India Trade*, London, P. S. King & Son, 1963 [1926].

THORAT, SUKHADEO, and UMAKANT (eds), *Caste, Race and Discrimination*, Jaipur, Rawat, 2004.

TIKEKAR, S. R., *Epigrams from Gandhiji*, Ahmedabad, Navajivan, 1994 [1974].

TRIVEDI, LISA, *Clothing Gandhi's Nation: Homespun and Modern India*, Bloomington, Indiana University Press, 2007.

WATSON, JOHN FORBES, *The Textile Manufactures and Costumes of the People of India*, London, 1866.

WEBER, THOMAS, *On the Salt March: The Historiography of Gandhi's March to Dandi*, New Delhi, HarperCollins, 1998.

———, *Gandhi, Gandhism and the Gandhians*, New Delhi, Roli, 2006.

WEINER, A., and J. SCHNEIDER (eds), *Cloth and Human Experience*, Washington, D.C., Smithsonian Institution Press, 1989.

WOLPERT, S., *Jinnah of Pakistan*, New Delhi, Oxford University Press, 1985.

B Articles and Journals

ALLINGHAM, PAUL V., 'England and China: The Opium Wars 1839–60', *Victorian Web*, Lakehead University, Ontario, 2006, http://www.victorianweb.org/history/emprie/opiumwars/opiumwars1.html (retrieved on 14 April 2012).

BAHL, VINAY, 'Shifting Boundaries of "Nativity" and "Modernity" in South Asian Women's Clothes', *Dialectical Anthropology*, vol. 29, no. 1, 2005, 85–121.

BAYLY, C. A., 'The Origins of *Swadeshi* (Home Industry): Cloth and Indian Society, 1700–1930', in Arjun Appadurai (ed.), *The Social Life of Things*, Cambridge, Cambridge University Press, 1986, 285–321.

BEAN, SUSAN, 'Gandhi and Khadi, Fabric of Independence', in Annette Weiner and Jane Schneider (eds), *Cloth and Human Experience*, Washington, D.C., Smithsonian Institution Press, 1989, 355–76.

BHARATHI, K. S., 'Swadeshi and Globalisation', *Gandhi Marg*, April–June 2005, 59–73.

BIRODKAR, SUDHEER, 'Hindu Ethos: Hindu Social Customs—Dowry, Sati and Child Marriage', in *Hindu History: A Search for Our Present in History*. http:// www.hindubooks.org/sudheer_birodkar/hindu_history/practices1.html (retrieved on 29 December 2010).

BLAGG, DEBORAH, and SUSAN YOUNG, 'What Makes a Good Leader', *Harvard Business School Bulletin Online*, February, 2001. http://www.alumni.hbs.edu/ bulletin/2001/february/leader.html (retrieved on 10 May 2010).

BODE, ROBERT, 'Gandhi's Theory of Nonviolent Communication', *Gandhi Marg*, April–June 1994, 7–29.

BREMNER, GEORGE ALEX, 'Nation and Empire in the Government Architecture of Mid-Victorian London: The Foreign and India Office Reconsidered', *Historical Journal*, vol. 48, no. 3, 2005, 703–42.

BROWN, D. MACKENZIE, 'The Philosophy of Bal Gangadhar Tilak: Karma vs. Jnana in the Gita Rahasya', *Journal of Asian Studies*, vol. 17, no. 3, 1958, 197–206.

CHAKRAVARTY, NIKHIL, 'Mahatma Gandhi: The Great Communicator', *Gandhi Marg*, January–March 1995, 389–97.

CHANDRA, BIPAN, 'Indian Nationalists and the Drain 1880–1905', *Indian Economic and Social History Review*, vol. 2, no. 2, February 1965, 103–44.

_____, 'Reinterpretations of Nineteenth Century Indian Economic History', *Indian Economic and Social History Review*, vol. 5, no. 1, March 1968.

CHAUDHURI, RANJIT, 'Gandhi in Search of Gandhi: A Study of His Autobiography', *Gandhi Marg*, vol. 21, October–December 1999, 313–23.

COHN, BERNARD S., 'Cloth, Clothes and Colonialism: India in the Nineteenth Century', in Annette Weiner and Jane Schneider (eds), *Cloth and Human Experience*, Washington, D.C., Smithsonian Institution Press, 1989, 303–53.

DIWAN, ROMESH, 'Mahatma Gandhi, Amartya Sen, and Poverty', *Gandhi Marg*, vol. 20, no. 4, January–March 1999, 421–43.

GANDHI, MADAN G., 'Gandhian Aesthetics', in V. T. Patil (ed.), *Studies on Gandhi*, Sterling Press, New Delhi, 1983, 257–75.

GANGULI, B. N., *Dadabhai Naoroji and the Drain Theory*, New York, Asia Publishing House, 1965.

GHURYE, G. S., 'Caste and British Rule', in Ishita Banerjee-Dube (ed.), *Caste in History* (Oxford in India Readings: Themes in Indian History), New Delhi, Oxford University Press, 2008, 40–45.

GOKHALE, JAYASHREE B., 'The Sociopolitical Effects of Ideological Change: The Buddhist Conversion of Maharashtrian Untouchables', *Journal of Asian Studies*, vol. 45, no. 2, February 1986, 269–92.

HARDGROVE, JR., R. L., 'The Breast-Cloth Controversy: Caste Consciousness and Social Change in Southern Travancore', *Indian Economic and Social History Review*, vol. 5, no. 2, 1968, 171–87.

HARZINSKI, RACHAEL, 'A Tale of Two Cloths: The Transition from Wool to Cotton Undergarments in England during the Victorian Age', Eastern Illinois University, 2006. www.eiu.edu/~historia/archives/2006/Harzinski.pdf (retrieved on 6 June 2010).

HEEHS, PETER, 'Religion and Revolt: Bengal under the Raj', *History Today*, vol. 43, no. 1, January 1993, 29–35.

ISHII, KAZUYA, 'The Socioeconomic Thoughts of Mahatma Gandhi: As an Origin of Alternative Development', *Review of Social Economy*, vol. 59, no. 3, September 2001, 297–312.

JHA, VIVEKANANDA, 'Caste, Untouchability and Social Justice: Early North Indian Perspective', *Social Scientist*, vol. 25, nos 11–12, November–December 1997, 19–30.

JOHNSON, RICHARD L., 'Gandhi and Feminisms: Towards Women-Affirming Cultures', *Gandhi Marg*, vol. 22, no. 1, April–June 2000, 37–56.

KLITGAARD, ROBERT E., 'Gandhi's Non-violence as a Tactic', *Journal of Peace Research*, vol. 8, no. 2, 1971, 143–53.

KUMAR, KEVAL, 'Gandhi's Clothes as Communication', *Media Development*, vol. 31, no. 4, 1984, 19–21.

_____, 'Mahatma Gandhi as a Mass Communicator', in Gnana Robinson (ed.), *Communicating the Gosepl Today*, Madurai, Tamilnadu Theological Seminary, 1986, 171–97.

KUMAR, SUDHIR, 'Towards a Gandhian Approach to Literature', *Gandhi Marg*, vol. 22, no. 3, October–December 2000, 319–30.

LAL, VINAY, 'Battle of Plassey', *Manas*. http://www.sscnet.ucla.edu/southasia/ History/British/Plassey.html (retrieved on 3 February 2006).

LANGE, MATTHEW, JAMES MAHONEY and MATTHIAS VOM HAU, 'Colonialism and Development: A Comparative Analysis of Spanish and British Colonies', in *American Journal of Sociology*, vol. 111, no. 5, March 2006, 1412–62.

LOGAN, FRENISE A., 'India's Loss of the British Cotton Market after 1865', *Journal of Southern History*, vol. 31, no. 1, February 1965, 40–50.

MACK, PHYLLIS, 'Feminine Behavior and Radical Action: Franciscans, Quakers, and the Followers of Gandhi', *Signs*, vol. 11, no. 3, Spring 1986, 457–77.

McGEARY, JOHANNA, 'Mohandas Gandhi', *Time*, 31 December 1999, 86–91.

MERRIAM, ALLEN H., 'Symbolic Action in India: Gandhi's Nonverbal Persuasion', *Quarterly Journal of Speech*, vol. 61, no. 3, October 1975, 290–306.

NAESS, ARNE, 'Gandhian Nonviolent Verbal Communication: the Necessity of Training', *Gandhi Marg*, April–June 2005, 89–99.

NANDY, ASHISH, 'Final Encounter: The Politics of the Assassination of Gandhi', in *At the Edge of Psychology: Essays in Politics and Culture*, New Delhi, Oxford University Press, 1980.

_____, 'From Outside the Imperium: Gandhi's Cultural Critique of the West', in Ramashray Roy (ed.), *Contemporary Crisis and Gandhi*, Delhi, Discovery Publishing House, 1986, 89–126.

_____, 'Unity in Nationalism: Pitfalls of Imported Concepts', *Times of India*, Mumbai, 4 October 1995.

NAURIYA, ANIL, 'Anti-Congressism', *Hindu*, 28 March 2003. http://www. hinduonnet.com/2003/03/28/stories/2003032801431000.htm (retrieved on 5 October 2006).

NOORANI, A. G., 'How Secular Is the Vande Mataram', *Frontline*, vol. 16, no. 1, 2–15 January 1999. http://www.frontlineonnet.com/fl1601/16010940.htm (retrieved on 17 October 2006).

———, 'Savarkar and Gandhi', *Frontline*, vol. 20, no. 6, 15–28 March 2003. http://www.frontlineonnet.com/fl2006/stories/20030328003603400.htm (retrieved on 13 October 2006).

NORTH, DOUGLASS, 'Economic Performance through Time', in Lee Alston, Thrainn Eggertsson and Douglass C. North (eds), *Empirical Studies in Institutional Change*, Cambridge, Cambridge University Press, 1996, 342–56.

OONK, GIJSBERT, 'Industrialization in India, 1850–1947'. http://repub.eur.nl/res/pub/1820/Industrialization%20in%20India%20voor%20Dare.pdf (retrieved on 2 January 2011).

PANINI, M. N., 'Caste, Race and Human Rights,' in Sukhadeo Thorat and Umakant (eds), *Caste, Race and Discrimination*, Jaipur, Rawat, 2004, 176–78.

PARTHASARATHI, PRASANNAN, 'Rethinking Wages and Competitiveness in the 18th Century: Britain and South India', in *Past and Present*, vol. 158, no. 1, 1998, 79–109.

PATEL, SUJATA, 'Construction and Reconstruction of Women in Gandhi', *Economic and Political Weekly*, vol. 23, no. 8, 1988, 377–87.

PATWARDHAN, V. S., 'Savarkar's Economic Thinking', in Verinder Grover (ed.), *Political Thinkers of Modern India*, vol. 14, New Delhi, Deep and Deep Publications.

PRASHAD, VIJAY, 'PropaGandhi Ahimsa in Black America', Department of African American Studies, University of Buffalo. http://www.electricprint.com/academic/department/AandL/AAS/ANNOUNCE/vra/king/phil_gandhi_black.html (retrieved on 3 August 2006).

PURI, RASHMI-SUDHA, 'Gandhi's *Maun*: Springs of Strength', *Gandhi Marg*, vol. 23, no. 1, January–March 2002.

QADIR, ABDUL, 'A Statesman in Beggar's Garb', in Radhakrishnan (ed.), *Mahatma Gandhi: Essays and Reflections on His Life and Work*, Mumbai, Jaico, 2004, 240–41.

RADHAKRISHNAN, P., 'Backward Classes in Tamil Nadu, 1872–1988', *Economic and Political Weekly*, vol. 25, no. 10, 10 March 1990, 509–17.

RADHAKRISHNAN, S., 'Introductory Essay', *The Bhagavad Gita*, New Delhi, HarperCollins, 2002, 14–15.

RAY, BAREN, 'Gandhiji's Campaign against Untouchability (1933–43)', *Mainstream*, vol. 32, no. 46, October 1994, 17–25.

ROBINS, NICK, 'Loot: In Search of the East India Company, the World's First Transnational Corporation', *Environment and Urbanization*, vol. 14, 2002, 79–88. Available online at *Open Democracy*, 22 January 2003. http://www.opendemocracy.net/theme_7-corporations/article_904.jsp (retrieved on 1 January 2007).

———, 'The East Offering Its Riches to Britannia', *Open Democracy*, 22 January 2003. http://www.opendemocracy.net/node/916 (retrieved on 31 December 2011).

ROTHERMUND, INDIRA, 'The Gandhian Pattern of Mass Communication', *Gandhi Marg*, March 1987, 712–19.

ROY, RAMASHRAY, 'Modern Predicament and Gandhi', in *Contemporary Crisis and Gandhi*, Delhi, Discovery Publishing House, 1986.

SAGAN, CARL, 'Melting the Heart of Stone', in Arun Gandhi (ed.), *World without Violence*, New Delhi, New Age International, 1994.

SAHASRABUDHEY, SUNIL, 'On Cultural Alienation', *Gandhi Marg*, September 1986, 327–47.

SAITH, SANJEEV, 'Constructed Histories: A Question of Violence', *Outlook Magazine*, 18 August 1997.

SARKAR, SUMIT, 'The Many Worlds of Indian History', in *Writing Social History*, New Delhi, Oxford University Press, 1997.

SCHNEIDER, JANE, 'The Anthropology of Cloth', *Annual Review of Anthropology*, vol. 16, 1987, 409–48.

_____, 'Cloth and Clothing', in Christopher Tilley et al. (eds), *Handbook of Material Culture*, London, Sage, 2006, 203–20.

SHAH, GHANSHYAM, 'Anti-Untouchability Movements', in Ishwarlal Pragji et al., *Caste, Caste Conflict and Reservations*, New Delhi, Ajanta, 1985, 102–23.

SHERROD, ROBERT, 'Dr. Gandhi, Mahatma prescribes nature cures for India', *Life Magazine*, vol. 21, no. 3, 15 July 1946, 17–18.

SHIVA, VANDANA, 'The Spinning-wheel and the Seed: Gandhi's Legacy, Humanity's Hope', in *Gandhi Marg*, vol. 26, no. 1, April–June 2004, 19–30.

SINGH, K. J., 'Gandhi and Mao as Mass Communicators', *Journal of Communication*, vol. 29, no. 3, 1979, 94–101.

SINGH, M. P., 'Gandhi as Rebel', *Gandhi Marg*, January–March 1996, 474–78.

THAROOR, SHASHI, 'Off track, decades later', *Hindu*, 17 August 2003. http://tharoor.in/articles/off-track-decades-later/ (retrieved on 8 June 2006).

VIRMANI, ARUNDHATI, 'National Symbols under Colonial Domination: The Nationalization of the Indian Flag, March–August 1923', *Past and Present*, vol. 164, no. 1, 1999, 169–97.

WEBER, THOMAS, 'Historiography and the Dandi March: The Other Myths of Gandhi's Salt March', *Gandhi Marg*, November 1986, 457–76.

_____, 'Gandhi's Peace Army: Shanti Sena and Unarmed Peacekeeping', *Syracuse Studies on Peace & Conflict Resolution*, Syracuse University Press, 1995.

_____, 'Gandhi's Salt March as Living Sermon', *Gandhi Marg*, vol. 22, no. 4, 2001, 424–25.

_____, 'Gandhi and the Nobel Peace Prize', *Gandhi, Gandhism and the Gandhians*, New Delhi, Roli, 2006, 95–120.

XAVIER, N. S., 'Gandhi and the Issue of Identity', *Gandhi Marg*, December 1986, 520–39.

लेखक परिचय

पीटर गोंसाल्विस, पीएच.डी., हे सध्या सॅलेशिअन पाँटीफिकल युनिव्हर्सिटी, रोम येथे संप्रेषण शास्त्रांचे अध्यापन करतात.

त्यांनी अहमदनगर येथील बॉस्को ग्रामीण विकास केंद्र येथे ग्रामीण विकास समुदाय कार्यकर्ता म्हणून आपल्या माध्यमातील कारकिर्दीची सुरुवात केली. दक्षिण आशियामध्ये जीवनाधारित शिक्षणविषयक जनजागृती व्हावी याकरता तेज-प्रसारिणी, बॉम्बे, या बहुमाध्यमिक निर्मिती केंद्राची स्थापना केली आहे. त्यांनी *'क्वालिटी लाईफ एज्युकेशन'*, या शिक्षक-प्रशिक्षण हस्तपुस्तिकांची मालिका प्रचारात आणली. यापैकी *एक्सरसाइजेस इन मीडिया एज्युकेशन* (१९९४) आणि *एक्सरसाइजेस इन पीस एज्युकेशन* (२००३) या दोन हस्तपुस्तिकांचे लेखन गोंसाल्विस यांनी केले आहे.

डॉ. गोंसाल्विस हे तरुणाईचा समग्र विकास याकरता समर्पित कार्य करणाऱ्या ऑल इंडिया डॉन बॉस्को एज्युकेशनल सोसायटी या आंतरराष्ट्रीय संस्थेचे सभासद आहेत. शांतता मार्गावरील संवादकांच्या सिग्निस (SIGNIS) या जागतिक संघटनेची एक शाखा असलेल्या INTERSIG चे अध्यक्ष होते. त्यांच्या गांधींवरील इतर लेखनामध्ये वस्त्राद्वारे स्वातंत्र्यप्राप्ती: गांधीप्रणीत स्वदेशी क्रांतीमधील आवाहनाची मीमांसा (सेज, २०१०)आणि गांधी ॲण्ड द पोप्स–फ्रॉम पायस XI टू फ्रॅन्सिसस या ग्रंथांचा समावेश होतो.

$§$SAGE | bhasha

भारतीय भाषा प्रकाशन उपक्रम

आपण सामाजिक शास्त्रे आणि/किंवा व्यवस्थापन व व्यवसाय या क्षेत्रांविषयी लिखाण करता? आपल्याला हे लिखाण प्रकाशित करायचे आहे?

मग सेजच्या साह्याने प्रकाशित करा

सेजचा जगन्मान्य उत्कृष्ट दर्जा

भारतीय भाषांमध्ये विद्वत्तापूर्ण शैक्षणिक प्रकाशने

हस्तलिखितापासून प्रकाशनापर्यंत < 90% प्रक्रिया सेजकडून व्यवस्थापित

प्रकाशनासाठी कोणतेही शुल्क नाही

सेजच्या जागतिक विपणन व्यवस्थेत आणि ई-बुक उपक्रमांत थेट अंतर्भाव

विक्री आणि रॉयल्टीबाबत पूर्ण पारदर्शकता

सर्व हस्तलिखिते/भाषांतरांचे समीक्षकांच्या पॅनलकडून मूल्यांकन

भारत आणि जगभरात विस्तृत वितरण

आमची प्रकाशने या विषयांमध्ये आहेत:

- व्यवसाय आणि व्यवस्थापन
- समाजशास्त्र
- मानसशास्त्र
- माध्यमे आणि संचार

- नागरी अभ्यास
- कायदा आणि फौजदारी न्याय
- अर्थशास्त्र आणि विकास
- शिक्षण

- संशोधन पद्धती
- राजकारण आणि आंतरराष्ट्रीय संबंध
- समुपदेशन आणि मानसोपचार
- आरोग्य आणि समाजकार्य

आपले हस्तलिखित पाठवण्यासाठी sagebhasha@sagepub.in वर कळवा.

⑤SAGE | bhasha

भारतीय भाषा प्रकाशन उपक्रम

सन २०१५मध्ये सुरू झालेल्या सेज भाषा उपक्रमातर्फे, वैचारिक आणि शैक्षणिक क्षेत्रातील प्रत्येक थरापर्यंत अत्याधुनिक संशोधनाद्वारे भारतीय भाषांमधून पोहोचण्याचा आमचा निर्धार आहे. याची सुरुवात आम्ही मराठी आणि हिंदीपासून केलेली आहे. वाजवी दरांमध्ये दर्जेदार प्रकाशने उपलब्ध करून देण्याचा हा उपक्रम आम्ही प्रकाशित करत असलेल्या प्रत्येक भारतीय भाषेमध्ये राबवणार आहोत.

सेजचे सहकारी व्हा.

आपण एखाद्या विषयातले तज्ज्ञ आहात का आणि **हस्तलिखितांचे परीक्षण** करू इच्छिता?

भाषांतर क्षेत्रात आपल्याला **भविष्य** घडवायचे आहे का?

जगातल्या अग्रणी शैक्षणिक प्रकाशकाबरोबर एक **वितरक** म्हणून आपल्याला काम करायला आवडेल?

मग **sagebhasha@sagepub.in** वर कळवा.

Made in the USA
Monee, IL
23 August 2025

23974467R00194